TRẦN KỲ TRUNG

CHUYỆN NHỎ NHƯNG KHÔNG…NHỎ!

(Bình luận – Tản văn)

Nhân Ảnh
2026

CHUYỆN NHỎ NHƯNG KHÔNG... NHỎ!
Bình luận & Tản văn

Tác giả: Trần Kỳ Trung
Dàn trang: Họa sĩ Võ Như Diệu
Bìa: Uyên Nguyên Trần Triết
Nhà xuất bản: Nhân Ảnh, 2026
ISBN: 9798295870583

LỜI TỰA

Năm 2009 tôi lập trang trankytrung.com, chỉ hơn bảy năm (2009 - 2016) trang này đã thu hút một lượng bạn đọc đông đảo, có những bài có lượng bạn đọc hơn ba mươi vạn. Rất tiếc, do hoàn cảnh !!! trang trankytrung.com chỉ tồn tại được một thời gian, sau đó buộc tôi phải dừng.

Những bài viết "bình luận và tản văn" được tập hợp trong quyển sách này là ở mục "Bình luận và tản văn" trong trang trankytrung.com, một mục thu hút một lượng lớn bạn đọc.

Nội dung những bài viết nói lên nhân tình thế thái mà tôi quan tâm. Đây cũng chỉ là ý kiến cá nhân, mục đích chính cũng chỉ mong xã hội chúng ta đang sống sẽ tốt hơn, đẹp hơn, xứng đáng với nhân phẩm con người được hưởng.

Trong bài viết, có điều gì chưa thoả mãn, đó là do trình độ người viết còn hạn chế, mong bạn đọc lượng thứ.

NGHĨ VỀ CÁI CHẾT CỦA MỘT CỰU TỔNG THỐNG

Ông Roh Moo - Hyun, cựu tổng thống Hàn Quốc, theo như các đài, báo của ta đưa tin, đã tự tử vì không chịu được búa rìu của dư luận xung quanh việc gia đình ông có dính líu đến một vụ hối lộ. Ông Cựu tổng thống tự tử để bảo toàn danh dự của mình.

Với tôi, một người công dân bình thường của nước Việt Nam, xin ngả mũ bái phục và mong hương hồn Ông được thanh thản ở cõi vĩnh hằng.

Ông đã thấy danh dự, nhân phẩm con người còn cao hơn cái chết.

Tôi nghĩ, khi còn đương chức, chính Ông và chính phủ của Ông đã từng kêu gọi xây dựng một xã hội lành mạnh, trong sạch, dân chủ. Người lãnh đạo phải là những tấm gương tiêu biểu của một công dân tốt trong xã hội đó. Nhưng… sự thật không phải vậy, sau này về hưu, Ông phải lên truyền hình xin lỗi và giải thích với mọi người về những việc làm "không minh bạch" của gia đình mình trong một hợp đồng kinh tế khi Ông còn đương chức. Theo tôi biết, những việc làm đó, toà án vẫn đang điều tra để có một câu trả lời rõ ràng…thì Ông đã tự tử bằng cách nhảy từ trên cao xuống một vách đá. Dư luận Hàn Quốc chưa nghĩ xấu về Ông, rõ nhất, sau cái chết tức tưởi của Ông, họ bàng hoàng, đã có rất nhiều người dân khóc thương Ông. Nhiều lãnh đạo quốc gia trên thế giới gửi điện chia buồn về cái chết của Ông. Nhưng với Ông, như bức tuyệt mệnh Ông gửi lại cho hậu thế" Ông không thể chịu được búa rìu của dư luận và cảm thấy xấu hổ…". Nhiều người nói: "…Lẽ ra Ông không nên làm như thế hãy đợi toà án phán xét xem đúng sai .".

Với một người dân bình thường, câu nói đó có thể đúng, nhưng với cương vị của Ông, một Cựu Tổng thống, Ông không thể chấp nhận điều đó. Đã là người lãnh đạo, mình từng bao lần thuyết giảng về đạo đức, về cách hành xử trong một xã hội tôn trọng luật pháp, thì nay chính gia đình mình, và cả chính sự bao che của mình, đã làm một việc mà dư luận xã hội lên án, luật pháp phải can thiệp. Dẫu những việc làm như vậy, Ông đang cố thanh minh "không phải như dư luận đồn thổi", nhưng với việc làm đó, hình ảnh của một Cựu tổng thống được dân tin tưởng, chí ít cũng phai nhạt và uy tín Đảng của Ông, không còn như trước. Từ đó, sẽ có những hậu qủa rất xấu diễn tiếp theo. Với một người muốn giữ uy tín của Đảng mình, của bản thân, trên cương vị Tổng thống, lẽ ra không bao giờ được mắc sai lầm như vậy. Không bao giờ để quyền lợi kinh tế gia đình lên trên quyền lợi Dân tộc, Nhà nước, Đảng. Mình đã làm hỏng, mình phải chịu trách nhiệm. Có thể toà án chưa xử Ông nhưng trong Ông, toà án lương tâm không tha thứ. Và Ông đã tự xử mình bằng cái chết rất thanh thản.

Thưa Ông ! tất cả những điều tôi viết trên đây chỉ là suy diễn của một người dân bình thường ở nước Việt Nam khi nghĩ đến vai trò người lãnh đạo của một Quốc gia. Đã là người lãnh đạo Quốc gia, tài, đức phải vẹn toàn, lời nói đi đôi với việc làm, phải đặt quyền lợi Dân tộc, Tổ quốc lên trên hết. Dám chịu trách nhiệm với lời nói và việc làm của mình. Nếu làm không đúng với lợi ích của Dân tộc, của Đất nước thì dũng cảm, chưa dám chọn cái chết như Ông, thì cũng nên "từ chức". Bây giờ hình ảnh, lời nói, việc làm của người lãnh đạo Quốc gia… tất thảy mọi người đều nhìn thấy rất rõ, dưới mọi góc độ, không thể lấy bất cứ một cớ gì bưng bít, che đậy.

Vì thế, Ông đã dùng cái chết để trả lời và cũng là một sự sám hối.

Từ suy nghĩ trên, tôi cảm phục cái chết của Ông!

NỀN GIÁO DỤC VIỆT NAM XUỐNG CẤP NHƯ THẾ SAO?

Ngày 25/8/2009, báo Thanh Niên, Tuổi trẻ, Pháp Luật thành phố Hồ CHí Minh…đồng loạt đưa một tin, theo tôi nghĩ, có lẽ chỉ xảy ra ở Việt Nam.

Sinh viên Trần Xuân Thanh, quê Thanh Hóa, học ở khoa Cơ Khí, khoá 28, trường Đại học Nông Lâm (Thành phố Hồ Chí Minh), thi lại lần thứ…10, không đạt môn Anh Văn chuyên ngành. Sinh viên này đã nhiều lần xin điểm thầy Đặng Hữu Dũng, Phó chủ nhiệm Khoa, thầy không đồng ý. Tức mình, sinh viên Trần Xuân Thanh mua 5 lít a - xít để trả thù. Lừa lúc thầy Dũng đang giảng bài, sinh viên Thanh đã hắt trọn cả 5 lít a - xít này vào người thầy Dũng. Thầy Dũng và một số sinh viên khác đang ở trong lớp bị thương,. Riêng thầy Dũng bị thương rất nặng, bỏng độ 3. Đấy là chưa kể, sau khi tạt a xít xong, sinh viên Thanh còn dùng dao găm đâm loạn xạ những người lao vào cứu thầy Dũng…

Tôi đọc tin này thực sự rùng mình. Tại sao một nền giáo dục gọi là "ưu việt" lại xảy ra những chuyện khủng khiếp như thế?

Báo chí của ta đã từng phanh phui nhiều vụ việc: giáo viên bảo mẫu đánh các em bầm tím cả người, rồi phụ huynh học sinh kéo vào lớp đánh giáo viên trước mặt học sinh, rồi...chuyện thầy giáo gạ học sinh "bán tình" lấy điểm, rồi chuyện giáo viên chống tiêu cực bị loại khỏi ngành, hiệu trưởng đánh giáo viên v.v… Nay lại có thêm tin này.

Như vậy chúng ta để ý, trong giáo dục từ cấp thấp như mẫu giáo, đến cấp cao như đại học, ở Việt Nam, luôn có những chuyện xử lý như "xã hội đen", không còn chút tình người, phản giáo dục một cách trầm trọng. Nguyên nhân do đâu?

Không thể nói sinh viên Thanh là người không có giáo dục, nhất là đã học đến năm cuối của một trường đại học? Cũng không thể nói sinh viên Thanh bị ảnh hưởng của một môi trường độc hại, không có người quản lý? Sinh viên Thanh đã học bốn năm trong trường Đại học cơ mà! Có sinh hoạt Hội, Đoàn, Lớp… Đấy là chưa kể chuyện giáo dục tư cách con người còn được lồng trong những bài giảng của các môn Lịch sử Đảng, Triết học Mác - Lê Nin, Chủ nghĩa xã hội khoa học… mà sinh viên trường Đại học nào cũng phải học để thi tốt nghiệp. Thế mà, sinh viên Thanh không hề run tay, quyết tâm thực hiện một tội ác giữa "thanh thiên, bạch nhât"!!!

Tôi thử lý giải chuyện này:

Nền giáo dục Việt Nam là nền giáo dục khô cứng,

chai lỳ trước những biến đổi của xã hội, của loài người. Những lý thuyết đơn điệu, tách rời thực tế, cố gắng nhồi nhét cho học sinh, sinh viên, đến chính giáo viên giảng bài cũng chán, bắt các em học thuộc như "con vẹt". Các em không thể thấy điều đó trong thực tế, sinh ra những tâm trạng chán nản, phản kháng.

Xã hội của chúng ta, phải nói thẳng, tồn tại nhiều bất công. Đến ngay người giáo viên muốn hưởng thành quả bằng đồng lương chân chính, cũng khó. Chưa kể bên ngoài, bao nhiêu cảnh chướng tai, gai mắt ngày nào cũng có thể bắt gặp. Để luật pháp xử lý, là một chuyện vô cùng khó với người dân, "Được vạ, má đã sưng", nên họ tự xử với nhau. Điều đó cũng ảnh hưởng đến nhận thức của các em, từ đó hình thành nhân cách xấu trong quan hệ bạn bè, thầy trò… Quan hệ đó, không còn dựa trên tình bác ái, tôn trọng lẫn nhau mà ngược lại, không đồng ý hoặc phản đối các em sẵn sàng sử dụng những hành động trả thù tàn nhẫn nhất. Tôi đã xem những đoạn vêđiô quay lại cảnh những học sinh tuổi teen đánh nhau dã man, mà mọi người đứng xung quanh vẫn dửng dưng, thậm chí còn lấy máy điện thoại ra quay với vẻ thích thú!!!

Hình ảnh Người thầy giáo hiện tại, trong nền giáo dục Việt Nam không còn một hình ảnh đẹp như xưa nữa. Một xã hội, nói quá nhiều lý thuyết, rất ít thực hành. Điều đó ảnh hưởng đến nhân cách người thầy giáo. Người thầy giáo, khi lên lớp, vẫn giảng bài cho các em, nhất là bộ môn khoa học xã hội, đề cao những lý thuyết tốt đẹp. Nhưng trên thực tế, tôi tin, có nhiều giáo viên không tin vào lý thuyết đó. Họ sống ngược lại, nịnh cấp trên, chạy chỗ dạy, tham ô, trùm úm những người tốt, chạy theo thành tích, moi tiền của học sinh, sinh viên, làm bằng giả , sống giả dối ngay với cả đồng nghiệp, gia đình, bán điểm thi lấy tiền…Người thầy giáo nào sống không như thế, có khi thành thiểu số, như thầy Đặng Hữu Dũng, Phó chủ nhiệm khoa Cơ khí, đại học Nông Lâm (thành phố Hồ Chí Minh) thì bị sinh viên Trần Xuân Thanh tạt ngay vào người 5 lít a - xít.

Bây giờ thì sinh viên Trần Xuân Thanh đã bị bắt, thầy Đặng Hữu Dũng đang điều trị trong bệnh viện với vết thương khá nặng, chưa biết tiên liệu tốt hay xâú. Hậu quả của câu chuyện này, tôi tin , sẽ để lại một suy nghĩ hết sức nặng nề không những trong sinh viên mà cả trong đội ngũ giáo viên. Liệu trong tương lai sẽ có một vụ tiếp theo sinh viên tạt a xít vào thầy giáo hay không?

Để cho người giáo viên có chỗ đứng thực sự cả trên bục giảng và cả trong lòng thương yêu của học sinh, sinh viên, đến lúc này, không phải chỉ có chuyện riêng của người giáo viên đó. Mà tôi nghĩ, đó là chuyện của cả xã hội. Xã hội tốt, lành mạnh có đạo đức, thượng tôn luật pháp sẽ hình thành nên những người thầy giáo tốt, học sinh tốt, sinh viên tốt và chính họ sẽ thúc đẩy xã hội lành mạnh lên. Còn không phải như thế, chỉ trên lý thuyết rao giảng, không chứng minh được trong thực tế, nền giáo dục Việt Nam còn xuống cấp.

Mà nền giáo dục xuống cấp thì xã hội cũng xuống cấp.

MỘT NGÀY ĐỌC HAI TIN

Sáng nay tôi đọc hai tin ở một tờ báo (báo Tuổi Trẻ ngày 12/9/2009). Tôi ngồi cứ suy nghĩ mãi:

Tin thứ nhất ở trang 20, cho người đọc biết, cựu tổng thống Đài Loan cùng vợ phải nhận án tù chung thân vì tội tham ô 15 triệu đô la.

Tin thứ hai, ở trang 4, với tiêu đề "Phá đường dây hiệu trưởng mua bán trinh học sinh". Tin này quả là "động trời"! Một người được mọi người trong xã hội gọi là "Thầy" có tên Sầm Đức Xương, hiệu trưởng trường THPT Việt Vinh, huyện Bắc Quang, tỉnh Hà Giang,tổ chức "mua trinh" với chính học sinh của trường mình.

Hai cái tin, tưởng như sự việc rất khác nhau, nhưng tôi lại thấy chung về bản chất. Khi cái xấu đã đi vào tiềm thức suy nghĩ, dù có nguỵ tạo dưới bất cứ hình thức nào cũng không thể nào che dấu trước dư luận, trước ánh sáng của công lý.

Một người đã đứng ở đỉnh cao quyền lực, có thể đó là "Tổng thống" một Quốc gia , hay "hiệu trưởng" một trường phổ thông, họ nghĩ rằng, có quyền thét lác, có quyền làm bất cứ điều gì mình muốn, mà không ai có thể động đến. Tôi suy diễn, đây có thể là ý kiến chưa chính xác, ông tổng thống nọ, vị hiệu trưởng kia, làm những điều bất nhân, vẫn có phe cánh, vẫn có Đảng mình ủng hộ, che chở , nên không sợ...

Xin thưa! Chẳng có gì là tuyệt đối. "Con giun xéo mãi cũng phải quằn", ông cựu Tổng thống Đài Loan, khi đương chức tham ô như như thế, trong khi dân tình vẫn sống khổ sở vì suy thoái, vì thất nghiệp, vì đồng lương chết đói…Ngay những người đảng viên trong đảng của ông, cũng phẫn nộ, họ phải tố cáo, đồng tình với luật pháp xử lý. Cũng giống như vị hiệu trưởng nọ, khi sự việc chưa bại lộ, vi này chắc rao giảng rất nhiều về đạo đức của người thầy XHCN, lên lớp với giáo viên trong trường về sự phấn đấu không mệt mỏi của mình… Nhưng thực tế, bản chất của ông ta, sự việc của ông ta làm qúa khốn nạn. (Tôi dùng từ đó đối với hiện tượng này, thế vẫn là nhẹ!). Việc làm bất nhân của ông, ông cứ tưởng bằng "quyền lực" hiệu trường của mình, không ai dám tố cáo. Nhưng chính học sinh của trường ông ta và người dân dũng cảm tố cáo việc này.

Đã ở đỉnh cao quyền lực, tôi nghĩ, người đó phải biết tích tu, tích đức, làm bất cứ việc gì cũng phải nghĩ đó là quyền lợi của tập thể, lớn hơn là quyền lợi của Dân tộc. Biết dừng lại, trong mỗi việc làm, thậm chí trong cả suy nghĩ của mình khi biết rằng việc làm đó, suy nghĩ đó chỉ có lợi cho chính mình, không hề có lợi cho Tập thể, hại Dân tộc.

Có thể, như vị cựu Tổng thống nọ, hoặc như ông hiệu trưởng kia, khi đương chức, toàn quyền thét lác, toàn quyền làm vương ,làm tướng, làm những việc bất nghĩa. Nhưng đến lúc thất sủng, hay tội ác quá rõ trước "thanh thiên bạch nhật". Dư luận, Pháp luật và nhất là Nhân Dân sẽ không bao giờ tha thứ.

Những loại người đó sẽ bị Nhân Dân trừng trị.

Một bài học, tôi nghĩ, sẽ không bao giờ lạc hậu khi đọc hai tin trên.

LẶP LẠI!

Phàm ở đời, cái gì lặp lại cũng chán. Tình yêu cứ hẹn hò một chỗ, mất cả thi vị. Bài văn nhiều từ lặp lại, đọc hóa nhàm, mất cảm hứng. Thậm chí, trong biểu diễn viên này bắt chước từ dáng đi, đến điệu bộ, giọng hát của diễn viên kia, người xem mất cảm tình. Một bài phát biểu cứ như khuôn mẫu, đúng như số đo, người nghe coi thường.

"Lặp lại" ngoài việc thể hiện sự mất thẩm mỹ, điều lớn hơn, thể hiện sự "dốt", còn sang lĩnh vực chính trị thì nó biểu hiện sự "hèn" .

Nói tóm lại, trong cuộc sống, muốn xã hội đi lên, muốn nhận thức của con người không lạc hậu, muốn thừa nhận chúng ta đang là người "văn minh", rất nên tránh "lặp lại".

Than ôi! Ở nước ta, tôi thấy sự "lặp lại" quá nhiều.

Trên ti vi, nhất là chương trình thời sự, mấy chục đài truyền hình, nếu phát một chương trình họp của Trung ương, hay tỉnh...nào đấy, đầu tiên là đoàn chủ tịch, rồi người phát biểu sau đó là đại biểu đến dự... Tiếp đến là phỏng vấn một người trong số đại biểu đến dự. Trăm lần phát hình những cuộc họp này như một. Còn nếu quay một vị lãnh đạo kể cả Trung ương lẫn địa phương nào đó đến thăm dân, y như rằng vị đó chân đi dày da, tóc chải mượn, áo quần bảnh bao ngồi một chỗ nắm tay, miệng cười với người ngồi đối diện, sau đó trao quà... Trong khi người xem ti vi muốn biết vì sao có cuộc họp trên, trên thực tế, chứ không phải trong hội trường, lại không thấy trên ti vi. Hoặc như, người xem muốn kiểm chứng, tác phong của người lãnh đạo tự nhận "đày tớ" của dân xuống cơ sở như thế nào? Xem nồi cơm, quan sát cuộc sống thực tế, thậm chí có thể ngồi ăn cơm cùng họ...để hiểu cuộc sống thực tại người dân. Những hình ảnh này rất ít khi xuất hiện trên ti vi ở nước ta

Còn các chương trình nghệ thuật nhân chào mừng một sự kiện trong đại nào đó, kể cả đoàn trung ương lẫn địa phương. Mở màn đầu tiên là ba, bốn người, phần đông là nam giới cầm mấy lá cờ đỏ chạy ra giữa sân khấu phất lia lịa, tiếp đến là hát múa, giơ tay, giơ chân... Đoạn kết thế nào cũng có một diễn viên nam, bế một diễn viên nữ trên vai của của mình, bất kể đó là nông dân, công nhân, hay là sinh viên... Hoặc tôi thấy những lễ hội đã phát trên ti vi, chương trình nào cũng na ná như nhau, "lặp lại" một cách thô thiển. Nếu là sông, thể nào cũng thả hoa đăng, nếu ở đình chùa thế nào cũng hát đối, rồi có mấy trò chơi gần y "Làng vui chơi, làng ca hát" trên ti vi. Còn ở sân khấu ngoài trời, cứ dân quân chạy ra giương súng, dân tộc gõ cồng chiên, bộ đội xếp hàng tập võ, thiếu niên đánh trống, tung hoa, tung khăn...

Ngay ở địa phương tôi ở, một lần chứng kiến, nhân kỷ niệm 50 năm chiến thắng Điện Biên Phủ, năm đài truyền hình cùng phát bộ phim truyện "Hoa ban đỏ". Chẳng lẽ, một chiến thắng vĩ đại của dân tộc, lại có sự kiện "Lặp lại" buồn đến như thế? Trong khi với chiến thắng vĩ đại này, có biết bao nhiêu điều đáng nói hơn bộ phim kia! Đấy là chưa kể những lễ hội lớn, chỗ nào cũng thấy kiệu "thánh Gióng", "Lê Lợi", "Quang Trung"... Biểu dương tinh thần yêu nước, ngoài những hình ảnh các "ông" trên, chẳng lẽ biểu hiện chủ nghĩa yêu nước của nhân dân địa phương đó không có gì?

Còn trong kinh tế, sự "lặp lại" còn khủng khiếp hơn nữa. Chỗ nào cũng nhà máy đường, xi măng lò đứng, cảng nước sâu, công viên nước, sân bay quốc tế...v.v và v.v...mà hiệu quả kinh tế, chúng ta đều biết như thế nào rồi.

Còn ở xã hội, chỗ này "khu phố văn hóa", chỗ kia

cũng "khu phố văn hóa"...ấy vậy, có khi trong "khu phố văn hóa" ấy tệ nạn không hề giảm.

Nhiều lúc tôi ngồi ngẫm nghĩ vì sao có những cách biểu hiện "lặp lại" nghèo nàn đến như thế: Trước hết sự "lặp lại" biểu hiện một tư duy lãnh đạo dốt đủ phương diện. thấy họ làm, mình cũng làm, muốn khoe khoang, muốn không chịu thua kém ai. Bảo đó là bệnh "chạy theo thành tích", không sai. Nhưng lớn hơn, sự "lặp lại" đó là sự bảo đảm chính trị, không bị soi mói, không bị vặn vẹo bởi ý kiến mấy ông lớn. Điều nữa, "lặp lại" như vậy, như trong nghệ thuật, dễ dàn dựng, không tốn thời gian, dễ có tiền. Tôi còn được biết, với những chương trình lớn, thường được dành kịch bản, đạo diễn " cây đa, cây đề". Những ông viết kịch bản, đạo diễn này ai cũng biết rồi, chỉ dựa vào cái "uy" của mình để viết kịch bản, dàn dựng, trình độ chỉ đến thế, không thể sáng tạo. Thậm chí có người không viết được, đi thuê người khác viết kịch bản, để mình đứng tên. Thử hỏi như thế làm sao không "lặp lại".

Sự "Lặp lại" còn biểu hiện mất dân chủ, không muốn có sự thay đổi, là sự áp đặt chính kiến, rất sợ người khác nghĩ khác mình, nên chỉ muốn viết, nói, trình bày, biểu diễn...đã có khuôn rồi, cứ thế mà làm.

"Lặp lại", thực chất là vật cản sự đi lên của xã hội, là sự trì trệ trong tất cả mọi lĩnh vực , không thể tồn tại.

"Lặp lại" phải được quy luật lịch sử đào thải.

BÀN VỀ CHUYỆN CẦM Ô

Cái ô, đó là tiếng miền bắc, còn trong nam gọi là cái dù. "Ô" hay "dù" thường được người ta dùng che mưa hoặc che nắng. Chuyện này tôi nói ra, lẽ bằng thừa, vì ai cũng biết. Nhưng đây là một chuyện liên quan đến người cầm ô, làm cho tôi suy nghĩ.

Vừa rồi trên ti vi của nước ta đã phát một hình ảnh, không biết có ai để ý không? Riêng tôi, hình ảnh đó để lại trong tôi rất nhiều ấn tượng. Bà Hilary Clinton, bộ trưởng Bộ ngoại giao Mỹ đến thăm nước Nga trong tuần đầu tháng mười, năm 2009 vừa rồi, từ cầu thang máy bay đi xuống, bà chỉ đi một mình, một tay cầm chiếc ô đen che đầu, còn tay kia bắt tay quan khách, miệng cười rất tươi. Ai cũng biết Bà Hilary Clinton là một nhân vật đặc biệt quan trọng trong chính phủ Mỹ. Bà đi đến đâu, chi ít cũng phải có bảo vệ, rất nhiều người tháp tùng, phục vụ bà tối đa. Tất nhiên, nếu có một vệ sỹ hay thư ký riêng cầm dù che cho bà, cũng là một điều tự nhiên, không ai thắc mắc. Nhưng ở đây bà Hilary Clinton không làm như vậy, hay không cần phải làm như vậy, tự mình phục vụ mình, vẫn làm cho người tiếp đón nể trọng. Vì, tôi nghĩ, bà Hilary Clinton tin ở trình độ, khả năng ứng xử, vai trò của mình, đại diện cho một nước, một nền văn hóa, không để một việc nhỏ như cầm ô để cho đối tác đánh giá thấp mình. Chiếc ô bà Hilary Clinton cầm trong tay rất giản dị, nhưng nó làm tăng uy tín của bà lên rất nhiều.

Ở nước ta, tôi thấy rất hiếm các vị lãnh đạo tự cầm ô khi đi đến thăm một công trình, hay đi kiểm tra một tỉnh, huyện nào đấy. Xung quanh các vị đó thế nào cũng có người đứng cạnh cầm ô che nắng, che mưa. Chuyện cầm ô, là một chuyện rất nhỏ, nhưng đó là một cách cư xử của một người có văn hóa. Dù anh ở cương vị lãnh đạo, có thể khi tiếp một đoàn khách quốc tế, chuyện để người khác che ô có thể chấp nhận. Nhưng khi xuống cơ sở, anh về với dân, thể hiện mình là một người "đày tớ" của dân, chưa nói đến lời nói và việc làm, chỉ cần nhìn thấy một ông đội mũ cối, tay chống nạnh, vỗ vai người này, hỏi thăm người kia nhưng bên cạnh ông ta vẫn có một người mồ hôi nhễ nhại, ướt đẫm lưng, tay nắm chiếc ô giơ cao che nắng cho vị lãnh đạo đó. Còn vị lãnh đạo kia, gần như không để ý đến chuyện đó, vẫn vung tay thuyết giảng... Có thể người dân không nói ra, nhưng tự hình ảnh đó đã tạo ra một khoảng cách rất lớn giữa người dân và người lãnh đạo. Đó cũng là một tác phong quan liêu, xa rời dân, chỉ nói mà không làm, làm cha thiên hạ, muốn người khác phải phục vụ mình.

Vẫn chiếc dù đó, tôi ước ao, người lãnh đạo khi đến thăm dân, tự mình cầm chiếc dù che cho người dân mình đang tiếp chuyện, che cho những đứa trẻ nghèo hèn đang nhận quà. Và tốt nhất, có khi không cần dùng ô. Dân đầu trần chịu nắng, mình cũng đầu trần chịu nắng. Dân phơi lưng chịu mưa, mình cũng phơi lưng chịu mưa, không quan liêu, thấu hiểu mọi nỗi khổ của dân để đề ra quyết sách đúng đắn, hợp lòng dân.

Đó là một hình ảnh gần dân rất đẹp!

Rất tiếc những hình ảnh đó, ở nước ta, tôi thấy rất ít!

MẤY SUY NGHĨ...!

Thực ra, có nhiều người nói "Tôi không cần vào Hội nhà văn vẫn viết". Điều đó đúng, nếu đó là người ham viết văn, sáng tác thơ, dịch thuật, nghiên cứu.... Hơn nữa, để quảng bá tác phẩm, bây giờ rất nhiều cách để thực hiện, không nhất thiết cứ là nhà văn trong Hội nhà văn, mới làm được việc này.

Nhưng, thành thực mà nói rằng, nếu là người viết văn, làm thơ, dịch thuật, nghiên cứu... có thẻ "Hội viên Hội nhà văn Việt Nam" nó vẫn oai hơn. Vì sao như thế? Tôi thấy khó giải thích, hay như cách nói của một nhà nghiên cứu văn học: "Tại cái nước ta nó thế!" Chuyện này giống như làm "người nhà nước" oai hơn người "làm cho tư nhân".

Vào được Hội nhà văn, chuyện gì, chứ chuyện tham dự hội hè là xôm trò, không ở địa phương, thì ở trung ương. Rồi chuyện đi dự trại sáng tác nữa, vui ra phết, có cơm bưng, nước rót, có không gian sang trọng để sáng tác. Mặc nhiên, đã là Hội viên Hội nhà văn Việt Nam, bạn bè để bù khú không còn trong không gian hẹp ở phạm vi tỉnh, huyện... mà "lan tỏa" ra cả nước, biết đâu lại là đại biểu của Hội đi tham quan nước ngoài, thì "lan tỏa" ra cả nước ngoài. Đấy là chưa kể, định kỳ năm năm một lần, Đại hội toàn quốc tổ chức ở Hà Nội rất hoành tráng, quan khách toàn ông to đến dự, ngơi nghỉ trong khách sạn sang trọng, vào lăng viếng Bác đi thành đoàn riêng có bảo vệ, hướng dẫn, được ngồi ngang bằng với nhiều nhà văn, nhà thơ lớn... Đấy là chưa kể nếu như nhà văn, nhà thơ nào lên đọc tham luận, giữa hội trường đèn đuốc sáng trưng, tập trung biết bao nhiêu nhà báo theo dõi, đèn chớp lia lịa. Phía bên dưới các đại biểu ngồi im như tượng lắng nghe, không nói ra chứ nhiều bác sướng run cả tỷ. Mà đã đọc tham luận thì nội dung được đề cập thỏa mái, Hội nhà văn mà lại! Từ chuyện xã hội, chính trị, kinh tế,văn hóa...thậm chí cứ việc khoe " kiến thức" đông, tây, kim, cổ... Trong tham luận, động chạm đến vấn đề gì đó gây tranh luận, thì không đại hội nào có không khí "vui" như Đại hội Nhà văn Việt Nam. Người đọc tham luận lúc đó sẽ đỏ mặt tía tai, bảo vệ bằng được quan điểm của mình, còn người phản bác, cũng rất tự do, rất dân chủ tha hồ phản đối. Đôi khi trong một số Đại hội, xảy ra hiện tượng vỗ tay đòi người đọc tham luận kia phải đi xuống. Thử hỏi, không khí "dân chủ "như thế, Đại hội của Hội nào trên nước ta đã có?. Được là Hội viên Hội nhà văn Việt Nam, thêm một điều nữa, khi chết, được đăng "Cáo phó" trên báo "Văn nghệ" kèm theo chân dung một cách trang trọng. Bên cạnh thế nào cũng có vài bài báo, bài thơ ca ngợi, thương tiếc người đã khuất. Điều đó rõ là hơn bao nhiêu ông, bà mang hàm đại tá, thứ trưởng, chủ tịch tỉnh, anh hùng, tiến sỹ, giáo sư... khi về hưu, lúc mất được đăng "cáo phó" bé tí hin ở một góc nhỏ trên trang tám báo "Nhân Dân", có khi người đọc không chú ý, cũng không biết...

Tôi mới kể sơ qua như thế, để thấy rằng, là Hội viên Hội nhà văn Việt Nam có nhiều quyền lợi, nhiều "đặc ân" mà nhà nước dành cho. Vì thế, nếu anh không phải là Hội viên Hội nhà văn Việt Nam sẽ chịu rất nhiều "thiệt thòi", có cho dù anh sáng tác hay, có tác phẩm được dư luận chú ý. Từ những chuyện trên, tôi mới nghiệm ra, chuyện để trở thành Hội viên Hội nhà văn Việt Nam, không phải là điều gì xấu. Đứng góc độ Hội, Đoàn, có một nơi để mình sinh hoạt gặp gỡ, có một môi trường trao đổi thuận lợi về tác giả, tác phẩm là một điều vô cùng tốt. Anh có làm sao cũng còn có chỗ trình bày, bảo vệ. Lúc ốm đau, cơ nhỡ có lời hỏi thăm động viên của một tổ chức Hội đoàn cũng được an ủi phần nào. Như vậy ý muốn được trở thành Hội viên Hội nhà văn Việt Nam, theo tôi nghĩ, đó là một ước muốn chính đáng của những người viết văn, làm thơ.... Tuy nhiên, tiêu chuẩn cao nhất để trở thành Hội viên Hội nhà Văn Việt Nam vẫn là chuyện tác phẩm. Trước khi trở thành Hội viên và sau khi đã là Hội viên, anh vẫn phải viết, vẫn phải sáng tác. Đó là thước đo để chứng tỏ anh hơn người khác, khi người ta không phải là nhà văn. Nhưng hình như nhiều người không coi chuyện sáng tác là chính, mà chuyện được được trở thành Hội viên của Hội nhà văn Việt Nam, mới là chuyện "Quan trọng". Chi thế, để có tấm thẻ Hội viên Hội nhà văn Việt nam họ đã đi bằng nhiều cách, quyết tâm thực hiện bằng được. Có nhiều người đã làm được. Họ trở thành Hội Viên Hội nhà văn Việt Nam, thế là thỏa nguyện, không thấy sáng tác nữa. Bây giờ mới "khoái". Đi đâu, giơ cái thẻ ra xưng danh "Nhà Văn", "mâm bát" nào họ cũng ngồi. Lại có người là Hội viên của Hội, mượn tiếng như thế, nhưng vai trò chính của anh lại là MC trong các lễ hội từ to đến nhỏ, mà có người nói đùa với tôi: "tay này chuyên" hiếp dâm "ti vi". Còn thơ, văn của ông ta không ai nhớ nổi đến một câu. Lại có người khi đã có thẻ Hội viên Hội nhà văn Việt Nam, nghĩ rằng, mình được phép "dạy đời". Nếu tôi nhớ không lầm, có một bài báo của nhà thơ Tạ Văn Sỹ (Kom Tum) đăng ở báo "Tiền Phong Chủ nhật" kể lại một ông là Hội viên hội nhà văn Việt Nam đi dự một lớp bồi dưỡng nghiệp vụ, có quyền đi đứng khệnh khạng, có quyền ăn nói bỗ bã, gọi nhà văn X, nhà thơ Y là "con nọ", "thằng kia" rồi chê văn, thơ của họ và văn của ông là nhất vì ông là " Hội viên Hội nhà văn Việt Nam", còn những học viên kia chưa phải... Tôi không dám vơ đũa cả nắm, chứ kết nạp một Hội viên năm trước, năm sau Hội viên đó bị đi tù vì tội tham ô, có nên không? Rồi tôi còn nghe kể, Ban chấp hành Hội nhà văn Việt Nam định kết nạp một người vào Hội, thì trước đó có vài ngày bị lính của ông ta cho ngay mấy phát đạn vào người để giải quyết tư thù... nghe kinh quá. Những kiểu người như thế này, mong Ban thường vụ Hội, có con mắt chọn lọc tinh tường, không nên kết nạp.

Chúng ta đừng biến Hội nhà văn thành Hội của những kẻ thích "khoe" danh, cũng đừng biến Hội nhà văn Việt Nam thành Hội "đào tạo MC" chỉ đi nói, thưa chuyện, khoe thơ...trên tivi, lễ hội hoặc Hội trở thành "trại an dưỡng" cho những người biết cầm bút nhưng hết sáng tác.

Một mong ước cháy lòng của tôi, đã sáng tác "TỐT" và "HAY" trước khi trở thành Hội viên Hội nhà văn Việt Nam. Khi trở thành Hội viên Hội nhà văn Việt Nam lại sáng tác "HAY" và "TỐT" hơn, không những thế, phải biết sống "ĐẸP" nữa.

Một điều tưởng đơn giản, nhưng khó vô cùng!

CŨNG LÀ MỘT BÀI HỌC

Ông ấy là hàng xóm của tôi, làm một chức to trong chế độ Sài Gòn (cũ). Sau năm 1975, đi học tập cải tạo mất hơn mười năm. Hết hạn cải tạo, ông được nhà nước ta cho đi định cư tại Hoa Kỳ.

Với ông, tôi quý, vì ông về nước mấy lần, nhưng vẫn giữ được nếp gia phong từ chuyện dạy dỗ con cái đến việc đi thăm họ hàng, viếng mộ ông bà, cúi lạy trước bàn thờ tổ tiên. Một người Việt Nam không lẫn vào đâu được. Có một điều lạ, tuy bị học tập cải tạo hơn mười năm ở chế độ Cách Mạng, nhưng ông không hề oán thán hoặc có một thái độ chống đối Khi nói chuyện ông vẫn dùng những từ hơi cũ: "... Phe Cách Mạng, lúc đó, ngọn cờ dân tộc là rõ ràng nên dành thắng lợi là tất yếu. Còn bên Quốc Gia, không làm được điều đó, nên thất bại là điều không tránh khỏi".

Tôi nói với ông: "Ông có thể giải thích cho tôi nghe được không?".

Ông hàng xóm tâm sự:

-... Bên Quốc Gia, có thể bên Cách Mạng tuyên truyền thế này, thế nọ!!! Nhưng trên thực tế đó là một chính thể hợp pháp, có Thượng, Hạ nghị viện, có quân đội, cảnh sát, có một hệ thống hành chính hoàn chỉnh từ Trung ương đến địa phương, có Quốc ca, Hiến pháp... được hơn bảy mươi nước trên thế giới công nhận hoặc đặt quan hệ ngoại giao. Và hơn thế nữa, Chính thể đó cũng tôn thờ Vua Hùng là Quốc tổ, thừa nhận mình "con Lạc, cháu Hồng", coi Lý Thường Kiệt,Trần Hưng Đạo, Lê Lợi, Nguyễn Trãi, Quang Trung, Phan Đình Phùng... là anh hùng dân tộc. Nhưng tại sao chính thể đó không thể tồn tại trong cuộc đấu tranh mà cả hai bên đều gọi là "Giành độc lập dân tộc, chống xâm lược"???

Theo tôi, bên Quốc Gia, tính Dân tộc không có. Nếu có, duy nhất một người, đó là ông Ngô Đình Diệm, nhưng ông ấy lại sai lầm trong cách đối xử với những người Cộng Sản và Tôn giáo. Đến khi ông Diện phát hiện ra sai lầm của mình thì quá muộn. Người Mỹ đã giật dây cho những người lãnh đạo trẻ tuổi làm đảo chính lật ông ta. Ông ta cùng ông Ngô Đình Nhu chết thê thảm, bởi một nguyên nhân: Không muốn người Mỹ cho quân vào Việt Nam để mang tội là kẻ “bán nước”. Những người thay ông Diệm, anh nhớ hộ tôi, phần đông là đi lính tẩy cho Pháp, nay lại là “đồng minh” nhưng thực ra vẫn là “tay sai” của Mỹ. Kinh tế miền Nam lúc đó hoàn toàn lệ thuộc vào viện trợ Mỹ, nên làm điều gì họ cũng hỏi ý kiến của người Mỹ. Trong con mắt người dân, rõ đấy là chính phủ “dân không ưa”. Chính phủ đó làm sao đọ được với chính phủ bên Cách Mạng mà hình ảnh của ông Hồ Chí Minh, ông Võ Nguyên Giáp, Lê Duẩn, Phạm Văn Đồng... đang có uy tín rất lớn. Các ông ấy là người giương cao ngọn cờ độc lập dân tộc ngay từ hồi kháng chiến chống Pháp mà sau này, tiếp tục trong cuộc chiến chống Mỹ, nên dân theo. Có rất nhiều người trong kháng chiến chống Pháp theo Việt Minh, sau năm 1954 quay về với Quốc Gia, dù không thích Cộng sản cũng phải thừa nhận bên Quốc Gia không thể có hình ảnh những người lãnh đạo như các ông ấy.

Bên Quốc Gia, mang tiếng là một chính phủ hợp hiến, nhưng sau ông Diệm, đa phần toàn những người trẻ trên dưới bốn mươi tuổi, hãnh tiến, ưa bổng lộc, chỉ giỏi đục khoét, không hề có ý thức dân tộc. Lợi dùng viện trợ của Mỹ để tham nhũng, tham nhũng ở mức độ tệ hại. Đến nỗi ông Trần Văn Hương, lúc đó là thủ tướng, chưa phải tổng thống sau này, khi điều trần trước Thượng nghị viện đã phải kêu lên: “Nếu diệt hết người tham nhũng thì lấy ai để điều hành đất nước”. Những kẻ này, ngoài miệng thì gào rất to: “Bảo vệ toàn vẹn lãnh thổ, chống cộng sản xâm lăng", nhưng thực tế, họ hoàn toàn làm ngược lại. Quyền lợi dân tộc họ đâu có để ý, chỉ muốn làm giàu cho chính bản thân họ. Kẻ nào lên nắm quyền cũng có đồn điền, trang trại...Cuối tuần tổ chức ăn chơi đình đám, móc nối với mấy tay tư bản cỡ bự để làm những cú buôn lậu lớn, rồi tìm cách cho con cái đi học nước ngoài. Thậm chí có kẻ còn bí mật buôn bán với bên Cách Mạng để làm giàu lấy đô la, vàng đút túi, gửi tiền vào nhà băng. Những cơ sở hạ tầng từ xã, quận thậm chí lên đến tỉnh, trông tưởng hoàn chỉnh, chặt chẽ chứ thực ra rất hỗn loạn. Chính quyền trung ương không quản lý được. Có xã ban ngày là của "Quốc Gia" nhưng ban đêm lại là của bên "Cách Mạng". Không thiếu người tham gia chính quyền bên Quốc Gia là tay trong của bên Cách Mạng. Cứ tưởng họ cúc cung tận tụy với Chính quyền Quốc gia thực ra họ làm thế để dò la hầu hết các đường đi, nước bước bên này để chỉ điểm cho bên kia, bao nhiêu điều cơ mật của chính quyền bên Quốc Gia đã bị những người này moi tin ráo trọi. Những điệp viên nổi tiếng như Vũ Ngọc Nhạ, Phạm Xuân Ẩn... là một ví dụ. Nên thế, đó là một nền chính trị hỗn loạn, tưởng là "yên ổn" nhưng thực ra là sự đấu đá triệt hạ vây canh lẫn nhau, liên miên. Gần chục cuộc đảo chính trong vòng mấy năm ở miền nam là một minh chứng. Với thông tin báo chí thì họ đàn áp dã man, không cho nói sự thật đến nỗi báo chí đã tổ chức những ngày "ký giả đi ăn mày" để phản đối. Với các phong trào đòi dân chủ, chống một chính quyền chỉ còn hình thức, thực tế là tay sai ngoại bang... của sinh viên, học sinh, công chức liền bị đàn áp dã man. Không ít lãnh tụ sinh viên phải ngồi tù. Một chế độ không có dân chủ, không vì dân tất yếu dẫn đến nhân dân chán chường chế độ này ra mặt, quay ra ủng hộ Cách Mạng. Như vậy, về mặt chính trị, bên Quốc Gia có thể nói gần như mất hoàn toàn uy tín. Điều này dễ hiểu, khi miền nam sắp thất thủ vào tay Cách Mạng thì chính những kẻ từng to mồm "sống chết với tổ quốc, với đồng bào, với danh dự" bỏ chạy đầu tiên, theo máy bay, tàu chiến của Mỹ ra nước ngoài.

Trong khi đó, lực lượng Cách Mạng, cho dầu có lúc bị tổn hại nặng nề, nhưng họ vẫn âm thầm phát triển, ngày một lớn mạnh. Nhất là sự chi viện rất đắc lực của Miền bắc. Họ nắm giữ vùng rừng núi, vùng nông thôn. Đến năm 1972 phía bắc là Quảng Trị - Thừa Thiên...Quân Cách mạng đã áp sát, đánh chiếm, còn ở Tây Nguyên, một địa bàn chiến lược mà bên Quốc Gia không nắm được. Toàn bộ dãy Trường Sơn, kể cả Tây Nguyên gần như là căn cứ của quân đội Cách Mạng. Nên sau khi thất thủ Buôn Ma Thuột, ông Thiệu ra quân lệnh "rút lui khỏi Tây Nguyên". Tưởng như vậy sẽ giữ được phần đất đai còn lại của miền nam. Có ai ngờ... Khi mất Tây Nguyên, mất luôn cả miền nam. Có thể nói rõ hơn, mất Tây Nguyên, đó là giờ phút báo hiệu chế độ của ông Thiệu đã sụp đổ. Cho dù trong tay ông Thiệu lúc đó, lực lượng quân sự còn rất mạnh, nhiều vị tướng sẵn sàng "tử thủ". Nhưng thất bại đã trở thành nhỡn tiền. Hoảng sợ, đớn hèn, không còn danh dự... đó là những từ chỉ những chính khách bên Quốc Gia khi Sài Gòn thất thủ. Họ sẵn sàng bỏ tất cả chỉ để cứu bản thân và gia đình.

Lúc Tổng thống Dương Văn Minh tuyên bố đầu hàng vô điều kiện lực lượng Cách Mạng có nhiều vị tướng như thiếu tướng Nguyễn Khoa Nam, chuẩn tướng Lê Văn Hưng, chuẩn tướng Lê Nguyên Vỹ, chuẩn tướng Trần Văn Hai, Thiếu tướng Phạm Văn Phú, đại tá Hồ Ngọc Cẩm...đã rút súng lục tự bắn vào đầu. Cái chết của họ, có thể thừa nhận sự thất bại không chống đỡ nổi sức mạnh quân sự của bên Cách Mạng, nhưng tôi nghĩ... điều đó chỉ đúng một phần, đó là cái chết để thấy rằng sự tôn thờ một lý tưởng bị những người cầm quyền phản bội. Họ tự chọn cái chết để giữ danh dự, phẩm giá của những người quân nhân khi bị những người lãnh đạo chính quyền bội ước lợi ích của dân tộc, đất nước và bội ước cả với những người lính đang hy sinh tính mạng để bảo vệ toàn vẹn lãnh thổ...".

Tất nhiên, đây chỉ là lời nhận xét của ông hàng xóm, tôi ghi lại. Có thể lời nhận xét đó chưa chính xác, chưa giải nghĩa hết về sự sụp đổ, thất bại của chính thể Việt Nam Cộng Hòa trước đây. Nhưng dù sao, tôi nghĩ, những bài học về sự sụp đổ của một chính thể, một vương triều... Nhìn ở nhiều góc độ, cũng có thể rút ra những bài học để tránh những thất bại lặp lại.

Ngay những lời nhận xét của ông hàng xóm trên đây, ít nhiều cũng có tính thời sự, để chúng ta ngẫm nghĩ.

ĐỌC MÀ THÈM!

Ngày 24/12/2009 trên bao tuổi trẻ có đưa hai cái tin, tôi đọc mà thèm.

Tin thứ nhất ở trang 19 cho chúng ta biết, Hoàng tử nước Anh William, 27 tuổi, đã đóng giả thành một người vô gia cư, cùng sống với những người nghèo khổ, không có nhà cửa, thất nghiệp trong một đêm đông rét mướt ở một góc đường gần cầu Blacckfriars bắc qua sông

Thames của thủ đô Luân Đôn. Qua một đêm thâm nhập thực tế, Hoàng tử nước Anh đã thấy ra được rất nhiều điều, hiểu được những căn nguyên đẩy những con người nghèo khổ này ra đường.

Một Hoàng tử sống trong nhung lụa, tiện nghi đầy đủ dám rời bỏ tháp ngà thâm nhập thực tế đời sống người nghèo để giúp chính phủ có những quốc sách đúng đắn, giải quyết thỏa đáng những vấn đề mà dư luận xã hội đang quan tâm.

Còn tin thứ hai, ở trang 20, đăng một tin, ngày 22 tháng 12 các công tố viên Hàn Quốc thông báo truy tố cựu thủ tướng Han Myeong Sook tội danh nhận hối lộ. Số tiền bà Han Myeong Sook nhận của tập đoàn quốc doanh là 50.000 đô la, để làm một việc mà luật pháp không cho phép.

Nên nhớ bà Han Myeong Sook là cựu thủ tướng, một chức tưởng như là "bất khả xâm phạm" nếu như đó là ở Việt Nam.

Ở nước ta, vẫn nói "Cán bộ là đầy tớ của dân" rồi thì "Dân biết, dân bàn, dân làm, dân kiểm tra" rồi nữa "Mọi người đều bình đẳng trước pháp luật" đã bao giờ có những sự việc như hai tin của tờ báo Tuổi Trẻ ngày 24/12/2009 đã đưa?

Không có!

Nghĩ thế mà tôi thèm!

SAO MẠNG NGƯỜI VIỆT NAM CHẾT DỄ THẾ?

Mấy hôm rày đọc tin trên báo giấy, báo mạng thấy thực sự bức xúc.

Một em bé đi học đã bị điện giật, giết chết. Chuyện vừa xảy ra ở thành phố Hồ Chí Minh. Đến lúc truy tìm nguyên nhân của mối điện hở chết người kia, không cơ quan nào chịu nhận!!! Khốn nạn cho gia đình em bé này, người vợ đã bị chồng bỏ, niềm an ủi duy nhất của chị là thằng con trai ngoan ngoãn, hiếu thảo. Chỉ do sự vô trách nhiệm của các cơ quan công quyền, người phụ nữ đã mất đứa con, mất một chỗ dựa, mất một niền an ủi lớn lao. Tôi không biết người mẹ này sẽ sống như thế nào với quãng đời còn lại, khi không còn đứa con trai kia?

Lại một chuyện tiếp theo, một bà già nghèo, đi mót hạt cà phê rơi, bị đàn chó becgie của một chủ trang trại xông ra cắn chết ở Bình Dương. Rồi nghe đâu, chủ trang trại định đền một số tiền cho gia đình bà già nghèo khó này coi như... hết chuyện.

Còn trước đó, nếu chịu khó tập hợp những thông tin đăng trên các báo ở nước ta, nghĩ cũng thật lạ. Rất nhiều vụ đánh chết người gần như diễn ra một cách công khai, giữa một xã hội đầy đủ ban bệ, thể chế, có luật pháp: trai làng này sang làng kia chơi, bị đánh chết! Một học sinh bị đâm chết ngay trước cổng trường, dù em này chẳng gây thù, chuốc oán với ai. Rồi... cứ tự hỏi, vì sao nhiều người bị công an bắt lên thẩm vấn, chỉ một hai ngày sau, gia đình được thông báo, người này đã "tự tử"!!! Những cái chết trùng lặp, có nhiều uẩn khúc, mà... không thể giải thích được???

Đấy là chưa kể tai nạn giao thông, cầu sập, rồi bị ngộ độc thức ăn và còn vô số những cái chết, do những nguyên nhân vô trách nhiệm của con người. Còn nhờ đến luật pháp, tất cả đã muộn. Người chết không sống lại được!

Ngày lại ngày, không đọc báo thì thôi, đọc cứ thấy tin này chồng lên tin kia, gây cho mình nhiều nỗi bức xúc. Nỗi bức xúc, biết rằng có viết như thế này, hoặc nữa, mạnh dạn gửi thư từ, viết đơn đưa chỗ này, chỗ kia... cũng không mong có sự hồi âm hay một lời giải thích vì có lẽ những tin như thế là quá đỗi "bình thường", "không đáng quan tâm", thậm chí, có người còn nói "Nếu không có chuyện đó mới là bất bình thường".

Không biết đã có ai tổng hợp một năm ở nước ta có bao nhiêu người chết, ngoài nguyên nhân bệnh tật. Chỉ riêng tai nạn giao thông, một năm đã có hơn mười ngàn người chết. Một con số lạnh lùng, nhưng nghĩ kỹ một chút, sao nhức nhối đến kinh khủng. Đường sá, luật lệ, ý thức chấp hành người tham gia giao thông... đều rất kém...tất yếu dẫn đến hậu quả kia. Còn bao nhiêu nguyên nhân dẫn đến cái chết khác, nếu hiểu đúng nguyên nhân lại thấy nó vô lý đùng đùng. Mà chung quy lại, như nhiều người nói, "Ở nước ta có luật pháp mà như không có", nên mới có nhiều người chết vô lý!

Giá như luật pháp được thượng tôn, không phân biệt người có chức vụ đến người dân thường, rồi người lãnh đạo phải là những tấm gương tốt để người dân tin tưởng, chắc chắn sẽ bớt đi nhiều cái chết vô nghĩa. Vừa rồi, nhiều tờ báo đưa tin, một ông phó chủ tịch huyện ở một tỉnh phía nam, dám dang tay tát một người dân đáng tuổi cha mẹ mình chỉ vì ông ta cho rằng bà này: "không biết ông ta là ai?". Việc làm như thế, chí ít phải bị kỷ luật, cách chức, bắt ông lãnh đạo này xin lỗi người dân công khai. Nhưng... cho đến tận bây giờ, câu chuyện "Cán bộ đánh dân" này, mọi người không biết sẽ giải quyết như thế nào? Không thấy báo chí đưa tin, ông phó chủ tịch huyện kia vẫn tại vị. Rồi, tôi không vơ đũa cả nắm, đã ai làm hộ một thống kê, các ông từ Chủ tịch huyện đến Chủ tịch tỉnh cho đến các ông Trung Ương, tuổi đời trên dưới năm mươi (tôi phải lấy tuổi này để cho mọi người thấy rằng, khi bước ra khỏi cuộc chiến tranh, các ông ấy, tuổi đời còn rất trẻ, chỉ biết sự thống khổ của người dân để giành độc lập dân tộc qua phim ảnh, tài liệu, bài học... hoặc có trải qua cũng không phải là sự ghê gớm), hiện tại, chưa nói đến tiền, vàng...các ông này có, thử đếm nhà các ông ấy đang sở hữu!!! Đi đâu cũng có xe đưa đón, mang tiếng xuống cơ sở làm việc mà trên tường toàn dán khẩu hiệu chữ vàng trên nền đỏ "nhiệt liệt chào mừng đồng chí ...". Một phong cách cực kỳ quan liêu, xa lạ với dân trong khi vẫn nêu khẩu hiệu "do dân, vì dân".

Trong quan hệ hàng ngày khi đến công quyền gần như muốn việc chạy nhanh, có kết quả thì phải có tiền, việc gì cũng cứ nghĩ "phải đi cửa sau mới xong", kể cả những chuyện chạy chức, chạy án... Rồi những cảnh sống, sinh hoạt ăn chơi của các con ông Lớn, Đại Gia... phơi bày trên bloc, Website và trên cả phim ảnh, tạp chí... Trong khi người dân, những người bộ đội phục viên, những người cựu thanh niên xung phong...sống như thế nào? Về những vùng nông thôn, sẽ rõ ngay. So sánh cuộc sống, sinh hoạt... với những "quan cách mạng", thấy sự tương phản dữ dội...

Đó chính là nguyên nhân dẫn đến sự bất an xã hội, dẫn đến những cái chết đau lòng. Luật pháp, kể cả kỷ luật Đảng "nằm ngoài vòng phủ sóng" của không ít các vị có chức, có quyền... Đứng trên Nhân Dân, thậm chí tự coi mình có khi còn đứng trên cả tổ chức Đảng, một mình thao túng tất cả, như một "ông trời con".

Chuyện đó tất yếu dẫn đến người dân, thậm chí cả nhân viên (tuy họ không dám nói ra công khai) coi thường người lãnh đạo, từ coi thường người lãnh đạo, họ coi thường luật pháp và hành động bất chấp luật pháp, tự hành xử, tự ra điều kiện để mình thực hiện. Còn những thanh niên nghèo, thất học nhìn cảnh đó, họ căm thù, có những suy nghĩ tiêu cực. Có thể những người thanh niên này nghĩ ra mọi cách có tiền để ăn chơi, hoặc không được như thế sẽ phá bĩnh... Tất cả điều đó đều rất dễ dẫn tới chuyện "giết người".

Mạng người Việt Nam chết dễ là vì thế!

XIN ĐỪNG NHẮC ĐẾN CUM TỪ ẤY NỮA!

Mấy hôm nay trên VTV 1, trong chương trình thời sự có đưa nhiều về hình ảnh của Ông Nguyễn Phú Trọng, Ủy viên Bộ chính trị, chủ tịch Quốc Hội xuống cơ sở để tìm hiểu thực tế, đồng thời cũng qua những đợi thực tế này có thể để ra những chính sách đúng đắn, hợp lòng dân.

Ông Nguyễn Phú Trọng, như trên Ti vi đưa, ông đi rất nhiều nơi ở miền tây Nam Bộ, không cho người che ô, tác phong nhanh nhẹn, áo quần gọn gàng, phát biểu không cần giấy bút với rất nhiều đối tượng, từ bà mẹ Việt Nam Anh Hùng, đến người nông dân, kỹ sư, công nhân...Có một hình ảnh làm tôi chú ý. Khi ông nói chuyện với cán bộ lãnh đạo tỉnh Bến Tre, nếu tôi nhớ không nhầm, phía sau lưng của ông Nguyễn Phú Trọng không có dòng chữ treo trên phông vải như mọi lần: "Nhiệt liệt chào mừng đồng chí.... Ủy Viên Bộ chính trị... về thăm và làm việc với tỉnh...". Tôi nghĩ, nếu đây, đúng là yêu cầu của ông Nguyễn Phú Trọng, thì tôi mừng. Vì với một người lãnh đạo, biết nghe ý kiến dân, dù đó là ý kiến nhỏ, cũng thể hiện sự cầu thị, (1) như vậy dân sẽ dám nói. Cũng vì suy nghĩ thế, tôi mạnh dạn góp ý với ông, cũng mong ông lắng nghe:

Trong những bài phát biểu của mình, ông hay dùng cụm từ: "... Hậu quả chiến tranh còn rất nặng nề...". Chẳng lẽ đất nước của chúng ta ra khỏi cuộc chiến tranh với Mỹ đã 35 năm, xong cuộc chiến tranh chống nhà cầm quyền và quân đội Trung Quốc xâm lược 31 năm, đánh thắng quân Pôn Pốt xâm lược và cứu nhân dân Căm Pu Chia khỏi họa diệt chủng cũng hơn 20 năm... tất cả lùi vao quá khứ lâu rồi, có đến hai thế hệ mới đã ra đời sau năm 1975. Sao ông vẫn dùng cụm từ đó!

Ta thử đặt câu hỏi, nguyên nhân nào đưa nền kinh tế nước ta sau năm 1975 cho đến năm 1986 vào thời kinh tế bao cấp, duy ý chí với mộng tưởng "nền kinh tế kế hoạch hóa XHCN" đẩy nền kinh tế Việt Nam vào thảm họa? Ai đẩy hơn hai triệu người Việt Nam vượt biên ra nước ngoài vì những chính sách, lối tư duy ấu trĩ? Chẳng lẽ đó là "hậu quả của Chiến tranh...". Rồi bây giờ ông hãy nhìn thật kỹ sự phân hóa giầu nghèo giữa vùng nông thôn với thành thị đang diễn ra gay gắt, mầm mống làm cho xã hội mất ổn định. Chắc ông đã nhìn thấy cảnh người dân mất đất vì những khu quy hoach treo, đi biểu tình đòi đất. Tệ nạn lãng phí một cách khủng khiếp, không thể kể hết ra đây. Nạn tham nhũng đang diễn ra lan tràn, động vào chỗ nào cũng có. Có một tầng lớp lãnh đạo Đảng và Nhà nước từ cấp huyện trở lên, hiện tại được người dân gọi là "tư bản đỏ", Nếu như họ chỉ hưởng đồng lương hợp pháp, liệu có thể "giầu" như thế không? Hỏi cũng là một cách trả lời. Bộ máy nhà nước và kể cả bộ máy tổ chức của Đảng cồng kềnh, không hiểu quả, ai cũng có thể nhìn thấy! An ninh trật tự xã hội, giao thông lôi thôi, lúng túng, không thể an dân. Đã vậy, thực trạng âm mưu thôn tính của nhà cầm quyền Trung Quốc với đất nước ta ngày càng lộ liễu, nhưng sự đối phó của Đảng và Nhà nước với những âm mưu đó chưa làm cho người dân đồng thuận...Tôi chỉ kể sơ qua những sự việc trên, chẳng lẽ những sự việc đó cũng là do "... hậu quả chiến tranh ...".

Ông nhắc đến "... hậu quả chiến tranh còn nặng nề...". Thường đề cập nhiều đến nạn nhân chất độc màu da cam, rồi người bị chết, bị thương do bom mìn còn lại, cảnh người thương tật mất chân, mất tay, mù mắt báo chí, ti vi hàng ngày đưa...v.v... và v.v... càng nói điều đó ra, nói thật với ông, càng thấy đau lòng. Rõ ràng chính sách của chúng ta con nhiều bất cập, thậm chí rất quan liêu nên cảnh đó cứ liên tục diễn ra.

Giá như, chúng ta quan tâm thực sự bằng những chính sách thỏa đáng đến những nạn nhân đó thì làm gì có gia đình nhiễm chất độc da cam đẻ đến bốn, năm người con dị tật quái thai... như ở tỉnh Thái Bình, Quảng Bình... Hoàn cảnh của nhiều người cựu thanh niên xung phong, bộ đội phục viên... chế độ chính sách nhà nước không thể đáp ứng, họ sống khổ, sống cực, có người phải chọn cửa chùa làm nơi tá túc quãng đời còn lại. Có người đã thốt lên "chúng tôi giống như quả chanh vắt hết nước, bị bỏ vỏ...". Chẳng lẽ những điều đó, chúng ta cũng nói "... Hậu quả chiến tranh...". Còn bao nhiêu gia đình của người dân nghèo khổ trong cả nước có con hy sinh ở chiến trường K, hoặc chiến tranh chống quân bành trướng ở phía bắc, hiện giờ báo chí, tivi...không nhắc đến...

Chẳng lẽ đó cũng là do "... hậu quả chiến tranh nặng nề...".

Đất nước của chúng ta, tất nhiên phải cảnh giác bởi có nhiều thế lực lớn đang muốn thôn tính đất đai, biển, đảo... nhưng trên thực tế là đất nước hòa bình. Khao khát cháy bỏng của cả dân tộc là xã hội chúng ta đang sống và tôi tin, ông cũng đang muốn, phải xây dựng một xã hội lành mạnh, phát triển toàn diện. Lẽ ra, với thời gian hòa bình dài như vậy, chúng ta đủ trí và lực làm việc đó. Nhưng... tại sao đến tận bây giờ, những người lãnh đạo Đảng và nhà nước ta, thậm chí cả trong những báo cáo quan trọng, vẫn nhắc đi, nhắc lại cụm từ: "...Do hậu quả chiến tranh nặng nề" để giải thích sự yếu kém về quản lý kinh tế, xã hội chưa ổn định.

Nhắc lại cụm từ đó, thực chất là sự bao biện, hay nói thật rõ, đường lối lãnh đạo kinh tế của Đảng và nhà nước ta có những sai lầm nghiêm trọng. Tất nhiên, nền kinh tế của nước ta, sau hai mươi năm của "đổi mới" có những khởi sắc, nhưng so với các nước trên thế giới và ngay cả các nước trong khu vực Đông Nam Á, nền kinh tế của nước ta chưa là gì cả. Hộ nghèo vẫn chiếm một tỷ lệ rất lớn, số lượng người thất nghiệp rất cao đến độ phải đi xuất khẩu lao động làm những nghề khốn nạn, bị chủ người nước ngoài bóc lột một cách thậm tệ, có bao nhiêu người con gái lấy chồng ngoại để mưu sinh cho bản thân và gia đình... Tất cả điều đó, tôi trả lời dứt khoát với ông, không phải do "...hậu quả chiến tranh nặng nề...".

Ông hãy nhìn sang hai nước Đức và Nhật, nếu nói về hậu quả chiến tranh của hai nước này thật khủng khiếp. Vừa là nước thua trận, số lượng người chết nhiều hơn Việt Nam, còn sự tàn phá chiến tranh, cũng hơn Việt Nam. Thủ đô Béc Linh (Đức) tan hoang, nước Nhật hứng trọn hai quả bom nguyên tử của Mỹ nhưng chỉ trong một thời gian ngắn, kinh tế của hai nước đó hồi phục và phát triển, xã hội ổn định, đời sống của nhân dân ngày càng nâng cao. Bây giờ vị thế hai nước đó trên bản đồ thế giới có vai trò rất quan trọng.

Vì sao họ làm được việc đó, và không phải giải thích: "do hậu quả chiến tranh rất nặng nề" để biện minh những việc làm yếu kém!!! Theo tôi nghĩ, có thể không đồng quan điểm với ông, vì người lãnh đạo của những đất nước này biết đặt quyền lợi dân tộc lên trên hết, trên cả quyền lợi một chính đảng, tất cả vì quyền lợi dân tộc. Còn ở nước ta...

Nếu Đảng Cộng Sản Việt Nam làm được điều này, đặt quyền lợi dân tộc lên trên hết, coi sự tồn vong của một dân tộc lớn hơn sự tồn vong của một chính thể, một giai cấp, đất nước ta sẽ có những bước tiến lớn mạnh về cả kinh tế, xã hội, quân sự và được các nước trên thế giới nể trọng.

Lúc đó, cho dù kinh tế, xã hội nước ta phát triển đi lên nhưng chưa xứng với tầm vóc, vị thế của một dân tộc, nhưng dân tộc vẫn đồng lòng cùng với những người lãnh đạo đất nước tìm ra quyết cách đúng để giữ vững giang sơn, sự nghiệp của tổ tiên, cha ông để lại, Và nếu lúc đó, ông vẫn ở vị trí lãnh đạo, tôi tin khi giải thích với Quốc dân đồng bào về những việc mình chưa làm được, ông sẽ không phải dùng cụm từ: "... hậu quả chiến tranh nặng nề..." để mong mọi người... thương hại!

----

(1) trên một số trang blog cá nhân, đã góp ý với các vị lãnh đạo Đảng và Nhà nước ta khi xuống cơ sở làm việc không nên để người cầm ô che mưa, che nắng... đây là một hình ảnh phản cảm, không đúng với lời dạy của cụ Hồ "cán bộ là đầy tớ của người dân". Tôi nhận thấy, gần đây nhiều vị lãnh đạo Đảng và nhà nước ta khi đi xuống cơ sở đã tự tay cầm ô che mưa, che nắng, không nhờ người khác làm việc này. Một hình ảnh biểu hiện sự cầu thị của người lãnh đạo. Giá như bỏ cả chuyện người lãnh đạo khi xuống cơ sở, trống rung cờ mở, người xếp thành hàng vẫy cờ đón chào, đi trước xe cảnh sát rú còi, mở đường, chăng khẩu hiệu "nhiệt liệt chào mừng đồng chí..."... thì tốt bao nhiêu.

XEM PHIM TÀI LIỆU S 21

Tôi vừa xem bộ phim tài liệu nhà tù S21 của đạo diễn Rithy Panh, đạo diễn phim tài liệu nổi tiếng, người Cămpuchia nói về tội ác diệt chủng của bè lũ Pôn Pốt. Phim do Hội Điện ảnh Đà Nẵng chiếu phục vụ anh chị em Hội viên.

Bộ phim đã để lại trong tôi nhiều suy nghĩ.

Tứ phim kết cấu hơi lạ, so với nhiều phim tài liệu của Việt Nam tôi đã xem. Trong phim không hề có hình tả thực, minh họa cho lời bình. Cũng không hề có lời bình, chỉ có những lời kể của người trong cuộc. Họ là nạn nhân của chế độ diệt chủng, hoặc từng là những tên đồ tể giết người không ghê tay ở nhà tù Tuol Sleng. Bây giờ, tất cả ngồi lại, đến hiện trường, nhà tù Tuol Sleng cùng ôn lại quá khứ. Với những người từng là nạn nhân, nhà tù này gợi lại cho họ bao nhiêu cảnh tang thương, người bị giết, bị tra tấn, bị bỏ đói...đến độ, không thể kể lại, chỉ còn nước mắt. Còn những người, nguyên là cai ngục ở đây, nghe họ kể, diễn tả bằng hành động, dẫu rằng chuyện đó trôi vào quá khứ hơn hai mươi năm, nhưng những hàng động, lời nói diễn tả cảnh tra tấn, áp giải tù... của những người này vẫn y nguyên, trung thực cứ như nó vừa diễn ra ngày hôm qua, Khiến người xem rùng mình nổi gai ốc.

Mở đầu bộ phim là những thước phim đen trắng quay lại cảnh Pôn Pốt và bộ hạ của y đi trong thành phố Nông Pênh vừa được Khơ Me đỏ giải phóng. Khuôn mặt Pôn Pốt hiền lành, nụ cười tươi tắn, ăn mặc rất giản dị đúng tác phong của một người lãnh đạo "Đảng" luôn tự coi mình là "Lãnh tụ của nhân dân" cùng nhân dân "Tiêu diệt các giai cấp phong kiến, tư bản, cùng những thành phần bóc lột khác, quyết tâm xây dựng Cămpuchia thành một xã hội công bằng không có người giàu, kẻ nghèo" Cùng với hình ảnh đó là những bài hát hùng tráng ca ngợi "Đảng" và "con đường đi lên CNXH trong sạch" dưới sự lãnh đạo "sáng suốt của lãnh tụ Đảng là Pôn Pốt".

Trên thực tế... bằng những thước phim phóng sự do chính người trong cuộc kể, không cần hình ảnh minh họa, người xem thấy rõ trước mặt mình, một xã hội man di, mọi rợ, độc ác vào bậc nhất của thế kỷ văn minh này.

Người dẫn chuyện là một họa sỹ, ông may mắn sống sót, là bởi ông vẽ chân dung Pôn Pốt quá đẹp, như lời ông nói trong phim: "... Họ thấy tôi vẽ chân dung của Pôn Pốt giống quá. Nhưng họ yêu cầu tôi, nên vẽ làn da trên nét mặt Pôn Pốt mịn màng hơn nữa, mịn màng như nước da của người con gái mới lớn. Tôi vẽ, cố gắng đáp ừng yêu cầu đó để cứu mạng sống của mình". Bức chân dung của Pôn Pốt được quay cận cảnh, qua nét vẽ tài hoa của người họa sỹ thể hiện điều đó! Một con người như thế mà dám dìm cả một dân tộc đã sản sinh ra mình vào một bể máu. Không thể hiểu nổi! Nếu so sánh Pôn pốt với Hít Le, ít nhất tôi thấy Hít Le còn nhân đạo hơn. Hít Le có những chủ trương giết người tàn độc, nhưng Hít Le không thảm sát dân tộc mình, Pôn Pốt, thì ngược lại, y xua quân giết hại người Việt Nam và đồng thời giết luôn của dân tộc Cămpuchia chỉ vì sự cuồng tín của một thứ "chủ nghĩa cộng sản trong sạch"!!!

Trong phim, kinh hãi nhất, là lời kể và những việc làm minh họa cho lời kể đó của những người nguyên là cai ngục của nhà tù Tuol Sleng. Nhà tù Tuol Sleng, khi quay bộ phim này đã trở thành một di tích, không còn tiếng la hét của tù nhân, cũng không còn những phòng giam ngập ngụa xác chết... Người xem vẫn hình dung được qua lời kể của những người nguyên là cai ngục và đặc biệt nhất là hành động diễn tả, áp tải, hỏi cung tù nhân... họ làm như một cái máy, đúng từng chi tiết. Phía bên trong chỉ là một phòng giam trống rỗng, vậy họ vẫn hình dung ra những cảnh người nằm nghiêng, kẻ nằm ngửa, thậm chí cựa quậy như thế nào...để đánh đập, chửi rủa, với nét mặt vô hồn, không một chút cảm xúc. Điều cho tôi có một ấn tượng nhất là bên cạnh lời kể của những người nguyên là cai ngục, thì sau lưng họ vẫn hiện lên những bức ảnh đen trắng chụp chân dung Pôn Pốt và tên đồ tể Duch, chỉ huy nhà tù Tuol Sleng, y đã ra lệnh và tự tay đập chết 17.000 người dân vô tội và tù binh. Qua lời kể của những người nguyên là viên cai ngục, chúng ta mới thấy khủng khiếp một thứ chủ nghĩa, nhân danh: "Văn Minh, Dân Chủ, Đem Lại Quyền Bình Đẳng Cho Dân Nghèo", chủ nghĩa đó, dưới khẩu hiệu đó đã nhào nặn ra những tên đồ tể giết người không ghê tay, vì chúng bị nhồi với những lý luận ngông cuồng, ngu dốt hạng nặng: "Bọn trí thức, nhà giàu, địa chủ, y, bác sỹ, sinh viên... chính là đồ cặn bã của một xã hội lạc hậu, lạc hậu gấp hàng nghìn lần xã hội Xã Hội Chủ Nghĩa trong sạch mà Pôn Pốt và Khơ Me Đỏ đang xây dựng".

Qua bộ phim này tôi có thể hiểu, với một số nước trên thế giới, nhất là phương đông, kinh tế còn lạc hậu, phương thức sản xuất hiện đại chưa hình thành, giai cấp nông dân vẫn chiếm đa số... rất dễ nổ ra những cuộc cách mạng bạo lực võ trang. Trong cuộc cách mạng bạo lực đó người nông dân bị bần cùng tham gia với nguyện vọng dù có hy sinh, nhưng tương lai con cháu có đời sống vật chất no đủ, thế là họ toại nguyện. Những người trí thức ngây thơ tham gia cuộc cách mạng với một lý tưởng XHCN không tưởng, không còn giai cấp, không có bóc lột, không còn giầu nghèo, sống bằng tình thân ái... nguyện dấn thân. Nắm bắt được những nguyện vọng đó, một tầng lớp những trí thức cơ hội, bản chất là nông dân mượn danh một "Đảng tiên tiến, văn minh" đứng ra lãnh đạo, làm một cuộc cách mạng "giải phóng các giai cấp bị bóc lột xây dựng một xã hội mới dân chủ, văn minh gấp triệu lần xã hội phong kiến, tư bản" thông qua "cương lĩnh", "nghị quyết", "bài hát", "những cá nhân anh hùng"... như khẩu hiệu, bài hát hào nhoáng ở phần đầu bộ phim S21 chiếu cho mọi người xem để lừa dối họ, biến họ trở thành những kẻ cuồng tín, liều mạng .

Nhưng khi đã đạt được mục đích trong cuộc cách

mạng, tầng lớp trí thức cơ hội nắm được chính quyền, họ lộ ngay bộ mặt thật: Sợ những tầng lớp tiến bộ, sợ một phương thức sản xuất tiên tiến thay thế, sợ mất quyền... nên sử dụng mọi thủ đoạn, mọi phương thức quản lý, thậm chí rất tàn ác, chà đạp lên tất cả những những giá trị đạo đức... để giữ vững quyền thống trị, mà Khơ Me đỏ trong bộ phim này là một ví dụ điển hình.

Đau đớn thay, không riêng gì Căm puchia, nhiều cuộc cách mạng ở Phương đông, ít nhiều đều rơi vào những hoàn cảnh tương tự, chỉ khác nhau về mức độ tàn ác vì suy cho cùng... Với "chủ nghĩa cộng sản" và "Chủ nghĩa xã hội trong sạch", những cuộc cách mạng, gần giống với Cămphuchia thời Pôn Pốt, chỉ là bánh vẽ. Với quy luật lịch sử, xã hội "Xã hội chủ nghĩa trong sạch" cũng như những hình ảnh như "lãnh tụ vĩ đại Pôn Pốt" dứt khoát bị lịch sử đào thải, vì nó phi nhân tính, phi đạo đức. Điều đó giải thích vì sao, chỉ trong một thời gian ngắn, nhờ sự giúp đỡ của quân tình nguyện Việt Nam, nhân dân Cămpuchia đã đứng lên làm một cuộc cách mạng lật đổ chế độ tàn ác Pôn Pốt, đưa những tên từng là là lãnh tụ của Khơ Me Đỏ ra xét xử trước tòa án công lý của nhân loại, chúng phải chịu những bản án thích đáng.

Với những hình ảnh đã xem ở phim S21, tôi hy vọng đây là bài học cảnh tỉnh để Cămpuchia cũng như nhiều nước khác phải cảnh giác với những phần tử trí thức cơ hội, lưu manh khi chúng đã có quyền trong tay.

Bài học ở nhà tù S21 không thể để lặp lại!

BÀN VỀ ĐƯỜNG SẮT CAO TỐC

Tôi cứ thấy Quốc hội nhà ta bàn đi, bàn lại, ở Việt Nam có nên làm đường sắt cao tốc không? Rồi có những ông bộ trưởng nói tán thành, thậm chí có một ông nghị trong Quốc hội còn nói: Bộ chính trị và Trung ương đảng đã thống nhất chủ trương, Quốc hội nên đồng ý thông qua thôi...v.v... và v.v...

Riêng tôi, với tư cách một công dân của nước Việt Nam, thực tình nếu như được hỏi, có thích đi tàu hỏa cao tốc không? Tôi gật đầu cái "rụp". Nhưng... nghĩ đi, nghĩ lại tôi có những đắn đo, muốn trình bày ra đây...

Làm đường sắt cao tốc, tất nhiên phải hiện đại, tối tân hơn đường sắt hiện tại, cần số vốn lớn? Liệu số vốn lớn như vậy, có thất thoát không? Cứ nhìn mấy đường nhựa cao tốc hiện tại đang làm, đang sử dụng, tôi phải nghi ngờ. Chỉ cần phết phẩy mấy phần trăm của vốn đường sắt cao tốc, rồi mặc cho nó cong, vênh, sự cố kỹ thuật... không đi được, mấy ông làm chủ dự án cũng đủ "ấm thân" rồi...

Còn chuyện quản lý đường sắt cao tốc này như thế nào? Có dính cái cảnh "cha chung không ai khóc" không? Việt Nam mình dính mấy "đận" ai cũng thấy. Công trình khi động thổ hoành tráng, vốn lớn, nói ra dự định nghe rất hay. Đến lúc công trình hoàn thành, hiệu quả kinh tế chẳng thấy đâu. Chỉ từ lãng phí đến bỏ hoang, cả nước gánh một cục nợ to tướng. Nghĩ những chuyện như vậy thấy vẫn đau, như đường Hồ Chí Minh chạy dọc theo dãy Trường Sơn là một ví dụ, hiệu quả kinh tế như thế nào? Chưa thấy, mà chỉ thấy bọn lâm tặc lợi dụng con đường này để phá rừng!!! Đấy là chưa kể biết bao nhiêu công trình chỉ vì chạy theo "thành tích" hoặc "tỉnh của ông có, tỉnh của tôi cũng phải có" như nhà máy đường, xi măng lò đứng, sân bay, cảng biển... làm xong phát huy hiệu quả chẳng bao nhiêu còn tiêu tốn không biết bao tiền trong ngân sách nhà nước. Mà tiền để làm những công trình lớn đó, ngoài tiền đi vay của nhà nước, còn tiền thuế của gia đình tôi và của tất cả mọi người dân Việt Nam đóng góp, những đồng tiền đẫm mồ hôi, nước mắt... chắt chiu chẳng lẽ đem đi đổ xuống sông, xuống biển.

Còn một chuyện nữa, song song với việc phát triển đường sắt cao tốc, thì các hệ thống giao thông vận tải khác cũng phải phát triển song song, ví dụ như đường bộ, đường hàng không, đường thủy... rồi cả những phương tiện giao thông: ô tô, máy bay, tàu thủy tư nhân.

Vừa rồi tôi có có nghe một ông nghị của Quốc hội nhà ta phán: Nếu làm đường sắt cao tốc mà tàu chạy với tốc độ hơn 300 km/1 giờ, không có hành lang bảo vệ, để cho trẻ em đi chăn trâu, nó ném đá lên tàu như bây giờ thì... chết!!! Ối giời! tôi nghe thế mà hãi, chẳng lẽ đến lúc đó, tàu cao tốc đã chạy, mà vẫn còn trẻ chăn trâu như bây giờ, thì làm đường sắt cao tốc để làm gì? Ai sẽ ngồi trên đoàn tàu cao tốc đó? Mà chẳng lẽ lúc đó chỉ có mỗi đường sắt cao tốc là hình thành còn các đường giao thông khác vẫn như hiện nay. Thế mới có chuyện trẻ chăn trâu ngay cạnh đường tàu. Tư duy như thế, làm đường tàu hỏa cao tốc, tôi xin... can.

Đường sắt cao tốc phát triển có nghĩa trình độ dân trí, kinh tế nước ta phát triển.

Có nghĩa lúc đường sắt cao tốc hoàn thiện, không còn hộ đói, hộ nghèo, chạy ăn từng bữa nữa. Cũng không còn cảnh người chen chật ô tô, tàu hỏa mỗi khi đến ngày nghỉ lễ, nghỉ tết... Chỗ nào cũng có hương hoa, tâm hồn người thư thái. Chỉ có như thế, mới đi đường sắt cao tốc, ngồi ngắm cảnh vì đường sắt cao tốc sẽ không có chỗ cho toa chở hàng, chỉ có ghế ngồi hạng sang, toa hạng sang... nhưng đó chỉ là cảnh trong mơ, với thực tế đất nước ta như hiện nay tôi không tin viễn cảnh kia sẽ trở thành sự thật. Cứ như kiểu quản lý đất nước của chúng ta hiện nay, khai thác khoáng sản vô tội vạ, quy hoạch thành phố lôi thôi, phân hóa giầu nghèo, khoảng cách đời sống nông thôn, thành thị ngày càng cách xa ghê gớm. Đến ngay như một chuyện báo chí, ti vi mấy hôm rày đưa tin liên tục.

Ở Kom Tum, cầu treo bị nước lũ cuốn trôi, không có ngân sách làm lại, bà con người dân tộc phải làm ròng rọc treo qua một sợi dây bắc ngang sông làm phương tiện qua lại, trông cứ như...làm xiếc. Khắc phục ngay những chuyện này tưởng rất dễ, thế mà rất khó, nói chi đến chuyện làm "Đường sắt cao tốc". Tôi tin, nếu hai ba chục năm nữa, nếu có đường sắt cao tốc, những đoàn tàu lao vùn vụt, những toa tàu sáng choang ánh đèn, một vài người ăn vận lịch sự đi đi, lại lại, cười nói nhăn nhở. Lúc đó ở dưới đất vẫn sẽ xảy ra cái cảnh những đứa trẻ chăn trâu đội nón lá, ngước mắt nhìn ngơ ngác, không biết đoàn tàu kia sẽ đi về đâu? Và những ông cụ, bà cụ quần áo rách tả tơi, người run cầm cập trong giá rét, chống gậy nhìn lên đoàn tàu đang chạy vụt qua, ao ước: "Không biết bao giờ mình mới được ngồi vào ghế của những toa tàu kia?".

Từ những suy nghĩ trên, tôi nghĩ, chắc chắn mình sẽ không bao giờ được ngồi trên những toa tàu của đường sắt cao tốc, vì những việc cần kíp, khẩn thiết nhân dân ta đang yêu cầu mà mấy ông lãnh đạo còn lúng túng, chưa làm được, huống hồ là một việc quá lớn: "Đường sắt cao tốc".

Giá như... bây giờ các Vị lãnh đạo có những quyết sách đúng để dân tin, đưa được nền kinh tế Việt nam đi vào ổn định, thu hẹp hố ngăn cách giàu nghèo, giặc tham những, quan liêu, lãng phí... loại trừ, đoàn kết đồng lòng từ trên xuống dưới, bên ngoài lẫn bên trong, bảo vệ toàn vẹn lãnh thổ... Đó mới là "Đường sắt cao tốc' mà nhân dân kỳ vọng, tin tưởng!

NGHĨ VỀ NHỮNG KẺ CÓ "MÁU LẠNH"

Chuyện tên Nguyễn Đức Nghĩa, quê ở Hải Phòng, nguyên sinh viên Đại học, đang tâm cầm dao cắt cổ, cắt tay cô người yêu cũ, rồi mang đầu cô người yêu đó ném xuống sông cách chỗ gây án hơn 200 km, báo chí giấy cũng như báo mạng khai thác tối đa mọi chi tiết của vụ án này. Bài báo nào cũng nhấn mạnh, thằng này có "máu lạnh" mới làm được việc đó.

Tôi cũng đồng tình, rằng tên Nghĩa phải bình tĩnh đến mức độ như thế nào để vác cái xác một cô gái không đầu lên sân thượng tòa nhà, vứt cái xác không đầu đó vào hố rác nhằm phi tang. Rồi Nghĩa cũng phải có "một bộ thần kinh thép" như thế nào, ngồi trên ô tô, mặt lạnh như tiền ôm cái túi, trong cái túi đó có đầu cô gái vừa mới đấy Nghĩa còn ôm ấp, hôn hít!!! Tội ác của tên Nghĩa, phải mười lần tử hình mới xứng, như một bài báo đã nêu. Nhưng nghĩ đi, cũng phải nghĩ lại. Nghĩa làm như thế, bình tĩnh như thế ...

Như Nghĩa khai trước cơ quan điều tra, vì nó "sợ" tội ác do mình gây ra sẽ bị lộ.

Càng sợ, Nghĩa càng phạm sâu vào tội ác. Tội ác sau, man rợ hơn tội ác trước. Cũng vì sợ luật pháp trừng trị, Nghĩa cố gắng dấu mọi dấu tích, nhưng càng dấu lại càng lộ, tự Nghĩa đã chui đầu vào rọ, để lộ nhiều bằng chứng rõ như ban ngày. Công an phát hiện ra ngay những dấu vết này, phá án thành công trong thời gian sớm nhất. Và cũng vì sợ, nên khi bị công an bắt, Nghĩa khai thật thành khẩn, không dám dấu một chi tiết nào trong vụ án, có lẽ hắn cũng mong được hưởng... một chút lượng khoan hồng nào đó của pháp luật.

Như vậy, tôi không phải là luật sư để bào chữa cho tội ác của tên Nghĩa, lại càng không mong những loại người như tên Nghĩa thoát khỏi sự trừng phạt của pháp luật, chỉ có một điều nhờ tên Nghĩa biết "sợ" nên vụ án được khám phá nhanh, công an bắt nhanh thủ phạm. Giá như ngay từ đầu, tên Nghĩa biết "sợ", không phạm vào tội ác thì tốt biết bao nhiêu! Còn bây giờ, hắn có biết "sợ" thì mọi chuyện đối với Nghĩa đều quá muộn!

Và dù nhiều bài báo miêu tả thái độ bình tĩnh, khuôn

mặt lạnh lùng của Nghĩa khi khai trước cơ quan điều tra rồi gọi tên này có "máu lạnh" mới dám gây tội ác cực dã man. Tôi nghĩ, có thể chưa đúng với suy nghĩ của nhiều người, nói như vậy chưa đi đến tận cùng căn nguyên gây tội ác của tên này.

Cái thằng gây tội ác, biết "sợ" tôi lại không sợ lắm. Chúng nó có sợ luật pháp, sợ công an tóm gáy, cố chạy trốn. Nhưng dù tìm mọi cách xóa dấu vết gây án, nhưng trước hay sau, những kẻ này cũng bị luật pháp trừng trị. Tôi sợ nhất, những kẻ nghĩ ra những "chiêu", những "mánh" trục lợi cá nhân, gây kiệt quệ kinh tế cho biết bao nhiêu gia đình nghèo thất cơ, lỡ vận, dẫn đến cảnh chồng mất vợ, cha mất con, nông dân mất ruộng, sống tha phương cầu thực... Thế nhưng những kẻ đó, gần như không biết sợ, vẫn sống nhơn nhơn, Cho dù dư luận lên án, báo chí phê phán, những kẻ đó vẫn bình tĩnh ngồi trong phòng điều hòa, vẫn thông qua những kế hoạch mới nghe thì rất "nhân văn" mà thực ra đó là những cách, những chiêu "tội ác" hành hạ mọi người, tàn phá môi trường chỉ đem lại lợi ích của bản thân chúng. Những kẻ đó có "máu lạnh" khủng khiếp, gấp hàng ngàn lần "máu lạnh" của tên Nghĩa! Tôi cũng sợ, những kẻ không biết sợ, mang "máu lạnh" trong người, hiện sống sung túc bằng những đồng tiền phi pháp bòn rút, tham ô của nhà nước, mặc cho nước mắt của những nghèo khổ đang chảy nhưng phát ngôn của chúng vẫn trơn tuột: "Vì đất nước, vì nhân dân". Tôi lại càng sợ hơn, những kẻ coi mình có "máu lạnh" đứng trên luật pháp, đứng trên nhân dân, có quyền ăn, quyền nói, quyền vu oan, giáng họa cho những người yêu nước, lao động chân chính... đẩy bao gia đình vào con đường không lối thoát. Chính điều "không sợ" vì có "máu lạnh" của họ, đem so sánh với tội ác của tên Nghĩa, dám cắt đầu một nạn nhân, thì việc làm của những người này còn lớn hơn gấp nhiều lần. Họ không những gây tai họa cho nhiều gia đình, nhiều thế hệ mà nguy hiểm hơn, kỷ cương, phép nước không được tôn trọng, đạo đức văn hóa truyền thống gia đình bị phá vỡ, tôn ti trật tự không còn, con người bàng quan trước tội ác, con người bi quan với tương lai, xã hội mất ổn định...

Tôi cứ ước ao, đất nước mình sẽ có một Minh Chủ, một "bác sỹ giỏi" thực sự, ra tay trừng trị những kẻ có "máu lạnh" kia nhanh như công an Việt Nam đã trừng trị tên Nghĩa.

Bao giờ đất nước mình có một Minh Chủ như thế!!

HOAN HÔ QUỐC HỘI

Đọc được tin dự án "Đường sắt cao tốc" các đại biểu Quốc Hội, bằng lá phiếu dũng cảm và có trách nhiệm của mình, đã không thông qua kế hoạch này của chính phủ. Quả thật đọc tin này, tôi vui và cảm giác rằng Quốc Hội của chúng ta, với những Đại Biểu chân chính đã hiểu vai trò của mình và cũng đã hiểu yêu cầu của nhân dân với đại biểu Quốc hội như thế nào?

Tôi cũng suy nghĩ rằng, với việc làm cần thiết, đúng lúc của Đại Biểu Quốc Hội, những vị lãnh đạo Đảng và nhà nước Việt Nam bắt buộc phải suy nghĩ. Không thể có những việc làm chỉ đồng thuận của một số cá nhân, nhân danh lợi ích này, nọ nhưng đi ngược lại quyền lợi của cả dân tộc.

Quốc Hội phải có tiếng nói quyết định, lá phiếu độc

lập, có chính kiến để bảo vệ quyền lợi của dân tộc, chứ nhất quyết không phải là những Đại biểu Quốc Hội mang tính hình thức bỏ phiếu lấy lệ.

Những lá phiếu dũng cảm không thông qua dự án "Đường sắt cao tốc", nó không còn ý nghĩa đây là những lá phiếu chỉ riêng của đại biểu Quốc Hội, mà là những lá phiếu đồng thuận của đại đa số những người dân Việt Nam yêu nước quan tâm đến sự tồn vong của dân tộc.

Một bước tiến rất lớn cả về chất và lượng của Quốc Hội Việt Nam.

Một điều chưa từng có với các kỳ trước Quốc Hội.

Một tín hiệu vui cho tương lai nước Việt Nam.

Một lần nữa, với tư cách một công dân Việt Nam, một người dân thường cho tôi gửi lời cảm ơn đến những vị Đai biểu Quốc Hội đã bỏ phiếu không thông qua dự án "đường sắt cao tốc" trong thời điểm hiện tại, để dành khoản tiền đó vào thực hiện những việc cần kíp hơn.

Cũng mong, hãy coi đây là điểm xuất phát của những ý kiến và lá phiếu có trách nhiệm của đại biểu Quốc Hội để những chính sách của nhà nước Việt Nam đi đứng hướng, xã hội an hòa, lòng dân ổn định, kinh tế phát triển.

Trên hết, những lá phiếu kiên định, độc lập, có chính kiến của Đại Biểu Quốc Hội sẽ chứng minh cho cả thế giới thấy rõ, nhà nước ta là nhà nước DÂN CHỦ thực sự, ĐỘC LẬP thực sự.

Hoan hô đại biểu Quốc Hội

TÔI MONG MỖI NĂM CÓ MỘT ĐẠI HỘI ĐẢNG

Tôi viết thế, có người bảo "hâm", rồi có người lại cười: "Tiền đâu mà làm!", có người lại nói: "... Đừng có ảo tưởng, tuyên truyền bậy bạ".

Xin thưa, tôi nói nghiêm túc đấy!

Chỉ còn vài tháng nữa đến Đại hội Đảng, Ban Kiểm tra Trung Ương Đảng ra thông báo kỷ luật một loạt Đảng viên có chức có quyền vì những khuyết điểm như "có lối sống tha hóa, vi phạm đạo đức"(1), "Tham ô", " buông lỏng quản lý gây thiệt hại nghiêm trọng...", "độc đoán, đưa người thân vào vị trí quan trọng để dễ thao túng, chuyên quyền..."(2). Những tin tức này, không biết ai nghĩ thế nào, tôi thấy vui. Có thế chứ!

Chạy trời không khỏi nắng, cuối cùng nhiều kẻ tưởng ngồi vào một vị trí có thể làm bố thiên hạ, một mình một cõi, tác oai, tác quái không coi ai ra gì! giờ thì... ít nhất, những kẻ ấy đang ở tâm trạng hoảng loạn, cô đơn ở mức độ khủng kiếp, nghĩ về tương lai, dẫu sống có tiền, có của, nhưng để người đời oán trách, nguyền rủa thì nỗi nhục đó còn nhục nào hơn!

Nói thế, nhưng phải nghĩ lại. Tại sao những chuyện "động trời" như vậy báo chí, dư luận lên tiếng đã lâu, chỉ khi đến gần Đại hội Đảng Ban Kiểm tra Trung ương Đảng giờ mới "xắn tay áo" vào làm việc?

Phải chăng vì sắp Đại Hội Đảng cần thanh lọc bớt những "kẻ ăn tàn, phá hại" nhà nước, làm khổ dân, mất uy tín Đảng, dư luận phẫn nộ, nên Ban Kiểm tra Trung ương Đảng ra tay trừng trị.

Cũng có thể sắp Đại hội Đảng, nhiều người không cùng vây, cùng cánh quyết "đánh bài ngửa", "được ăn cả, ngã về không" tố cáo những việc làm xấu xa, bẩn thỉu của những kẻ có chức, có quyền bất tài, phi đạo đức... yêu cầu Ban Kiểm tra Đảng xử lý, không cho những kẻ này nắm giữ chức vụ trong nhiệm kỳ tới.

Mà cũng có thể, gần Đại hội Đảng, đây là "đòn tát má ngoài" của ai đó, cảnh tỉnh ... ai đó, trong Đảng! Vô khối chuyện "Không tưởng nhưng có thật" tôi và mọi người từng chứng kiến

Tóm lại, cứ gần đến Đại hội Đảng, ngoài chuyện nhân sự bàn ra, tán vào, ông này lên, ông kia xuống... cũng đã bao chuyện, nhưng gây chú ý hơn cả là chuyện kỷ luật Đảng. Một loạt khuyết điểm của những người có chức, có quyền bàn tay nhúm chàm bị Ban kiểm tra Trung ương Đảng lôi ra ánh sáng, khiến cho dư luận sững sờ, không tin nổi.

Kỷ luật khai trừ những Đảng viên "bẩn" này là xứng đáng!

Nhưng sao cứ đến gần Đại Hội Đảng, Ban kiểm tra Trung ương Đảng mới làm!

Giá như việc làm này là thường kỳ, từng năm, từng quý uy tín của Đảng nâng lên biết bao nhiêu. Còn đến gần Đại hội Đảng mới làm bắt buộc dư luận phải có một dấu hỏi(?).

Và cũng vì thế, tôi ước ao (cho dù đây là điều không tưởng), mỗi năm nên tổ chức một Đại hội Đảng, để nhiều kẻ không chân chính, đểu giả, độc ác, có máu tham những gắn mác Đảng Viên, có chức có quyền sẽ bị tố cáo, điều này giúp Ban kiểm tra Đảng phát hiện, xem xét, nếu đúng, có hình thức kỷ luật thích đáng, không cho những kẻ này nắm chức vụ trong khóa tới.

Cho dù động cơ của người tố cáo, xét ở bất cứ lý do nào, cũng tốt.

Bạn có đồng ý với ý kiến của tôi không?

----

(1)- Chủ tịch tỉnh Bắc Giang , Nguyễn Trường Tô vừa bị Ban kiểm tra Trung ương Đảng kỷ luật, cách chức hết mọi chức vụ về việc này.

(2)- Chủ tịch HĐQT Vinashin Phạm Thanh Bình cũng bị Ban Kiểm tra Trung ương Đảng kỷ luật về khuyết điểm này.

SUY NGHĨ VỀ MỘT ĐẠI HỘI ĐIỆN ẢNH

Tôi vừa dự Đại Hội Điện Ảnh lần thứ VII ở Hà Nội trở về.

Dư âm của một Đại Hội lớn, cứ làm cho tôi suy nghĩ mãi.

Trước hết, tôi rất phục nhân cách của các Nghệ sỹ, Đạo Diễn, Biên Kịch... trong Đại Hội này. Trong Đại Hội gần như tất cả mọi tham luận đều tập trung vào một nội dung, làm sao có một nền Điện Ảnh lớn của Việt Nam, bao quát nhiều vấn đề. Nội dung này rõ nhất như tham luận của nhà báo Tô Hoàng, Đạo Diễn Bùi Thạc Chuyên, nhà báo Ngô Thảo, Nghệ Sỹ Nhân Dân Thế Anh, nhà văn Nguyễn Gia Nùng...Và bên ngoài của Đại Hội, trong giờ giải lao là một không khí đoàn kết bao trùm, tôi không thấy những lời dè bỉu nói xấu sau lưng, nhưng lời bình phẩm ác ý về một cá nhân hay tác phẩm của ai đó... Đó mới chính là nhân cách của những người làm văn hóa. Xung quanh chén trà, tách cà phê ... trong các cuộc đàm đạo, không nhắc đến ai là Chủ Tịch Hội để vận động hành lang. Cũng bên ngoài Đại Hội, mọi đại biểu đều có cử chỉ đáng yêu, thấy thương đến lạ. Những nghệ sỹ lớn tuổi như Hoàng Yến, Thụy Vân, Lịch Du, Đoàn Dũng, Thế Anh, Trần Tiến, Lý Huỳnh, Hữu Phần, Lê Dân... đứng bên cạnh những Vinh Sơn, Hữu Mười, Quốc Trọng, Ngọc Bích, Đào Bá Sơn, Diệu Thuần, Mỹ Hà, Phạm Ngọc Tiến, Hoàng Nhuận Cầm... trẻ hơn như Quyền Linh, Mỹ Duyên, Ngọc Hiệp, Việt Trinh, Công Hậu, Phước Sang... giữa các thế hệ đó không có khoảng cách, họ đã hòa vào làm một khi trò chuyện, lúc tâm sự và cái vỗ vai động viên, góp ý trong công việc để làm sao có nhiều tác phẩm Điện Ảnh Việt Nam trong tương lai phải hay hơn hiện tại. Không phải là không có những trăn trở, nghĩ suy về một nền Điện Ảnh chưa đúng tầm với sức lớn của một dân tộc, nhưng điều đó không phải là cái "cớ" để lên tiếng "dạy đời", bêu riếu hoặc không biết chỗ đứng của mình ở đâu? Nền Điện ảnh Việt Nam phải thấy chỗ yếu của mình, như một con thuyền đang muốn ra biển rộng, hòa nhập mà vẫn khua sóng bằng "mái chèo thủ công" đi trên sông, cánh buồn hẹp và điều đặc biệt "Vị thuyền trưởng" chưa có "lòng dũng cảm" để tìm một hướng đi mới cho "con thuyền Điện Ảnh Việt Nam" thì làm sao "con thuyền" đó mau tới đích!!!

Tất cả cùng một nghĩ suy, cùng một thừa nhận sự yếu kém, phải làm lại từ Đại Hội này.

Một hình ảnh tuyệt vời, và cũng có thể là hiếm có của Đại Hội Điện Ảnh Việt Nam lần thứ VII, khiến cho tất cả các Đại Biểu cảm động là sự từ nhiệm lãnh đạo Hội trong Ban chấp hành khóa VI một cách tự nguyện của rất nhiều vị có uy tín trong ngành như Khải Hưng, Nguyễn Hồ... vì tuổi tác, cũng như muốn tập trung vào chuyên môn. Đặc biệt sự từ nhiệm của vị Chủ Tịch Hội đã để lại cho các đại biểu dự Đại Hội ấn tượng tốt, nhớ rất lâu. Trước Đại Hội, khi bỏ phiếu thăm dò, Phó Giáo Sư, Tiến Sỹ, nguyên Chủ Tịch Hội Điện Ảnh Việt Nam Trần Luân Kim, có số phiếu tín nhiệm tương đối lớn. Nếu như Ông vẫn tham gia ứng cử nhiệm kỳ tới, tôi tin Ông sẽ tái đắc cử vào chức vụ cũ.

Nhưng Ông đã biết chỗ dừng, qua hai nhiệm kỳ Chủ Tịch Hội, đã đến lúc Ông muốn tập trung vào chuyên môn, hơn nữa cảm giác tuổi mình đã lớn, không nên "tham quyền cố vị", nhường chức vụ này cho thế hệ trẻ năng động, quyết đoán thì hay hơn. Và Ông đã nói thực lòng suy nghĩ của mình, các Đại Biểu trong đại hội vô cùng cảm kích dành tình cảm cho Ông bằng một tràng vỗ tay dài. Nhất là khi ông phát biểu với tất cả Đại Biểu phía dưới bằng lời nói thật, không thể thật hơn: "Tôi hứa quyết tâm bằng việc làm của mình, trở thành một Hội Viên NGOAN (Tôi phải viết hoa từ này) của Hội và làm được nhiều việc tốt".

Thưa Phó giáo sư, Tiến sỹ Trần Luân Kim! Với tư cách một Hội viên Hội Điện Ảnh Việt Nam, tôi sẽ học tập Ông, cố gắng phấn đấu trở thành một Hội viên NGOAN. Vì từ trước đến nay tôi chưa làm được điều này.

Mội bài học lớn không phải chỉ riêng tôi mà còn dành cho nhiều người giống cương vị như Nguyên chủ tịch Trần Luân Kim, hiện vẫn cố sống, cố chết bám chức, bám quyền.

Một Ban Chấp Hành mới được bầu ra trong đại hội này với nhiệm kỳ 5 năm (2010 - 2015), chỉ bầu đúng một lần, số phiếu vô cùng tập trung, có nhiều thế hệ xen lẫn, bổ sung cho nhau gồm 15 người. Trẻ có Trịnh Lê Văn, Bùi Thạc Chuyên, Nguyễn Thanh Vân, Đỗ Thanh Hải... lớn tuổi hơn có Vương Đức, Vinh Sơn, Lại Văn Sinh, Diệu Thúy, Hồng Ngát và thế hệ từng trải qua một, hai nhiệm kỳ trên cương vị lãnh đạo có Đặng Xuân Hải... Vì thế, khi Ban chấp hành mới của nhiệm kỳ 2010 – 2015 ra mắt Đại Hội, các Đại Biểu đều mừng và tin nhất định Điện Ảnh Việt Nam sẽ khởi sắc.

Sắp tới tôi cũng tham dự Đại Hội Nhà Văn Việt Nam, có một mong ước thực lòng, hình ảnh của Đại Hội Nhà Văn Việt Nam sẽ lặp lại hình ảnh của Đại Hội Điện Ảnh Việt Nam.

Điều đó liệu có trở thành hiện thực không?

Tôi hy vọng nhưng trong lòng vẫn thấp thỏm!

VIẾT NHƯ THẾ THÌ LÀM SAO TIN ĐƯỢC?

Tôi vừa đọc bài báo của tác giả với bút danh Tom Cat trên một số trang báo mạng điện tử. Trong bài báo đó, tác giả Tôm Cat có tỏ ý răn đe luật sư Cù Huy Hà Vũ về những bài báo và đơn kiện mà ông viết trong thời gian gần đây.

Đọc xong bài báo này, thực sự làm cho tôi buồn cười. Những dữ liệu mà tác giả Tom Cat đưa ra, chỉ cần suy kỹ một chút đã thấy tác giả bịa đặt, với mục đích gì, thì chưa biết, nhưng chắc chắn là với ý đồ không tốt đối với bạn đọc và cả luật sư Cù Huy Hà Vũ. Mở đầu bài báo Tom Cat viết "Tiến sĩ luật Cù Huy Hà Vũ hiện nay đang là một trong những gương mặt chính trị hấp dẫn nhất hiện nay ở Việt Nam trong mắt giới tri thức trong nước và giới quan sát chính trị nước ngoài, ông nổi tiếng với những phát biểu và những chỉ trích chế độ ngày càng nóng trong thời gian gần đây. Những phát biểu của ông được khuyếch tán tầm ảnh hưởng một cách tối đa và bài bản: Tuyên bố công kích trực tiếp vào chế độ + truyền bá qua những phương tiện truyền thông rất uy tín (VOA) và kèm theo những bức ảnh chụp chung với những lãnh đạo của chế độ mà ông đang công kích. Tuy nhiên, xin mạn phép cảnh cáo tiến sĩ Hà Vũ rằng cuộc phiêu lưu của ông đã sắp đến hồi kết thúc".

Đọc những dòng chữ trên, ta thấy rõ ràng tác giả bài báo đang tìm cách chia rẽ Luật sư Cù Huy Hà Vũ với chính quyền, rộng ra là sự kích động. Những bài viết của Luật Sư và thậm chí cả đơn kiện Thủ Tướng, Luận sư gửi và những lời nói như phát ngôn ở đài VOA là hoàn toàn hợp pháp, đúng luật, công khai. Còn chuyện nhà nước ta có giải quyết hay không? Hoặc hành xử việc này thế nào? Chúng ta đợi thời gian. Tom Cat nhân danh ai mà dám nói rằng"... cuộc phiêu lưu của ông đã sắp đến hồi kết thúc...". Một giọng nói sặc mùi xã hội đen!!! Tôm cat viết tiếp: "Những hoạt động gần đây của ông Cù Huy Hà Vũ đã gây sự khó chịu đặc biệt từ giới cầm quyền, và dưới góc độ an ninh, nó có tính đặc biệt nguy hiểm cho sự bền vững của chế độ. Hồ sơ về những vụ việc liên quan đến Cù Huy Hà Vũ đã được Tổng cục an ninh Bộ Công an thu thập đầy đủ, chuyên án này được đặt dưới sự chỉ huy trực tiếp của Trung tướng Nguyễn Hải Triều. Tướng Triều trực tiếp có báo cáo về vụ việc của ông Hà Vũ với Ban bí thư, trực tiếp là với thường trực Ban bí thư Trương Tấn Sang và ban bí thư đã thường xuyên báo cáo với Bộ Chính Trị trong các cuộc họp hàng tuần." Bốc phét đến thế là cùng! Chẳng lẽ chuyện của luật sư Cù Huy Hà Vũ lại "nghiêm trọng" đến thế cơ ư! Bao nhiêu chuyện "động trời" hơn nhiều, người ta còn chẳng sợ, lại đi "sợ" tuyên bố, bài viết, lời nói... của một ông Luật Sư. Còn "Hồ Sơ" của Luật Sư Hà Vũ, chưa đến công an, mọi người đều biết cả, đâu cần tướng công an Nguyễn Hải Triều phải trực tiếp báo cáo đến ông Trương Tấn Sang.

Chuyện như lừa trẻ con!

Để cho bài viết thêm thuyết phục, Tom cat "bịa" như thật: "Trái ngược với vụ án của Lê Công Định - Nguyễn Tiến Trung - Trần Huỳnh Duy Thức - Lê Thăng Long, Bộ chính trị tỏ ra không đồng nhất trong việc đánh giá và xử lý trường hợp của tiến sỹ Cù Huy Hà Vũ bởi những mối quan hệ rất lắt léo ở cấp rất cao mà ông Vũ đang có trong tay, chính vì vậy mà chưa có bất cứ động thái nào của cơ quan chức năng với tiến sỹ Vũ, tuy nhiên sự cân bằng động này đã đi đến hồi kết khi Bộ Chính Trị đã trở lên tương đối thống nhất trong việc áp dụng các biện pháp mạnh sắp tới với Tiến sỹ Hà Vũ bởi số lượng những thành viên Bộ chính trị bị ông Hà Vũ công kích ngày càng nhiều thêm: Đứng đầu là Thủ tướng Nguyễn Tấn Dũng, sau đó là Chủ Tịch Nước Nguyễn Minh Triết, Bí thư thành ủy Tp HCM Lê Thanh Hải và gần đây nhất là đồng chí Út Anh - Bộ trưởng Công An Lê Hồng Anh. Chưa kể đến gần một số tướng công an và nhiều thành viên khác nằm trong Ban Chấp Hành TW Đảng. Theo nguyên tắc làm việc và bỏ phiếu tập thể cùng với những bản báo cáo mới nhất của Bộ Công an thì số phận của ông Cù Huy Hà Vũ đã được định đoạt."

Thế ra họp Bộ Chính Trị "Công khai "đến thế cơ à! Nếu đúng có "cuộc họp" như thế, không đợi Tom Cat lên tiếng, các đài, báo trong, ngoài nước đã đưa lên từ lâu rồi, chứ không phải lúc Tom Cat viết báo kiểu rẻ tiền, câu khách như thế này!!!

Và dòng kết bài báo của Tom Cat, là một sự kích động, chia rẽ công khai hơn là sự "dọa nạt", một lối suy nghĩ ấu trĩ về Công an Việt Nam. Quả thật, tôi không ủng hộ một số việc làm của Công an Việt Nam như cách đối xử với dân, phát ngôn, tệ nạn hối lộ... Nhưng cách đối sách với những lực lượng đối nghịch, chống đối lại Nhà Nước Việt Nam thì Công an Việt Nam là bậc thầy. Họ có đầy đủ khả năng, phương pháp... làm thất bại nhiều âm mưu chống đối, phá hoại của nhiều thế lực đối nghịch trong và ngoài nước. Đây là một thực tế được thừa nhận ngay từ hồi Mỹ thả biệt kích ra miền bắc trước năm 1975 và sau năm 1975 cho đến tận hiện nay. Với luật sư Cù Huy Hà Vũ, sự đối thoại, tôn trọng, cùng thống nhất tìm ra giải pháp... là xong. Chuyện nhỏ như con thỏ! Đâu cần Tom Cat phải diễn giải như một người có "thần kinh không bình thường": "Có lẽ tiến sỹ Hà Vũ khá tự tin với những mối quan hệ của mình trong chính quyền Việt Nam (mà tôi biết phần lớn là do thừa hưởng lại từ thân phụ Huy Cận của ông) và tự tin bởi những gì mình nói là ôn hòa và không vi phạm pháp luật. Nhưng xin ông Hà Vũ nên biết ở Việt Nam một khi đã động đến sự an nguy và chính danh tồn tại của chế độ thì không ai là không thể bị bắt, kể cả đó là ủy viên Bộ Chính Trị chứ đừng nói là ông Vũ. Lý do và tội danh thì dù có lý luận thế nào thì ông vẫn sẽ bị kết tội. Ông sẽ bị bắt theo điều luật nào thì vẫn đang nằm trong khía cạnh "kỹ thuật" mà Bộ Công an đang tính toán, nhưng nhiều khả năng là điều 88 hoặc điều 79 BLHS.

Với lời góp ý chân thành, tôi thành thật khuyên tiến sỹ Vũ nên dừng các hành động chống phá Đảng cầm quyền, thành tâm quy giáp, tỏ rõ sự thành tâm hối cải để được hưởng sự đối xử nhẹ nhàng và có lý có tình nhất của chính quyền. Tôi thật sự quý trọng tài năng và tầm của Tiến sỹ, và thật sự tiếc nuối khi tài năng ấy lại mang ra để đối thoại với 4 bức tường trại giam trong khoảng thời gian dài đằng đẵng trong khi thế giới đang đổi thay từng ngày. Xin tiến sỹ bình tâm suy xét".

Tôi nghĩ, những dòng chữ trên, không phải là của người "Thực Tâm" hay rõ hơn là "Tâm Trong Sáng" của một người mang nhiều ý đồ không tốt.

Bài viết này không hề là bài viết của người "Trung thành tuyệt đối với chế độ" mà là của kẻ hai mặt, kích động sự hận thù, chia rẽ dân tộc bằng những sự kiện, suy diễn bịa đặt, đánh lận con đen, nhiễu loạn thông tin, không biết đâu là "đúng", đâu là "sai", hiểu sai về nội tình đất nước Việt Nam, làm cho người đọc, nếu không tỉnh táo, rất dễ hoang mang.

Tôi tin Đảng Cộng Sản Việt Nam và Nhà Nước Việt Nam sẽ đối xử rất Văn Hóa và Tôn Trọng những ý kiến đóng góp của Luật Sư Cù Huy Hà Vũ để cùng tìm ra đối sách tốt nhất đưa đất nước Việt Nam nhanh chóng thành một cường quốc về Kinh Tế, vững mạnh về Chính Trị, ổn định Xã Hội, sánh ngang hàng với các nước tiên tiến trên thế giới.

Đó mới là sự thật!

NHÂN XEM MỘT TIN TRÊN TRUYỀN HÌNH VTV1

Tối (10/9/2010) trong chương trình thời sự của VTV I, có đưa tin ông thủ tướng Nguyễn Tấn Dũng tiếp, hội đàm và sau đó họp báo với ông thủ tướng Ba Lan, nhân chuyến ông thủ tướng Ba Lan sang thăm nước ta.

Chuyện hội đàm, ký kết các văn kiện...tôi không dám bàn đến vì đó là chuyện đại sự của các vị lãnh đạo. Nhưng chuyện họp báo, sau mỗi cuộc hội đàm, bao giờ cũng phải có. Vì muốn thông báo cho bàn dân thiên hạ kết quả cuộc hội đàm, đồng thời cũng cho bàn dân thiên hạ và các nhà báo biết dung nhan cụ thể, trình độ thuyết khách của các vị chính khách của ta cũng như của bạn.

Xem trên ti vi, cũng như mọi lần, vẫn thấy ông Thủ tướng Nguyễn Tấn Dũng nhìn vào tờ giấy viết sẵn để đọc, chứ không dám nói "vo". Cứ cúi xuống một lúc đọc cho hết vài dòng, ông Thủ tướng Việt Nam ngẩn lên độ một, hai giây, rồi lại cúi xuống đọc. Trái hẳn với tác phong của ông thủ tướng Việt Nam, là diện mạo của ông Thủ tướng Ba Lan. Tác phong của ông ấy khi nói trước các phóng viên, ống kính truyền hình luôn đĩnh đạc, chủ động. Ánh mắt của ông thủ tướng Ba Lan luôn nhìn thẳng bao quát hết phòng họp báo, nói rõ từng vấn đề một và…rất ít khi nhìn xuống.

Qua đó, người xem cũng tự đánh giá trình độ của hai ông Thủ tướng!

Thôi, chuyện ấy là chuyện "thường ngày ở nước ta", không nên thắc mắc nhiều. Nhưng … tôi viết bài này, vì tôi là dân Hội An, mà dân Hội An, từ đứa trẻ nhỏ cho đến ông già ai cũng nhớ, cũng biết đến ông Kazich, một người Ba Lan có công rất lớn với hai di sản văn hóa thế giới của Việt Nam là Mỹ Sơn và Hội An. Nhờ có ông, mà Mỹ Sơn cũng như Hội An được thế giới biết đến, được UNESCO công nhận là di sản văn hóa của nhân loại. Tri ân ông Kazich, nhân dân và chính quyền Hội An đã tạc tượng của ông để giữa trung tâm phố cổ. Người dân Hội An nói riêng và tôi nghĩ, người dân cả nước Việt Nam nói chung luôn luôn ghi nhớ công ơn của những người bạn quốc tế vì Việt Nam như ông Kazich, chứ chưa nói đến các vị lãnh đạo. Ấy vậy rất lạ, trong buổi tiếp thủ tướng Ba Lan, kể cả ông Chủ tịch nước Nguyễn Minh Triết đến ông Thủ tướng Nguyễn Tấn Dũng, các ông ấy (như bản tin của VTV I tối 10/ 9 đã đưa) không có một lời nào nói về lòng biết ơn của nhân dân Việt Nam ghi nhớ công ơn của những người bạn Ba Lan đã đem mồ hôi, máu giúp Việt Nam, dù đó chỉ trên phương diện ngoại giao. Đã tự nhận là người lãnh đạo sống có đạo đức, thương dân, luôn rao giảng những bài học làm người thì điều đầu tiên, tôi nghĩ, phải luôn luôn nhớ, biết ơn những người từng giúp đỡ mình lúc cơ hàn, huống hồ nhân dân Ba Lan, chính phủ Ba Lan và rất nhiều người Ba Lan có tấm lòng nghĩa hiệp tự bỏ tiền túi giúp nhân dân Việt Nam, như trường hợp ông Kazich. Tôi tin, nếu như ông Chủ tịch nước hay Thủ tướng Việt Nam khi tiếp Thủ tướng Ba Lan nói được điều đó, ông Thủ tướng Ba Lan sẽ vô cùng cảm động và thực sự, cũng rất hiếm có dịp thuận lợi như thế này để bày tỏ tấm lòng biết ơn của Đảng, Chính phủ, nhân dân Việt Nam và cá nhân từng vị lãnh đạo nhà nước ta đối với sự giúp đỡ của Chính phủ và nhân dân Ba Lan.

Tôi nói điều này với một người bạn thân. Bạn tôi phẩy tay:

- Tôi xin ông! Ngay trong nước mình, có nhiều người đáng nhớ, nhiều việc đáng nhớ, nhiều sự kiện đáng nhớ để các ông ấy có vị trí như hiện nay… các ông ấy còn quên huống hồ là một ông người Ba Lan đã đến giúp Mỹ Sơn, Hội An quê ông.

Nghe bạn nói thế, tôi chịu!

ĐÃ CÓ NHỮNG TÍN HIỆU VUI

Theo dõi những tin tức thời sự những ngày gần đây tôi cảm nhận có những tín hiệu vui.

Đầu tiên là chuyện kiến nghị dừng khai thác Boxit tại Tây Nguyên (đợt II). Bản kiến nghị đó tính đến ngày hôm nay (1/11/2010) đã có trên 2500 chữ ký, trong đó có những chữ ký rất "trọng lượng" như chữ ký của bà Nguyễn Thị Bình (nguyên phó chủ tịch nước), của rất đông các tướng lĩnh kinh qua hai cuộc kháng chiến, hơn sáu chục tuổi Đảng, đã từng giữ nhiều trọng trách trong Quân đội, nhiều vị nguyên là cán bộ cao cấp của nhà nước… Không những ký vào bản kiến nghị, nhiều vị còn trình bày cả ý kiến của mình về vấn đề này, rất thuyết phục như ý kiến của ông Nguyễn Minh Nhị, nguyên Chủ tịch tỉnh An Giang. Đây là chuyện chưa từng có khi đề cập đến một quyết sách lớn nhà nước. Trước đây nếu có ý kiến phản biện cũng không tập trung, hoặc là ý kiến của những người hoạt động trong giới trí thức, chuyên môn thuần túy… Nay là ý kiến rất tập trung, tập hợp cả những nhà hoạt động chính trị, quân sự …có tên tuổi.

Một luồng gió mới báo hiệu buổi bình minh của nền dân chủ thực sự trên đất nước Việt Nam. Đất nước Việt Nam sẽ toàn vẹn, lớn mạnh, dân tộc Việt Nam sẽ trường tồn… nếu như tất cả những người Việt Nam yêu nước đều thể hiện một tinh thần trách nhiệm cao như những người ký tên vào bản kiến nghị với nhà nước Việt Nam dừng triển khai, khai thác Boxit, khi thấy vấn đề đó chỉ làm lợi cho một nhóm lợi ích, còn làm hại cho tất cả dân tộc, đất nước.

Những tiếng nói có trách nhiệm, trung thực, dũng cảm vì lợi ích tối thượng của dân tộc, tôi nghĩ, những vị lãnh đạo Đảng, nhà nước Việt Nam sẽ nghe ra và ủng hộ.

Một tín hiệu vui nữa là cũng lần đầu tiên, nếu như tôi nhớ không lầm, các Đại biểu Quốc Hội trong phiên họp sáng nay (ngày 1/11/2010) được tường thuật trực tiếp trên VTVI đã đề cập đến việc phải kiểm điểm công khai, có hình thức kỷ luật đối với những người có trách nhiệm, kể cả những vị đang giữ trọng trách của chính phủ để xảy ra chuyện làm thất thoát quá lớn về tài chính trong vụ Vinashin. Lần này các vị Đại biểu Quốc Hội đã yêu cầu phải chỉ đích danh "thủ phạm" gây ra thất thoát này chứ không được nói chung chung!!! Tất nhiên, muốn tìm ra "thủ phạm" chính của vụ này, không thể một sớm, một chiều, cũng không phải là được toàn bộ các Đại Biểu Quốc Hội ủng hộ, nhưng… tôi mừng, vì đây là tiếng nói dũng cảm, đại diện cho tất cả những người dân đã đóng thuế để xây dựng đất nước này. Nhân dân đang muốn mỗi đồng thuế mình đóng phải được sử dụng đúng mục đích, có ích, sinh lời… chứ không phải để cho những kẻ lợi dụng chức, quyền bòn rút, làm giàu cho cá nhân một cách phi pháp, để lại cho đất nước một di hại khổng lồ. Nghe đại biểu Quốc Hội Nguyễn Minh Thuyết phát biểu, tôi sướng run người, và vô cùng cảm ơn ông đã nói hộ cho biết bao nhiêu người Việt Nam yêu nước muốn phát biểu trực tiếp với các vị lãnh đạo Đảng, Nhà Nước mà không có chỗ, trong đó có tôi.

Cũng trong thời gian vừa qua, một tín hiệu vui nữa, nghĩ lại tôi thấy khoái là rất nhiều trang báo mạng, blog … bị tin tặc tấn công. Chúng tấn công dồn dập, phá hoại nhiều kiểu nhưng chỉ dăm ngày những blog kia lại tiếp tục xuất hiện, vẫn đưa tin đều đặn. Thế mới biết, để tiến tới một xã hội dân chủ thực sự, con đường đi đến đích không phải là dễ dàng. Nhưng, như một điều tất yếu của quy luật lịch sử, xã hội của chúng ta, đích cuối cùng vẫn là một xã hội DÂN CHỦ, CÔNG BẰNG, VĂN MINH không một thế lực phản động nào có thể ngăn cản được bước tiến lịch sử mà sự phục hồi, phát triển của những trang blog tiến bộ, được nhiều người đón đọc ở nước ta là một ví dụ

Trận lụt lớn vừa qua gây nên những hậu quả xấu vô cùng khủng khiếp ở miền Trung, một lần nữa chúng ta lại thấy sự đoàn kết của cả dân tộc, cố gắng hàn gắn vết thương quá lớn này. Nhiều tổ chức, đoàn thể, cá nhân... đã tổ chức quyên góp áo quần, thuốc men, lương thực trực tiếp mang đến cho các nạn nhân ở vùng lũ lụt. Sự tương thân, tương ái này đa phần là tự phát, không cần những lời kêu gọi "đao to, búa lớn", đẹp hơn nữa, sự trợ giúp rất thực chất, không khoe mẽ, không phải để đánh bóng tên tuổi, ghi điểm trước một kỳ Đại Hội của một số vị có chức, có quyền.

Qua trận lũ lịch sử này tôi nghĩ, và chắc nhiều người cũng nghĩ giống như tôi, qua ti vi, chúng ta đã có bằng chứng hết sức sống động, phải bầu bằng được những đại biểu ưu tú, giỏi thực sự, tốt thực sự vào vai trò lãnh đạo Đảng, Nhà Nước. Những vị đó sát dân, thương dân, có quyết sách đúng nâng cao đời sống, bảo đảm cuộc sống an toàn của dân. Còn những vị áo trắng bỏ trong quần, đầu đội mũ cối, vỗ vai giả như thân mật với người này, an ủi người kia, rồi cho thùng mỳ tôm... cốt chỉ để quay phim khi xuống thăm dân vùng lũ lụt... chúng ta không nên bầu.

Đó cũng là một "tín hiệu vui" khi chọn lựa người xứng đáng vào vai trò lãnh đạo Đảng trong đại hội XI sắp tới.

TẠI SAO PHẢI HÈN NHƯ THẾ?

Gần đây trên những trang blog của Trương Duy Nhất, Tiền Vệ, anhbasam, X-cafê, Dânluận, nhạc sỹ Tô Hải… bị tin tặc phá hoại, hèn hạ hơn nữa, chúng xóa toàn bộ dữ liệu đã có, thay vào đó là những bài báo xuyên tạc, bịa đặt… hòng đánh lừa dư luận.

Nhưng dư luận tiến bộ không ngây thơ như chúng tưởng, những người hiểu biết khinh bỉ hành động hèn hạ này.

Tôi còn nhớ những năm tháng miền bắc gồng mình lên để chống lại chiến tranh phá hoại của Mỹ, đồng thời làm nhiệm vụ chi viên cho chiến trường miền nam với mục đích tối thượng vào thời điểm đó: “Đánh đuổi quân xâm lược, thống nhất tổ quốc.” Đó là việc làm chính nghĩa, theo suy nghĩ, hành động của những người dân miền bắc lúc ấy, nên những việc làm ngược lại với nguyện vọng đó, thường thất bại. Ví dụ như chính quyền Sài Gòn cùng sự trợ giúp của Mỹ thả rất nhiều toán biệt kích ra bắc, đều bị quân dân miền bắc tóm gọn. Họ tung tiền giả, truyền đơn… nhằm kích động lật đổ chế độ, phá hoại kinh tế, nhân dân miền bắc tự nguyện thu gom đem đốt. Kể cả chuyện nghe đài của Hoa Kỳ hay những đài tâm lý chiến của chế độ Sài Gòn như “gươm thiêng ái quốc”, “Tự Do”… không cần tuyên truyền nhiều, đa số dân ngoài bắc không nghe…

Thế mới biết, sức mạnh chính nghĩa của nhân dân là vô địch. Khát vọng của nhân dân về một tương lai đất nước phải tốt đẹp, phải dân chủ cũng là vô địch. Các thế lực hắc ám, phản động... dù có tàn ác, giảo quyệt đến đâu cũng không thể cản trở lại được.

Bài học mà dân tộc Việt Nam giành lại sự thống nhất giang sơn vẫn còn mang tính thời sự nóng hổi.

Người Mỹ, chính phủ Mỹ đã nhận ra.

Nhiều người từng giữ cương vị cao trong chế độ Sài Gòn như ông Nguyễn Cao Kỳ, Đỗ Mậu…cũng đã nhận ra.

Tại sao đến bây giờ, trong thời đại Dân Chủ là lẽ sống còn của một chế độ, lại có người cố tình không nhận ra, dẫm lại vết bùn cũ, giở những trò hèn hạ không thể hèn hạ hơn!

Nhưng những âm mưu này thất bại là tất yếu.

Tôi rất tin điều này!

CHUYỆN "CON ÔNG, CHÁU CHA"

Ở Việt Nam, chuyện "con ông, cháu cha" được bố trí ở những vị trí lãnh đạo chủ chốt trong chính quyền, cơ quan, đoàn thể gần như trở thành công khai, ai cũng nhìn thấy. Sẽ là bình thường, nếu những người này, lúc học phổ thông là học sinh xuất sắc, có nhiều thành tích trong học tập, công tác. Rồi khi tham gia chính quyền là một cán bộ tài năng, có uy tín, đạo đức tốt. Nhưng thực tế ngược lại, người tốt rất ít, trong dư luận râm ran không biết bao nhiêu chuyện về "con ông, cháu cha" học dốt, tài kém…thế mà bây giờ nghiễm nhiên, không biết biến hóa kiểu gì, rất nhanh, họ đã leo lên ở một vị trí rất cao trong chính quyền. Báo chí phê phán nhiều, dư luận lên án, người dân nhìn vào khó chịu… Nhưng rất lạ, hình như sự chuyển biến việc này theo chiều hướng tích cực không thấy, mà chuyển biết theo chiều hướng tiêu cực càng rõ, ngày một nhiều.

Trong các báo cáo của không ít đại hội Đảng từ cấp tỉnh, cho đến cấp Trung ương không đề cập chuyện này, hoặc để đối phó, thì đề cập rất chiếu lệ, lên án chung chung.

Vận nước "thuận" hay "nghịch" một trong những nguyên nhân chính, cũng do việc này gây ra.

Trước hết, để "con ông, cháu cha" vào những vị trí lãnh đạo, biểu hiện của việc mất dân chủ một cách vô cùng nghiêm trọng, không thể lấy bất cứ lý do gì để biện minh. Việc lấy uy thế của mình, để bắt buộc tổ chức Đảng, chính quyền bố trí cho con cháu vào những vị trí lãnh đạo chính quyền, cơ quan, đoàn thể… thực tế đã triệt tiêu mọi ý kiến đóng góp xây dựng của quần chúng, đảng viên. Vì họ có đóng góp ý kiến, nhất là những ý kiến xây dựng, phê bình là sợ "đụng chạm" cả "bố" lẫn "con" lẫn "cháu". Bố trí "con ông, cháu cha" vào vị trí lãnh đạo, suy cho cùng, cũng để tạo ra một ê kíp dễ đục khoét, dễ đối phó…để bảo vệ lợi ích "nhóm", lợi ích của một cá nhân nào đấy, không hề vì quyền lợi tập thể, chưa nói đến dân tộc.

Đưa "con ông, cháu cha" vào các vị trí lãnh đạo, không qua hình thức bầu cử dân chủ, hoặc bầu cử lấy lệ đã thực sự loại bỏ những cán bộ có năng lực, phẩm chất tốt trong chính quyền. Điều đó chỉ góp phần làm cho chính quyền trị trệ, bảo thủ, quan liêu, xa dời dân, mất uy tín với dân.

Một chính quyền, nhất là chính quyền cấp xã, chính quyền gần dân nhất, dân dễ tiếp xúc nhất. Cũng qua chính quyền xã, những người lãnh đạo cấp trên từ huyện đến tỉnh, trung ương sẽ hiểu dân cần gì? Họ sống như thế nào? Cần có chính sách phù hợp lòng dân để ổn định tình hình kinh tế, xã hội… nhưng hiện tại, ở nhiều địa phương cấp xã, lớn hơn là chính quyền cấp huyện, thị xã, thành phố… không khó lắm nhìn vào một tầng lớp "con ông, cháu cha "ngự trị. Nó thiên biến vạn hóa đủ các kiểu. Trưởng, phó Phòng, Ban… bằng mọi cách những vị lãnh đạo Đảng, chính quyền ở địa phương đó cũng tìm cách đưa con cháu mình vào. Thấp hơn một tý là đồng hương, họ hàng. Điều này dẫn đến một hiện trạng, ai cũng nhìn thấy, với sự ràng buộc về dòng họ, cha con, chi phái (điều này những vùng nông thôn còn rất nặng nề), về miếng cơm manh áo…đã thủ tiêu mọi hình thức đấu tranh trong Đảng, trong chính quyền. Những tổ chức mặt trận, đoàn thanh niên, hội cựu chiến binh, hội phụ nữ xã… thậm chí cả công an không còn sức mạnh chính nghĩa, không phục vụ, bảo vệ nhân dân mà những tổ chức đó chỉ biết bảo vệ quyền lợi của dòng họ, cha con. Một bộ máy quản lý kiểu phong kiến lạc hậu xuất hiện với một mác nhãn mới "Chính quyền nhân dân" hoặc khôi hài hơn là "cấp ủy", "Đảng ủy". Nó thủ tiêu cả luật pháp, hiến pháp, chỉ thị, nghị quyết... thực thi quản lý chỉ bằng luật rừng tha hồ hành dân, tự tung, tự tác, bất chấp tất cả, thỏa mãn lòng tham, gây mất uy tín nghiêm trọng đến Đảng, đến chính quyền.... Những khái niệm "dân chủ", "đoàn kết", "thông nhất"... lúc này chỉ còn là hình thức.

Điều nguy hiểm nữa, khi sắp xếp "con ông, cháu cha" vào vị trí lãnh đạo, nhất là vị trí lãnh đạo của Đảng, khi Đảng độc tôn lãnh đạo đất nước, dễ biến Đảng trở thành Đảng đứng trên dân, trên Quốc hội vì lúc này không phải người lãnh đạo phải lắng nghe ý kiến dân mà chủ yếu là lắng nghe "bố" nói gì, dạy gì để "con, cháu" thực hiện. Và chính quyền lẽ ra phục vụ nhân dân, thì ngược lại, phục vụ cho các "các bố", "các ông" cấp trên. Như vậy, hố ngăn cách giữa nhân dân với Đảng, với chính phủ ngày càng nới rộng.

Có thể nói, chính sự quan liêu, hách dịch, xa rời dân do sắp xếp "con ông cháu cha" vào vị trí lãnh đạo tạo nên sự bất bình của người dân, từ đó họ sẽ phản kháng, rất dễ dẫn đến bất ổn xã hội, bất ổn chính trị.

Ở nước ta, điều nguy hại này, tôi đã thấy trước mắt.

HOAN HÔ ÔNG HUBARAK!!!

Mới đầu, tôi vẫn tưởng ông sẽ ngoan cố, cố sức chống lại sức mạnh nhân dân, chống lại trào lưu dân chủ. Chẳng gì, với gần hai chục ngày nhân dân đấu tranh, biểu tình rầm rộ, ông vẫn cương quyết không nhượng bộ. Ông vẫn tin sức mạnh quân đội, họ sẽ đứng đằng sau để ủng hộ. Ông vẫn tin vào sự che chở của chính phủ Mỹ, mà ông là một đồng minh đáng tin cậy ở Trung Đông. Ông lại càng tin những Bộ trưởng trong chính phủ, một tay ông cất nhắc. Ông càng tin hơn nữa, gần ba mươi năm cầm quyền, với chế độ độc tài, quyền của ông là trên hết, ông có đầy đủ kinh nghiệm và bản lĩnh bóp chết mọi sự chống đối, nhất là chống đối của nhân dân, từ trong trứng... Chúng tôi, nếu cách đây hơn một tháng cũng tin như thế, khi thấy chính thể của ông, qua các phương tiện thông tin, không hề có một dấu hiệu nào của sự sụp đổ. Nhưng... nếu như chúng tôi tin, có thể dễ giải thích, vì chỉ là người đứng ngoài, còn nhân dân Ai Cập không bao giờ tin như thế. Một chế độ độc tài, như ông thực hiện, ngự trị gần ba mươi năm, nhân dân nhìn rõ chân tướng, dù ban đầu ông có thể khoác lên nó những mỹ từ "dân chủ", "tự do, "vì người nghèo"... nhưng thực tế không phải! Gia tài của ông do tham nhũng lên đến nhiều chục tỷ đô la, biệt thự, tiền gửi tài khoản nước ngoài nhiều không kể xiết. Những dự án kinh tế lớn của nhà nước Ai Cập, ông và người thân gia đình đều được hưởng lợi. Bất công xã hội, khoảng cách giàu, nghèo ngày càng lớn... Ông đàn áp tất cả mọi phong trào đòi dân chủ, mật vụ ông rải khắp nơi, theo dõi dân chúng khít khao... Nhân dân phản ứng, cũng may cho ông thoát được nhiều vụ ám sát. Chắc ông cũng nghĩ, như vậy mà không sao, thì cương vị tổng thống của ông "vững như bàn thạch".

Điều chết của người lãnh đạo là không đi theo nhân dân, phải bội lại nhân dân, hay cụ thể hơn, là không chấp nhận những quyền lợi chính đáng như dân chủ, tự do, minh bạch…của nhân dân. Và khi nhân dân lên tiếng phản đối, mới đầu dù đó chỉ là những tiếng nói của cá nhân, nghiệp đoàn… người lãnh đạo nên lắng nghe, cùng thảo luận công khai, biết sửa chữa…ông không làm thế, đàn áp tất cả, lún sâu thêm vào tội lỗi. Và, như ông thấy, mới đầu chỉ là những cuộc biểu tình nhỏ, lẻ, sau này bùng phát thành những cuộc biểu tình lớn, rộng khắp Ai cập, hàng chục vạn người tham gia. Lúc này, mọi sự đàn áp, như ông cho công an, cảnh sát thực hiện, hơn ba trăm người chết, không thể đẩy lui sức mạnh lớn hơn cả triều dâng của nhân dân...

Trước sự việc như vậy, những vị bộ trưởng, nhất là bộ trưởng bộ Quốc phòng, từng được ông ưu ái, cân nhắc, họ quay lưng với ông, để quân đội đứng về phía nhân dân. Nếu ông còn ngoan cố không chịu từ chức, đất nước Ai Cập sẽ rơi vào biển máu. Mạng của ông chưa chắc đã còn, mà ngàn đời tên tuổi của ông, lịch sử sẽ nguyền rủa. Ông nhận ra điều này.

Ông cũng nhận ra rằng, ông và chính phủ của ông từng là một đồng minh tin cậy bảo vệ quyền lợi của Mỹ ở Trung đông. Trước sức mạnh chính nghĩa của những cuộc biểu tình tay không mà nhân dân Ai Cập đang tiến hành, chính phủ Mỹ, cá nhân tổng thống Obama, dù vẫn giữ quan hệ tốt với ông, cũng không thể ủng hộ, vì ủng hộ ông là đi ngược lại quyền lợi của nhân dân, đất nước Ai Cập. Lúc đó, tôi giả thiết, dù chính phủ Mỹ có mang quân sang như đã làm ở I Rắc để cứu ông, cũng nhất định thất bại. Nhân dân và những lực lượng dân chủ tiến bộ Ai Cập sẽ vẫn chống ông, chống Mỹ đến cùng. Một chỗ dựa ông cúc cung tận tụy bảo vệ gần như trung thành cũng bỏ ông vì sự đồng lòng thống nhất đấu tranh của nhân dân trong nước.

Như vậy làm sao ông có thể tại vị an toàn được!

Một chính thể, dưới sự lãnh đạo của một tổng thống không làm tròn sứ mạng mà nhân dân giao phó. Ngược lại, chỉ làm cho dân khổ, nạn tham nhũng lan tràn, những tai ương xã hội, dù kinh tế có phát triển, vẫn nảy nở ngày một nhiều, băng hoại cả xã hội, lòng dân không yên, phong trào đòi dân chủ ngày càng rộng, đàn áp không thể ngăn được …Ông đã nhận ra, đây không phải do các thế lực "thù địch" bên ngoài chống ông, kích động. Cũng không phải do những kẻ bất mãn quyền lợi với ông, phát động, Càng không phải là "diễn biến hòa bình" mà một số chính phủ, cá nhân không thích ông ngầm ủng hộ "lực lượng phản động bên trong". Tất cả là do ông. Vì sau gần ba mươi năm cầm quyền độc tài, ông đi ngược lại quyền lợi nhân dân, quyền lợi dân tộc. Nhân dân phải đứng lên!

Cuối cùng, có đau đớn, uất hận, ngoan cố … ông đành chấp nhận từ chức để cứu mạng sống của mình và không để đất nước Ai Cập đổ thêm nhiều máu nữa!!!

Chuyện này hơi muộn, nhưng dù sao cũng là một sự cảnh tỉnh cho các chế độ độc tài khác, tránh đi theo vết xe đổ của ông.

Vì thế tôi hoan hô ông!!!

MONG ÔNG CALISTO HÃY TỰ KÌM CHẾ

Trong cuộc họp báo được tổ chức gần đây, ông Calisto giải thích việc xin rời bỏ chức vụ Huấn luyện viên trưởng đội tuyển bóng đá quốc gia Việt Nam, một trong những nguyên nhân là truyền thông Việt Nam chỉ trích ông rất nặng nề, khi đội tuyển Quốc gia không giữ được ngôi vị vô địch... Vì thế, theo tôi nghĩ, ông rất bức xúc, rất xấu hổ, nên "xin từ chức"!!!

Nếu đúng như thế, mong ông Calisto nên nghĩ lại, việc đó có đáng gì đâu, đâu phải là nỗi "nhục" mà ông xin "từ chức". Phải hết sức "tự kìm chế", thưa ông Calisto!

Ở Việt Nam, hẳn ông đã thấy rồi, có những sự việc của một số người, tưởng đó là nỗi nhục, nhưng họ hơn ông, không phát biểu vung vít mà "tự kìm chế". Vì thế, sự nghiệp hanh thông, con cháu lộc còn hưởng dài dài... Tôi lấy ví dụ:

Vừa rồi truyền thông Việt nam đưa tin Thủ tướng Nguyễn Tấn Dũng được báo chí nước Đức đánh giá là "Thủ tướng giỏi nhất ở châu Á trong năm 2010"! Tin này đưa lên, mọi người cứ tưởng là thật! Té ra không phải, đây chỉ là nhận định chủ quan trong một bản tin của một công ty xử lý rác của Đức, có làm ăn ở Việt Nam!!! Nếu tôi là thủ tướng Dũng, sẽ rất xấu hổ, tức giận, yêu cầu kỷ luật ngay mấy tay tổng biên tập. Đưa tin kiểu như vậy khác nào bêu xấu thủ tướng, nhưng thủ tướng nước tôi biết "tự kìm chế", không lên án, cũng không ủng hộ, ông chọn cách im lặng, nên … đến bây giờ, chuyện này, không ai để ý nữa.

Hay như chuyện ông Lê Đức Thúy, cựu Thống đốc ngân hàng nhà nước Việt Nam, bị báo chí Úc phanh phui chuyện ông ấy nhận mấy triệu đô la của một công ty nước ngoài qua hình thức hối lộ như cấp học bổng cho con đi học nước ngoài, để công ty ấy nhận một "hợp đồng" in tiền Polymes cho Việt Nam, gây thất thoát tiền của nhà nước. Nếu ở địa vị người khác, có khi lo sợ đến vỡ mật, hoặc không phải như thế sẽ lên tiếng công khai trên các phương tiện truyền thông, yêu cầu có đối chứng, chứng minh sự "trong sạch" của mình. Ông Thúy không làm thế, và "hết sức kìm chế" không phát biểu, các cơ quan điều tra của Việt Nam cũng "hết sức kìm chế" không tiến hành điều tra vì chuyện này chính phủ chưa yêu cầu, nên chuyện của ông Thúy bị các cơ quan truyền thông Úc tố cáo, cũng … rơi vào im lặng.

Lại một chuyện nữa, ông Nguyễn Trường Tô, cựu một Chủ tịch tỉnh, dính vào chuyện "động trời", bị các em học sinh chưa đến tuổi thành niên tố cáo "làm bậy" các em ngay tại phòng làm việc. Ông ấy "cũng hết sức kìm chế "không phát biểu nhiều, về hưu, thanh thản tuổi già… coi như chuyện các em ấy bị tống vào tù là chuyện do "các em không ngoan", còn ông ấy vẫn là một "công dân gương mẫu".

Còn chuyện lớn hơn nữa, ở nước tôi, quần đảo Hoàng Sa bị chính quyền và quân đội Trung Quốc xâm lược, chiếm đóng. Chúng thuê rừng đầu nguồn, sát biên giới phía bắc, đưa người vào khai thác Bô xít ở Tây Nguyên… chỉ nhìn sơ qua cũng biết mục đích chính của việc làm này là gì? Sự vẹn toàn của đất nước đang bị xâm phạm, nỗi nhục nô lệ, mất nước đang là nguy cơ tiềm tàng… những người yêu nước chân chính đều lo lắng nhưng, ông biết không? Chính phủ nước tôi vẫn "hết sức kìm chế" với Chính quyền Trung Quốc. tôn trọng "16 chữ vàng", không những thế, họ còn bắt bỏ tù những ai kêu gọi đòi Hoàng Sa phải về lại với Việt Nam …để thể hiện sự "kìm chế" của mình mà mong chính phủ Trung Quốc "rủ lòng thương"…

Nhục như thế mà họ "tự kìm chế" được, thì cái chuyện bị giới truyền thông Việt Nam xăm soi trách cứ đội tuyển bóng đá Việt Nam không giữ được ngôi vị vô địch là do huấn luyện viên trưởng có đấu pháp không đúng, ông Calisto thiếu kìm chế, xin từ chức!

So sánh với những việc tôi vừa nêu, ông thấy việc làm đó có đúng không?

CON HƠN CHA...!

Một nhà văn tôi hằng ngưỡng mộ, sau khi đọc bài "Chuyện con ông, cháu cha" do tôi viết, đã lắc đầu ngán ngẩm: "Chú mày viết thế là sai bét rồi, thời này là thời "Con hơn cha…", lĩnh vực nào cũng có. Chú mày xem lại đi".

Tôi giật mình! Có lẽ thế thật.

Thời này, nếu nói về những thanh niên tiên tiến, học giỏi, đạo đức tốt…quả là không hiếm. Họ nổi trội trên nhiều lĩnh vực, thậm chí cả những lĩnh vực, bây giờ có cho "cha, ông" ngồi lại, nghe họ giảng giải, thì "cha, ông" cũng chịu, lắc đầu mà không hiểu. Những người thanh niên này, họ đi lên bằng trí tuệ, bằng nghị lực, bằng những tố chất tốt, kế thừa truyên thống gia đình. Điều tôi thán phục là sự độc lập trong suy nghĩ, trong hành động, không lệ thuộc ai, tự thân vận động, không chấp nhận chân lý tuyệt đối, mà tự tìm ra con đường đi mới.

Nhìn những người thanh niên Việt Nam đang nỗ lực phấn đấu từ chuyện học hành, sự nghiệp thành đạt trong và ngoài nước, chính điều đó làm cho tôi tin về tương lai của đất nước Việt nam chúng ta. Nếu như độ hai chục năm nữa, đất nước ta qua những cuộc bầu cử thực sự dân chủ, tự do, có tranh cử lành mạnh, những người thanh niên ưu tú kia nắm vai trò lãnh đạo chính quyền, có tiếng nói quyết định trong Quốc hội, đất nước Việt Nam từ kinh tế, xã hội, văn hóa… nhất định sẽ có sự chuyển mình đi lên, được bạn bè quốc tế công nhận.

Nhưng cũng thực buồn, nếu như ta nhìn vào một số một tầng lớp thanh niên, có số phận may mắn nắm quyền chức trong chính phủ hiện nay, con đường tiến thân của họ, quả là "Con hơn cha…" rất nhiều. Nhưng sự tiến thân đó, nói có đúng không? Là mầm mống gieo họa cho đất nước khiến không ít người, trong đó có tôi, lo lắng.

Nếu như cha ông họ phấn đấu về sự nghiệp vô cùng gian nan, phải trải qua nhiều nấc thang khó khăn, mà nấc thang khó khăn nhất, theo tôi, đó là trình độ lãnh đạo, uy tín trong Đảng, ngoài xã hội, trước dân…Vì thế, có nhiều nhà lãnh đạo đã bạc tóc khi ngồi vào chức vụ của mình. …Trong khi đó, với hiện tại những người thanh niên này đi con đường sự nghiệp dễ "hơn cha" rất nhiều.

Con đường sự nghiệp hết sức phẳng lỳ, không cần học hành nhiều, vẫn có bằng “tốt nghiệp đại học”, thậm chí cả bằng “thạc sỹ, tiến sỹ”. Không cần phấn đấu, đã có “chỗ” dọn sẵn, cứ thế “ngồi”… Rồi, cũng bầu cử, nhưng “ bầu cử” cho có, vẫn trúng cử với “số phiếu cao” vào một chức vụ trong Đảng, nhà nước. Họ không cần uy tín với dân mà “hơn cha…” là “uy tín” với lãnh đạo, làm sao cho lãnh đạo ưa mình, tin mình. Vì thế, đã tạo ra một lớp người “hơn cha…” về độ nịnh bợ, gian xảo, giáo điều, đểu giả… Tầng lớp này, liệu có thể là tầng lớp lãnh đạo “gần dân” được hay không? Thông cảm với nỗi khổ của người dân hay không? Và tầng lớp lãnh đạo này liệu có thể để người dân tin tưởng được hay không? Tiếp nữa, nếu như ngày xưa cha ông của họ, với cuộc sống lăn lộn để làm cách mạng, họ phải gần dân, dân cho gì, họ ăn nấy, sống chết với dân… thì ngày nay, con cháu đã “hơn cha” về độ xa dân, về khoản ăn chơi, về khoản tiêu tiền như rác… Về các khoản kiếm tiền phần trăm qua những “dự án” lớn, mà không hề phải suy nghĩ, tính toán. Mà có tính toán, thì phải biến những đồng tiền phi pháp thành “hợp pháp”. Tôi kinh hãi nhất, những người trẻ, có thể họ “hơn cha…” về khoản ngoại ngữ, những chuyến xuất ngoại… nhưng về văn hóa thì thấp vô cùng tận, gần như họ không cần cội nguồn, dân tộc, không cần xấu hổ về tính “ngoại lai” của mình. Tỷ phú nước ngoài ăn chơi kiểu gì, họ không kém. Từ chuyện gái gú, đánh bạc, đến việc tiêu tiền…

Liệu các vị lãnh đạo đất nước ta có dám học các vị tiền bối cách mạng ngày trước không? Như ông Phạm

Văn Đồng, Võ Văn Kiệt cùng một số vị tướng lĩnh, lãnh tụ khác, trong cuộc kháng chiến của dân tộc, đã cho con mình đi lính, đến những nơi ác liệt nhất để rèn luyện bản lĩnh, trui rèn đạo đức…Không ít con em các vị đó đã trở thành liệt sỹ. Tất nhiên, để con mình đến những nơi nguy hiểm nhất, có thể hy sinh tính mạng là điều không muốn của những người làm cha, làm mẹ. Nhưng … giả như một đất nước bị ngoại bang xâm lược, người dân sẽ trở thành kẻ nô lệ, chính phủ trở thành chính phủ tay sai của những thế lực hắc ám… Lúc đó, nỗi nhục mất nước đâu có phân biệt con của của một vị lãnh đạo hay là con của phó thường dân. Vì thế, cùng toàn dân, các vị lãnh đạo tiền bối, đáng kính đã cho con mình ra trận. Chính vì hành động nghĩa hiệp đó, tôi nghĩ, hình ảnh các vị lãnh đạo thời chống Mỹ được nhân dân tôn trọng, ghi nhớ.

Tôi nghĩ, các vị lãnh đạo Đảng, Nhà nước ta hiện nay, nhờ "uy" và ê kíp của mình, sắp xếp được con cháu mình vào những vị trí lãnh đạo Đảng, Nhà nước cũng nên học các vị tiền bối, giáo dục con cái mình nên người.

Còn không phải như thế, sẽ trở thành đại họa cho dân tộc.

QUA TRẬN ĐỘNG ĐẤT, SÓNG THẦN Ở NHẬT BẢN - NGHĨ VỀ CNTB

Nhìn hậu quả của sóng thần, động đất ở Nhật Bản, chỉ qua ảnh chụp trên báo chí, tôi đã kinh hồn. Không biết nếu trực tiếp chứng kiến, tâm trạng của mình sẽ như thế nào? Người chết, thành phố đổ nát, nhà cửa, trường học, bệnh viện, cửa hàng... tan hoang, nhà máy điện hạt nhân nổ... Thử tưởng tượng, nếu việc này xảy ra ở mấy nước XHCN như ở Liên Xô, Ba Lan, Đông Đức... trước đây, hoặc như ở Trung Quốc, Bắc Triều Tiên, Cu Ba, Việt Nam...hiện nay, tôi có thể khẳng định, hậu quả sẽ lớn hơn rất nhiều. Sự cố nhà máy điện nguyên tử Chernobyr (1986) bị nổ của Liên Xô (cũ), để lại hậu quả quá sức lớn về sự độc hại, cho đến nay vẫn chưa khắc phục xong. Hoặc như trận động đất ở Đường Sơn, Tứ Xuyên (Trung Quốc), chết mấy trăm nghìn người. Chưa kể những trận bão, hạn hán ở Cu Ba, Triều Tiên... cường độ phá hoại nhỏ hơn, so với trận động đất Nhật Bản vừa rồi, nhưng sự khắc phục của chính phủ các nước trên không hề đơn giản, vẫn cần sự trợ giúp của quốc tế. Ngay Việt Nam, những trận lụt khủng khiếp, không năm nào là không có. Nhưng để có biện pháp chống đỡ hiệu quả, tôi cảm giác hình như chính phủ của chúng ta làm không được nhiều. Năm nào cũng có thiệt hại về tài sản, người chết... Những vùng nông thôn miền trung, khi lũ lụt đi qua, mỗi lần như vậy, số hộ người nghèo tăng lên. Thế mà ở Nhật Bản, trận động đất kèm theo sóng thần hiển hiện trước mắt mọi người, cường độ tàn phá ngoài sức tưởng tượng, cả nước Nhật vẫn bình tĩnh. Chính phủ điều hành công việc một cách khoa học, phân nhiệm rõ ràng. Nhân dân không hốt hoảng, trật tự, có ý thức kỷ luật rất cao, họ nhường nhịn nhau từng mẩu bánh mỳ, tấm chăn. Không hề có nạn trộm cắp, hôi của. Cảnh sát, quân đội làm hết sức mình để cứu người, cứu của. Những người kỹ sư làm ở nhà máy điện hạt nhân cương quyết bám trụ để xử lý sự cố, cho dù phải hy sinh đến tính mạng. Qua những bức ảnh của các phóng viên nước ngoài đang tác nghiệp ở Nhật Bản, nét mặt của người dân Nhật không hề biểu lộ sự thất vọng, chán nản mà là sự cam chịu, quyết tâm khôi phục lại những gì đã mất... Đã vậy, chúng ta hãy nhìn lượng thông tin khổng lồ, minh bạch, rõ ràng và trách nhiệm của những người đứng đầu chính phủ Nhật Bản luôn thông báo đến từng người dân, từng giờ một, từng ngày một. Tôi có cảm tưởng, những ngày này ở đất nước Nhật Bản, chính phủ với dân là một, gần như thống nhất từ suy nghĩ đến hành động.

Cũng chỉ là thu thập thông tin qua báo chí "lề phải"

bên ta... Nhưng những chuyện tôi sơ điểm, qua trận động đất, sóng thần ở Nhật Bản, chẳng lẽ đó biểu hiện "Mâu thuẫn gay gắt mang tính thời đại giữa giai cấp thống trị và giai cấp bị trị mà cho đến giờ CNTB không giải quyết nổi". Rồi nữa, những việc tôi vừa kể ở Nhật Bản, là thể hiện: "Giai cấp thống trị ở các nước tư bản, chủ yếu đưa ra những chính sách mị dân, cuối cùng cũng chỉ nhằm vào mục đích ích kỷ của bọn chúng là làm giàu, củng cố quyền lực bằng các hình thức thống trị hà khắc, bỏ mặc cuộc sống đói khổ của người dân." Hoặc giả đó là "CNTB thường che đậy bản chất phản động, đi ngược lại quyền lợi của người lao động được phủ dưới một lớp sơn dân chủ giả hiệu..."...v.v và v.v...

Qua những hình ảnh thực tế của việc khắc phục hậu quả sóng thần, động đất ở một nước tư bản lớn châu Á, những hình ảnh đó phản bác hết sức cụ thể của cái gọi là Chủ nghĩa Mác - Lê Nin định nghĩa về CNTB "đang giãy chết" như tôi nêu ở trên.

Những hình ảnh đó, chứng minh chỉ có một chính phủ được người dân bầu cử một cách thực sự dân chủ, chọn đúng người lãnh đạo, chính phủ đó sẽ điều hành một đất nước vững về kinh tế, ổn định về xã hội, có thể chống chọi đạt hiệu quả tốt với những sự tàn phá khốc liệt của thiên nhiên.

Điều này càng khẳng định,Chủ Nghĩa Tư Bản có sức sống hết sức thuyết phục, vững mạnh, ổn định hơn rất nhiều so với Chủ Nghĩa Xã Hội, một Chủ Nghĩa, một Xã Hội mà tôi cùng rất nhiều người đã và đang chứng kiến.

ÔNG SẦM ĐỨC XƯƠNG KHÁNG CÁO! TÔI ỦNG HỘ

Phải thế ông ạ! Bởi nhiều kẻ, sau phiên xử án cho ông tù 9 năm, hai cháu học sinh kia cho tù treo, chúng ngồi rung đùi. Chúng vừa được "ăn", mà tôi nói thật với ông nhé! Bây giờ chúng coi khinh ông như đồ giẻ rách, cho dù, khi ông còn đương chức hiệu trưởng, là cùng hội, cùng thuyền.

Lúc ấy, ông đến, chúng tiếp đón, miệng chúng cười sởi lởi, tay bắt thật chặt, mâm cao, cỗ đầy và tất nhiên, ông đáp ứng những yêu cầu "bệnh hoạn' của chúng, chúng sẽ hứa với ông thật nhiều. Cái chức "hiệu trưởng" của ông, chẳng là cái đinh gì, nếu chuyện này chưa bị lộ, biết đâu, mọi việc vẫn tiến triển theo ý chúng, không biết chừng, ông còn lên cao nữa. Và cũng tất nhiên, chuyện không bị lộ, ông vẫn là một hiệu trưởng gương mẫu, một đảng viên gương mẫu để cả trường ông, từ giáo viên đến học sinh học tập.

Nay mọi chuyện bại lộ, ông phải ra trước vành móng ngựa nhận án. Ông căm cả lũ chúng nó, tôi chẳng phải họ hàng thân thuộc với ông, cũng căm. Một mình ông làm sao làm được chuyện này? Rồi ai đẩy ông vào làm chuyện đó? Tất nhiên, ông không phải là người tử tế, nếu tử tế, tay ông đã không nhúng chàm. Nhưng ông không tử tế một, thì những kẻ điều khiển ông, không tử tế gấp mười. Ông phải đưa thân ra để cúc cung tận tụy phục vụ bọn chúng, còn bọn chúng ngồi một chỗ điều khiển, sai nẹt, bắt ông làm chuyện đó, để chúng hưởng. Cho dù, tôi tin, có lúc ông không muốn, có lúc ông chửi thầm cả mả cha nhà chúng nó, nhưng vẫn phải làm. Vì ông không làm, chúng cách chức ông, thậm chí, có khi chúng cũng không cho ông an toàn. Điều nữa, ông cũng rất tin, nếu có làm sao, sẽ có chỗ "hạ cánh an toàn", quyền, thế của chúng lớn như thế cơ mà! Hơn nữa, nói với nhau như thế, ăn uống với nhau như thế, cùng hội, cùng thuyền như thế, ông đã hết lòng, hết dạ, chẳng lẽ chúng lại quay lưng với ông, khi ông gặp hoạn nạn!!!

Thời này làm gì có chuyện đó ông ơi!

Tôi nghĩ, chắc lúc này ông đã thấm của cái gọi là "tình đồng chí" mà chúng và ông lúc còn thân. Khi ông là hiệu trưởng, đã khi nào ông tiếp đón một trong những người của bọn chúng về thăm trường chưa? Lúc đó, nếu chuyện đó là có thật, nó sẽ nói hay hơn ông, vung tay cao hơn ông, thuyết giáo tuyệt hơn ông. Nhưng... đến bây giờ nó đều hơn ông, giảo hoạt hơn ông, lừa thầy, phản bạn, tất nhiên, hơn ông. Chúng phủi tay sạch trơn. Ông nhìn thấy rồi, khi ra tòa, ông quay lại nhìn, có thấy ai đâu, những kẻ vừa mới đây thôi, còn thì thào, chỉ lối để ông làm những việc này. Giờ đây, chúng coi như không có chuyện đó. Chúng yêu cầu tòa xử kín, không cho phóng viên, người thân vào, cũng chẳng phải là chuyện để "bảo vệ an toàn cho hai cháu" kia! mà chính là chúng "chơi" ông. Ông có khai gì? Ai biết! Ông có trách ai? Chẳng ai nghe! Ông có tức mình, chửi vung xích chó lũ đốn mạt? một mình ông hưởng! Còn chúng nó lại ngồi nhậu một chỗ nào đó, coi như không có ông trên đời, thậm chí chúng cũng quên chuyện đó đi, để bàn tính việc khác, kín đáo hơn, có lợi cho chúng hơn.

Thế thì, ông kháng cáo, đòi xử lại vụ án này là phải! Tôi ủng hộ ông, đừng để vụ án này chìm xuống, không để cho công luận quên vụ án này. Và biết đâu, ông kháng án, cho dù có thể người ta vẫn y án, hoặc xấu hơn nữa, để dằn mặt ông cũng như nhiều kẻ khác, giống ông, án nặng hơn nhưng ông sẽ được một điều, công luận chính trực sẽ ủng hộ ông, nếu ông dũng cảm nói lên sự thật. Ông lôi ra ánh sáng những khuôn mặt hắc ám, những mưu đồ bẩn thỉu, những trò chơi bệnh hoạn của những kẻ vẫn nhơn nhơn, nói không biết ngượng: "Giữ gìn sự trong sáng của Đảng, một lòng, một dạ phục vụ nhân dân...".

Lúc đó, ông tin đi, công luận sẽ nhìn độ lượng hơn với ông, thương ông hơn!

TẠI SAO PHẢI SỢ SỰ THẬT ?

Phiên tòa xử Luật sư Cù Huy Hà Vũ, mới đầu tôi tưởng, sẽ cho mọi người vào dự khán công khai. Thậm chí, báo giới được tự do đưa tin, hơn nữa, bằng luận chứng hùng hồn, đanh thép, có sức thuyết phục của các vị chánh án, tội "chống nhà nước XHCN" của Luật sư Cù Huy Hà Vũ sẽ rõ ràng. Những buổi cầu nguyện tự do cho Luật sư của nhà thờ, giáo hội, giáo dân... coi như đó dính vào âm mưu "của các thế lực phản động" trong và ngoài nước. Thậm chí đơn đề nghị miễn truy tố Luận sư Cù Huy Hà Vũ có hơn 600 chữ ký, trong đó có nhiều chữ ký của các vị lão thành cách mạng là sự "ngây thơ chính trị dễ bị lợi dụng". Những người dự phiên tòa này sẽ được lực lượng an ninh nhã nhặn mời vào dự với thái độ lịch sự...

Nhưng thực tế lại không phải như thế!

Trong ngày xử Luật sư Cù Huy Hà Vũ, Công an, cảnh sát, dân phòng dùng rào chắn ...ngăn chặn mọi người đến dự từ xa, không có truyền hình trực tiếp cho mọi người xem, phóng viên báo chí...đưa tin hạn chế hoặc có đưa tin phải theo một "khuôn phép" định sẵn. Thậm chí, những người ủng hộ Luật sư Cù Huy Hà Vũ cũng bị theo dõi, gây khó dễ... Mọi người quan tâm đến vụ án này gần như bị "bịt kín" thông tin!!!

Chỉ cần nhìn vào hiện tượng trên chúng ta có thể tự đánh giá, những lời quy kết Luật sư Cù Huy Hà Vũ trong bản cáo trạng của tòa án nhà nước Việt Nam có đúng không?

Những người lãnh đạo Nhà Nước Việt Nam đứng ở phe nào của nhân dân ?

Luật sư Cù Huy Hà Vũ là người yêu nước hay phản động?

Bàn tay, cho dù đó là bàn tay sắt, cũng không bao giờ che được ánh mặt trời.

Sự thật vẫn là sự thật!

LỊCH SỬ CẦN LÀM SÁNG TỎ NHỮNG SỰ THẬT

Tôi vừa đọc bài "CẦN LÀM SÁNG TỎ MỘT SỰ THẬT LỊCH SỬ?" của tác giả Mai Vũ trên trannhuong.com nói về tổ điệp báo A13 làm nổ thông báo hạm Amyot D'invile của Pháp tháng 9 năm 1950 ở ngoài khơi vùng biển Sầm Sơn (Thanh Hóa). Như tác giả cho biết, thông báo hạm này đúng là bị điệp báo Việt Minh cho nổ mìn nhưng nó không chìm, mà chỉ bị hỏng, đưa về cảng Hải phòng để sửa chữa! Nếu tin này đúng, như vậy chắc gì đã có tấm gương anh hùng nữ chiến sỹ an ninh Nguyễn Thị Lợi, người đưa va ly chứa mìn lên tàu, khi chị đóng vai "người yêu" của một sỹ quan Pháp.

Yêu cầu của tác giả tôi thấy chính đáng!

Thực tế bây giờ khi đọc lại nhiều tấm gương anh hùng, hành động anh hùng của họ, tôi và tôi tin có rất nhiều người sẽ thắc mắc! Không biết nhân vật đó có thật không? Vì chúng ta đủ bình tĩnh để suy ngẫm dựa trên chứng cứ khoa học và sự thật.

Một anh hùng lấy thân mình lấp lỗ châu mai. Tưởng là thật, nhưng suy nghĩ một chút, thấy chuyện đó quá vô lý. Làm sao có thể xông lên lấp lỗ châu mai...chẳng lẽ trận địa của đối phương chỉ có một lỗ châu mai!!!

Rồi một anh hùng lấy thân chèn pháo! Nghĩ kỹ cũng thấy đó là điều không tưởng. Nếu khẩu pháo nặng hàng tấn, đứt dây lao xuống dốc, một bên là vực sâu, một bên là vách núi, thì ai có thể cản được khẩu pháo ấy không rơi xuống vực, kể cả những tảng đá to, chưa nói đến thân người!!! nếu như khẩu pháo ấy không rơi xuống vực, chẳng qua đó là sự may mắn, chứ không thể do thân người cản lại.

Đấy là những suy luận mà tôi thấy có lý, chứ chưa kể có những anh hùng thực tế là không có thật, mà bây giờ lịch sử đã trả lại những tư liệu "không có" cho chúng ta thấy như anh hùng Lê Văn Tám (trong thời chống Pháp) và Nguyễn Văn Bé (trong thời chống Mỹ)... Thậm chí đến tấm gương anh hùng Nguyễn Văn Trỗi, trước mũi súng quân thù, qua những thước phim của điện ảnh Nhật quay trực tiếp, cũng không phải như miêu tả của báo chí miền bắc thời đó.

Nếu nhân vật đó không có thật!!! Hành động đó không có thật!!! Mình bị lừa dối. Từ đó suy rộng ra...

Đã bao lần mình cũng bị lừa dối cả về lý tưởng. Cả những hình ảnh mình tưởng đã tin.

Hóa ra đó cũng không phải là hình ảnh thật.

Mà người ta nói, một sự bất tín sẽ dẫn theo ngàn sự bất tin.

Nhân dân sẽ quay lưng, không ủng hộ một thể chế mà giả dối từ cương lĩnh đến hành động, dùng nó để giữ quyền thống trị của mình.

Nhân dân không ủng hộ, thể chế đó không thể tồn tại.

THỬ TÌM NGUYÊN NHÂN VÌ SAO HỌC SINH CHÁN HỌC MÔN SỬ?

Năm 1971, tôi vào học khoa Lịch sử, trường ĐHSP Hà Nội I.

Hồi ấy, thế hệ sinh viên chúng tôi được học nhiều thầy giỏi, uyên bác. Tôi nhớ thầy Chiêm Tế, Nguyễn Phan Quang, Trương Hữu Quýnh (có thể tôi nhớ nhầm họ), Phan Ngọc Liên, thầy Hải, thầy Lư, thầy Kiệm... rồi các thầy bên ĐH tổng hợp sang thỉnh giảng như thầy Trần Quốc Vượng, Từ Chi... bên Viện Sử học sang như thầy Cao Văn Lượng... Nhưng hồi ấy, có một điều cũng lạ, các thầy có nhiều ý kiến, luận chứng, tư liệu khác với "thông sử", tức là những điều đã được trình bày, "đóng đinh" trong giáo án, nhưng các thầy cũng chỉ nói trong những buổi thảo luận... để tham khảo "cho vui". Còn ra lớp các Thầy lại giảng theo giáo trình, có triển khai thêm một số ý chính, chúng tôi cứ cắm đầu ghi chép. rồi về học thuộc lòng. Đến khi thi viết hoặc thi vấn đáp lại những câu hỏi, những ý có sẵn trong bài giảng...

Qua những buổi ngoại khóa, đi thực tế, hoặc nói chuyện riêng giữa Thầy với trò, tôi nhận thấy kiến thức của các Thầy là siêu giỏi, có lẽ mình học cả đời, cũng không thể theo kịp, nhưng các Thầy không dám, hoặc không được phép trình bày công khai những ý kiến riêng. Nếu khác một chút là có chuyện ngay. Tôi còn nhớ, hồi tôi học, Thầy Trương Hữu Quýnh, với những tư liệu đáng tin cậy, chứng minh rằng Hồ Quý Ly là một nhà cải cách vĩ đại. Ông cho phát hành tiền giấy, cải cách hệ thống hành chính, hệ thống điền địa... Ý kiến đó khác với thông sử, mà thông sử đã được Viện sử học thông qua, thế là ý kiến của Thầy bị "giã" như giã giò, không chấp nhận!!! Rồi chuyện Quang Trung, Nguyễn Ánh, ai là người có công thống nhất đất nước? Nhất mực thông sử của nhà nước Việt Nam lúc đó cho rằng Quang Trung là người có công thống nhất đất nước, còn Nguyễn Ánh là kẻ ăn nhờ, "cõng rắn cắn gà nhà". Quang Trung ca ngợi lên tận mây xanh, còn Nguyễn Ánh thì không còn từ nào tả nổi về sự "xấu xa", "hèn kém". Một anh bạn của tôi, cùng học, không chịu, cố gắng bằng dữ liệu, luận chứng, chứng minh Nguyễn Ánh trên thực tế là người có công rất lớn, thậm chí quyết định đến việc thống nhất lãnh thổ. Đất nước có luật pháp, quốc hiệu, hành chính một cách trọn vẹn từ địa đầu miền bắc đến tật chót mũi miền nam... thế là cũng bị "đánh", không ai công nhận, bài kiểm tra, anh ta đưa ý kiến mình vào, bị điểm kém. Tôi thử so sánh, tất nhiên sự so sánh nào cũng khập khiễng, dẫu thế cũng giúp chúng ta có thể sáng tỏ thêm bản chất sự việc. Ví như cuộc kháng chiến chống Mỹ, như ta vẫn thường gọi, là cuộc kháng chiến chống quân xâm lược, chúng ta không cầu viện của mấy nước XHCN lúc đó về vũ khí, lương thực, thậm chí cả người nữa...liệu đất nước có thống nhất dưới sự lãnh đạo của Đảng Cộng Sản Việt Nam như hiện nay hay không? Chuyện này có giống như Nguyễn Ánh cầu viện quân Pháp, quân Xiêm... Có lẽ chỉ khác tên người lãnh đạo, và... tên gọi của một triều đại!

Đất nước của chúng ta trải qua không biết bao nhiêu triều đại phong kiến, mỗi triều đại có lúc thịnh, có lúc suy... Mỗi triều đại phong kiến ở Việt Nam kéo dài hàng trăm năm... nhưng thật lạ, ngành sử học, đặc biệt là trong ngành sư phạm đào tạo giáo viên dạy sử, hãy xem sự truyền đạt kiến thức cho đội ngũ giáo viên tương lai, rồi đội ngũ giáo viên này truyền đạt lại cho học sinh... những kiến thức như thế nào? Đến hai phần ba chương trình dạy học, chủ yếu nói đến chuyện "giữ nước" mà thực chất toàn là "chuyện đánh nhau" còn dựng nước, biết bao nhiêu sự kiện, kiến thức lịch sử hấp dẫn thì không đề cập hoặc có đề cập hết sức sơ sài... Nhà Trần đánh quân Nguyên, nhà Lê đánh thắng quân Minh, Quang Trung đánh thắng quân Thanh...Tất nhiên đó chiến công oai hùng của dân tộc, nhưng chẳng lẽ dân tộc Việt Nam chỉ giỏi đánh nhau??? Thực ra, thời gian xảy ra những cuộc chiến tranh này, so với cả một giai đoạn tồn tại rất dài của một triều đại, là rất ngắn. Mấy trăm năm của triều Lý, Trần... từ việc quản lý đất đai, hệ thống quan lại, bảo vệ, mở mang bờ cõi, phát triển đạo Phật, phát triển kinh tế... càng nghiên cứu càng thấy lịch sử cha ông chúng ta là "ghê gớm". Có ghê gớm như thế mới đứng vững, đứng chắc bên cạnh một nước phong kiến lớn.

Khi Thông sử đang giảng dạy hiện nay, dưới sự áp đặt của chính trị, nhất là dưới sự chỉ đạo của Ban Tuyên giáo TW, rồi bị lệ thuộc vào những sự chỉ đạo của mấy ông lãnh tụ Đảng, giảng dạy môn lịch sử ở trường phổ thông đã bị biến tướng, hoàn toàn không khách quan, mất tính thuyết phục. Giáo viên cứ căn cứ vào nội dung sách khoa, mà thực tế là thu gọn của giáo trình giảng dạy đại học (Nội dung tôi phân tích sơ qua ở trên). Giảng bài cho học sinh, giáo viên đã không còn hứng thú, truyền đạt một kiến thức khô khan. Toàn sự kiện, ngày tháng... rồi những bài học thắng lợi của cuộc kháng chiến, thậm chí lồng vào đó là cả "tính tư tưởng, mặt tốt, mặt hạn chế..." của một triều đại hết sức võ đoán, áp đặt... điều đó dẫn đến một nguy hại, học sinh cũng mất sự hứng thú học lịch sử, coi môn lịch sử chỉ là một bộ môn "học xong rồi bỏ", không hề có một tác dụng nào!!! Chúng ta hãy đọc một đoạn kiến thức lịch sử lớp sáu, trong sách Lịch sử, dạy các em học sinh (tôi chép nguyên văn) khi đề cập đến khởi nghĩa của Bà Triệu:

"... Không cam chịu áp bức, bóc lột nặng nề, nhân dân ta đã nổi dậy nhiều nơi. Thái thú Giao Chỉ là Thiết Tổng đã phải tâu lên vua: "Giao Chỉ ... đất rộng, người nhiều, hiểm trở độc hại. Dân xứ ấy rất dễ làm loạn, rất khó cai trị...".

Viết đến đó, SGK đặt một câu hỏi, tôi cho là hết sức vô duyên, đánh đố học sinh: "Lời tâu của Thiết Tổng nói lên điều gì?"

Trong khi, nếu như nói về nguyên nhân khởi nghĩa

của bà Triệu có bao nhiêu câu chuyện kể hay, hấp dẫn các em, lứa tuổi 12; 13, SGK không đưa vào dưới dạng kể chuyện mà đưa ra những kiến thức khô khan như thế, bắt các em thuộc lòng.

Thực tế tôi không thể hiểu cách dạy này?

Hay như chúng ta xem thêm những câu hỏi ôn tập của bài 21 "Ôn tập chương IV" của SGK lịch sử lớp 7 - trang 104 - 105 - NXB Giáo Dục năm 2008. (Tuổi học lớp này khoảng 13 -14, là lứa tuổi chưa định hình tâm lý, còn xốc nổi, ưa mạo hiểm, rất ít tập trung...) Thế mà các nhà biên soạn sách hỏi các em như sau: (tôi chép nguyên văn):

... Chúng ta đã học qua giai đoạn lịch sử Việt Nam thế kỷ XV - đầu thế kỷ XVI, thời Lê sơ. Hãy trả lời các câu hỏi sau đây:

1- Bộ máy nhà nước thời vua Lê Thánh Tông có tổ chức hoàn chỉnh, chặt chẽ hơn bộ máy nhà nước thời Lý Trần ở những điểm nào?

- Triều đình
- Các đơn vị hành chính
- Cách đào tạo, tuyển chọn bổ dụng quan lại

2- Luật pháp thời Lê sơ và nhà nước thời Lý - Trần có đặc điểm gì khác nhau?

3- Luật pháp thời Lê sơ có điểm nào giống và khác luật pháp thời Lý - Trần?

4- Tình hình kinh tế thời Lê sơ có gì giống và khác thời Lý - Trần?

- Về nông nghiệp
- Về thủ công nghiệp
- Về thương nghiệp

5 - Xã hội thời Lý - Trần và thời Lê sơ có những giai cấp, tầng lớp nào? Có gì khác nhau?

6- Trong lĩnh vực văn hóa, giáo dục, khoa học, nghệ thuật, thời Lê sơ đã được những thành tựu nào? Có gì khác thời Lý - Trần?

- Về giáo dục, thi cử

-Về văn học

- Về khoa học, nghệ thuật...."

Trong khi ở chương IV (trang 82 - 104), thì từ trang 82 đến trang 93 là nói về cuộc xâm lược của nhà Minh với Việt Nam, sự thất bại chống quân xâm lược của nhà Hồ, rồi cuộc kháng chiến giành độc lập dân tộc do Lê Lợi lãnh đạo. Số trang còn lại viết về nhiều vấn đề mà những câu hỏi yêu cầu các em học sinh "còn tranh nhau chỗ đi đái" phải trả lời!!!

Thử hỏi một người có trình độ Tiến sỹ sử học liệu có thể trả lời đầy đủ những câu hỏi trên không? Chứ chưa nói đến một em học sinh lớp bảy đang tuổi tâm lý cần định hình!!!

Dạy sử với kiến thức "nhồi nhét" như thế này làm sao học sinh không chán học sử!!!

Dạy sử với những kiến thức và cách truyền đạt không khoa học, phi logich, ôm đồm toàn sự kiện, không hợp với sự tiếp thu của học sinh, không hấp dẫn...thì y như tiếng reo của con gái tôi, khi biết thi tốt nghiệp năm nay: "Ba ơi! Năm nay không phải thi môn lịch sử. Cô giáo dạy sử và cả lớp chúng con sướng quá! Chúng con ghét nhất môn này."

Nghe quá buồn.

XIN ĐỪNG THƯƠNG CON VOI

Tin con voi đực Beckham 38 tuổi, có ngà, đang khỏe mạnh, ở Đà Lạt bị những kẻ thất nhân tâm dùng dao chém nhiều nhát vào lưng, mông, đầu... để dẫn đến cái chết đau đớn, đang gây bức xúc trong dư luận.

Tôi nhìn ảnh chụp lại những vết chém trên xác con voi này mà thấy đau đớn quá! Nào nó có tội tình gì, nó hiền lành thế kia, nó đang mang lại niềm vui cho con người mà nỡ nào... những kẻ lòng dạ ác thú lại xuống tay.

Chúng nó là thú chứ không phải là người!

Những kẻ gây ác, có lẽ chỉ có thể dùng từ đó là chính xác.

Nghĩ thế rồi lại giật mình.

Nhìn cảnh con vật bị hành hạ còn bức bối như thế, vậy những hình ảnh cứ hàng ngày báo chí đề cập đến thì sao?

Một thằng dáng thư sinh, có học dám đâm chết người hắn không yêu được bằng hàng chục nhát dao giữa thanh thiên, bạch nhật!

Lại một thằng khác, cũng có học, dám chặt người yêu cũ ra mấy mảnh, vứt mỗi mảnh một nơi...

Rồi cả chuyện, thằng con quá căm thù bố vì ông bố có tật nát rượu, hành hạ vợ, con...bất chấp đạo lý, thằng con chém bố cho đến chết, để rồi ra tòa lĩnh án...

Để trả thù chồng ngoại tình, vợ dám đóng đinh vào đầu của một đứa trẻ, con riêng của chồng.

Kinh hãi một chuyện, để trốn nợ, thằng này giết cả hai chị em người chủ nợ, bỏ vào thùng xốp, vứt dọc đường...

... là những chuyện dã man, nhưng không dã man bằng những chuyện sau:

Không đội mũ bảo hiểm, cũng bị đánh đến chết.

Mới nghi ăn trộm, cũng bị đánh chết, gia đình đến nhận lại xác, thì được báo "chết do tự tử".

Đứa trẻ chạy đi xem người lớn nói chuyện với nhau về chuyện đất cát, cũng bị xơi ngay một phát đạn vào người... người bắn đứa trẻ không biết xử lý như thế nào?

Thế vẫn không kinh khủng bằng chuyện:

Nhà, đất của người ta đường yên, đương lành, cho một phát "quy hoạch", được đề bù một ít tiền. Số tiền đủ lắm xây lại ngôi nhà, sắm thêm ít tiện nghi... thế là hết. Cả gia đình không biết lấy gì mà ăn, thất học...từ đấy mầm mống sinh ra tội ác, nhiều tội ác còn lớn gấp hàng chục lần tội ác đã điểm ở trên.

Tiền đóng thuế là của dân, lợi dụng chức quyền để tham ô, tham ô khủng khiếp, có tiền tha hồ ăn chơi, xây dựng biện thự, trang trại, cho con đi học nước ngoài... khoảng cách giàu nghèo gia tăng, ngaỳ càng lớn. Nhiều kẻ thất học, cộng với nghèo, dốt đi đến chuyện liều mạng, bất chấp luật pháp, gây nên những vụ giết người kinh hoàng như giết xe ôm, giết cả nhà cướp vàng, giết lái xe tắc xi...

Luật pháp không nghiêm, những kẻ "Quyền cao, chức trọng" rút ruột nhà nước hàng nghìn tỷ đồng, quá lắm là "phê bình", "cảnh cáo", "về hưu" còn người dân "đói ăn vụng, túng làm liều" chỉ ăn cắp vặt, tù mục xương... Nỗi căm thù cứ như vậy, chất chứa, đầy nguy cơ tiềm ẩn bùng phát những cuộc bao lực giết người!

Nghĩ như thế, thì chuyện con voi bị giết ở Đà Lạt nào đã thấm tháp gì!

Thương nhất là mạng người Việt Nam hiện nay, nhất là những người nghèo khổ.

An toàn, có sức khỏe, ổn định kinh tế, tinh thần thỏa mái...

Chỉ thế thôi! Mà sao khó lắm thay.

OSAMA BINLAĐEN ĐÃ BỊ TIÊU DIỆT

Tin trùm khủng bố Osama Bin Lađen bị tiêu diệt đã được Tổng thống Mỹ xác nhận vào trưa ngày 2/5/2011 (theo giờ Việt Nam). Một tin mừng không riêng cho nhân dân Mỹ mà tin mừng cho những người yêu chuộng công lý, tự do.

Làm sao thời đại này có thể chấp nhận một kẻ nhân danh "tử vì đạo" lại giết hại cả dân lành, trong đó không ít là đàn bà, trẻ em. Làm sao chấp nhận một kẻ, thay có thể dùng tự do ngôn luận, tự do cá nhân... để phát biểu chính kiến, phản đối chính phủ Mỹ thu phục nhân tâm, thì ngược lại, kẻ này đẩy hàng vạn con người vào chỗ chết bằng cách "tự sát thành những quả bom sống", gây nên những tội ác khủng khiếp. không những thế, Bin Lađen chủ trương xây dựng một nhà nước theo kiểu "taliban" tước đi tất cả quyền phát triển tri thức, nhất là của phụ nữ. Một xã hội hạn chế thông tin ở mức thấp nhất, không báo chí, không rạp chiếu phim, không truyền hình, phụ nữ không được tham gia chính quyền, không được học hành, chùa chiền, tượng phật bị phá bỏ... Một xã hội như vậy, không thể khác, nhân dân phải đứng dậy lật đổ.

Theo tôi, cho đến tận giờ Bin Lađen bị tiêu diệt, không phải là muộn, nhưng giá như...tiêu diệt được Bin Lađen sớm hơn thì tốt bao nhiêu! Cũng lạ, rõ ràng, tội ác của Bin Lađen gây ra với loài người, ai cũng rõ. Nhưng tại sao hắn có thể sống, có thể trốn ngần ấy năm cho đến tận ngày hôm nay mới bị trừng trị?

Phải chăng còn một tầng lớp người ở Afghanistan, Pakitxtan bị đầu độc về tinh thần, ngộ nhận về "lãnh tụ" Bin Lađen là người đem ấm no, ánh sáng đến với người nghèo... Họ thiếu thông tin, chỉ có thông tin một chiều của những phần tử cực đoan. Rồi do tệ nạn mù chữ, cuộc sống du mục lạc hậu, không được tiếp xúc bên ngoài, họ chỉ biết vâng lệnh của Bin Lađen "thần thánh" như vâng lệnh một đấng tối cao, để lao vào chỗ chết, những cái chết vô nghĩa mà cứ tưởng đó là cái chết "anh hùng". Điều nữa, cũng do sự độc tôn quyền hành, tự mình quyết định, với những chủ thuyết cực đoan, Bin Lađen đã hành động như một kẻ rồ dại, lấy bạo lực tàn ác là phương cách cai trị nhằm củng cố quyền thống trị của mình. Sự tàn bạo như cắt cổ, xử bắn công khai, ném đá đến chết... có thể, trước mắt làm cho người dân run sơ, nhưng về lâu dài, điều này không giúp cho Bin Lađen chạy trốn sự trừng trị. Khi người dân căm thù, họ sẽ chỉ chỗ Bin Lađen trốn giúp cho liên quân nước ngoài, do Mỹ đứng đầu, đến để tiêu diệt.

Tôi vẫn biết, tiêu diệt được một Bin Lađen là điều hay, nhưng trên trái đất này vẫn còn có những nơi dân trí lạc hậu, thiếu thông tin, xã hội mất dân chủ, một thể chế độc tài, đi ngược lại quyền lợi dân tộc... điều này sẽ sản sinh ra những "Bin Lađen" khác. Khác chăng những "Bin Lađen" này, không dại như Bin Lađen kia, lừa mị quần chúng khéo hơn, gây tội ác tinh vi hơn, không lộ diện... nhưng cuối cùng, vẫn là mục đích bảo vệ quyền lợi tối thượng của chúng, đẩy đất nước đó, dân tộc đó vào thảm họa.

Phải hết sức cảnh giác với loại "Bin Lađen" này!

VỀ HƯU

Về hưu, tôi chỉ thấy mấy anh viết văn, làm thơ thực tài là sướng. Thời gian nhiều, bạn bè lắm, ngao du sơn thủy thỏa mái... đủ đề tài để viết. Viết kiếm nhuận bút, viết để giãi bày, viết để bạn bè biết mình... không bao giờ hết việc. Nhiều người về hưu lại viết nhiều, viết hay. Loại người thứ hai về hưu mà sướng là những người có chuyên môn giỏi, ví như ngân hàng, kinh doanh, kỹ sư, giáo sư v.v... khi về hưu họ tự mở công ty, lập trang trại hoặc những Tổng công ty lớn, tập đoàn, trường Đại Học mời những người này làm cố vấn, chuyên viên. Có khi họ còn được trả lương cao hơn thời đương chức. Người về hưu sướng nữa, là có con cái phương trưởng, có hiếu với bố mẹ. Bố mẹ về hưu thích gì con cũng chiều, từ chuyện nhà cửa, đi chơi, khám sức khỏe ...Về hưu thế là thanh thản. Điều đặc biệt tôi vô cùng kính trọng và cảm phục nhiều vị là Giáo sư, Tướng lĩnh… khi đương chức đã giữ được uy tín, làm trọn trách nhiệm của Tổ quốc và Nhân Dân giao cho. Khi về hưu, trước những thực trạng đau lòng của đất nước, nhất là nền dân chủ bị vi phạm nghiêm trọng... các Vị đó vẫn không chịu ngơi nghỉ, lại đi đầu trong cuộc đấu tranh mới, để đất nước tiến vào con đường sáng. Thế hệ hậu sinh mãi mãi biết ơn, noi theo những tấm gương ĐẸP này.

Nhưng cũng có loại về hưu sao mà khốn khổ, khốn thân, khốn hại...đến thế! Đó là loại người, trình độ không có, trước đây đi bằng "cửa sau", lươn lẹo, hại bạn, phản thầy, mua quan, bán chức... leo lên được chỗ ngồi cao. Lúc đương chức họ tha hồ đục khoét.

Với cấp dưới, họ bắt nộp cống, với cấp trên, lết gối cầu xin, gọi "dạ", thưa "vâng" dù có bị xỉ nhục... Vì thế những người này rất ít bạn, thậm chí không có người bạn thân. Nên khi đã về hưu, họ cảm thấy sự hụt hẫng một cách nghiêm trọng, gần như có cảm giác cô đơn như một mình đi trên sa mạc, không chỗ nương tựa. Biểu hiện của những con người này khi về hưu, nhìn là rõ ngay. Có kẻ suốt ngày ngồi kể công, rồi phán như thánh sống, không biết rằng hồi người này còn đương chức thì làm như "mèo mửa" bị đồng nghiệp khinh, nhưng không tiện nói ra mà thôi. Kẻ khác, uống một hợp rượu, đặt mạnh cái ly xuống mặt bàn, chửi tất tần tật. Thằng này lừa đảo, thằng kia là đồ "ăn cháo đá bát", thằng nữa, tài năng gì, chỉ có chạy chọt mà lên... Chửi cho sướng miệng, chửi để hạ hỏa, chửi để tự động viên, an ủi, rằng: "Mình có thể bị xã hội quên nhưng vẫn có người biết đến, đó chính là... mình." Tôi thấy thương hại cho loại người này, khi về hưu.

Còn một loại người về hưu nữa, cũng cần nhắc đến. Khi đương chức luôn dạy đời bằng những ngôn từ không thể tử tế hơn, bản thân "là tấm gương đạo đức, liêm khiết để mọi người noi theo" nhưng bản chất vẫn là một anh nông dân tư hữu, trí thức văn hóa không cao hơn "ngọn rau lang", ưa hưởng thụ, ưa ngồi một chỗ, kiếm được nhiều tiền qua các hình thức bẩn... Nên khi về hưu, không còn bị ràng buộc bởi chức tước, bởi những khái niệm đạo đức Đảng Viên, bản chất đạo đức thật của con người này hiện ra: Tiền nhiều, bỏ mặc vợ con , đi nước ngoài như đi chợ...Ưa khoe khoan từ hình thức như nhuộm tóc cho trẻ ra, đi thẩm mỹ viện "tu sửa" nét mặt để hợp pháp "sức khỏe, tuổi tác" ra vào chỗ ăn chơi, hợp pháp về mặt hình thức với bồ trẻ "chân dài". Ấy vậy, khi bị va chạm vào một chút quyền lợi là tính lưu manh của những loại người này lộ nguyên hình.

Họ hay gây gổ, động đến một tý là chửi, không thèm sinh hoạt khu phố, thậm chí cả Chi bộ cũng mặc, cho dù có khi người ấy vẫn là Đảng Viên... những con người này, người dân tránh như tránh "hủi" không dám dây vào. Chính quyền cũng mệt, vì khó xử lý khi tính "công thần" nổi lên, đành nhắm mắt cho qua, không thèm chấp!

Thực nguy hiểm cho xã hội có những con người như thế này. Lúc đó coi luật pháp sẽ như không có, uy tín của nhà nước sẽ không còn, người dân sẽ bất bình, xã hội sẽ loạn.

Mời các bạn đọc thêm bài này trên báo THANH NIÊN số ra ngày 3/5/2011

SỐNG VỚI NHAU VÌ LÒNG NHÂN ÁI

Vừa rồi, nhân ngày lễ 30/4 một số tờ báo lớn của Việt Nam đã đăng lại tin biệt động Sài Gòn ám sát Giáo sư Nguyễn Văn Bông ngày 10 tháng 11 năm 1971, khi Giáo Sư có ý định ra tranh cử chức thủ tướng của chính phủ Việt Nam Cộng Hòa.

Là bạn đọc, tôi đọc tin này, thâm tâm thấy buồn hơn là tự hào. Cùng người Việt với nhau, nhắc lại làm gì những sự kiện này, khi chúng ta đang cố hàn gắn vết thương đau đớn trên cơ thể dân tộc. Mà vết thương đó, không ai khác, tự người Việt chúng ta gây nên. Vết sẹo đang cố lành, chuẩn bị lên da non, nỡ nào lại định bóc đi. Cuộc chiến tranh Việt Nam, tôi tin, thời gian và lịch sử sẽ phán xét công bằng. Bây giờ, hãy nhìn nhau bằng con mắt thân thiện, tấm lòng khoan dung đừng nhắc đến "máu" và "nước mắt" nữa. Cả hai bên bờ bắc, bờ nam, máu và nước mắt đổ ra quá nhiều bởi những luận thuyết chỉ có lợi cho những nước lớn, còn đất nước Việt nam là sông máu, núi xương, anh em chém giết lẫn nhau. Càng lùi xa sự kiện này, sự vật kia hiện lên thật hiện hữu, rõ ràng, đau đớn.

Khi các báo lớn Việt Nam đăng lại chuyện "biệt động Sài Gòn ám sát giáo sư Nguyễn Văn Bông", tôi nghĩ đến gia đình của Giáo Sư khi đọc tin này. Sự căm thù, nguyền rủa, định kiến và những phát biểu cực đoan... Nếu đúng như thế, cũng nên chấp nhận vì làm sao có thể quên được hình ảnh người thân bị ám sát chết không toàn thây, chỉ vì người này đang có ý định rất hiền lành "tranh cử chức thủ tướng"...

Nhưng không, trong một bài phỏng vấn trả lời đài RFA, bà Lê Thị Thu Vân, vợ của Giáo sư Nguyễn Văn Bông, nói: "... Khi mà biết những người giết hại chồng tôi thì rất nhiều người khuyên tôi phải kiện họ thì tôi nói "không", tôi là một người Phật giáo, tôi chỉ cầu nguyện cho linh hồn của họ... Và bây giờ ông Vũ Quang Hùng, ông lại viết thêm nữa không biết mục tiêu ông ấy muốn chứng tỏ mình là anh hùng hay có ý định gì nhưng tôi vẫn giữ vững lập trường là tôi sẽ cầu nguyện cho ông ấy...". Người Việt của chúng ta là vậy "Bầu ơi thương lấy bí cùng/ Tuy rằng khác giống nhưng chung một loài".

Chuyện của quá khứ, lịch sử dân tộc đã có những bước đi "không chuẩn" theo lý tưởng của từng giai cấp cầm quyền bên này, bên kia. Giờ nhìn lại những "lý tưởng", tất cả là bánh vẽ, không thật, đẩy cả triệu người chết. Người chết không nói được, nhưng cái chết của họ lại là bài học cho người sống. Nếu không định kiến, hòa hợp chân thành, coi tổ quốc Việt Nam là trên hết thì không có triệu người chết của cả hai bên. Và giả như, tôi nghĩ, những điều trên được thực hiện, những người chết giả như họ sống lại được, cũng chút phần an ủi. Cái chết của họ không vô ích, chỉ ít cũng là bài học nhân nghĩa cho người sống, phải sống tốt hơn. Bây giờ, nhiều tai ương lắm! Động đất, sóng thần, bão tố, môi trường bị hủy hoại, những thảm họa hủy diệt rất có thể dính đến quả đất từ bên ngoài vũ trụ, rồi nữa đất nước Việt nam chúng ta bao nhiêu thế lực lớn muốn thôn tính, đói nghèo vẫn còn đó... Vậy thì, chẳng lẽ người Việt Nam đến tận bây giờ lại cứ muốn hành hạ lẫn nhau, rắc muối lên vết thương "Chiến tranh Việt Nam". Tôi không hiểu, những lớp người tuổi trên sáu mươi trở lên, cả trong nước lẫn hải ngoại, sao không học các em trẻ tuổi, bây giờ đang độ trên dưới ba mươi tuổi. Các em sống với nhau, đại bộ phận, trên tinh thần hòa hợp, không ngăn cách địa lý, giáo phái, giàu nghèo...một lòng vì sự trường tồn, hồi sinh của đất Việt. Hãy nhìn các em từ nước ngoài về sống với các em trong nước ra sao? Rồi hãy nhìn các em học sinh trong nước ra nước ngoài, đại bộ phận các em thành đạt, làm nên thương hiệu Việt Nam lớn, Ngô Bảo Châu là ví dụ.

Tôi chỉ có một ước mong, các vị lãnh đạo Việt Nam hãy mở lòng mình nhiều hơn nữa, đặt sự tồn vong của dân tộc, của đất nước lên làm đầu, kêu gọi và bằng hành động cụ thể để đồng bào Việt Nam yêu nước ở hải ngoại tin tưởng cùng về chung tay, chung sức xây dựng, bảo vệ tổ quốc Việt Nam. Còn đồng bào Việt Nam yêu nước hải ngoại cũng nhìn về tổ quốc Việt Nam với sự khoan dung, không thù hằn với những người Cộng sản. Trong hàng ngũ những người lãnh đạo Cộng sản Việt nam hiện nay không phải ai cũng xấu hết, có rất nhiều người cũng chung ý nghĩa, chung đường với dân tộc. Làm sao chúng ta không thể bắt tay với nhau trên tinh thần hòa hợp, thương nhau, máu đỏ da vàng. Cứ nguyền rủa, chửi bới... sẽ được gì? Lòng dân chỉ ly tán thêm, đất nước mãi mãi chia cắt, không trên địa lý thì còn trong lòng người! Ai có lợi cho điều này! Đó là những kẻ phản quốc, những thế lực đế quốc lớn muốn thôn tính Việt Nam. Đau lòng hơn, đất nước Việt Nam sẽ mãi đắm chìm trong máu và nước mắt.

Chỉ có hòa hợp, yêu thương, đoàn kết một cách chân thành tổ quốc Việt Nam của chúng ta mới lớn mạnh

NGHĨ VỀ DI CHÚC CỤ HỒ

Tôi còn nhớ, sáng ngày 9 tháng 9 năm 1969, có thể nói rằng người dân cả miền Bắc đã khóc khi nghe ông Lê Duẩn - Bí thư thứ nhất Ban Chấp Hành Trung Ương Đảng Lao Động Việt Nam đọc di chúc của Cụ Hồ trong lễ truy điệu Cụ tại Quảng trường Ba Đình. Sau cái chết của Cụ, có lớp lớp thanh niên lên đường vào Nam để thực hiện nguyện ước của cả dân tộc, và của chính Cụ là thống nhất tổ quốc.

Nhưng sau khi thống nhất tổ quốc, phải nói thẳng, chưa bao giờ lòng dân bất yên như hiện nay, không đúng với những lời dặn dò cuối cùng của Cụ Hồ.

Thực tế, nếu như chúng ta thực hiện đúng di chúc của Cụ, như chỉnh đốn lại Đảng, quan tâm đến khoan sức dân, chú ý bồi dưỡng đào tạo thế trẻ, thực sự đoàn kết trong Đảng...thì đát nước này sẽ khác, lòng dân sẽ yên và một điều quan trọng, trong di chúc của Cụ Hồ, chúng ta không thực hiện là Cụ muốn hỏa táng, không xây lăng mộ, không tổ chức điếu phúng linh đình. Cụ muốn hài cốt của mình hỏa táng để trong ba lọ.

Sau ngày thống nhất đất nước, ba lọ này để trên những ngọn đồi đẹp, trong một ngôi nhà nhỏ tiện cho mọi người đến phúng điếu. Mỗi người khi đến phúng điếu Cụ, như Cụ viết trong di chúc - sẽ trồng một cây xanh. Không bao lâu, những khu vực này sẽ là một "rừng cây Bác Hồ".

Tôi nghĩ, giá như điều ước muốn trên của Cụ Hồ

thành sự thật, hơn ba mươi năm qua, rừng cây Bác Hồ sẽ rộng lớn như thế nào? Đẹp như thế nào? Môi trường sẽ tốt như thế nào? Và tất nhiên rừng sẽ không bị phá kinh khủng như hiện nay vì trong thâm tâm người dân Việt Nam, không ai dám làm việc thất đức, trái với điều tổ tiên đã dặn. Điều dặn dò cháy lòng này của Cụ trước lúc đi xa, còn có ý nghĩa nhân văn lớn lao, giáo dục lớn lao. Con người sống thân thiện với môi trường, sẽ hình thành đạo đức mới, nhân ái, hòa thuận, đoàn kết... Là những điều rất cần cho con người hiện đại.

Tôi lại nghĩ, nếu như Cụ Hồ sống dậy, khi nhìn thấy Lăng to như thế! Tốn kém như thế và để cho bao nhiêu người dân rất khổ mới ra được Hà Nội viếng Cụ, trong đó có thương binh, người già, con trẻ...chắc Cụ sẽ rất buồn!

Chúng ta đang phát động cuộc thi" Học tập đạo đức, tư tưởng, tác phong Hồ Chí Minh" nhưng hình như... chúng ta vẫn chưa hiểu hết con người Hồ Chí Minh. Và cũng hình như... chúng ta coi Cụ là một người Cộng sản, trung thành với chủ nghĩa Mác - Lê Nin.

Theo ý nghĩ thiển cận của tôi; Cụ Hồ không phải là người cộng sản cuồng tín, Cụ là người Việt Nam chân chính, một người yêu nước, đặt lợi ích dân tộc lên trên hết.

Hiện nay, nếu nói "Học tập đạo đức, tư tưởng, tác phong Hồ Chí Minh" không gì hơn, những người lãnh đạo Đảng Cộng Sản Việt Nam nên thực hiện đúng di chúc của Cụ.

ĐỪNG THAN VÌ SAO HỌC SINH CHÁN THI KHỐI C?

Năm nay số lượng thí sinh thi khối C thấp kỷ lục. Nền văn học Việt Nam đã đến hồi báo động. Nguyên nhân do đâu?

Nhiều người nêu nguyên nhân do phát triển công nghệ thông tin, do phổ cập hóa tiếng Anh, rồi hiện trạng giáo viên dạy văn lương thấp không hứng thú với nghề, không tuyên truyền đọc sách, nhuận bút thấp, số lượng bản sách in ít. các em học kém mới chọn thi ban C v.v... và v.v...

Theo tôi, đúng là có nguyên nhân trên, nhưng nguyên nhân chính của hiện tượng này là chúng ta đã "chính trị" hóa nền văn học.

Nền văn học Việt Nam đa dạng, phong phú, nhiều áng văn thơ bất hủ. Nhưng chúng ta cho các em học thế nào? Lúc nào cũng đề cao những tác phẩm văn học "lên án sự bóc lột dã man, tàn độc của bọn đế quốc, thực dân", "Chủ nghĩa anh hùng cách mạng", "chiến thắng quân xâm lược"... Phải chăng, văn học Việt nam chỉ thế thôi! Quay đi, quay lại vẫn mấy tác phẩm này, để thi đại học. Trong khi đó, chưa kể các tác phẩm văn học sáng tác trong nước, hiện thời, rất nhiều tác phẩm của các nhà văn Việt Nam sống ở nước ngoài, viết về đất nước, về tình yêu đồng loại, dân tộc rất hay, lên án chiến tranh...

nhưng các em không biết, trong giảng dạy, ngoại khóa không đề cập.

Các em học sinh có quyền biết, quyền phát biểu ý kiến, lớn hơn các em có thể trình bày tác phẩm... Nhưng nếu như các em trình bày một ý kiến độc lập, một tác phẩm văn học khác với yêu cầu "chính thống", lẽ ra cần khuyến khích, thì ngược lại, nếu các em làm điều này sẽ điểm kém, truy chụp... Cứ như vậy, vô hình dung giáo viên đã làm thui chột tài năng văn học ngay trong trường phổ thông.

Phương pháp giảng dạy văn học, hướng dẫn giảng dạy văn học... gần như rập một khuôn, nếu là tác phẩm của mấy "ông lớn" thì ca ngợi, ngược lại, giáo viên giảng dạy văn học không đọc hay không dám bảo vệ những tác phẩm sáng tác hiện đại có xu hướng cách tân. Giảng dạy văn học ở trường phổ thông, nhiều người ví von như đang nói chuyện thời sự, các em ngồi nghe cho biết, không hứng thú. Vì thế, nhiều em ham thích văn học cũng thấy chán.

Trong các nhà văn, nhà thơ Việt Nam hiện nay, tôi biết, rất nhiều nhà văn, nhà thơ có những tác phẩm hay, viết về thân phận con người, nêu lên hạn chế của xã hội đương thời, cần mạnh dạn cải tạo. Nhiều tác phẩm chỉ căn nguyên gây nên những tội ác... nhưng rất tiếc, những tác phẩm có nội dung như vậy, hiện thời không thể xuất bản, đốt đuốc giữa ban ngày chẳng tìm ra một tác phẩm văn học có thể "trụ" được với thời gian như tiểu thuyết "Số đỏ" của nhà văn lớn Vũ Trọng Phụng. Không có những tác phẩm lớn, thì thử hỏi làm sao có nền văn học lớn! Và như thế, không trách vì sao trong văn học không tạo được một động lực cho các em ham văn học, ham sáng tác.

Thực tế xã hội hiện nay các em đang sống như thế nào? Chủ nghĩa thực dụng bao trùm. Những khái niệm trong sạch về đạo đức, lối sống, lý tưởng... tất cả chỉ là "bánh vẽ", còn nhìn ở đâu cũng thấy những cảnh tiêu cực chướng tai, gai mắt, tương lai của các em gần như xã hội ít quan tâm. Chính những điều đó đập thẳng vào suy nghĩ, rất dễ gây cho các em sự phản kháng. Nếu nhẹ các em tìm đến chơi điện tử, đi phượt... còn nặng hơn, các em chơi thuốc lắc, đến nhà nghỉ... mong đốt thời gian nhanh nhất, không phải suy nghĩ nhiều nhất. Như vậy còn thời gian đâu để các em ham thú văn chương, đọc sách, viết sách... Một điều đòi hỏi, ngoài tài năng, còn có độ chín của suy nghĩ, của sự trưởng thành.

Đó là chưa kể rất nhiều nhà văn, nhà thơ, nhà trí thức cũng chỉ muốn nói lên tiếng nói trung thực, điều tâm huyết muốn xã hội chúng ta đang sống phải tốt hơn, Đảng đang cầm quyền phải là Đảng có đường lối đúng, thật trong sạch, thật tài giỏi, được dân tin... nhưng cuối cùng, nhiều người viết những cuốn sách nói điều đó đã gặp "nạn", thậm chí, không thể sáng tác. Có người mang cả sự hàm oan đến chết, họ chết trong nghèo khổ.

Những tấm gương văn học như thế, chắc chắn các em không muốn theo, hoặc muốn trở thành nhà văn.

Mới điểm qua những điều như vậy, để thấy rằng, các em học sinh sau khi tốt nghiệp phổ thông, chán thi khối C, đó là điều đương nhiên!

CHUYỆN NHỎ NHƯNG ... KHÔNG NHỎ

Trên tờ báo Tuổi Trẻ ngày 25/5/2011, ở trang 4 có đưa một tin nhỏ: "... Lúc 10 giờ ngày 23/5/2011 trong khi được chở từ bến đò Cẩm Thanh đến bệnh viện thì chị Nguyễn Thị Ba (trú tại Duy Nghĩa, Duy Xuyên, Quảng Nam), chuyển dạ và sinh ngay trên xe. Nhanh trí tài xế tắc xi Mai Linh - Hội An là anh Văn Công Minh kịp thời dừng xe và giúp sản phụ cắt rốn, vệ sinh, đỡ đẻ thành công một cháu trai nặng 2,8 kg. ngay sau đó anh Minh tiếp tục đưa sản phụ đến bệnh viện đa khoa Hội An bàn giao cho bác sỹ...".

Một tin nhỏ thôi, trong lòng tôi trào lên xúc động. Bây giờ đi ra ngoài đường, thấy một vụ tai nạn, hay một vụ đánh nhau, thậm chí nhìn rõ thằng ăn cắp đang móc túi người khác... cũng đành nhắm mắt làm ngơ! Lao vào cứu, có khi chẳng "phải đầu", cũng "phải tay". Vì rất lâu rồi, ở xã hội này, gần như thái độ thờ ơ, không quan tâm... những tai nạn, nỗi khổ của người dân trên đường đã gần như thành một suy nghĩ bình thường, không để ý.

Ấy vậy, hành động của anh lái xe hãng Mai Linh Văn Công Minh đã thức tỉnh, ít nhất cũng là những người như tôi, nên suy nghĩ lại. Cứu người gặp nạn, một lời động viên an ủi, một nghĩa cử chân thành... Tôi nghĩ gia đình người sản phụ kia vô cùng biết ơn anh Minh. Khi đứa trẻ lớn lên, nghe người mẹ của nó kể về trường hợp ra đời của mình, tôi nghĩ chắc chắn cháu sẽ có một trong những động cơ lớn trở thành người tốt, giúp ích cho đời.

Nghĩ thế, việc làm của Anh lái xe tắc xi Mai Linh Hội An Văn Công Minh có một ý nghĩa không hề nhỏ.

Ngược lại, vừa rồi có vụ chìm tàu nhà hàng Dìn Ký (Bình Dương) chết gần 20 người, rồi trước đó cũng có vụ sập mỏ đá Lèn Cờ (Nghệ An) cũng chết với số lượng người gần như thế...Những thảm cảnh vô cùng đau đớn của người dân Việt Nam. Vụ chìm tàu Din Ký không một lời hỏi thăm, chia buồn của các vị lãnh đạo cao nhất của Đảng và Nhà nước Việt Nam.

Với vụ sập mỏ đá Lèn Cờ, cẩn thận, tôi tra trên Google.com mục: "Lời hỏi thăm, chia buồn của Đảng và Nhà nước Việt Nam về vụ sập mỏ đá Lèn Cờ", không hề tìm thấy một từ nào viết về việc này.

Nghĩ lại thấy đau xót, một việc nhỏ thôi là quan tâm, động viên, chia sẻ, dù đó chỉ là lời nói chứ chưa phải là hành động là thể hiện ý thức của những người lãnh đạo đất nước có thực sự vì Dân hay không? Thực sự quan tâm đến đời sống nhân dân hay không?

Không để ý những việc tưởng như "nhỏ" như thế này, sẽ để lại hậu quả xấu vô cùng "lớn" về nhân cách, trình độ lãnh đạo, tầm văn hóa của những người lãnh đạo Đảng và Nhà nước ta hiện nay.

Và tôi thầm so sánh: Việc làm của anh lái xe hãng Mai Linh Hội An Văn Công Minh với việc làm, lời nói của những Vị lãnh đạo Đảng, nhà nước Việt Nam với vụ sập mỏ đá Lèn Cờ và vụ chìm tàu nhà hàng Dìn Ký, ai là người tốt hơn?

Bạn đọc tự trả lời.

ĐÃ ĐẾN LÚC CẦN MỘT HỘI NGHỊ "DIÊN HỒNG"

Vận nước đến hồi cấp báo!

Phía Bắc biết bao nhiêu tao loạn, rừng bị phá, đất bị chiếm, dân biểu tình, hàng trốn thuế tràn ngập...

Phía nam thiên thai dồn dập, nông dân sống khổ, sông bị ô nhiễm, công nhân đình công, tai nạn giao thông trên bộ, dưới sông xảy ra liêp tiếp, người chết gia tăng...

Miền trung, đảo lớn bị xâm lược Trung Quốc thâu tóm, tàu đánh cá bị giặc đâm, thăm dò dầu mỏ trong vùng biển của mình, ngang nhiên Trung Quốc cho tàu tới ngăn cản, đuổi đánh...

Xã hội đảo điên, luật pháp không nghiêm, người vô tội bị chết oan, nạn trộm cắp, cướp giật, giết người... ngày nào cũng có, người ngay sợ kẻ gian...

Kinh tế xuất hiện nhiều dấu hiệu không ổn định, lạm phát tăng cao, nhập siêu lớn, đời sống của cán bộ, công nhân viên với đồng lương nhà nước... không thể sống nổi, khoảng cách giàu nghèo ngày càng lớn

Niềm tin vào người điều hành đất nước biểu hiện suy giảm vì Nhà nước Việt Nam không thể chống một cách có hiệu quả nạn tham nhũng, lãng phí, quan liêu, bất công xã hội... Quốc hội không thừa hành được quyền lực của mình, nền dân chủ bị xâm phạm nghiêm trọng, tiếng nói chính trực của những người trí thức yêu nước bị đàn áp.

Đảng Cộng Sản Việt Nam với những năm của thế kỷ trước, làm niềm tin, là lý tưởng, là mục đích đi đến của các thế trẻ già Việt Nam, nhưng hiện nay Đảng Cộng Sản Việt Nam không còn là hình ảnh đẹp như vậy. Bởi vì là Đảng duy nhất cầm quyền, nhiều kẻ cơ hội, thoái hóa, biến chất... chúng tìm cách vào Đảng, biến Đảng thành một tổ chức phục vụ một nhóm người, đi ngược lại quyền lợi của dân tộc, của người lao động, làm thay đổi bản chất tốt đẹp của Đảng.

Nguy hại nhất của việc làm này, là làm cho Đảng đang là lãnh đạo, đồng hành với nhân dân, đã trở thành một đối tượng để nhân dân đấu tranh.

Đã đến lúc, phải cùng thống nhất, xây dựng lại Đảng, khôi phục uy tín của Đảng, giữ đúng bản chất tốt đẹp của Đảng, vì dân tộc, vì nhân dân, nếu như Đảng Cộng Sản còn cầm quyền.

Theo tôi, cần tổ chức ngay một hội nghị DIÊN HỒNG mới để toàn dân bàn vấn đề trên.

KHÔNG THỂ CHẦN CHỪ!

MỘT TÍN HIỆU VUI

Thường những lần bầu cử Quốc Hội trước đây, chỗ tôi ở, gần như bà con, nhất là các cụ hưu trí, ít quan tâm đến ai trúng, ai trượt. Đặc biệt, các vị "lớn" lại càng không quan tâm, vì đã biết trước cả rồi. Nhưng năm nay, cụ thể bầu cử Quốc Hội năm 2011, tôi có cảm giác bà con quan tâm hơn. Với các vị "lớn" lại càng quan tâm. Họ nhận xét từng vị được bầu vào đại biểu Quốc Hội: "Ông ấy cứ bảo là ăn, nhưng ăn một làm mười, thế là dân nhờ. Còn có ông không thấy làm gì cả, toàn nói suông. Tài cán thì toàn dân nhìn rõ, phá là nhiều, tham nhũng là lắm, không nên để vị ấy là đại biểu Quốc Hội rồi nắm chức trọng, mối nguy càng lớn". Thậm chí, tôi chứng kiến, có cụ hưu trí, đi hỏi thày tướng số: "Đấy cái vị đó... oai phong thế... tướng mạo đăng cốt như thế... trúng chứ?". Thầy tướng bấm số, miệng lẩm bẩm tính toán: "Không trúng cụ ạ! Nhất định là không trúng vì năm nay, số ông ấy không hợp. Tích lại rồi, lòng dân không theo, ăn nói ba phải, của cải giàu có không phải do mồ hôi nước mắt mình làm ra mà do toàn của đút, cậy uy. Nhìn ánh mắt, dẫu trông có vẻ tỉnh đấy, nhưng u ám lắm". Cụ hưu trí vỗ đến đét vào đùi: "Nếu Thầy nói trúng phóc, vừa là hồng phúc cho dân tộc, vừa trúng ý tôi, tôi sẽ đãi Thầy một chầu...".

Chứng kiến những chuyện như vậy, tôi có suy nghĩ:

Ít nhất ý thức dân chủ đã manh nha trong suy nghĩ người dân. Dẫu bầu cử Quốc Hội năm nay, thực tế cũng chưa phải đúng với ý muốn của nhiều người, nhưng ít nhất, người dân đã quan tâm, quan tâm thực sự đến một số người "có quyền cao, chức trọng" liệu có thể trúng cử vào đại biểu quốc hội hay không? Họ vui, khi người đó, có thành tích tốt với dân, một thành quả cụ thể đem lại lợi ích cho dân, nay trúng vào đại biểu quốc hội có thể phát huy tốt những việc làm của mình, có lợi cho dân nhiều hơn. Nhưng người dân cũng lo lắng với những vị, trong quá khứ, với trách nhiệm dân giao, nhưng không làm tròn, thể hiện một thái độ không kiên quyết chống tham nhũng, tự cao, tự đại... bây giờ trúng đại biểu Quốc Hội rồi giữ chức lớn, hiện tình đất nước sẽ ra sao? Vì thế, sau ngày bầu cử Quốc Hội là sự phỏng đoán, rồi có một, hai tín hiệu lạc quan như Chủ tịch tỉnh Long An do có nhiều sai sót trong lãnh đạo nên khi bầu vào HĐND tỉnh, có số phiếu bầu thấp, nên không trúng.

Đó là một tín hiệu vui.

Tiếp nữa, chưa biết tin cụ thể ra sao? Chỉ là tin vỉa hè: "Vị X... đường đường là một "Thái Thượng Hoàng" trong triều, nhưng có khả năng không trúng vào Đại biểu Quốc Hội, và như vậy, chức "Thái Thượng Hoàng" kia, cũng có khi phải nhường cho vị khác" Mà mấy cụ hưu trí đã vui: "Mong cho chuyện đó thành sự thật, để còn tin rằng, trong tổ chức Đảng, trong dân vẫn có những cái nhìn sáng suốt... Bầu cử quốc hội nước ta, bước đầu có dân chủ".

Cũng qua cuộc bầu cử Quốc Hội lần này, tôi nhận ra một điều, người dân, dẫu có thể chưa biết nhiều thông tin, hoặc thông tin chỉ một chiều, nhưng không phải là họ không biết, hay không dám bày tỏ chính kiến của mình, nhất là trong việc bầu cử. Tôi tin, nếu công khai hết số phiếu bầu đại biểu Quốc Hội, thông kê thử số phiếu trắng chiếm tỷ lệ bao nhiêu, chúng ta sẽ hiểu thái độ của người dân với cuộc cuộc bầu cử này.

Cho dù số người tự ứng cử của kỳ Quốc Hội lần này, chưa nhiều, nhưng tôi mừng, số lượng người tự ứng cử ,trước khi hiệp thương, năm nay đông hơn các kỳ trước nhiều lần, nhiều người phát biểu rất hay, hợp lòng người, như Giáo Sư Nguyễn Phúc Giác Hải hay như như nhà phê bình Phạm Xuân Nguyên... Tất nhiên các vị này, do nhiều nguyên nhân, người thì không được giới thiệu vào ứng cử ĐBQH, người khác bầu không trúng vào HĐND, nhưng tiếng nói, chương trình hành động của họ, người dân đã có thể so sánh trình độ với những người khác khi trúng cử, ai tốt hơn, ai kém hơn??? Đó cũng là một điều hay...

Với những tín hiệu tốt như thế, tôi tin, Quốc hội Việt Nam sắp tới, dù có thể vẫn bị những điều ràng buộc nhất định, nhưng sẽ có những thay đổi về chất, về lượng, ra được quyêt sách đúng, thể hiện đúng vai trò, chức năng độc lập của mình...

BẤM NÚT!

Bản tin thời sự sáng ngày 3/6/2011 của VTV 1, phát thanh viên trong mục thể thao, cho khán giả biết, trong số hơn hai trăm đại biểu bỏ phiếu bầu Chủ tịch FIFA, có hai phiếu không tán thành ông Blatter vào chức Chủ tịch là Hiệp hội bóng đá Anh và Liên đoàn bóng đá Việt Nam. Riêng trường hợp của Liên đoàn bóng đá Việt Nam, phát thanh viên cho biết, do ông Tổng thư ký hay Chủ tịch liên đoàn Bóng đá Việt Nam dự cuộc bỏ phiếu này đã nhầm hai nút “yes” và “no”...

Theo tôi, ở trường hợp này, một là các vị ấy không biết tiếng Anh, nghe dịch bập bõm. Cũng có thể, sức khỏe yếu, các vị vừa đi đường dài, mệt, lại căng thẳng trong một cuộc họp quan trọng, không tập trung. Hoặc nữa, chuyện bóng đá Việt Nam tuy lên "chuyên nghiệp" đã lâu, thay HLV liên tục mà thành tích bóng đá vẫn "đì dẹt" khu vực, làm sao vực dậy??? Mãi nghĩ, có lúc vội, bấm sai. Cũng biết đâu, những vị này cũng có tên trong ứng cử đại biểu Quốc Hội hay HĐND, kết quả chưa biết, lo lắng, nên lơ đãng trong việc bấn nút...

Sau việc "nhầm lẫn" chết người này, tất nhiên có vị chủ chốt trong Liên đoàn bóng đá Việt Nam sẽ đến thanh minh với Ông Blatter. Ông Blatter có thể để ý đến Hiệp hội Bóng đá Anh, khi đã an tọa chức Chủ tịch FIFA, nhưng với Liên đoàn bóng đá Việt Nam, ông sẽ cho qua, giữ một niệm tình thương mến, như đã có lần ông đến Việt Nam phát biểu. Vì ông nghĩ đây chỉ là chuyện "nhầm lẫn", chứ Liên đoàn Bóng đá Việt Nam có "cho kẹo" cũng không dám làm việc này!!!

Nếu đúng như thế, cũng là điều mừng cho Liên đoàn Bóng đá Việt Nam.

Cũng mừng, ông Blatter là người lãnh đạo giỏi thực sự, chẳng thế ông ở trên "ngai vàng" FIFA bốn nhiệm kỳ rồi, dù tuổi 75 mà vẫn được sự tín nhiệm của tuyệt đại đa số các thành viên trong tổ chức này. Dẫu có một, hai phiếu không tán thành, không hề làm suy suyển uy tín của ông... nên việc "nhầm lẫn' của Liên đoàn Bóng đá Việt Nam có thể chấp nhận được.

Nhưng, việc "bấm nút" nhầm lẫn ở FIFA, có xảy ra như thế, hoặc hơn thế của Liên đoàn bóng đá Việt Nam, cũng không ảnh hưởng đến nội tình Việt Nam lắm.

Chứ việc bấm nút "nhầm lẫn" của Đại biểu Quốc Hội Việt Nam, nhất là kỳ Quốc Hội sắp tới, phải hết sức thận trọng. Từ chuyện bầu nhân sự cấp cao của Chính Phủ. Cho dù đã được sự giới thiệu của Bộ Chính Trị, của Ban Chấp Hành TW Đảng, Đại biểu Quốc Hội vẫn rất cần tiếng nói, lá phiếu độc lập của mình, không "nhầm lẫn" bỏ phiếu cho người không thực tài, mất uy tín với dân, với dân tộc, với Đảng vào những chức vụ quan trọng.

Điều này sẽ hết sức tai hại!!!

Với những quyết sách lớn về kinh tế, về xã hội, nhất là sự toàn vẹn lãnh thổ, những đòi hỏi ngang ngược của giới cầm quyền Bắc Kinh, đại biểu Quốc Hội phải có những chính kiến rõ ràng, không ba phải, tuyệt đối không "nhầm lẫn" bỏ phiếu tán thành những dự án mà chỉ làm lợi cho một "nhóm lợi ích" mà làm tổn hại cả nền kinh tế, đẩy xã hội vào vòng hỗn loạn, tham nhũng, lạm phát, nghèo khổ, cạn kiệt tài nguyên...

Những sự bấm nút "nhầm lẫn" không có lòng tự trọng, nô lệ để đưa đất nước vào vòng Bắc thuộc lần thứ II, thì đau đớn vô cùng.

Sự "nhầm lẫn" này sẽ bị ngàn đời nguyền rủa!

Vì thế, với tư cách là tiếng nói của một công dân Việt Nam yêu nước, tin tưởng vào Quốc Hội Việt Nam, tôi tha thiết mong các Đại Biểu Quốc Hội hãy thể hiện bản lĩnh, lòng tự trọng, được dân tin tưởng, cẩn trọng trong việc bấm nút.

Tuyệt đối không có sự "nhầm lẫn"!

ANH CẢM ƠN EM!

Sáng nay xem trên basam, thấy hình Các Em biểu tình trước Tổng lãnh sự Trung Quốc ở Úc ngày 4/6/2011, anh thực sự tự hào.

Các Em vẫn mang dòng máu quật cường của dân tộc, sống không phải cho bản thân mà nguyện hiến thân cho tổ quốc.

Các Em đã hiểu, dẫu có học thành tài, mà không có tổ quốc, hoặc tổ quốc bị nô lệ thì phận mình mãi vẫn là tôi đòi, nhục nhã trong sự sai khiến của ngoại thuộc.

Bằng hành động tự phát, không cần sự kích động, hay lôi kéo, trước hiểm họa xâm lược của các thế lực cầm quyền Đại Hán, Các Em đứng trước Tổng lãnh sự quán Trung Quốc ở Úc, giương cao cờ Việt Nam, đọc to bài thơ "Nam quốc sơn hà nam đế cư...". Hẳn những kẻ lăm le xâm chiếm nước ta cũng phải suy nghĩ và run sợ với sự đồng lòng của cả dân tộc Việt Nam.

Hành động biểu tình ôn hòa nhưng thái độ cương quyết của các em trước Tổng lãnh sự quán Trung Quốc, Các Em đã cho anh một bài học, yêu tổ quốc Việt Nam, bảo vệ toàn vẹn đất nước Việt Nam là nghĩa vụ thiêng liêng của tất cả những người dân Việt nam, dù người đó ở đâu trên trái đất này. Và lớn hơn, yêu tổ quốc Việt Nam, phải hành động. Hành động THỰC SỰ, DŨNG CẢM, CƯƠNG QUYẾT, CÓ TRÁCH NHIỆM chứ không thể là những lời nói suông.

Một lần nữa, anh cảm ơn Các Em!

HÃY BIẾN MỖI ĐẢO CỦA VIỆT NAM LÀ MỘT PHÁO ĐÀI

Suốt chiều dọc của đất nước ta, thiên nhiên đã ban tặng một món quà tuyệt vời. Đó là một loạt dãy đảo, mà trên đó, con người chịu khó, cần mẫn, dám làm... sẽ thành một những khu vực kinh tế biển đảo với sự phát triển năng động. Phía Bắc có đảo Bạch Long Vĩ. Cát Bà... rồi miền trung có Hòn Mê, Cồn Cỏ, Cù Lao Chàm, Lý Sơn, Phú Quý... Miền Nam có Côn Đảo, Phú Quốc... Và xa hơn là Hoàng Sa, Trường Sa... Giá như trước đây, đây đã là đặc khu kinh tế, trực thuộc thẳng với sự quản lý Trung Ương, là một căn cứ quân sự mạnh của Việt Nam, tôi tin mọi chuyện sẽ khác, không phức tạp như bây giờ...

Nhưng lịch sử không có "giá như" chỉ có điều, chúng ta nên rút ra những bài học của lịch sử, mà xây dựng một đường lối đúng cho các Đảo thuộc chủ quyền Việt Nam.

Tôi ở Hội An, là một người dân, quả thực tôi rất sốt ruột khi nhìn thấy đảo Cù Lao Chàm (xã Tân Hiệp - Hội An) phát triển chậm chạp như hiện nay. Về kinh tế, vẫn chỉ coi trọng du lịch - đánh bắt hải sản, đời sống nhân dân còn rất khó khăn, không ít hộ dân ngoài đó tìm cách bỏ đảo về đất liền sinh sống. Chúng ta nên nhớ, Cù Lao Chàm cách quần đảo Hoàng Sa của Việt Nam, đang bị quân đội Trung Quốc chiếm đóng, không xa. Tại quần đảo Hoàng Sa của Việt Nam, chính quyền Bắc Kinh đã xây dựng sân bay, căn cứ tàu chiến, trạm ra đa... rất hiện đại, mục đích của việc này, có nhắm mắt lại cũng nhìn thấy!!! Nếu Cù Lao Chàm, rộng ra nhiều đảo lớn của Việt Nam thành một đặc khu kinh tế, mà ở đó có Chính phủ Việt Nam cùng một số nước lớn như Mỹ, Anh, Pháp... cùng ký những hiệp định kinh tế,quân sự... bình đẳng, tôn trọng chủ quyền Việt Nam, không xâm phạm vào chủ quyền các nước khác, đôi bên cùng có lợi để xây dựng các đảo này thành những trung tâm kinh tế lớn phát triển mạnh về du lịch, văn hóa... Đặc biệt, nếu đó thành những quân cảng, có những sân bay vừa phục vụ du lịch - văn hóa - kinh tế vừa có thể sử dụng vào mục đích "khẩn cấp" khi cần... thì tôi nghĩ, chúng ta đã có một bức tường thành lớn bảo vệ toàn vẹn lãnh thổ Việt Nam, đồng thời cũng đập tan những luận điệu của giới cầm quyền Trung Quốc về một số vấn đề Đảo Việt Nam hiện nay.

Tôi cho rằng, trước đây có một số chuyến thăm của mấy vị Chủ tịch nước, Tổng bí thư nước CHND Trung Hoa đến Hội An cũng chẳng phải vì Hội An là di sản văn hóa thế giới, mà mục đích chính có lẽ cũng nhằm đến đánh giá thái độ của người dân Hội An nói riêng, rộng ra là Việt Nam với vấn đề Hoàng Sa như thế nào? Rõ ràng, nhà cầm quyền Trung Quốc đã coi việc chiếm các đảo của Việt Nam là một điểm chiến lược để nuôi mộng bá chủ thế giới. Hôm qua là Hoàng Sa của Việt Nam, biết đâu trong tương lai gần là Bạch Long Vĩ, Cát Bà, Hòn Mê, Cồn Cỏ, Cù Lao Chàm, Lý Sơn, Côn Đảo, Phú Quốc...

Phải hết sức cảnh giác và đề phòng!

Muốn vậy phải xây dựng mỗi đảo của Việt nam là một pháo đài, phát triển mạnh về kinh tế, văn hóa và quân sự.

TỘI ÁC PHẢI BỊ TRỪNG TRỊ

Hôm qua (27/6/2011), bốn kẻ nguyên là lãnh đạo của Khơme đỏ: Khieu Samphan, Nuon Chea, Ieng Thirith và Ieng Sary, những kẻ gây nên những cái chết kinh hoàng của nhân dân Cămpuchia phải ra tòa án quốc tế ở Nông Pênh để bị xử.

Hẳn nhiên, chuyện xử án những kẻ giết người, gần như không bàn cãi. Nhưng tại sao, khi xử những kẻ này, dư luận thế giới lại chú ý?

Vì trước hết, những kẻ này là những tên ngu muội nhất trong lịch sử Cămphuchia. Chúng cho rằng, không ai thông minh hơn chúng, xã hội chúng đang quyết tâm xây dựng là một xã hội "tuyệt vời" nhất, "trong sạch" nhất, "văn minh" nhất... Vì thế, một cách quản lý phi quy luật kinh tế, phi đạo đức, chưa từng có trong xã hội văn minh đã ra đời: Không chợ búa, không tiền mặt, không cửa hàng, không trường học, bệnh viện... Bắt tất cả, không biệt già trẻ, trí thức, giàu nghèo, ăn mặc cùng màu, một kiểu... bỏ hết của cải ở lại thành phố, mọi người phải về nông thôn lao động chân tay, sống như một trại lính trong các "công xã". Ai là trí thức, đau ốm, hoặc thể hiện một thái độ chán nản... chúng sẵn sàng dùng cuốc, xẻng, chày ...bổ vào đầu không thương tiếc. Thật khủng khiếp cho hình ảnh này, không khác thời kỳ ăn lông, ở lỗ bao nhiêu. Mọi sự phê phán đối với xã hội đó, nhất là với Đảng cầm quyền, đặc biệt đối với "lãnh tụ tối cao" Pôn-Pốt, chúng đều cho là "phản động" cần trừng trị... Chỉ có mấy năm (1975 - 1979) từ một đất nước tuyệt vời chỉ có tiếng cười, nhân hậu, phong cảnh đẹp... Cămphuchia biến thành một địa ngục. Đau xót nhất, là dân tộc Cămphuchia bị tàn sát bởi chính đồng loại của đất nước đó. Nhưng có một điều lạ, những kẻ này không hề thấy đó là một chuyện sẽ bị lịch sử lên án, ngàn đời những người dân Cămphuchia mất người thân, ruột thịt sẽ nguyền rủa mà chúng vẫn cho rằng, phải làm như vậy mới đi đúng với lý tưởng "cộng sản", đúng với "nguyên lý chủ nghĩa Mác - Lê Nin, tư tưởng Mao Trạch Đông". Với đường lối cương lĩnh mà chúng đang thực hiện, nhất định trong một quãng thời gian rất ngắn đất nước Cămphuchia sẽ đặt chân đến "thiêng đường cộng sản"!!!

Thực ra, đây chẳng qua là sự ngụy biện của những kẻ trí thức lưu manh, cơ hội mang nặng tư tưởng nông dân của một đất nước tiểu nông lạc hậu khi nắm quyền. Khi đã chiếm được quyền hành, điều đầu tiên không phải là xây dựng đất nước mà những kẻ này, bằng mọi cách củng cố quyền hành. Chúng nghi ngờ, lo sợ tất cả, nhất là đối với tầng lớp trí thức, chúng càng lo sợ. Lẽ ra cần hợp tác, đoàn kết với mọi tầng lớp, chung tay xây dựng đất nước, thì ngược lại chúng đàn áp, khủng bố, triệt tiêu. Vì chúng biết rằng, khi đất nước bước vào giai đoạn hòa bình, xây dựng... những người trí thức chân chính, tài năng, có đạo đức, yêu nước sẽ là người được nhân dân ủng hộ. Họ sẽ tạo lập một chính phủ hòa hợp, đoàn kết coi quyền lợi dân tộc lên trên hết để lãnh đạo. Và như vậy, những kẻ chỉ coi giai cấp mình, bản thân mình là trên hết làm gì có chỗ đứng trong một chính phủ như vậy!!! Hơn nữa vì trình độ dốt nát, vì thiển cận, vì quyền lợi ích kỷ của một giai cấp, chúng hiểu rằng, nhất định sẽ bị loại nếu như có một cuộc bầu cử dân chủ. Không còn con đường nào khác, dù biết chắc điều này đi ngược với quy luật lịch sử, đi ngược lại với quyền lợi dân tộc nhưng những kẻ lãnh đạo Khơ-me đỏ vẫn làm. Chúng tin chắc việc làm của chúng sẽ không bị trừng trị, vì những nhân tố lãnh đạo một cuộc khởi nghĩa hiện tại, và chính phủ mới trong tương lai đã bị chúng giết hết, nhân dân cam chịu là kiếp nhẫn nhục, không dám phản kháng.

Chúng không biết rằng, chính những việc làm phi

nhân tính, phi dân chủ, đầy độc ác mà chúng đang tiến hành đẩy ngay cả những người đang đứng chung hàng ngũ với chúng cũng phải thức tỉnh, lên án, và quay súng chống lại chúng. Rồi cộng đồng thế giới không thể quay mặt làm ngơ với những tội ác khủng khiếp đó. Bởi thế giới này trong thời đại hiện nay, mỗi nước không còn là "ao làng" bịt kín, muốn làm gì thì làm. Bởi thế, khi lực lượng yêu nước Cămphuchia nhờ bộ đội Việt Nam trợ giúp, đánh đổ chế độ phản động Khơ-me đỏ, cứu dân tộc Cămphuchia thoát khỏi nạn diệt chủng, chỉ trong một thời gian ngắn, bao nhiêu lực lượng quân sự, cơ sở thống trị từ trung ương đến địa phương ... của Khơme đỏ xây dựng, kể cả những giáo lý cứng nhắc về "CNXH" trong sạch mà "lãnh tụ" Pôn - Pốt đề ra... bị chính nhân dân Cămphuchia có sự giúp đỡ của bộ đội tình nguyện Việt Nam biến thành tro bụi.

Và sự xét xử những kẻ gây ra tội ác khủng khiếp với đất nước dân tộc Cămphuchia là tất yếu.

Việc xét xử những lãnh tụ Khơ-me Đỏ gây tộc ác diệt chủng với dân tộc mình vẫn mang tính thời sự, cảnh báo cho những kẻ nào muốn quay ngược bánh xe lịch sử.

VỀ HƯU

Hôm tôi khi khám mắt ở bệnh viện mắt - Đà Nẵng, bất ngờ trong thang máy tôi gặp anh Lê Trí Tập, nguyên Chủ tịch tỉnh Quảng Nam, đã nghỉ hưu cũng đi khám mắt. Tôi chào anh, anh chào lại, chân tình. Có lẽ anh không biết tôi, nhưng tôi biết, thậm chí kính phục anh. Hồi anh đương chức, một sự kiện lịch sử mà người dân Quảng Nam, nhất là người dân Tam Kỳ rất nhớ. Nước lũ năm ấy lên cao, một khả năng nguy hiểm là nước sẽ nhấn chìm nhiều vùng trong tỉnh. Đã có ý kiến từ trung ương, nên tháo nước ở đập Phú Ninh, vừa giữ được đập, vừa cứu dân. Nhưng nếu làm như vậy, thì vùng hạ lưu như thị xã Tam Kỳ lĩnh một hậu quả vô cùng xấu. Bằng nhãn quan sáng suốt, lại cộng thêm kinh nghiệm của một kỹ sư thủy lợi, anh Lê Trí Tập đứng trên mặt đập Phú Ninh yêu cầu không tháo nước, đập Phú Ninh giữ được, mặc dù lúc đó nước đã mấp mé mặt đập. Anh nói một câu nổi tiếng, tôi nhớ đại ý: Nếu đập có vỡ, chúng ta bị nước cuốn trôi, thì cũng có chút tự hào vì chúng ta đã hy sinh vì dân... Sau này nhà văn, nhà báo Hồ Duy Lệ đã viết một bài ký rất hay về chuyện này... Một người lãnh đạo tỉnh như anh Lê Trí Tập, dám hy sinh vì dân, hành động vì dân, nên tôi, một người dân bình thường rất nhớ, cho dẫu anh đã nghỉ hưu rất lâu, tôi vẫn nhớ...

Nhưng cũng thật lạ! ngay đây thôi, có một số vị lãnh đạo vừa về hưu, lập tức người dân, như tôi, quên ngay. Hình như ông ta không có trên đời. Điều dễ hiểu, hồi đương chức, chỉ thấy ông ta nói, mồm tròn vo, tóc láng mượt, com lê ngay ngắn, đi giầy đen, thậm chí đi thăm đồng bào lũ lụt, cũng thấy ông ấy quần áo tề chỉnh, vỗ vai người già này, trao quà cho người nghèo kia...rồi dặn dò dăm ba câu là hết chuyện. Lãnh đạo với dân, với đất nước, với Đảng không hề để lại một dấu ấn nào. Mà nếu có đó là tiếng thở dài chán nản, khó chịu, mất lòng tin khi nói về vị này. Mà không riêng tôi, rất nhiều người, vừa thấy ông ta xuất hiện trên ti vi đã thốt lên: “Ơ! Thế ra, ông ấy vẫn còn à!”.

Cũng không riêng ông này! Tôi thấy nhiều ông lãnh đạo về hưu, lập tức, người dân loại ra khỏi ngay bộ nhớ vì những người này nói nhiều, nhưng làm lại rất ít. Đã vậy, phải nói thẳng, những người này không có uy tín trong dân, dân không phục nên khi có vị ấy về hưu, coi như... “chết” về tinh thần. Các vị ấy có thể có nhà to, con cái học nước ngoài, tiền gửi trong ngân hàng lắm nhưng sự cô đơn rất khủng khiếp, và trong con mắt người dân chỉ còn sự khinh bỉ khi họ về hưu.

Giá như các vị lãnh đạo về hưu được như anh Lê Trí Tập, được dân nhớ, đó là hồng phúc. Còn người lãnh đạo về hưu, dân quên ngay, đó cũng là điều bất hạnh cho dân tộc.

Mà tôi thấy rằng... bây giờ lãnh đạo về hưu, lập tức dân quên... hơi bị nhiều!!!

TẢN MẠN QUANH MỘT CÂU THƠ

Hôm ngồi nhậu với T... phóng viên một tạp chí ở Sài Gòn, cũng là bạn của tôi cùng với một nhà văn có tiếng ở Đà Nẵng. Đang vui, Nhà Văn có tiếng kia đọc hai câu thơ, nói về nỗi lo của chính phủ Việt Nam hiện nay:

Một lo Hà Vũ khó tha
Hai lo lạm phát, ba là nợ công

Không hiểu ba nỗi lo trên có thực là nỗi lo của chính phủ Việt nam hiện nay hay không?

Nhưng rõ ràng, qua hai phiên sơ và chung thẩm, xử luật sư Cù Huy Hà Vũ với y án 7 năm tù, rõ ràng tòa án của nhà nước Việt Nám không thể tha cho Luật sự Cù Huy Hà Vũ, cho dù cái cớ bắt cũng sự luận tội của công an và tòa án Việt Nam thể hiện nhiều sự lúng túng khó biện minh. Bởi "Tha" cho luật sư Cù Huy Hà Vũ, thì thể hiện lối hành sử yếu kém, bất chấp luật pháp của một vài cá nhân nào đó!!! Còn tiếp tục y án, tất nhiên, bây giờ thể hiện được sức mạnh của một chính đảng đang cầm quyền, nhưng về lâu dài, đây là sự châm ngòi của mọi cuộc phản kháng của đủ mọi tầng lớp, mọi giai cấp trong nước, cũng như ngoài nước mà các nhà lãnh đạo Việt Nam, tôi tin, đã tính đến.

Đối phó với chuyện này như thế nào? Tôi cho là không dễ.

Còn chuyện lạm phát, thì cực khủng khiếp ở nước ta. Tôi không tin chính phủ có thể kìm "con ngựa bất kham" này trong năm nay khi các xí nghiệp nhỏ, vừa đang than như cha chết vì thiếu vốn, nhiều công trình lớn đình đốn, người mất việc làm ngày một đông thêm, giá cả thực phẩm tăng lên với tốc độ như tên bắn, đời sống của dân nghèo ngày một nghèo thêm, chưa có dấu hiệu cải thiện, đi đến đâu cũng thấy các khu công nghiệp bị bỏ hoang, đất nông nghiệp bị lấn chiếm, tệ nạn xã hội gia tăng... không có dấu hiệu "hạ nhiệt".

Hạ nhiệt lạm phát, nâng lương thực tế cho công nhân viên chức, người lao động... để chứng tỏ nhà nước Việt Nam có những người lãnh đạo giỏi, những chuyên gia kinh tế "siêu" điều hành kinh tế có hiệu quả. Nhưng từ đầu năm đến giờ... sự điều hành của chính phủ như thế nào về kinh tế? giá trị đồng tiền mất giá mỗi ngày như thế nào? Từ người lao động đến ông Bộ trưởng đều rõ.

Làm thế nào để kinh tế phát triển bền vững, chống được lạm phát, tôi khẳng định, đây là bài toán rất khó, khó tìm lời giải đúng cho các thành viên chính phủ mới trong năm nay và cả năm sau (2012).

Còn nợ công, không thể tính đến nữa. Đủ các Tổng công ty lớn của nhà nước, nợ cỡ hàng chục ngàn tỷ trở lên, lên đến cả số chục, nhà nước khó đòi. đã thế, để gỡ gạc của cái gọi "uy tín chính trị", rồi vì "nền kinh tế chủ đạo"...v.v và v.v... nhà nước tiếp tục rót vốn cho dù ai cũng biết những Tổng công ty đó làm ăn bết bát, tham nhũng lan tràn, đâu tư dàn trải... tiền thuế của nhân dân tiếp tục bị hút vào những "thùng không đáy" không biết bao giờ mới có điểm dừng. Bỏ không xong, mà gánh thì nặng, không biết gỡ theo cách nào? Đây cũng nguy cơ có thể làm băng hoại nền kinh tế, dẫn đến những hệ lụy xấu cả về xã hội, chính trị.

Tôi tin, những nhà lãnh đạo chính phủ Việt Nam đã tính đến hậu quả này, nhưng để giúp các Tổng công ty nhà nước thoát nợ, làm ăn thực lãi, đúng với yêu cầu là nền kinh tế "chủ đạo" thì chuyện này không dễ.

Ngẫm ra, ba nỗi lo trong hai câu thơ trên đã nói gọn thực trạng của xã hội Việt Nam hiện nay.

Giải được, quá khó!

HÃY CÙNG NHAU ĐỐI THOẠI

Thật mừng, tôi biết tin các vị lãnh đạo thành phố Hà Nội tiếp và cùng trao đổi một số vấn đề xung quanh những cuộc biểu tình vừa qua với một số nhân sỹ trí thức nổi tiếng ở Hà Nội. Như tiến sỹ Nguyễn Quang A cho biết: "Đây là những cuộc trao đổi thẳng thắn và bổ ích trên tinh thần tôn trọng lẫn nhau...".

Tuyệt vời! Tôi vẫn nghĩ rằng, lẽ ra cuộc gặp mặt này sớm hơn, cùng có tiếng nói đồng thuận, cùng tìm ra một hướng đi thích hợp, cùng biểu hiện một lòng yêu nước, không có sự nghi kỵ, không có việc chụp mũ, xô đẩy, bắt bớ...thì mọi việc diễn ra trong hòa bình, trong không gian xanh chỉ có nắng, gió và những nụ cười viên mãn. Nhưng, rất tiếc, trước sự bức xúc của dư luận về những điều mà nhà cầm quyền Trung Quốc đã làm trên biển Đông trên biên giới, cả trong những lời tuyên bố... những người Việt Nam có lương tri, có lòng yêu nước không thể ngồi yên. Cũng giá như, tất cả những điều trên, chính phủ hãy giải thích cho người dân được rõ thông qua những buổi đối thoại, hoặc nữa, có những thông báo cụ thể với Đảng Viên, quần chúng, giải đáp mọi thắc mắc người dân muốn biết thì mọi việc đâu phải gay cấn như đã diễn ra.

Không một người dân nào, không một Đảng Viên nào muốn đất nước Việt Nam lại lao vào vòng binh đao. Tất cả mọi người Việt Nam, tôi tin, đều muốn đất nước phải hòa bình với điều kiện nền hòa bình đó phải giữ yên bờ cõi, toàn vẹn lãnh thổ, chính phủ, nhân dân, trên dưới một lòng "nhất hô, bá ứng". Thực sự nếu không truy tìm căn nguyên thực chất những cuộc biểu tình chống Đại Hán bá quyền vừa qua mà chỉ đưa ra nguyên nhân do "các thế lực thù địch phản động" xúi giục, tôi e rằng niềm tin giữa nhân dân với Đảng, nhà nước sẽ nhạt nhòa dần.

Thực tế, với rất nhiều người tham gia hơn mười cuộc biểu tình chống Trung Quốc xâm lược vừa qua, chúng ta nhìn kỹ nào có ai công khai "nhận tiền" của "thế lực phản động bên ngoài" hoặc ai là "Thủ lĩnh của đảng Việt Tân" chủ xướng!!! mà toàn những trí thức, sinh viên, thợ thủ công, nông dân... yêu nước tự động tụ tập. Họ biểu tình mang tính chất tự phát trong trật tự, văn minh. Hãy làm một phép thử, Đảng và nhà nước ta hãy phát động một phong trào biểu tình thể hiện lòng yêu nước, chống Đại Hán xâm lược, tôi tin, lượng người tham gia gấp hàng nghìn lần hiện nay. Tất nhiên trong những người tham gia cuộc biểu tình tuần hành này, sẽ có những người đã từng tham gia mười một cuộc biểu tình trước đây, tiếng hô của họ sẽ to hơn, ý chí của họ sẽ lớn hơn, và tất nhiên, niềm tin của họ vào Đảng và Nhà nước sẽ ĐẸP, NHÂN BẢN HƠN.

Nếu như đó là sự thống nhất, hiểu nhau giữa lãnh đạo và nhân dân, không cần biểu tình cũng không cần huy động một lực lượng đông cảnh sát, công an, dân phòng ... vất vả trong việc giản tán đoàn biểu tình và mọi việc sẽ diễn ra trong hòa bình, êm thắm, không bị những thế lực, không phải Đảng Cộng Sản, công khích.

Điều quan trọng nữa, những thế lực phản động trong giới cầm quyền Trung Quốc, muốn xâm lược Việt nam cũng phải dè chừng, trước một bức tường thành thống nhất, vững chắc của cả dân tộc Việt Nam khi Đảng cầm quyền, Chính phủ với nhân dân là một.

Tôi rất hy vọng, qua cuộc đối thoại này, việc trên sẽ trở thành hiện thực!

BẠN ĐỌC HÃY BÌNH LUẬN GIÙM TÔI

Ngày 18/9/2011 Báo THANH NIÊN trên trang 23 đưa một tin, tôi chép nguyên văn:" Chiều ngày 17/9 trong khi một du khách người Malayxia đang đứng xem ảnh về thành phố HCM tại công viên Lam Sơn thì một thiếu niên đánh giày tiến đến lột chiệc giày ra khỏi chân mặc dù ông khách KHÔNG ĐỒNG Ý (tôi nhấn mạnh) - xem ảnh. Sau khoảng một phút kỳ cọ, thiếu niên trả lại đôi giày và đòi 200 đô la. Vị khách móc ra 200 ngàn đồng đưa rồi bỏ đi nhưng thiếu niên vẫn tiếp tục bám theo và đòi tiền. Cự cãi hồi lâu, không cầu cứu được ai, vị khách lắc đầu chán nản móc tiền ra trả tiếp. Lúc này thiếu niên mới thôi không vòi vĩnh nữa. Sự việc xảy ra ngay giữa trung tâm thành phố nhưng tuyệt nhiên không có ai can thiệp, dù cách đó có vài chục bước chân có rất nhiều đồng phục màu xanh chuyên đưa du khách băng qua đường. Không biết sau khi về nước, vị khách nọ sẽ nghĩ gì về đất nước và con người Việt Nam?"

Một chuyện như thế này, xảy ra tại trung tâm thành phố HCM. Giữa "thanh thiên bạch nhật", mang một nỗi nhục quốc thể, ấy vậy không thấy lực lượng an ninh, bảo vệ, dân phòng... can thiệp.!!!

Lại một tin nữa trên basam (ngày 18/9/2011) tôi trích nguyên văn: "Theo tin TS Nguyễn Xuân Diện cho biết, lúc 11h có hai em thanh niên không rõ lý do gì đã bị giữ ở phố Lê Thạch, cạnh tượng đài Lý Thái Tổ, và đưa về đồn Hàng Bài. Còn một số "biểu tình viên" về đến nhà hàng ở đường Trấn Vũ, cạnh Hồ Trúc Bạch thì bị lực lượng công an rất đông tới đó giải tán."

Tôi suy diễn, ngày 18/9/2011 là ngày chủ nhật ở Hà Nội hay diễn ra biểu tình của những người yêu nước phản đối sự xâm lấn của nhà cầm quyền Trung Quốc đối với Việt Nam, họ hay tập trung cạnh tượng đài Lý Thái Tổ nên... mới có tin trên!

Mời bạn đọc bình luận!

NGHĨ VỀ NHỮNG VẦN "L..."!

Cái vần "L" tưởng khó ghép nhiều từ, ấy thế trong thực tế xã hội ta, nó lại được nhiều người nhắc đến.

Sao ở nước ta giờ lắm thằng "liều" thế! Một vần có "L" nhé. Có thằng chưa đến tuổi thành niên, thế mà dám cầm dao lao vào tiệm vàng chém chết ba người để cướp... Chuyện không đội mũ bảo hiểm, bị công an giữ lại. Không sợ! lao luôn xe vào cảnh sát để tìm cách đào thoát... thậm chí dám đâm chết công an khi bị bắt... còn nhiều chuyện "liều" bất chấp luật pháp, bất chấp người thực thi công vụ, không ngày nào báo chí không đưa tin đủ các lĩnh vực từ giao thông, xã hội, kinh tế...

Nghĩ kinh cả người.

Còn chuyện "Lỗ", cũng thêm một vần "L" thì khủng khiếp! Nhất là mấy Tổng công ty nhà nước từ đóng tàu, xi măng, cảng, xăng dầu, xây dựng... toàn thấy "Lỗ" , không phải lỗ nhẹ, mà lỗ nặng, lỗ hàng nghìn tỷ đồng. Lỗ toàn tiền nhà nước mà thực chất là tiền của dân, ăn cướp của dân...

Đọc xong bảo không bi quan mới là chuyện lạ. Không biết cứ như thế này thì kinh tế Việt Nam sẽ đi về đâu!

Rồi đến chuyện "lừa" trong xã hội, vần "L"có lẽ nghe đã quen tai. "Lừa" đủ kiểu, đủ ngành... từ bảo hiểm, đến vay nợ, mua bán bất động sản, bán hàng đa cấp, chữa bệnh của phòng khám bệnh Trung Quốc, lừa cả ngân hàng... có vụ lừa đảo lên đến cả hàng trăm tỷ đồng. Chưa kể những vụ lừa đảo mang yếu tố nước ngoài làm cho dân ta điêu đứng như vụ dưa hấu, trồng sắn, chuối...

Chẳng lẽ xã hội chúng ta có luật pháp, có công an, tòa án... mà để thế ư!

"Lật lọng" mới ghê! Người dân nghèo nghe vần "L" này chỉ còn sự căm tức. Khi lấy đất của dân nghèo để quy hoạch khu CN hay làm khu du lịch, mấy tay chủ dự án hứa với dân rất nhiều từ chuyện đền bù đến chuyện tạo công ăn việc làm...đến chuyện giải quyết khó khăn kinh tế. nhưng đến khi lấy xong đất của dân rồi, lật lọng không thực hiện lời hứa... mặc cho đời sống dân nghèo thậm khổ...

Không công ăn việc làm, không đất, con cái thất học... nỗi khổ của dân kêu trời không thấu.

Lo lót! Vần "L" này nhắm mắt cũng nhìn thấy.

Chỗ nào chẳng phải lo lót. Lo lót diễn ra dưới nhiều hình thức, nhiền kiểu từ chuyện xin việc, chạy chức, lên lương, chuyển công tác, chạy án, xử phạt hành chính, xưe phạt giao thông... Cứ có tiền là sẽ giải quyết được mọi vấn đề, đến độ thành câu cửa miệng: "Đồng tiền đi trước là đồng tiền khôn!".

Lo lót trở thành một tập quán sống, một thói quen... Tại sao lại hình thành một một thói quen xấu đó? Hỏi tức là trả lời!

Vần "Lách" ư! Cái vần "L" này xuất hiện nhiều trên câu cửa miệng của mấy nhà doanh nghiệp khi nói chuyện làm ăn. Lách thuế, lách hải quan nhập hàng, lách cảnh sát giao thông khi chở hàng... nghĩa là lách đủ kiểu để mưu cầu lợi ích cá nhân. Không bằng cấp, cũng tìm cách có bằng cấp để an tọa chức vụ. Chẳng thế mới có chuyện, một ông tiếng Anh, một chữ bẻ đôi không biết vẫn có bằng "tiến sỹ" bên Mỹ cấp. (cho dù đó là bằng giả). Rồi tìm cách "lách" khai man tuổi, để tại vị lâu hơn... Mà kinh khủng nhất là "lách" luật, để tạo điều kiện cho cấp dưới buôn lậu, cho các công ty tư nhân trong nước và nước ngoài khai thác tài nguyên vô tội vạ, phá rừng tràn lan, cướp đất của dân dưới danh nghĩa "quy hoạch, giải tỏa"... Nhìn chỗ nào cũng thấy, báo chí ngày nào cũng có bài về vấn đề này.

Cứ "lách" như vậy, thử hỏi lòng dân có yên không?

Còn "lươn lẹo", vần "L" này hay được người đời nhận xét khi nghe các" quan" nói. Các quan nói một đằng, làm một nẻo, nói mà không làm, đổ vấy cho người khác, thậm chí sẵn sàng xuyên tạc, bóp méo sự thật...

không chịu nhận ra lẽ phải, phủ nhận lòng tốt của người khác, tìm cách bạo biện những khuất tất, những điều dân phản đối...

Chuyện này có rất nhiều, đến độ người ta chán không muốn nói, không muốn nghe nữa bởi những cái miệng "lươn lẹo".

Đến "Lấp liếm" thì khỏi nói! Mấy ông có chức có quyền khi bị phanh phui ra những vụ tham nhũng, ăn chơi trụy lạc... làm bản kiểm điểm hay bị truy tố ra tòa không bao giờ nhận tội mà lấp liếm rất nhanh, đổ hết do "trình độ hạn chế", hoặc như "bị kẻ xấu lừa!", thậm chí còn nói "Những thế lực thù địch tìm cách phá hoại..." để cố bào chữa tội ác của mình. Cuối cùng được cấp trên bao che, mấy ông này nhận những bản án nhẹ hều gây nên sự phẫn nộ trong dư luận...

Nói tóm lại, nếu là nhà nước văn minh, tiến bộ, dân chủ với luật pháp thượng tôn, Quốc Hội có quyền thực sự và nhất là Đảng cầm quyền bản chất đúng là vì dân, nghe dân, coi sự tồn vong của dân tộc lên trên hết thì những vần "L" trên không có điều gì đáng sợ!

Còn không phải thế, không làm được, thì chỉ có "Loạn".

Mà đến như thế thì vận mệnh đất nước nguy to!

NHỚ MỘT THỜI ... "ĐẠI"!

Có một thời, cái gì cũng "Đại"!

Hãy đọc lại những câu thơ của Tố Hữu lúc miền bắc đang "hoan ca" thắng lợi của phe XHCN" Chào sáu mốt đỉnh cao muôn trượng". Rồi cũng nhà thơ Tố Hữu trong một bài thơ ca ngợi xuân sáu tám có viết về anh giải phóng quân với câu: "...cả năm châu chân lý đang nhìn theo!"... Lúc đó, nhất là thanh niên ở miền bắc, ai cũng nghĩ những điều "Đại..." này là sự thật để tin, tự hào, lao vào chỗ chết nhẹ tựa lông hồng mà không biết rằng... cho đến bây giờ mới biết đó chỉ là những câu nói "đại ngôn" không có thật và có khi, chính mình lừa mình.

Nhớ một thời trong nhiều văn bản, trong các bài xã luận, trong bài viết, lời nói lãnh tụ... chúng ta vẫn tự hào "Việt Nam là tiền đồn của phe xã hội chủ nghĩa..." Có thể hiểu, Việt Nam là "người lính "gác đồn" bảo vệ cả một thành quách đồ sộ XHCN bao gồm Trung Quốc, Liên Xô, Mông Cổ... Người Việt Nam ở miền bắc và một bộ phận người dân ở miền nam tự hào về câu nói đó, cố đấm, cố chết đánh nhau với Mỹ, với thể chế Việt Nam Cộng Hòa để "bảo vệ" bằng được phe XHCN. Cho đến bây giờ, tất nhiên "người lính tiền đồn bảo vệ phe XHCN" vẫn còn nhưng cả phe XHCN, kể cả Trung Quốc đâu còn, tan như mây khói... Người lính tiền đồn Việt Nam "bảo vệ" cho ai? Giờ không thấy ai nhắc đến nữa.

Cũng thời ấy, nhất là những bài xã luận đanh thép trên báo Nhân Dân, Quân Đội Nhân Dân... thường hay có những câu để chỉ nguyên nhân tất yếu Việt Nam phải đánh nhau với Mỹ, lý lẽ cực kỳ hùng hồn: "Cuộc kháng chiến chống Mỹ của nhân dân Việt Nam là nơi hội tụ của ba dòng thác cách mạng. Lịch sử đã chọn Việt Nam là nơi tập trung của những mâu thuẫn thời đại…" và Việt Nam tự hào là "... ngọn cờ tiên phong của phong trào giải phóng dân tộc trên toàn thế giới." Có nghĩa, nếu như đánh thắng được đế quốc Mỹ, gần như cách mạng Việt Nam làm một tấm gương sáng để tất cả các nước đang bị chủ nghĩa đế quốc áp bức, bóc lột noi theo, các nước đó sẽ làm những cuộc cách mạng như Việt Nam. Những thế hệ thanh niên Việt Nam thời ấy lao vào chỗ đạn lửa, chấp nhận hy sinh, ít nhiều cũng bị những câu nói trên thuyết phục.

Đến bây giờ, thực tế trả lời sau hơn ba mươi năm, Việt Nam ra khỏi cuộc chiến tranh với Mỹ, có cuộc chiến tranh cách mạng nào trên thế giới giống cuộc chiến tranh đánh Mỹ của Việt Nam, thậm chí có nước còn muốn tránh đánh nhau, tìm cách thống nhất đất nước bằng giải pháp hòa bình...Câu nói trên rất ít báo chí thời nay nhắc lại.

Tiếp nữa, có một thời, cứ nghĩ, Việt Nam đã đánh thắng Mỹ thì không có một thế lực phản động lớn nào dám đụng đến Việt Nam và Việt Nam có thể rao giảng, giải quyết những vấn đề phức tạp của thế giới.

Trong cuộc mít tinh mừng đại thắng ở sân Hàng Đẫy, nếu tôi không lầm ngày 15/5/1975, ông Lê Duẩn có đọc một bài diễn văn, tự hào mà tuyên bố rằng, tôi nhớ đại ý, sau cuộc kháng chiến thắng lợi đánh Mỹ không có một thế lực phản động nào dám động đến Việt nam. Từ nay trở đi đất nước ta được hòa bình vĩnh viễn, độc lập vĩnh viễn...

Thực tế lịch sử mấy năm sau đã cho chúng ta một bài học đau đớn vì chủ quan khi Pôn Pốt cho quân xâm lược biên giới Tây Nam, Trung Quốc cho quân xâm lược phía bắc, tàn sát dân thường dã man, xâm chiếm đất đai...

Cũng nhớ cũng thời gian những năm tám mươi, chín mươi thế kỷ trước, khi Ba Lan có Công đoàn Đoàn Kết của ông Lech Walesa đấu tranh dân chủ muốn thay đổi chính quyền không được lòng dân. Đấy là chuyện nội bộ của Ba Lan, nhưng ở nước ta cũng nhiều báo chí viết bình luận với lời lẽ rất "đại..." lên án cuộc đấu tranh này của Công đoàn Đoàn Kết Ba Lan. Thậm chí còn đưa một nữ thanh niên Ba Lan sang du lịch Việt Nam lên trước một cuộc mít tinh lớn, để cô này lên án Công đoàn Đoàn Kết Ba Lan và kết tội ông Lech Walesa là "phản động". Mọi người ngồi bên dưới vỗ tay hoan nghênh cô gái Ba Lan này và phản đối Công đoàn Đoàn Kết của ông Lech Walesa, cứ làm như chỉ có Việt Nam "đúng", còn tất cả là "sai"!!! Sau này mọi người mới biết cô gái Ba Lan đâu có phải là người yêu nước, ghét Công đoàn Đoàn Kết sang Việt Nam bày tỏ thái độ, mà sang Việt Nam với mục đích chính là tìm chồng. Nói như người miền nam về sự kiện cô gái Ba Lan "lên án" công đoàn Đoàn

Kết là "Buồn thúi ruột". Một thời gian sau, khi ông Lech Walesa làm tổng thống Ba Lan qua cuộc bầu cử dân chủ, công đoàn Đoàn Kết lại là Đảng nắm quyền qua cuộc phổ thông đầu phiếu... Ở Việt Nam không thấy ai nhắc đến cô gái Ba Lan kia nữa, cũng không biết cô ấy đi đâu??? Và cũng không thấy những cuộc biểu tình phản đối Công đoàn Đoàn Kết Ba Lan!!!

Nói về một thời toàn "Đại Làm..." hay "Làm Đại" ngồi ngẫm nghĩ lại có vô số việc làm cứ tưởng là ghê gớm để bây giờ với thực tế phản bác một trăm phần trăm, chẳng lẽ lại nói đó là những việc làm "Đại dốt". Nào là chủ trương xây dựng công nghiệp nặng, một nhà máy gang thép Thái Nguyên, nói như những từ "đao to búa lớn" lúc đó: "Con chim đầu đàn của ngành công nghiệp nặng". Đến giờ, nhà máy gang thép Thái Nguyên chỉ là một nhà máy "bỏ thì thương, vương thì tội". Rồi chuyện sắp xếp lại giang sơn ở Quỳnh Lưu (Nghệ An), Hợp tác xã cấp cao, sát nhập tỉnh... mà tác hại không kể xiết, bài học thất bại đau đớn chứng minh sự duy ý chí trong việc "làm đại", làm lấy được bất chấp quy luật lịch sử.

Cũng thời ấy, do hạn chế thông tin, do sự ngộ nhận, ngay trong các trường Đại Học, với bộ môn "Chủ Nghĩa Xã Hội Khoa Học" hay " Lịch sử Đảng" thì Chủ nghĩa Tư Bản đang "giãy chết" trong một tương lai rất gần với những mâu thuẫn không thể nào hàn gắn nổi như" bản chất bóc lột của giai cấp tư bản không thay đổi", rồi "... sự phân hóa giàu, nghèo, thành thị, nông thôn diễn ra gay gắt..." dẫn đến "mâu thuẫn đối kháng giữa các giai cấp diễn ra ngày càng quyết liệt lúc âm thầm, lúc công khai, dưới mọi hình thức ... đẩy CNTB đến chỗ diệt vong..." rồi kết luận: "... Chỉ có CNXH với bản chất tiến bộ, văn minh do một giai cấp tiên phong với lý luận cực kỳ khoa học dẫn đường mới có thể giải quyết được tất cả những mâu thuẫn trên..." có lúc mơ màng "Đại..." mà nói như thật: "CNXH với năng suất lao động cao gấp hàng chục lần năng suất lao động của CNTB, lúc đó của cải tuôn ra dào dạt, chỉ việc làm theo năng lực, hưởng theo nhu cầu..." cái thời ăn bo bo, học trong nhà lá, mất điện liên tục, vải mặc chỉ có phân phối 5 mét trên một đầu người... mà rất tin những điều " Đại..." trên.

Đến giờ bằng sự kiện, bằng quan sát tai nghe, mắt thấy, bằng sự phát triển kinh tế, xã hội của các nước trên thế giới, mọi người đều có thể tìm câu trả lời CNTB hay CNXH, ai là người thắng lợi? Ai là "văn minh"? Ai là "lạc hậu"?

Mà suy cho cùng, sự ấu trĩ trong nhận thức, biểu hiện sự kém hiểu biết về thực tế, hơn nữa đấy là sự hợm hĩnh, tưởng mình là "bố thiên hạ" không phải lối của một số người lãnh đạo nên đưa ra những lý luận, việc làm phi thực tế, cuối cùng trả giá đắt bằng uy tín chính trị bị mọi người coi thường, kinh tế, xã hội của đất nước trì trệ.

Cũng mừng bây giờ, với thực tế sáng như mặt trời, những điều "tốt", "xấu" cả về lý luận, xã hội phơi ra trước mắt mọi người, khiến cho tất cả đã nhận ra, quay về một định hướng rất đơn giản, không phải "đại...": "DÂN GIÀU, NƯỚC MẠNH, XÃ HỘI CÔNG BẰNG, DÂN CHỦ, VĂN MINH..."

Rất mong đất nước Việt Nam của mình điều trên trở thành sự thật.

NGHĨ VỀ CÁI CHẾT CỦA GADDAFI

Nhìn bức ảnh tổng thống Gaddafi của Libi bị quân nổi dậy bắn chết, tôi thấy thương hại cho ông ta. Giá như ông ta không phải là nhà độc tài, cũng giá như nhà nước Li Bi là một nhà nước dân chủ thực sự, sự tự do ngôn luận được tôn trọng, quyền công dân được đảm bảo, không có kiểu gia đình trị độc đoán, tham nhũng...Và cũng đừng ung dung ngạo nghễ, tự cho mình quyền thống trị thiên hạ đến 42 năm, coi ta là "vua của vua", "sáng láng", "muôn đời"... chắc chắn ông Gaddafi không có cái chết đau đớn kia!

Với cái chết của ông, tôi nghĩ, cũng là một việc có ích, là một bài học sống cho những kẻ từng coi Gaddafi là "bạn".

Nếu không thực hiện dân chủ, dân chủ thực sự chứ không phải trên lý thuyết dứt khoát sẽ đưa nhà nước đó đến chỗ diệt vong.

Không quan tâm đến dân, thực hiện đường lối cai trị độc đoán, nhất định nhà nước đó sẽ có những quyết sách sai lầm, dẫn đến nội loạn.

Lãnh đạo đất nước không mạnh tay triệt tiêu tham nhũng, không khiêm tốn, không trong sạch, sống phi đạo đức, coi tài sản quốc gia như của cá nhân thẳng tay đục khoét, dân chúng sống lầm than, trong tương lai không xa, phải trả giá bằng chính mạng sống của mình mà hình ảnh của ông Gaddafi là một minh chứng tiêu biểu.

Cũng chính vì thế, cũng như những cái chết của các nhà độc tài khác, cái chết của Gaddafi còn được người đời nhắc đến nhiều như một lời cảnh báo với các chế độ độc tài đang tại vị.

Hãy dừng lại khi còn chưa muộn.

"LÊ MÁY CHÉM ĐI KHẮP MIỀN NAM..."

Trong buổi truyền hình trực tiếp của VTV về nhạc sỹ Văn Ký tối thứ 7 (ngày 13/11/2011) vừa rồi, khi giới thiệu về hoàn cảnh ra đời của bài hát "bài ca hy vọng" của nhạc sỹ Văn Ký, cô MC cho biết, thời điểm mà bài hát này ra đời là lúc phong trào cách mạng ở miền Nam bị đàn áp rất khốc liệt, Mỹ - ngụy" …lê máy chém đi khắp miền nam giết hại các chiến sỹ cộng sản, người dân yêu nước".

Theo tôi biết, khi miền nam được giải phóng chỉ có một máy chém nặng cả tấn để ở nhà lao Chí Hòa (Sài Gòn), thực chất mang tính chất dọa dẫm, biểu thị quyền lực, luật pháp của một chế độ chứ nó không hề dùng để chặt đầu người. Tôi được biết, dưới chế độ của ông Ngô Đình Diệm, duy nhất có một lần dùng máy chém để chém đầu ông Hoàng Lệ Kha, một nhân sỹ yêu nước ở Tây Ninh (xin lỗi nếu tôi nhớ nhầm họ tên ông này, vì tôi nghe chuyện này lâu lắm rồi, qua một nhà sử học nổi tiếng). Về sau, thấy dã man, ông Ngô Đình Diệm yêu cầu không sử dụng biện pháp tử hình này nữa.

Lịch sử cần tôn trọng sự thật. Bây giờ nhiều sự thật đã sáng tỏ và đang sáng tỏ, không thể tô hồng hay bóp méo, xuyên tạc.

Lòng dân chỉ hòa hợp, đoàn kết khi mọi hiểu lầm qua đi, mọi khúc mắc của lịch sử được giải đáp, những điều không đúng được sửa sai.

"...Lê máy chém đi khắp miền nam..." phải khẳng định, điều này trước năm 1975 ở miền Nam là không có!

Đã không có thì không nên nhắc lại.

Nhắc lại là sự xuyên tạc, cố chấp, không thật lòng.

Nên không?

KHÓC VÀ VỖ TAY

Xem vedio quay cảnh dân Bắc Triều Tiên khóc vì cái chết của Kim jong Il, tôi ngạc nhiên Vì không nghĩ, ông ta lại được tôn sùng một cách ghê gớm đến như thế!!! Nhưng nghĩ kỹ lại, thì một đất nước độc tài không riêng Bắc Triều Tiên, mà có nhiều nước khác, khi gặp lãnh tụ thì dân vỗ tay, tung hô khủng khiếp ví lãnh tụ như "... Vâng dương chói lọi". "vĩ đại...". "muôn, muôn năm..." và khi lãnh tụ chết, dân khóc như mưa. Đó là tôi chưa kể đến chuyện dựng tượng lãnh tụ, thì không đâu nhiều bằng các nước do chế độ độc tài nắm quyền.

Nhưng tôi và tôi nghĩ, cũng có rất nhiều người phát hiện ra rằng, những nước do chế độ độc tài nắm quyền, nắm quyền theo kiểu "cha truyền, con nối" mà dân khóc và vỗ tay nhiều, khi có một sự việc liên quan đến lãnh tụ thì y như rằng, đất nước đó, đa số là sự thiếu thông tin, nghèo đói, mất dân chủ, xuyên tạc sự thật, đàn áp trí thức yêu nước…

Và cũng vì thế, khi lãnh tụ mất, một thời gian sau, không dài so với lịch sử, không dài so với thời gian mà lãnh tụ này đã từng cầm quyền, những chế độ này rất dễ dẫn đến sự thay đổi bản chất. Từ chế độ "dân chủ gấp triệu lần dân chủ tư bản" chuyển sang chế độ khác, dưới hai hình thức.

Một là chế độ đó phản động hơn, cho dù vẫn khoác lớp sơn "công bằng, dân chủ", đàn áp phong trào dân chủ mạnh hơn, cai trị với với hình thức khắc nghiệt hơn, sự phản kháng của nhân dân, lúc âm thầm, lúc mạnh mẽ, cũng lớn hơn.

Hoặc cũng có thể, sau khi lãnh tụ này chết, thì sự chuyển biến của chế độ theo kịp sự vận động của quy luật lịch sử sẽ nhanh hơn, vì vật cản của chế độ đã mất, cơn lũ phong trào dân chủ có dịp bộc phát, cuốn phăng tất cả những sự áp chế phản động. Đưa đất nước, trước đây do chế độ độc tài thống trị, theo kịp trào lưu dân chủ hóa từ hiến pháp cho đến chế độ. Người dân sống dễ thở hơn, kinh tế, xã hội có điều kiện phát triển nhanh hơn theo hướng tích cực.

Cả hai xu hướng trên, rõ ràng không có chỗ để cho chế độ độc tài phản động tồn tại.

Đó là quy luật bất biến của lịch sử.

Chúng ta hãy chờ xem.

TÔI RẤT TIN
LẦN NÀY ÔNG LÀM THẬT !
THƯA THỦ TƯỚNG.

Vụ Tiên lãng đã phơi bày hết những sự thật, những bức xúc của người dân trước việc làm phi pháp, vô nhân đạo, trái hẳn bản chất của Đảng đã nêu trong Cương lĩnh của một số kẻ nhân danh Đảng trong đội ngũ lãnh đạo huyện Tiên Lãng và thành phố Hải Phòng…

Vụ việc này, báo chí đề cập đến nhiều, và không thể không nói, báo "lề phải", báo "lề trái" đều thống nhất một quan điểm, đây là vụ điển hình của đám "quan lại" những nhiễu, hà hiếp dân, bất chấp luật pháp, bất chấp sự phẫn nộ của dư luận…

Cũng cần nhấn mạnh, đây là vụ án mà báo chí nước ngoài liên tục đề cập, đều nhìn vào xem các vị lãnh đạo Đảng, Chính phủ sẽ giải quyết như thế nào? Nếu nói đây là Đảng của Dân tộc, Nhà Nước của dân…

Tôi được biết, thông qua báo chí, ông Nguyễn Tấn Dũng, với cương vị Thủ Tướng, lãnh đạo chính phủ sẽ trực tiếp giải quyết vụ này.

Tin này gieo vào trong tôi, một người dân, sự hy vọng, dẫu rằng sự hy vọng này mới manh nha.

Vì sao tôi nói như thế?

Đã có lần ông Nguyễn Tấn Dũng nói trước Quốc Hội, đại ý: Tôi học tập thủ tướng Phạm Văn Đồng, trong mấy năm lãnh đạo chính phủ, chưa kỷ luật ai! Điều này có nghĩa, vai trò Thủ Tướng của ông, chưa phát huy hết tác dụng giữ kỷ cương đất nước, giữ cho toàn xã hội từ người dân thường đến lãnh đạo cấp cao thực thi luật pháp, đẩy xã hội đến chỗ nhiễu nhương, nhiều vụ án gây nên sự bất bình trong suy nghĩ của từng người dân như vụ án mua dâm liên quan đến các quan chức tỉnh Hà Giang, hay như vụ vinashin…báo chí đã nêu, nhưng với ông, cương vị Thủ Tướng, những vụ việc như vậy, giải quyết không đến nơi.

Chính điều này làm giảm uy tín của ông.

Lần này, không giống với những lần trước, ông trực

tiếp làm việc với lãnh đạo thành phố Hải Phòng để giải quyết rốt ráo sự vụ.

Nếu tôi nhớ không lầm, đây là lần đầu tiên Thủ Tướng trực tiếp chỉ đạo, xem xét một vụ án có liên quan đến đất đai, nỗi bức xúc của người dân, và những việc làm của những người lãnh đạo huyện Tiên Lãng đẩy người dân đến thế chẳng đừng, buộc phải đứng lên, thay biểu tình, khiếu kiện là nổ súng chống lại.

Tôi tin rằng, những thông tin về vụ việc Tiên Lãng báo chí đã nêu, trắng đen đã rõ. Đặc biệt những đề xuất tích cực của các vị trong MTTQ, luật sư, tri thức có uy tín, những tướng lĩnh về hưu, nhất là ý kiến của nguyên Chủ tịch nước Lê Đức Anh về cách giải quyết sự việc này đã có trên bàn làm việc của Thủ Tướng, ông sẽ có những ý kiến chỉ đạo, giải quyết đúng, thượng tôn luật pháp, hợp lòng dân, khôi phục uy tín của Đảng.

Lúc này không thể có kiểu giải quyết nước đôi, xuê xoa, hoặc nói "... Học tập Thủ tướng Phạm văn Đồng, tôi không kỷ luật ai!".

Nếu như thế tình thế đất nước rất nguy hiểm! Chắc ông đã nhìn thấy.

Vì thế, tôi tin lần này ông sẽ làm thật, loại ra khỏi chính quyền những kẻ làm hại dân, phá Nhà nước, phá Đảng, đúng vai trò của một người lãnh đạo chính phủ. Thưa Thủ tướng!

NHẸ NGƯỜI

Không biết mọi người khi nghe những kết luận của Thủ tướng Nguyễn Tấn Dũng về vụ việc cưỡng chế ở xã Vinh Quang (Huyện Tiên Lãng) Hải Phòng có cảm giác giống tôi không?

Tôi thấy nhẹ cả người!

Vì trước đó tôi vẫn bán tín, bán nghi. Đã biết bao nhiêu vụ việc, bằng chứng sờ sờ ra đấy, báo chí nêu đầy cả đấy, dư luận cũng phẫn nộ đầy cả đấy… nhưng cũng như "gió vào nhà trống"… kết luận của Tòa án, ý kiến chỉ đạo của Thủ Tướng hầu như không mang lại một chút hy vọng tốt nào trong dư luận.

Nay sự việc đã diễn tiến khác.

Vụ cưỡng chế đất đai của anh Đoàn Văn Vươn

do những người lãnh đạo huyện Tiên Lãng chỉ đạo, được Thủ Tướng kết luận là làm sai luật, cần phải kỷ luật, thậm chí phải truy tố nếu có dấu hiệu vi phạm pháp luật. Tôi tin mọi người đã đọc kết luận này của Thủ Tướng trên báo hay xem ti vi.

Không biết đây có phải là cơn gió lành, một tín hiệu vui báo hiệu sự khởi sắc của một nền dân chủ mới đang về trên đất nước Việt Nam.

Vì sao tôi nói như thế?

Qua vụ việc của Tiên Lãng, những kẻ đang cậy quyền cậy thế, đang có những thủ đoạn tàn độc để chiếm đoạt đất đai của người dân, cũng phải chùn bước, suy nghĩ lại. Sự phẫn nộ của người dân là vô cùng, sự phẫn nộ của dư luận là vô cùng, họ đã có phương pháp đấu tranh và lần này chúng không có đường tránh. Tôi tin rằng một số kẻ bất lương, vô đạo đức chưa lộ mặt đang nắm giữ chức quyền không muốn có một vụ Tiên lãng thứ hai!!!

Cũng qua vụ việc Tiên Lãng có thể nói là một sự kiện "kỳ diệu" tập hợp các lực lượng phóng viên, những người viết báo giấy "lề phải", những người viết báo mạng (blog) có lương tâm cùng đoàn kết thành một khối, vạch mặt chỉ tên những kẻ làm đang làm hại dân, phá Nhà Nước, làm giảm uy tín của Đảng. Sự kiện này cũng chứng minh một điều, không hề có "Thế lực phản động" nào đứng sau lưng những người viết báo nhà nước lẫn blog tư nhân, khi họ đã công khai danh tính, công khai nói lên ý nguyện của mình, (như có lần ông trưởng ban tuyên giáo huyện Tiên lãng rêu rao việc này trước 300 đảng viên).

Cũng qua sự việc Tiên Lãng phải nói rằng lòng yêu nước, thương dân, coi dân là chí thượng tôn của những vị nguyên là Lãnh đạo cấp cao Nhà nước, các Tướng lĩnh về hưu, các nhà trí thức có uy tín, những người viết báo trọng lương tâm, đạo đức, không bẻ cong ngòi bút đã đứng về một phía, hình thành một bức tường cho dân dựa, và là bờ đê vững chắc không cho những "dòng nước bẩn nhân danh Đảng" phá hoại thể chế, nhà nước Việt Nam để cho dân tin, dân ủng hộ.

Một nhà nước quản lý một quốc gia được dân tin thì quốc gia đó nhất quyết không có một thế lực đế quốc lớn nào có thể xâm chiếm hay đô hộ. Cũng một chế độ, một nhà nước giải quyết thỏa đáng những nguyện vọng của dân, nhất là vấn đề đất đai thì thể chế đó, nhà nước đó được dân đồng lòng ủng hộ, giữ vững được bản lĩnh độc lập của mình, không phải hạ mình luồn cúi trước ngoại bang.

Có thể nói, với việc giải quyết sự vụ cưỡng chế đất ở Tiên Lãng, bước đầu uy tín của Thủ Tướng Nguyễn Tấn Dũng được khôi phục. Là người dân, tôi cũng mừng cho ông. Tôi cũng hy vọng rằng trong tương lai, ông sẽ có những việc làm tương tự, mạnh tay hơn nữa, bản lĩnh hơn nữa để triệt tận gốc những vụ việc tham nhũng khủng khiếp, hà hiếp dân lành gây thất thoát lớn tài sản nhà nước, ăn cướp trắng trợn tiền thuế của người dân, gây bất ổn xã hội, đưa đến sự diệt vong của cả một chế độ, một Đảng cầm quyền.

Phải chăng tất cả những điều đó đã làm tôi hy vọng!

MỘT HÌNH ẢNH NHÓI LÒNG

Tối qua (11/2/2011) tôi xem chương trình thời sự của VTV 1, có một hình ảnh làm tôi nhói lòng, không thể không suy nghĩ.

Đó là hình ảnh nguyên Chủ tịch nước Lê Đức Anh trả lời phỏng vấn của phóng viên Đài truyền hình Việt Nam về vụ cưỡng chế phi phạm pháp luật của mấy vị nguyên lãnh đạo huyện Tiên lãng đã chủ trương và thực thi gây nên sự búc xúc, phẫn nộ trong dư luận, đến độ Thủ tướng phải đứng ra trực tiếp giải quyết.

Một Người Lính Già hơn chín mươi tuổi, trải bao nhiêu cuộc binh đao, trận mạc, một thời gánh nặng của cả sơn hà đè nặng hai vai… đã đến lúc Ông phải được nghỉ, được an dưỡng tuổi già - Nói như ý của nguyên Chủ tịch nước Nguyễn Minh Triết là - có quyền vui thú điền viên. Ấy vậy, trước việc làm vô nhân tính của một số người lãnh đạo huyện Tiên lãng và thành phố Hải Phòng với người dân lương thiện, buộc Ông phải lên tiếng phản đối. Có lẽ ý kiến của Nguyên Chủ tịch nước Lê Đức Anh là ý kiến đầu tiên của một vị nguyên là nguyên thủ Quốc gia đứng ra bảo vệ người dân trong một vụ án cụ thể liên quan đến đất đai. Ông đã chỉ ra những sai phạm mà các vị nguyên là chức sắc lãnh đạo của Huyện Tiên Lãng và thành phố Hải Phòng không thể biện hộ được. Ông còn nhấn mạnh: Quân đội chỉ dùng sức mạnh để bảo vệ toàn vẹn lãnh thổ, bảo vệ dân, tuyệt đối không dùng quân đội để đàn áp dân, đó là một sai lầm nghiêm trọng… Chỉ đọc trên báo, xem trên hình thấy hình ảnh của Ông bình tĩnh, điềm đạm…Nhưng trên ti vi lại không phải như thế, tuổi già đã làm cho nét mặt của Ông biểu hiện sự mệt mỏi, tiếng nói không rõ, ánh mắt cũng không còn biểu hiện sự tinh tường…đến độ, để cho người xem hiểu Ông đang nói gì, nhà đài VTV 1 phải chạy thêm hàng chữ bên dưới màn hình…

Nếu ở các nước khác, nhất là các nước tư bản lớn, tôi được biết khi các vị nguyên thủ về hưu, nếu còn sức khỏe sẽ tham gia giảng dạy các trường đại học, đi diễn thuyết, viết hồi ký, làm đại sứ cho một tổ chức quốc tế, hoặc làm trung gian hòa giải các cuộc xung đột. Còn không được như thế, thực sự họ về với gia đình "vui thú điền viên". Còn ở Việt Nam ta, nếu là cán bộ lãnh đạo cấp cao, tuy về hưu nhưng còn đau đáu, trăn trở nghĩ suy về sự tồn vong của Dân tộc, của Đảng, theo tôi, là muôn phần cực nhọc. Họ về hưu vẫn không được nghỉ ngơi, không còn sức khỏe vẫn cố nói, cố làm để vớt vận nước. Giá như đất nước của chúng ta "luật" ra "luật", "lễ" ra "lễ", mọi người, từ người dân đến lãnh đạo các cấp tuân thủ pháp luật. Lũ tham nhũng, hà hiếp dân, cứ luật pháp thượng tôn mà trừng trị, không nương nhẹ, không sợ vây cánh, nhóm lợi ích. Quốc hội có quyền hành thực sự, như vụ Tiên Lãng vừa qua, Quốc Hội có ý kiến cụ thể với Công An, Tòa Án, Viện kiểm sát… không cần chờ ý kiến của Thủ Tướng tốt biết bao nhiêu!!! Nếu được như thế chắc sẽ chẳng bao giờ có những cảnh, nhiều vị Tướng, nhiều vị nguyên lãnh đạo Đảng, Nhà Nước, ở tuổi hưu đang nghỉ ngơi, tĩnh dưỡng buộc phải lên tiếng khi thấy những cảnh dân tình thậm khổ vì những cán bộ, nguyên cấp dưới của mình, giờ đây có quyền hành trong tay, chỉ vì lòng tham, bất chấp luật pháp, gây bao tao loạn cho dân. Sức lực không còn bao nhiêu, thế mà các Cụ vẫn cố gồng mình, gồng sức làm ngọn cờ dẫn con cháu noi theo chống bất công xã hội, chống những kẻ "nhân danh Đảng" để phá Đảng, phá nhà nước, phá chế độ…

Tôi là thế hệ hậu sinh rất phục các Cụ Lê Đức Anh, Nguyễn Trọng Vĩnh, Huỳnh Đắc Hương, Nguyễn Quốc Thước… nhưng phục các Cụ bao nhiêu lại càng thấy nhói lòng bấy nhiêu.

Đất nước ta bao giờ có thể yên ổn, trật tự, không xảy ra những vụ án tương tự như ở Tiên Lãng vừa rồi?

Đất nước ta bao giờ có chuyện Tòa án độc lập, độc lập xét xử để không có chuyện Thủ Tướng phải trực tiếp chỉ đạo như vụ Tiên Lãng (Tôi tán thành ý kiến của nhà báo Huỳnh Ngọc Chênh, Thủ Tướng trực tiếp chỉ đạo là tốt, nhưng tốt hơn, không cần Thủ Tướng chỉ đạo mà vụ án đó vẫn sáng tỏ, những kẻ gây nên vụ cưỡng chế trái pháp luật ở Tiên Lãng, tòa sẽ độc lập xét xử công khai trước công luận)?

Đất nước ta bao giờ dân được quyền tự do lựa chọn, qua những cuộc bầu cử thực sự dân chủ, bầu ra những vị lãnh đạo Nhà nước có tài, có tâm trong sáng, có bản lĩnh đưa đất nước tiến kịp các nước trong khu vực và trên thế giới?

Chỉ có như thế các Cụ nguyên là Lãnh đạo nhà nước, Tướng lĩnh... mới bình tâm nghỉ ngơi vui vầy với con cháu, giữ được sức khỏe, không còn những cảnh nhói lòng về nguyên Chủ tịch nước Lê Đức Anh mà tôi đã thấy trên Ti vi trong buổi thời sự tối ngày 11/2 vừa qua!

CẦN VINH DANH CHO NHỮNG NGƯỜI BỐ, NGƯỜI MẸ ẤY!

Không lẽ những người bố, người mẹ có con hy sinh trong những ngày khốc liệt cả dân tộc đứng lên chống quân bành trướng Trung Quốc xâm lược bắt đầu từ ngày 17/ 2/1979, không đáng để nhà nước ta tôn vinh là "Ông Bố, Bà Mẹ Việt Nam anh hùng"?

Nếu không có sự hy sinh ấy liệu đất nước của Việt Nam của chúng ta có trở thành một tỉnh của Trung Quốc không? Khi sau này bằng những tài liệu được công bố, Đặng Tiểu Bình và nhà cầm quyền Trung Quốc thời kỳ ấy ngoài miệng nói: "Dạy cho Việt nam một bài học" nhưng bên trong đã sẵn âm mưu nếu có thể, đánh chiếm luôn Hà Nội, rộng ra chiếm luôn cả nước Việt Nam.

Âm mưu của chúng không thành vì vấp phải sức chống trả mãnh liệt của những người con ưu tú dân tộc.

Chính sự hy sinh của những chiến sỹ Việt Nam yêu nước, Đất nước, Dân tộc Việt Nam vẫn trường tồn.

Nếu so sánh với sự hy sinh của của những người lính Quân Đội Nhân Dân Việt Nam trong chiến tranh chống Mỹ, tôi cho rằng sự hy sinh của các anh trong cuộc chiến tranh chống quân bành trướng Bắc Kinh, ý nghĩa còn lớn hơn nhiều.

Vì rõ ràng đây là cuộc chiến tranh chống quân xâm lược thực sự, bảo vệ toàn vẹn lãnh thổ. Được cả dân tộc đồng lòng.

Một bên muốn áp đặt một chủ thuyết ngông cuồng Đại Hán, không coi trọng độc lập chủ quyền của các nước láng giềng, muốn đánh ai là đánh, muốn xâm lược ai là xâm lược.

Còn một bên là một dân tộc muốn hòa hiếu, muốn hòa bình, không xâm lược một tấc đất của bên kia.

Nếu trong cuộc kháng chiến chống Mỹ, còn có người Việt Nam theo bên này, hoặc bên kia, cả hai bên đều nói đến "chính nghĩa", nói đến "quốc tế ủng hộ".v.v. và v.v… thì cuộc chiến tranh chống bành trướng Bắc Kinh chỉ có một bên là phi nghĩa, đó là quân bành trướng Bắc Kinh xâm lược, còn một bên chính nghĩa là nhân dân Việt Nam đứng lên chống quân xâm lược bảo vệ toàn vẹn lãnh thổ. Những chiến sỹ Việt Nam hy sinh trong cuộc chiến tranh này đều được những người Việt Nam, có thể còn bất đồng về chính kiến, lý tưởng, chủ nghĩa…

nhưng cùng thống nhất về quan điểm: Đó là những chiến sỹ Anh Hùng.

Sự hy sinh của các anh trong bối cảnh, đất nước hòa bình, chi ít cũng hơn bốn năm. Ai đã đi qua những năm tháng khốc liệt của hơn hai mươi năm chống Mỹ, mới thấy giá trị cũng những giờ phút tĩnh lặng, tắt cảnh khói bom, máu chảy, đầu rơi… người Việt Nam nào lúc ấy, nhất là những người làm cha, làm mẹ đều không muốn một lần nữa con của mình lại cầm súng. Nhưng, khi tiếng xích xe tăng của quân Trung Quốc nghiền nát những cột mốc biên giới, xả đạn vào dân thường…Nhiều ông bố, bà mẹ Việt Nam nuốt nước mắt vào trong, động viên con em mình lên đường bảo vệ tổ quốc mà không hề tính toán thiệt hơn. Các anh lại cầm súng, lao ra biên giới đánh đến cùng, chống quân xâm lược, chấp nhận sự hy sinh, bảo vệ toàn vẹn lãnh thổ, bảo vệ dân lành…

Sự hy sinh của các anh, hay của những người Bố, người Mẹ Việt nam mất con trong thời điểm chỉ xảy ra ở mấy tỉnh biên giới phía bắc, bảo vệ cho phía sau, để phía sau được an hưởng hòa bình, thì những người còn sống phải đời đời nhớ ơn!

Nói như thế, để tôi muốn hỏi Quốc Hội, Nhà Nước ta tại sao đến tận bây giờ vẫn không tôn vinh những người Cha, người Mẹ sinh ra các Anh, những chiến sỹ Anh Hùng hy sinh bảo vệ toàn vẹn lãnh thổ Việt Nam trong cuộc chiến đấu chống quân xâm lược Bắc Kinh tháng 2 /năm 1979 là "Người Bố, Người Mẹ Việt Nam Anh Hùng"?

VÌ SAO Ở VIỆT NAM "QUAN" XẤU KHÔNG TỪ CHỨC?

Một câu hỏi tưởng khó, nhưng nghĩ ra lại rất đơn giản:

Ai cũng công nhận, không đâu sướng bằng làm "quan" ở nước ta. Bổng lộc nhiều, được cống nạp dưới mọi hình thức. Hãy nhìn xem, những quan đầu tỉnh trong cả nước, ông nào cũng có biệt thự, ô tô riêng, con cái đi học nước ngoài …Thử hỏi lương của ông trong một tháng, do nhà nước trả, liệu có thể làm được những điều đó không? Nếu không có "lộc"! Nên chuyện vi phạm khuyết điểm buộc phải từ chức để mất những "lộc" là một việc vô cùng khó khăn, không thể có đối với các quan, nhất là quan đầu tỉnh, thành phố.

Rồi nữa, làm gì có chuyện "từ chức" khi các quan nằm trong lợi ích nhóm, một sự liên kết chằng chịt về quyền lợi từ trung ương đến địa phương. Không thể có hiện tượng "đứt dây" nửa chừng. Bởi, vì lợi ích nhóm, nên các "quan" phải bảo vệ lẫn nhau, hoặc "giơ cao, đánh khẽ' cho phải lối. "đứt dây động rừng" chết cả nút, nên chuyện "từ chức" không phải là dễ. "Chờ ý kiến kết luận từ Trung ương, từ Ban tổ chức"... có lẽ cũng vì thế!

Lãnh đạo ở nước ta, vai trò cá nhân trông có vẻ lớn, nhưng lớn khi hưởng bổng lộc, còn rất nhỏ về trách nhiệm. Vì tất cả đều có sự chỉ đạo của Trung ương, của Ban tổ chức, của kiểm tra Đảng, của sự "thống nhất cao trong thường vụ"... Khi đương chức, không bị lộ về bổng lộc, về khuyết điểm thì cứ an tọa, rung đùi mà tận hưởng. Còn khi có khuyết điểm, những mưu ma chước quỷ bị lộ, có đủ ngàn cách bao biện, cãi chày, cãi cối để tại vị, mà một trong những luận điểm đưa ra để bào chữa là: "Tôi thực hiện đúng nghị quyết của Đảng, nghị quyết của Đảng bộ, của Thường vụ..." Trăm tội cứ đổ lên đầu "nghị quyết", "chỉ thị", "luật", "Thường vụ"... không phải chịu trách nhiệm cá nhân. Thế là xong!

Tiếp nữa, tất nhiên không phải tất cả, nhưng trong những người làm "quan" ở nước ta văn hóa nhân bản, thẩm thấu vào bản lĩnh con người rất kém. Kém từ các ăn nói (như bài phát biểu của ông Bí thư Thành ủy Hải Phòng trước hơn năm trăm cán bộ hưu trí ở CLB Bạch Đằng là một ví dụ) đến kém cả nhận thức không thấy khuyết điểm, không thấy những hạn chế của mình. Đặc biệt rất kém về kiến thức quản lý, kiến thức lãnh đạo. Ăn nói ngạo mạng, kiêu căng, không coi dân ra gì, tự mình đứng trên tất cả, tự mình có thể "đưa đường, dẫn lối", không cho ai phản biện lại. Nghĩ như thế, làm sao mà "từ chức"!

Một điều nguy hại nữa, những kẻ bất tài, suy đồi đạo đức mà làm "quan", một cái "phao" họ bám khỏi "chết đuối" là luôn nhân danh Đảng, Nhà nước XHCN! Nếu dư luận báo chí phê phán thì rất dễ bị họ quy vào tội: "có các thế lực phản động đứng đằng sau kích động, phá hoại làm giảm uy tín Đảng nhằm chống phá chế độ…" giống y như bài nói chuyện của ông Trưởng ban tuyên giáo huyện Tiên Lãng trước ba trăm cán bộ cốt cán Đảng viên khi ông ta giải thích vụ cưỡng chế đất đai của anh Đoàn Văn Vươn.

Làm quan ở nước ta, không từ chức, cũng vì một nguyên nhân mà các "quan" thấy "sướng" là không chịu sự giám sát của nhân dân, rõ hơn là sự giám sát của Quốc Hội. Tất cả phải có ý kiến của Đảng, có kết luận của của Ban kiểm tra, ban tổ chức Đảng. Tôi lấy ví dụ, bài phát biểu của ông Bí thư Thành ủy Hải Phòng tại CLB Bạch Đằng gây nên sự phẫn nộ trong cán bộ Đảng viên hưu trí, trong đó có rất nhiều Cụ là Lão thành cách mạng, thậm chí có Cụ yêu cầu Bộ chính trị phải cách chức ông ấy. Nhưng giả như Bộ chính trị không đồng ý cách chức ông ấy mà chỉ "rút kinh nghiệm" trong cách "phát ngôn" thì sao!!!

"Quan" mình sướng, là sướng chỗ đó!

Qua đây tôi nghĩ, nếu như ở Việt Nam, văn hóa "từ chức" thành một hành động phổ biến cho những cán bộ nắm quyền to, chức lớn khi họ thấy rằng, vai trò lãnh đạo của mình không được dân đồng tình, Quốc Hội phản đối, làm ảnh hưởng xấu đến hình ảnh lãnh đạo của Đảng, Nhà nước thì đây có thể bước mở đầu cho một cuộc cách mạng dân chủ mới, được toàn dân ủng hộ, uy tín của Đảng sẽ nâng cao.

ĐÃ CÓ MỘT CHÍNH PHỦ "TRÍ THỨC"

Bây giờ đủ loại ý kiến thế nào là "trí thức?", "trí thức dấn thân", "trí thức phản biện..." v.v và v.v...

Riêng tôi, một anh viết văn quèn, nghĩ ngợi một hồi, chợt nhớ, chợt tiếc... Đã có một thời, đất nước ta có một chính phủ Trí Thức đúng nghĩa của nó.

Đó là tôi muốn nói đến Chính Phủ Cách Mạng Lâm Thời Cộng Hòa Miền Nam Việt Nam (CPCMLTCHMNVN) - được thành lập đầu tháng 6 năm 1969. Một chính phủ toàn những nhà tri thức lớn, uy tín lừng lẫy, thật sự yêu nước. Họ dám từ bỏ tất cả kể cả sự nghiệp, gia sản... để tham gia vào công cuộc giành độc lập dân tộc. Chính phủ đó bao gồm những nhà trí thức, tư sản... yêu nước, yêu nước một cách chân chính. Xin xem danh sách dưới đây:

Chủ tịch:	Ông Huỳnh Tấn Phát
Các Phó Chủ tịch:	Ông Phùng Văn Cung Ông Nguyễn Văn Kiết Cụ Nguyễn Đóa

Bộ trưởng Phủ Chủ tịch Chính phủ:	Ông Trần Bửu Kiếm
Bộ trưởng Bộ Quốc phòng:	Ông Trần Nam Trung
Bộ trưởng Bộ Ngoại giao:	Bà Nguyễn Thị Bình
Bộ trưởng Bộ Nội vụ:	Ông Phùng Văn Cung (Phó Chủ tịch kiêm chức)
Bộ trưởng Bộ Kinh tế Tài chính:	Ông Cao Văn Bổn
Bộ trưởng Bộ Thông tin Văn hoá:	Ông Lưu Hữu Phước
Bộ trưởng Bộ Giáo dục và Thanh niên:	Ông Nguyễn Văn Kiết (Phó Chủ tịch kiêm chức)

Đấy là chưa kể Ban Cố vấn chính phủ bao gồm những nhà Đại trí thức lớn: như Luật sư Nguyễn Hữu Thọ, luật sư Trịnh Đình Thảo…Những nhà tri thức lớn này tham gia vào Chính phủ CMLTCHMNVN, thực sự là một ngọn cờ hiệu triệu sự đoàn kết dân tộc, nâng cao uy tín của Mặt Trận Dân Giải Phóng Miền Nam lúc đó. Cũng những nhà trí thức lớn này dấn thân vào cuộc đấu tranh giành độc lập dân tộc, tôi tin, họ đã đặt niềm tin rất lớn vào tương lai của đất nước Việt Nam, sau khi giành thắng lơi, thống nhất tổ quốc. Đất nước ta sẽ có độc lập, tư do và quyền dân chủ sẽ trở thành hiện thực. Nhân dân miền nam, nhất là những người dân trong vùng do chế độ Việt Nam Cộng Hòa kiểm soát, đặc biệt là thành phần thứ ba là những trí thức, sinh viên, nhà tư sản dân tộc… Họ nhìn vào Chính phủ CMLTCHMNVN, thành viên trong chính phủ này với sự ngưỡng mộ. Ngưỡng mộ về lòng yêu nước, ngưỡng mộ về tài trí, ngưỡng mộ về sự đoàn kết, hòa hợp…

Khi lá cờ nửa đỏ, nửa xanh, ở giữa có ngôi sao vàng phất phới tung bay trên nóc dinh Độc Lập vào trưa ngày 30/4/1075, mọi người dân miền Nam lúc đó đều nghĩ rằng đây là thắng lợi của Quân Giải Phóng Miền Nam Việt Nam, thắng lợi của tinh thần đoàn kết, lãnh đạo sáng suốt của CPCMLTCHMNVN có sự giúp đỡ, chi viện của nhân dân Miền bắc và Chính phủ Việt Nam Dân Chủ Cộng Hòa (VNDCCH). Cũng chính vì thắng lợi nhân danh dưới sự lãnh đạo của cả một tập thể của những nhà tri thức lớn, những nhà tư sản dân tộc yêu nước, của những người từng giữ chức vụ lớn trong chính quyền của ông Ngô Đình Diệm…Nên tính hợp pháp, tính dân tộc được dư luận trong nước và ngoài nước ủng hộ. Chỉ một thời gian ngắn, kể từ sau ngày 30/4/1975 đã có rất nhiều nước trên thế giới công nhận chính phủ CMLTCHMNVN.

Có người nói, việc thành lập CPCMLTCHMNVN là sách lược của Đảng Lao Động Việt Nam. Nhưng tôi lại nghĩ rằng, lúc đó trong thành phần những nhà lãnh đạo Đảng Lao Động Việt Nam, cụ thể nhất là Cụ Hồ, có tính dân tộc rất cao, đặt vấn đề dân tộc lên trên quyền lợi Đảng, đặt vấn đề thống nhất tổ quốc là thượng tôn, coi chuyện chính quyền Mỹ đem lực lực lượng quân sự sang miền nam, ném bom miền bắc là sự xâm lược trắng trợn…Nên vấn đề đoàn kết dân tộc, huy động mọi lực lượng yêu nước cùng tham gia đồng lòng thực hiện bằng được sự thống nhất tổ quốc là một điều chính đáng. Vì thế, cho dù lực lực lượng quân sự của CPCMLTCHMNVN chủ yếu do miền bắc chi viện, nhưng trên danh chính ngôn thuận nhân dân miền nam lúc đó vẫn gọi lực lượng quân sự đó là " Quân Giải Phóng Miền Nam" hay bên Việt Nam Cộng Hòa gọi là : "Việt Cộng".

Viết đến đây tôi lại nghĩ đến Chính Phủ Việt Nam Dân Chủ Cộng Hòa trong buổi đầu giành độc lập do Cụ Hồ đứng đầu. Chính phủ đó, cũng toàn là những nhà đại trí thức lớn của đất nước có uy tín, thực lòng yêu nước, không nhân danh bất cứ đảng phái nào để cầm quyền mà chỉ có duy nhất một Đảng như Cụ Hồ tuyên bố "Đảng Việt Nam". Một chính phủ trí thức, đặt quyền lợi dân tộc lên trên hết, nên Thực dân Pháp dùng đủ thủ đoạn thâm hiểm, ác độc từ chính trị đến quân sự, đều bị thất bại. Cũng như với CPCMLTCHMNVN, trong những năm tháng ác liệt của chiến tranh, ngọn cờ nửa đỏ, nửa xanh, có ngôi sao vàng ở giữa, thực sự là lời hiệu triệu đoàn kết toàn dân tộc, kể cả miền Bắc lẫn miền Nam và ngọn cờ đó cũng xuất hiện trong những cuộc tuần hành, biểu tình lớn có hàng chục vạn người tham gia ở nhiều nước trên thế giới chống chính phủ Mỹ đã gây ra chiến tranh Việt Nam.

Đặt quyền lợi dân tộc lên trên hết, mà biểu hiện là một chính phủ đoàn kết, tập hợp nhiều trí thức giỏi không phân biệt đảng phái, trước hết đạt được mục đích đoàn kết dân tộc, tranh thủ được sự đồng tình ủng hộ của các tầng lớp nhân dân, của dư luận nước ngoài.

Đặc biệt dưới sự lãnh đạo của chính phủ đó, với tính hợp pháp, hợp hiến, thừa sự bản lĩnh, thông minh, tôi nghĩ, không sợ bất cứ "thế lực thù địch" nào có thể phá hoại.

Tất nhiên, sau này, việc hiệp thương thống nhất hai miền, CPCMLTCHMNVN không còn cơ sở tồn tại!!! Mục đích chính là thống nhất tổ quốc đạt được, không lẽ lại nói CPCMLTCHMNVN đã "hoàn thành vai trò lịch sử?"

Điều này để cho các nhà nghiên cứu lịch sử phân tích, kết luận. Tiếp đến, tôi cũng được đọc hồi ký của một số người nguyên là Bộ trưởng, Thứ trưởng của CPCMLTCHMNVN viết về những năm tháng hoạt động trong CPCMLTCHMNVN để hiểu rõ thêm sách lược của những người Cộng Sản Việt Nam trong việc thực hiện đoàn kết dân tộc.

Nhưng chuyện đó, xin phép, tôi không bàn ở đây.

Tôi nhắc lại sự kiện CPCMLTCHMNVN chỉ muốn nói sự đoàn kết, hòa hợp của một dân tộc thông qua một chính phủ trí thức chân chính sẽ có một sức mạnh vô biên, có thể đánh thắng bất cứ một thế lực đế quốc lớn nào muốn thôn tính xâm lược Việt nam!

Liệu Việt Nam trong tương lai có lặp lại hiện tượng lịch sử này không?

NGHĨ VỀ "TỰ TỬ"

Gần đây báo chí Việt Nam liên tục đưa tin, ở nước ta có quá nhiều vụ "tự tử".

Mà rất lạ, đa số những vụ "tự tử" ở hai môi trường gọi là "trong sạch" nhất nước. Nhà trường và đồn công an, hai môi trường đều là giáo dục, nền tảng xây dựng, bảo vệ Chế độ, bảo vệ Đảng. Cả hai môi trường này hướng cho con người biết tuân thủ, thực hiện đúng pháp luật, trở thành con người có ích cho xã hội, cộng đồng.

Nếu như hai môi trường này hỏng, rộng ra, chế độ này hỏng, Đảng hỏng.

Nhà trường của chúng ta, gọi là nhà trường XHCN, như yêu cầu của Đảng đề ra, đó là một môi trường giáo dục tuyệt vời, dạy cho các em biết yêu Đảng, yêu chế độ, sống đúng nhân cách của một con người mới, xây dựng một xã hội thật đẹp, hướng thiện, quan hệ con người với con người là nhân bản, đạo đức, biết sống, biết yêu thương đồng loại, thương người nghèo, chống áp bức bóc lột, Thầy hiểu trò, trò thương thầy, một môi trường mô phạm đúng nghĩa v.v..và v.v… Các em học trong môi trường này làm gì có chuyện nói tục, đánh nhau, thầy đánh trò, trò không coi trọng thầy, cô… chứ chưa nói đến chuyện các em chán đời , tự kỷ, không tin vào tương lai đi đến "Tự tử".

Còn Công an Việt Nam, như lời Cụ Hồ căn dặn "đối với dân phải KÍNH TRỌNG LỄ PHÉP". Công an Việt Nam là những người con của dân, từ dân mà ra lại được Đảng rèn luyện giáo dục. Vậy, họ chỉ là những người cảnh sát thương dân, vì dân. Khi người dân dính đến chuyện nọ, chuyện kia tình nghi vì có vướng vào vòng lao lý sẽ được mời lên đồn công an. Người dân hãy tin đây là nơi thực hiện luật pháp tốt nhất, môi trường rất có văn hóa, có thể nói là văn hóa nhất nước. Không có chuyện người công an gọi dân là thằng nọ, con kia. Công an không ăn của đút, hối lộ, rất công tâm, khách quan khi thẩm vấn nghi can. Công an tuyệt đối không xưng hô "mày", "|tao" với dân, cũng như sẽ không có chuyện đánh đập, tra tấn, bỏ đói, trấn áp người dân giống như những bài văn, bài sử các em học sinh đã học khi tả tội ác của cảnh sát chế độ thực dân, tư bản... Những chế độ thối nát, phản động, lạc hậu. Những người công an tiếp dân vừa có văn hóa, vừa có kinh nghiệm, với thái độ kiên quyết, nhưng rất nhân từ, khôn khéo làm cho người bị thẩm vấn "tâm phục, khẩu phục". Nếu như vô can, những người thẩm vấn ra khỏi đồn công an sẽ ở tinh thần vui tươi, nét mặt hân hoan, tin ở Đảng hơn, tin ở chế độ này hơn, sống lạc quan thỏa mái, an toàn không sợ bị bắt vô cớ, vì được luật pháp qua nhưng người công an mà họ tiếp xúc, chính những người đó bảo vệ, minh oan cho họ.

Còn những người vi phạm pháp luật, qua cách điều tra của những người công an có văn hóa, đạo đức, kinh nghiệm, họ sẽ nhận ra lỗi lầm của mình, yên tâm cải tạo thật tốt để sớm trở lại thành người công dân có ích cho xã hội...

Và như thế tôi tin, sẽ không bao giờ có chuyện can phạm "tự tử" trong đồn công an!

Nhưng căn cứ vào những thông tin mà báo chí, đài, ti vi...đưa vừa qua, đã có quá nhiều vụ "tự tử" ở các trường học và trong các đồn công an.

Thế thì những điều mình nghĩ có đúng hay không? Hay là ngược lại!!!

KHÔNG HIỂU SAO, TÔI TIN CU BA SẼ THAY ĐỔI RẤT NHANH

Không hiểu sao, tôi tin rằng, đất nước, dân tộc Cu Ba sẽ tiến lên nền dân chủ rất nhanh, nhanh hơn chúng ta tưởng rất nhiều.

Vì sao tôi lại nói thế?

Vì tính triệt để của cách mạng Cu Ba. Ở Cu Ba, theo suy nghĩ của tôi, không có cách mạng nửa vời. Ngay thời trước đây, với tinh thần cách mạng tiến công, trong sáng vô tư… Cu Ba đã tự mình đứng lên giành độc lập, không cần sự trợ giúp bên ngoài. Tiếp đến, cũng chính Cu Ba đã giúp đỡ trên tinh thần quốc tế vô sản thực sự, không mưu mô, tính toán, không dấu những mưu đồ bẩn thỉu khoác bên ngoài là "tình đồng chí thủy chung, trong sáng" để đi chiếm đất của người khác. Hoặc như, giúp người ta rồi lấy cớ "kể công" từ đó để đi xâm lược. Cu Ba từng giúp cách mạng những nước như Ăngggôla, Êtiôpi… ở châu Phi, nhiều nước ở châu Mỹ - La tinh với sự vô tư, nghĩa hiệp tuy phương pháp hay mục đích phần nhiều là không thành công bởi những hạn chế của lịch sử hay do chủ thuyết lạc hậu!!!Nhưng sự thủy chung, một lòng vì bạn, chúng ta nên ghi nhận ở những người cách mạng Cu Ba. Điển hình là tấm gương của nhà cách mạng Chê, ông dám từ bỏ mọi chức tước trong chính quyền Cu Ba để lãnh đạo một nhóm du kích phát động vũ trang ở mấy nước Trung Mỹ với ý định: "Phải có nhiều Việt Nam nữa". Nhưng ý định đó của ông bất thành. Chúng ta nhìn lại, nhất là thời điểm bấy giờ, đã ông lãnh đạo nào ở một nước XHCN ở châu Á, châu Âu luôn to mồm "tinh thần quốc tế vô sản" dám làm như Chê! Mà chỉ ngồi một chỗ, chơi đểu với mấy nước nhỏ y như "xui trẻ con ăn cứt gà sát", để mưu đồ lợi ích ích kỷ của mình.

Một cuộc cách mạng lớn, tôi mạo muội nghĩ, không thể nửa vời, không thể đầu môi chót lưỡi, lừa mị, cơ hội mà phải hành động, hành động triệt để như những nhà cách mạng Cu Ba đã từng làm, dẫu có thể thất bại, nhưng nhân phẩm, lý tưởng của họ sẽ được mọi người, nhất là tầng lớp thanh niên học tập và làm theo. Điều đó giải thích vì sao hình ảnh anh hùng của Chê, lãnh tụ cách mạng Cu Ba, lãnh tụ một nước cộng sản, được thanh niên toàn thế giới tôn vinh.

Điều nữa, những nhà lãnh đạo cách mạng Cu Ba là

những nhà tri thức cách mạng kiên định, thành phần xuất thân là có học, chứ không phải là giai cấp nông dân. Với kẻ thù của dân tộc, trước sau như một, lập trường cách mạng của họ không thay đổi, không giống như một số nước cộng sản khác!!! Hôm trước còn là thù, hôm sau lại là bạn, hôm sau nữa... không khéo lại là thù! Nhân dân chính nước đó nhìn vào cách cư xử như vậy, mất hết lòng tin. Đảng và nhà nước Cu ba không như vậy, đã xác định kẻ thù như Mỹ là rõ ràng, có thái độ đối xử vừa cương quyết, vừa khôn khéo, thu phục nhân tâm để nhân dân ủng hộ. Rõ ràng, nếu chính phủ Cu Ba, đứng đầu là lãnh tụ Phi Đen có thái độ nhu nhược, không dựa vào sức mạnh dân tộc, Cu Ba không thể tồn tại một cách độc lập như hiện nay. Và cũng chính vì thế Cu Ba ở sát nách Mỹ, chính phủ Mỹ cũng như những người di tản, lưu vong tìm trăm phương, ngàn kế để phá hoại, thậm chí dự định hàng trăm vụ ám sát lãnh tụ Phi Đen, nhưng đều thất bại. Tất nhiên hiện tại, tôi vẫn biết, để chuyển sang một chế độ dân chủ thực sự, dám từ bỏ những chủ thuyết "hoang tưởng" từng một thời làm mê hoặc những nhà trí thức yêu nước cũng như đoạt tuyệt với một phương pháp cách mạng "không tưởng" không phải dễ dàng gì! Nhưng... trong Đại hội Đảng của Đảng cộng sản Cu Ba vừa qua, cũng như đại hội Đảng bất thường không còn treo ảnh của hai ông Mác - Lê Nin, không nhắc lại một dòng nào về chủ thuyết Mác - Lê Nin trong báo cáo chính trị, đó cũng là điềm báo, con đường đi của cách mạng Cu Ba, của dân tộc Cu Ba phải thay đổi. Và, như chứng minh điều đó, trong năm vừa qua, Đảng và nhà nước Cu Ba đã tư nhân hóa nhiều ngành kinh tế, nhân dân bước đầu được tự do mua bán nhà đất, nông sản, thực phẩm sản xuất được, bỏ chế độ tem phiếu, người dân được mua bán nhà đất, mở tiệm… thời gian thực hiện những việc này, nhanh hơn Việt Nam chúng ta nhiều. Cũng trong thời gian này, Đảng và nhà nước Cu Ba thả tự do cho gần ba nghìn tù chính trị. Rõ ràng, ở Cu Ba hiện nay vẫn là chế độ độc Đảng lãnh đạo, nhưng với gần ba nghìn tù chính trị, những người bất đồng chính kiến được thả ra, hoạt động công khai, tôi tin, không bao lâu nữa, ở Cu Ba sẽ xuất hiện Đảng đối lập với Đảng cộng sản Cu Ba, những Đảng này sẽ cùng tranh cử công khai, lập nên một chính phủ hợp hiến, dân chủ, phù hợp với xu thế thời đại, phù hợp với quy luật lịch sử. Nhắc lại điều này, tôi muốn so sánh những biến đổi chính trị lớn lao ở Miến Điện vừa qua. Ở Hội An tôi hay được hân hạnh hầu chuyện một Nhà Văn Lớn, mà tôi coi như một người Thầy của mình. Trong một lần trò chuyện giữa Thầy và trò, tôi có đề cập, vì sao nền dân chủ của Miến Điện tiến nhanh như thế? Một ngày bằng mấy mươi năm. Nhà Văn Lớn cũng là người Thầy của tôi đã giải đáp: Rất đơn giản, vì ở Miến Điện, những người lãnh đạo không bị ảnh hưởng của những ý thức hệ, của những chủ nghĩa không tưởng mà những ý thức hệ đó, chủ nghĩa không tưởng đó, nó chỉ phù hợp với một gian đoạn lịch sử nhất định, đến giai đoạn lịch sử khác, nó trở nên lạc hậu, thậm chí là phản động. Những nhà lãnh đạo Miến Điện, cũng là một nước độc tài, nhưng không bị ảnh hưởng, nên sự chuyển đổi tư tưởng, phương pháp lãnh đạo đất nước từ độc tài sang dân chủ sẽ rất nhanh. Đó là điều may mắn cho nhân dân và đất nước Miến Điện.

Phải chăng, Đảng cộng sản Cu Ba không còn treo ảnh của mấy ông lãnh tụ Mác, Lê Nin, cũng sẽ giống Miến Điện, từ bỏ chủ thuyết này!!!

Một điều nữa, tôi cũng tin Cu Ba sẽ tiến nhanh lên một nhà nước dân chủ, tự do thực sự, xã hội Cu Ba sẽ là một xã hội "mở" để nhân dân Cu ba bước vào một thời đại mới, đó là Cu Ba đã nếm trải hơn năm mươi năm "quả đắng" của cái gọi là "thiêng đường CNXH". Tất cả chỉ dựa vào viện trợ Liên Xô (cũ), tuy có phát triển về y tế, giáo dục nhưng nền kinh tế phát triển không bền vững, lệ thuộc. Khi không còn viện trợ của Liên Xô, Mỹ vẫn chưa bỏ cấm vận, nền kinh tế bao cấp của Cu Ba gặp muôn vàn khó khăn, khốn đốn… Hiện tại Trung Quốc, Việt Nam tuy mang danh là CNXH, nhưng bên trong là kinh tế thị trường, kinh tế tư nhân phát triển, xóa toàn bộ bao cấp… Cu Ba không thể không nhìn thấy, dù có bịt mắt, cũng phải thừa nhận, không còn con đường nào khác là nên đi theo. Mà đã là nền kinh tế thị trường thì XHCN là cái vỏ mỏng dễ rách, vấn đề hết cái danh CNXH chỉ còn là thời gian.

Với những lý do nêu trên, theo tôi, đây là ý kiến hoàn toàn cá nhân, có thể Cu Ba sẽ tiến nhanh lên một xã hội dân chủ sớm hơn mọi người nghĩ!

TÔI CÓ CẢM GIÁC ĐẤT ĐANG NÓNG DƯỚI CHÂN

Giá xăng lại tăng, nền kinh tế có biểu hiện suy thoái, nạn thất nghiệp lan tràn, số lượng doanh nghiệp bị phá sản không dừng ở con số chục nghìn, những vụ chém người, giết người man rợ liên tục có trên mặt báo, giáo dục xuống cấp toàn diện từ đạo đức người thầy đến cách hành xử của học sinh, không còn từ diễn tả về nỗi hoang mang, lo lắng của các bậc làm cha, làm mẹ. Rồi cả những vụ án phi đạo đức, bất nhân con giết cha mẹ, hiếp dâm trẻ em chưa thanh niên đến mang thai … các phương tiện thông tin do nhà nước quản lý, không ngày nào là không cung cấp cho bạn đọc. Gần như đó là tin tức hàng ngày, càng đọc càng thấy bi quan, lo lắng cho xã hội chúng ta đang sống. Cho dù trên ti vi, mặt báo hàng ngày có đưa tin tấm gương hiếu học, vượt khó, làm ăn kinh tế giỏi…Dẫu thế vẫn không át được những tin đau lòng kia. Tiếp đến, những vụ biểu tình của người dân đi đòi đất, đòi quyền được tự do canh tác ngay trên mảnh đất của tổ tiên xây dựng từ mấy đời. Những cuộc biểu tình này không còn một nhóm nhỏ, tụm năm, tụm ba mà có sự liên kết mấy xã liền, đông cả nghìn người. Nếu chính quyền cư xử không khéo, rất dễ xảy ra xung đột. Mà xảy ra xung đột, không thể bưng bít thông tin như vụ Thái Bình trước đây, chỉ dăm phút cả nước biết, cả thế giới biết, như vậy thì nguy vô cùng!

Nhưng tôi nghĩ, những tin vừa điểm, nếu như chính quyền gồm những người lãnh đạo tài ba có bản lĩnh, thống nhất, đoàn kết vẫn có thể sửa sai được, vẫn có thể chặn đứng những nguy hại, hiện vẫn ở dạng chuẩn bị tích tụ. nhưng không hiểu sao…

Những người quan tâm đến sự tồn vong của Đảng, của Chính thể này, tôi tin, sẽ có sự lo lắng giống tôi, khi biết những tin này. Thanh tra nhà nước phát hiện hàng loạt sai phạm, gây nên những tổn thất khủng khiếp về tài chính, số tiền thất thoát không dừng ở con số tỷ mà hàng chục nghìn tỷ ở những tập đoàn kinh tế lớn do Nhà nước quản lý như Dầu khí, Điện lực, Tàu biển, Than - Khoáng sản, Viễn thông… mà chúng ta biết rằng, những tập đoàn kinh tế lớn của nhà nước, Nhà nước nắm vốn, chi thu… Tôi đọc những tin đó như không tin vào mắt mình, rồi đặt câu hỏi "Nhà nước này của ai?". Tất nhiên sự thất thoát, hay nói trắng ra, là sự tham nhũng lớn đó, dứt khoát những vị lãnh đạo chính phủ phải biết! Nhưng tại sao không thể giải quyết dứt điểm??? Vừa rồi lại xảy ra vụ "không trung thực lý lịch" của bà nghị Quốc hội Đặng Thị Hoàng Yến đang gây xôn xao dư luận. Thực tế chuyện này có một số tờ báo cảnh báo đã lâu, không hiểu sao, chuyện đó được ém nhẹm, bây giờ mới "bung" ra! Vì sao, chọn đúng thời điểm này, sau nghị quyết IV của hội nghị TW Đảng để làm? Theo tôi, việc "khai không trung thực lý lịch" của bà nghị Hoàng Yến, chỉ là một việc nhỏ, điều chính hãy xem những việc bà ấy đã làm gì lợi cho đất nước, cho người dân. Hiện nay, với những bằng chứng xác thực, có nhiều vị tai to, mặt lớn khai man bằng cấp, năm sinh…đang tại vị yên ổn, vẫn giao thuyết về sự “trung thực, thật thà” có làm sao đâu mà báo chí cứ lao vào làm to chuyện này. Quá lắm, Quốc hội bãi nhiệm chức vị Đại biểu Quốc Hội của bà Yến là xong!

Vì thế tôi nghĩ, chắc phải có nguyên nhân sâu xa, lớn hơn đứng sau chuyện bà nghị Yến khai “không trung thực lý lịch”.

Đó là chưa kể vụ án Đoàn Văn Vươn (Hải Phòng) rõ ràng là như thế, mọi người đều biết ai là người bị hại, ai là kẻ gây hại… Không hiểu vì sao ý kiến của thủ tướng chỉ đạo vụ án này không được xử lý triệt để, dây dưa hết tháng này, sang tháng khác. Hình như các cấp lãnh đạo thành phố Hải Phòng không muốn, cụ thể hơn, bất chấp ý kiến chỉ đạo của thủ tướng, tự mình hành xử theo “luật riêng của Hải Phòng”.

Cũng phải có một chỗ dựa chắc nào đó, những người lãnh đạo thành phố Hải Phòng mới dám làm chuyện này! Nếu suy luận này đúng, thì nạn cát cứ trở thành sự thật rồi.

Tiếp đến những phát ngôn và việc làm của ông Đinh La Thăng, Bộ trưởng Bộ GTVT, gây bất bình rất lớn trong xã hội… nhưng hình như ông Bộ trưởng không ngán, bỏ ngoài tai tất cả sự chỉ trích, phẫn nộ của dư luận, một mình một cõi, cương quyết thực hiện những việc làm trái lòng dân, không phù hợp với thực tiễn xã hội.

Tại sao ông ta dám làm điều đó! Ai là chỗ dựa cho ông ta?

Từ tất cả những sự việc công khai trên, tôi nói thật suy nghĩ của tôi. Hình như trong Đảng, trong nội bộ những người lãnh đạo nhà nước Việt Nam đang có sự bất hòa, không đoàn kết, muốn làm giảm uy tín lẫn nhau, thông qua những sự việc trên để đẩy dư luận gây áp lực triệt hạ những đối tượng mà bên kia không mong muốn. Vì tất cả những vụ việc trên, không phải bây giờ báo chí, dư luận mới biết. Nếu như những nhà lãnh đạo Đảng công tâm, có bản lĩnh, đặc biệt là đoàn kết, thì những sự việc trên giải quyết dứt điểm từ lâu rồi, hợp lòng dân, đúng luật pháp. Có điều, vì lợi ích nhóm, tìm mọi thủ đoạn củng cố vị trí quyền lực, chọn thời điểm để triệt hạ lẫn nhau… Nên những sự việc trên bây giờ mới "vỡ" ra, ngày càng bung bét. Nhìn những sự việc trên, trên nhiều phương tiện thông tin đại chúng, nhất là báo mạng, đã có những bài báo phân tích, nguyên nhân nào đưa đến những sự việc đó? Ai chơi ai?

Là một người dân, tôi và đại đa số dân Việt Nam tha thiết muốn một đất nước an bình, xã hội ổn định, kinh tế phát triển, nhân hòa, lãnh đạo đoàn kết, có tâm, có bản lĩnh được người dân tin tưởng…

Nhưng điều mong ước đó, tôi không hy vọng, quá xa vời với tình hình thực tại.

Mà thực tại, tôi có cảm giác đất đang nóng dần dưới chân mình!

NÓI THẬT, HIỆN TRẠNG ĐẤT NƯỚC NHƯ THẾ NÀY, CỤ HỒ CÓ NHẮM MẮT ĐƯỢC KHÔNG?

Sinh thời, hình ảnh Cụ Hồ trong lòng người dân Việt Nam, là bất diệt. Hiện tại có rất nhiều luồng dư luận, nhiều thông tin, tất nhiên sự kiểm chứng là cần thiết, về Cụ Hồ. Theo tôi, nếu sự kiểm chứng kia là đúng về những luồng thông tin, hiện nay đang phổ biến thì cũng không quan trọng. Cụ Hồ, giống chúng ta, là một con NGƯỜI. mà đã là người, thì làm sao không có lúc sai lầm, có lúc bi kịch, nhất là lãnh tụ, điều này lại càng không tránh khỏi. Đến cả Chúa hay Phật cũng không dám nói mình đúng!

Với tôi, một người Việt Nam bình thường, trong góc tâm linh vẫn kính trọng Cụ Hồ. Vì trong đời sống thường ngày, hình ảnh của Cụ, cho đến hiện tại của nhà nước Việt Nam, tôi thấy đó là một lãnh tụ gần dân nhất. Biểu hiện từ cách ăn mặc, giao tiếp đến phát ngôn, không đao to búa lớn, giản dị, mọi người dân nghe đều hiểu. Cụ là người yêu nước nhiệt thành, thể hiện từ lúc thanh niên cho đến lúc trở thành lãnh tụ, điều đó không thay đổi trong con người của Cụ. Với Cụ Hồ, lời nói phải đi đôi với hành động, không giảo ngôn, không nói suông, không lừa mị.

Nhớ cách đây hơn ba mươi năm, đất nước của chúng

ta ra khỏi cuộc chiến tranh, thương tích đầy mình, lại gặp di họa của thời bao cấp, đời sống nhân dân vô cùng cực khổ. Thế mà không biết chủ trương ở đâu mở ra cuộc "Rước đuốc Bác Hồ". Để làm gì? không ai biết, nhưng vô cùng tốn kém. Giữa lúc phải ăn bo bo thay cơm, mọi cấp phát lương thực, thực phẩm, chất đốt... phải theo tem phiếu, thì ngọn đuốc Bác Hồ được châm từ Lăng Hồ Chí Minh (hay từ hang Pắc Pó) , cứ truyền tay người này qua người khác, xe này đến xe khác, từ tỉnh này đến tỉnh khác, tỉnh đến huyện, huyện đến xã, xã đến thôn, Ty đến trường, đến công sở, nông trường...trải dài theo chiều dọc đất nước đến cả mấy nghìn cây số. Để ngọn đuốc không tắt trên một con đường dài như vậy, hàng chục nghìn lít dầu hỏa, thậm chí hơn cả con số này rót vào ngọn đuốc. Đấy là chưa kể mỗi khi ngọn đuốc đến đầu tỉnh này, giáp cuối tỉnh kia các vị lãnh đạo tỉnh, huyện... cùng rất đông tướng lĩnh, cán bộ trung, cao cấp, người dân... bỏ tất công ăn, việc làm đội mưa, đội nắng chầu chực xếp hàng nghênh đón, rồi đưa ngọn đuốc đến một cuộc mít tinh lớn để "Nhiệt liệt, hoan hô... phát động phong trào". Nhưng cuối cùng cuộc rước đuốc Bác Hồ đến một tỉnh nam miền trung phải dừng, không thấy ai tổng kết. Mà có "tổng kết" ai cũng thừa nhận đây là một cuộc "rước đuốc vô cùng lãng phí", nhất là trong bối cảnh mỗi người cán bộ chỉ được mua nửa lít dầu hỏa theo tiêu chuẩn, nhiều nơi không có dầu mà thắp. Đấy là còn chưa kể sự lãng phí về giờ công, tiền bạc, nhân lực... Còn tác dụng thiết thực, đem lại hiệu quả về xã hội, kinh tế, nhất là trong thời kỳ bao cấp, không cần nói, mọi người đều hiểu cả.

Cũng thời kỳ này, Đảng và Nhà Nước Việt Nam phát động phong trào xây dựng "Ao cá Bác Hồ" với mục đích phát triển đàn cá nuôi, tăng thêm thực phẩm cho người dân trong cả nước. Những con cá chép, trôi, rô...được bắt lên từ Ao cá Bác Hồ, trong Phủ Chủ tịch được vận chuyển bằng máy bay, ô tô... tốn không biết bao nhiêu tiền bạc, công sức, mang đến thả một cái ao đào sẵn của từng địa phương, rồi trưng tấm biển: "Ao Cá Bác Hồ". Coi như thế "thành công" và mọi người sẽ học tập, nhân rộng ra nhiều Ao cá Bác Hồ. Nhưng phong trào "Ao cá Bác Hồ" phát triển cũng chỉ được một thời gian rồi lắng xuống. Vì nhiều nguyên nhân: Giống, thổ nhưỡng, tâm lý người nuôi, thị trường, cách quản lý ...rất nhiều vấn đề khoa học cần phân tích. Chứ không phải chỗ nào cũng có Ao cá Bác Hồ là sẽ phát triển kinh tế! Thực tế những cái gọi là "Ao Cá Bác Hồ" cho đến tận nay không thấy địa phương nào tổng kết số lượng Ao cá Bác Hồ hiện có là bao nhiêu! Đã nuôi được bao nhiêu tấn cá trong những ao này!

Học tập tấm gương Cụ Hồ cần phải sự thành tâm, như thực hiện đúng lời dạy của Cụ trong công việc, lời nói hằng ngày, nhất là những vị đang đảm đương trọng trách của Đảng và Nhà nước. Chứ không phải bằng những việc làm, phong trào, xây thật nhiều tượng... tôi tin không bao giờ Cụ Hồ lúc còn sống lại nghĩ là lớp hậu sinh có thể làm những việc như vậy. Như việc xây lăng ướp xác của Cụ vừa tốn kém tiền bạc, công sức, không đúng với tâm linh của người Việt mà quan trong nhất, không đúng với mong ước của Cụ đã viết trong di chúc. Rồi cả việc rất nhiều tỉnh xây mô hình nhà sàn của Cụ với tỷ lệ 1/1 để cho nhân dân đến tham quan, điều này có cần không? Trong khi còn biết bao gia đình Mẹ Việt Nam Anh hùng, Liệt Sỹ đang cần giúp đỡ. Dựng lên một ngôi nhà sàn gỗ tiền tỷ, đâu có phải là nhà Cụ Hồ đã sống, làm việc mà nói đấy là "nhà của Bác Hồ" để cho mọi người vào tham quan. Tham quan với một mô hình giả, mọi đồ vật trong nhà đều giả, làm sao có cảm xúc chân thật. Xây dựng mô hình nhà sàn Bác Hồ với tỷ lệ 1/1 như ở Đà Nẵng và một số địa phương khác... là một việc vô lý không thể tưởng. Việc này có lẽ chỉ có ở Việt Nam. Hay như việc phát động phong trào kể chuyện về cuộc đời của Cụ... Tôi thấy hoàn toàn là hình thức, không hề đưa đến một kết quả thiết thực nào, cho dù rất nhiều cuộc tổng kết. Vì sao tôi lại nói như vậy? Cứ nhìn vào thực tế xã hội Việt Nam chúng ta đang sống thì rõ. Thời Cụ Hồ còn sống, kinh tế còn nghèo, trên bom, dưới đạn... nhưng lòng dân rất yên. Người dân hướng về Lãnh tụ như hướng về niềm tin bất diệt, về sự thủy chung Dân với Đảng là một. Thời ấy, không cần phát động phong trào kể chuyện Bác Hồ, nhưng mọi người, nhất là đồng bào miền bắc và một bộ phận lớn đồng bào miền nam, cũng có thể kể về Bác Hồ như kể về người Cha, người Ông của mình. Nhưng bây giờ, có thể nhiều người kể chuyện về Bác Hồ rất hay, rất cảm động làm bao người xúc động trong nhiều cuộc thi "Kể chuyênj Bác Hồ", nhưng hãy nhìn vào thực tại xã hội mà mỗi người trong chúng ta đang chứng kiến, Đảng ngày càng xa dân, Đảng ngày càng mất lòng tin trong dân. Chưa nói đến nạn tham nhũng, lãng phí lan tràn, quan liêu lên mặt với dân ngày càng nặng nề, sâu rộng chỉ riêng mấy vụ như Tiên lãng, Văn Giang, Vụ Bản… thắc mắc của dân trong việc đền bù, giải tỏa đất đai, thay như việc làm của Cụ Hồ xưa, ngồi với dân cùng đối thoại, coi quyền lợi của dân lên trên hết thì ngày nay các vị lãnh đạo từ tỉnh đến trung ương làm ngược lại. Họ không lắng nghe dân, chỉ biết cưỡng chế, đàn áp khi dân phản đối vì bị mất đất đai, không còn con đường sống. Chứng kiến cảnh cán bộ công an đánh dân một cách tàn ác, công khai như ở Văn Giang mà ông Tổng bí thư không lên trước công luận có ý kiến, thì người dân và bản thân tôi tự hỏi: Ông Tổng bí thư đang lãnh đạo Đảng nào, có phải Đảng do Cụ Hồ sáng lập không? Và diễn những cuộc thi "Kể chuyện Bác Hồ" nhiều người đoạt giải, liệu có lợi ích gì!

Biểu hiện đó không phải của một Đảng cầm quyền luôn tự nhận: DO DÂN và VÌ DÂN. Rồi đó đâu phải tác phong, đạo đức của những người tự nhận là học trò Cụ Hồ. Phải chăng khẩu hiệu:" Sống, học tập và làm việc theo tấm gương của Bác Hồ vĩ đại!" mà trong bất cứ cuộc nói chuyện, báo cáo nào họ vẫn nhắc trở thành vô nghĩa.

Xã hội Việt Nam sau hơn bốn mươi năm Cụ Hồ mất, hiện tại như thế nào? Có đúng như tâm nguyện của Cụ gửi lại thế hệ sau không?

Nhìn kỹ vào thực trạng chúng ta đã có câu trả lời.

Như thế làm sao Cụ Hồ có thể yên lòng mà nhắm mắt.

KINH QUÁ!

Một toán "thương binh" xông vào một cơ quan nhà nước, xắn quần khoe "chân gãy", ăn nói tục tằn, đọc một tờ báo cũng không xong mà vẫn cứ chửi, thái độ nghênh ngang không coi ai ra gì, kể cả cho gọi "công an", để dằn mặt tiến sỹ Nguyễn Xuân Diện vì "tội" dám đăng trên blog của mình đề nghị chính phủ Nhật Bản dừng chương trình hợp tác xây dựng nhà máy điện nguyên tử ở Việt Nam.

Tôi chưa nói tính hợp hiến của đề nghị trên, đúng luật pháp, công khai, minh bạch, dư luận ủng hộ, nhưng kinh nhất là lối hành xử của toán tự nhận là "thương binh" kia.

Tôi từng đi bộ đội, bạn bè tôi rất nhiều người là thương binh, nhưng không ai có lối hành xử như trên. Những người thương binh, bạn của tôi, cũng có những bức xúc, cũng có khi chửi bậy, cũng có khi đập nhau… nhưng đó là khi quyền lợi của cá nhân bị xâm phạm, chuyện gia đình, con cái, kinh tế… chứ tuyệt đối không bao giờ dám đến một cơ quan công quyền chửi bới, lăng mạ một chuyện không hề dính dáng đến mình như toán "thương binh" trên. Đặc biệt, bạn của tôi, những người thương binh, giờ giữa muôn vạn nẻo kiếm ăn từng ngày, người giàu lên rất ít, người khốn khó, lật bật kiếm ăn từng bữa vô cùng nhiều, đầu tắt mặt tối chỉ mong đủ sức khỏe qua quất những ngày còn lại, không bao giờ để ý những chuyện "chính đại" mà các trang báo giấy, báo mạng đề cập.

Dân Việt Nam vốn thế, thương binh Việt Nam vốn thế!

Nên thế, đất nước Việt Nam của chúng ta, không biết may hay rủi, mới tồn tại như thế, hiện nay.

Nhiều lúc nghĩ bi quan, cứ thờ ơ với vận mệnh đất nước, không tìm ra con đường thoát, phải chăng đã đến lúc vận mệnh đất nước lâm nguy.

Nhưng "quan tâm" đến vận mệnh đất nước như toán "thương binh" xông vào phòng làm việc của tiến sỹ Nguyễn Xuân Diện như đoạn Video tôi đã xem, thấy rằng toán "thương binh "này:

Không sợ người ta gọi là đồ "vô văn hóa"
Không sợ công an
Không sợ cán bộ nhà nước
Không sợ luật pháp

...

Nói tóm lại, toán "thương binh" này không sợ gì cả cho dù chuyện này diễn ra công khai, giữa lòng thủ đô Hà Nội, gần Công An, thậm chí có báo Công An, Công An cũng chưa vội đến, để "tránh" hay vì "sợ"!

Nếu đúng như thế thì đất nước đến vận "loạn".

Kinh quá!

VỪA PHẢI THÔI!

Một cô người mẫu bị bắt quả tang "bán dâm", các báo lề phải thi nhau đưa tin, chụp hình, thậm chí còn đề rõ tên thật của cô. Cứ làm như xã hội chúng ta trong sạch, đạo đức, công tâm…

Xin lỗi, đây là việc làm thất đức, tàn ác đến tệ hại.

Cô ấy có đi bán dâm, tôi nghĩ, cũng còn đạo đức chán vạn hơn bao người.

Hãy nhìn xem những kẻ có chức, có quyền đang thừa tiền nếu không xây nhà, xây cửa, sắm sửa ô tô, đi nước ngoài thì dùng tiền này chơi gái. Có kẻ chơi gái mà bị thân tàn danh liệt.

Xã hội đang ngày càng đi vào sự suy đồi đạo đức, bất chấp luật pháp. Có kẻ dám đánh bạc cả mấy tỷ, thì cũng có người kiếm ăn lần hồi từng đồng một. Ấy vậy những kẻ vô luân, vô đạo đức kia vẫn cao ngạo rao giảng sống có "đạo đức, trong sạch, học tập làm theo tấm gương Bác Hồ vĩ đại". Sự giả dối đẩy đến tận cùng, giả dối lừa mình lưa thiện hạ, giả dối đẩy người lương thiện, người dân vào chỗ mất đất, mất ruộng, mất nguồn sống. Đấy là chưa kể, không ngày nào báo chí không đưa tin những vụ chém giết do những nguyên nhân vì kinh tế, xã hội, văn hóa…Nhìn chỗ nào cũng có những lời oán thán của người dân.

Với thực trạng xã hội như vậy, người dân có quyền suy nghĩ, xã hội chúng ta đang sống, có đúng là xã hội "văn minh, dân chủ tiến bộ"? Hay là một xã hội chưa bước qua giai đoạn tư bản nguyên thủy man rợ?

Rồi, bắt cô gái đi bán dâm, báo chí đưa tin đến cùng chi tiết, còn chuyện công an đánh dân vô cớ thì sao (như vụ Văn Giang)? Xã hội đen lộng hành thì sao? Học sinh đánh nhau thì sao? Thầy giáo bán điểm, mua dâm với học sinh thì sao?

Hãy xem những tai nạn giao thông khủng khiếp diễn ra thời gian gần đây. Trách nhiệm do ai gây nên? Bao giờ mới khắc phục được.

Còn những vụ tham nhũng tày đình, hàng nghìn tỷ tiền thuế của dân chui vào túi quan tham hoặc làm lãng phí một cách khủng khiếp, tiền của dân đổ xuống sông, xuống bể tạo nên sự bất bình rất lớn trong nhân dân. Nhưng tất cả vẫn là sự im lặng, hoặc giải thích xuê xoa, lấy lệ. Kẻ chịu trách nhiệm chính, ai cũng có thể nhìn thấy, nhưng vẫn không làm sao, vẫn ung dung tại vị.

Tệ nạn quan liêu, hống hách của đám quan lại lan tràn, không coi dân ra gì, dồn người dân vào con đường cùng. Không còn con đường nào khác là họ tự phát chống lại. Nếu không chống lại được thì chỉ có nước bỏ quê đi nơi khác làm ăn, làm ăn đủ đường, bất chấp để được sống, đẩy nhiều phụ nữ bán dâm lấy tiền nuôi mình, nuôi gia đình. Ai cũng thấy cả, nhưng gần như mọi người thơ ơ, vô trách nhiệm, chấp nhận.

Ai tạo ra và gần như dung dưỡng những hình ảnh xấu này?

Chỉ những việc sơ qua tôi nói ở trên, thì thấy rằng, chuyện một cô gái chưa có tấm bằng đại học, nhà nghèo, bỏ xứ đi nơi khác làm ăn, tuy đã là người mẫu, đóng phim nhưng mọi nhu cầu vẫn chưa có, không có chỗ dựa, tương lai chưa minh định được … buộc phải đi bán dâm với các đại gia thừa tiền, so với những chuyện kia có đáng là bao mà báo chí "lề phải" suốt mấy ngày nay khai thác.

Đâu là cái "tâm" cái "tầm" của người làm báo!

Vừa phải thôi!

ĐỪNG COI THƯỜNG TRÌNH ĐỘ NHÂN DÂN

"Tàu Trung Quốc:

"Tàu Việt Nam, chúng tôi là tàu công vụ chính phủ Trung Quốc, chúng tôi rất tiếc về những ngôn ngữ thô lỗ và mất lịch sự của tàu anh. Tàu anh nên chú ý thân phận và ngôn ngữ của mình. Over".

Tàu Việt Nam: "ĐM trên bờ chúng mày quấy nhiễu rồi… hết ở trên bờ đến chúng mày xuống biển. ĐM tổ sư bố chúng mày!

Đề nghị Trung Quốc cút ngay khỏi lãnh thổ Việt Nam, không chúng tao bắn chết!

ĐM nó, giờ này làm đủ trò. Thằng này âm mưu đểu lắm! ĐM nó hết nịnh Campuchia để ngăn đập, các thứ… ĐM… Tây nguyên… ĐM bố chúng mày!

Cút mẹ chúng mày về đi…"

Trên đây là tôi copy lời đối đáp của những chiến sỹ hải quân Việt Namvới tàu hải giám Trung Quốc trên vùng lãnh hải Việt Nam mà nhà cầm quyền Trung Nam Hải ngang ngược đòi là "chủ quyền' của Tàu (Lời đối đáp này đã được đăng cùng video sự kiện trên TTX Vàng Anh).

Nghe lời đối đáp trên của các chiến sỹ hải quân Việt Nam, tôi giật mình vì có lúc có suy nghĩ bi quan của mình.

Hiện tình đất nước Việt Nam, nếu là người có lương tri, còn quan tâm đến vận mệnh sống còn của dân tộc làm sao không buồn. Thôi, nội tình đất nước không nói làm gì, cứ để đấy cho "Đảng và Nhà nước lo". Nhưng bên ngoài hãy nhìn cách cư xử của nhà cầm quyền Trung Quốc với ViệtNam, rất rõ ràng, nói một đường, làm một nẻo. Họ tìm đủ cách để phá nền kinh tế Việt Nam, nghĩ ra các âm mưu phi nhân tính cố thực hiện để xã hội chúng ta không ổn định, tiếp đến dùng những thủ đoạn, kể cả những thủ đoạn đê tiện, trắng trợn bất chấp luật pháp quốc tế để thôn tính Việt Nam…Tiếc một điều, trước đây tôi vẫn nghĩ, một phần do bị bưng bít thông tin, cũng có thể do "cơm áo, gạo tiền" thúc bách sát lưng, hoặc nữa, cũng có thể tính "sợ hãi" thành tật… nên người dân Việt Nam không dám phản ứng, vẫn một mực để "Đảng và nhà nước lo."

Nếu hiện tình, trình độ dân trí như vậy, liệu Tổ quốc, Dân tộc Việt Namcó bình an hay không? Khi các thế lực hắc ám, không riêng gì Trung Quốc, muốn thôn tính Việt Nam.

Nhưng nay, nghe đoạn đối đáp trên, của những chiến sỹ hải quân Nhân Dân Việt Nam, tôi mừng và thâm tâm dỡ bỏ những hoài nghi.

Chỉ một đoạn đối đáp ngắn với tàu hải giám Trung Quốc, các chiến sỹ hải quân Nhân Dân Việt Nam đã hiểu rất kỹ và nói rõ tất cả những âm mưu, thủ đoạn đê tiện mà nhà cầm quyền Trung Quốc đang làm với Việt Nam. Những lời nói đó của những chiến sỹ hải quân Việt Nam, con em của những người dân một nắng hai sương, tay lấm cát, chân lấm bùn… chứng tỏ họ sẵn sàng chiến đấu một mất, một còn bảo vệ tròn vẹn tổ quốc Việt Nam. Điều nữa, nhận thức về bản chất của quân xâm lược của những chiến sỹ hải quân Nhân Dân Việt Nam rất cao, không có bất cứ một luận điểm "chung lý tưởng, chủ nghĩa…" nào làm cho họ mất cảnh giác, hoặc mù quán tin theo.

Bảo vệ tròn vẹn chủ quyền tổ quốc Việt Nam từ đất liền đến biển đảo là một nghĩa vụ thiêng liêng, thiêng liêng nhất không một người dân Việt Nam từ thứ dân, người lính binh nhì đến các vị tướng lĩnh cao cấp và những người lãnh đạo cao nhất nhà nước Việt Nam có thể từ chối.

Qua lời đối đáp của chiến sỹ hải quân Nhân Dân Việt Nam với tàu hải giám Trung Quốc, đó là bản lĩnh, đó là nhân cách của những con người không biết sống quỳ, không cam chịu làm nô lệ ngoại bang. Cho dù lời nói của họ có thể hơi " cục cằn" mang tính nông dân, nhưng tính bất khuất, hiên ngang, dám hy sinh để giữ vững cương thổ tổ quốc là không thay đổi.

Với những người dân, người lính như thế, đất nước Việt nam, tổ quốc Việt Nam của chúng ta mãi mãi trường tồn.

Tôi tin như thế, cả dân tộc Việt Nam cũng tin như thế!

Đừng coi thường trình độ nhân dân!

ĐÃ "CHƠI" THÌ "CHƠI" TỚI LUÔN! ĐỪNG CHẦN CHỪ, DO DỰ. THƯA ÔNG CHỦ TỊCH NƯỚC!

Nhiều tin tức của các hãng thông tấn nước ngoài trong những ngày qua (có thể xem thêm trên BBC) cho chúng ta biết, trong cuộc đi thăm của Ông Trương Tấn Sang, Chủ tịch nước CHXHCN Việt Nam tại Nga (Từ ngày 26 đến ngày 30/7/2012), Ông Trương Tấn Sang có đề cập với Tổng thống Nga có thể dùng vịnh Cam Ranh làm một căn cứ để hải quân Nga làm chỗ sửa chữa tàu bè quân sự.

Một tin nhỏ, sau này trong TTXVN khi đưa tin hoạt động của ông Trương Tấn Sang tại Nga trong cuộc viếng thăm này, lại không đề cập tin trên. Tôi nghĩ, có thể do tính "nhậy cảm" mà TTXVN xóa tin này đi.

Theo tôi, một người dân Việt Nam nghĩ, phải làm ngược lại. Nếu đúng có chuyện trên, báo chí, các hãng thông tấn của Việt Nam nên đưa công khai cho người dân nước ta mừng.

Chẳng gì, bất chấp luật pháp quốc tế, bất chấp sự thật lịch sử, bất chấp cả sự phản ứng quyết liệt của cả dân tộc Việt nam và nhiều nước trong khu vực Đông Nam Á, nhà cầm quyền Trung Quốc vẫn ngang ngược lập ra "Đặc khu hành chính của thành phố Tam Sa", bao gồm các quần đảo Hoàng Sa và Trường Sa của Việt Nam. Đã thế họ còn thành lập cả bộ chỉ huy quân sự cùng các sân bay, căn cứ quân sự đặt tại Hoàng Sa (Việt Nam) với mục đích, trong tương lai không xa sẽ trực tiếp tiến hành những cuộc xâm lăng quân sự bằng đường biển vào Việt Nam.

Các quần đảo, bờ biển Việt Nam, trên thực tế là BÁO ĐỘNG ĐỎ.

Trung Quốc đã công khai như thế, lẽ nào chúng ta còn chần chừ, đối phó ở thế bị động.

Lúc này chỉ "phản đối" bằng lời nói, chưa đủ!Với nhà cầm quyền Trung Quốc, việc làm đó, giống như "Lấy lông gà gãi chân voi" chẳng có một phần trăm tác dụng nào.

Hãy nhìn sang hai nước Nhật Bản và Nam Hàn, bây giờ thêmPhilippines, cho phép các căn cứ quân sự của Hoa Kỳ được đặt trên đất nước này. Ít nhất điều này cũng làm cho những kẻ muốn bành trướng xâm lược thôn tính cũng e ngại. Cũng nên nhớ rằng, như nước Nhật Bản, trong thế chiến thứ II từng là một đối thủ không đội trời chung với Mỹ.

Vậy Việt Nam của chúng ta thì sao?

Tôi tin rằng bất kỳ người dân Việt Nam nào đọc trên báo, trên mạng thấy Nhà nước Việt Nam trang bị cho quân đội tàu ngầm hiện đại, máy bay chiến đấu loại mới, nhiều quân chủng quân sự hiện đại ra đời… đều rất mừng, nghĩ rằng, ít nhất quân đội của chúng ta đã ở tư thế sẵn sàng đối phó lại với những âm mưu bành trướng. Và mừng hơn, nếu như nếu như các vị lãnh đạo nhà nước Việt Nam, với những quyết sách đúng đắn, hợp với lòng dân, hợp với xu thế thời đại có một sự liên minh cả về kinh tế và quân sự với các cường quốc lớn trên thế giới nhằm mục đích cân bằng lực lượng quân sự, giữ vững hòa bình an ninh, vẹn toàn lãnh thổ…

Đây là điều, tôi tin, đại đa số người dân Việt Nam đang mong mỏi.

Thưa Ông chủ tịch nước! Ý thức chính trị của người dân Việt Nam hiện nay rất cao, bởi lẽ, họ không còn " mù" thông tin hay chỉ biết nghe thông tin một chiều như trước đây. Với sự thông tin đa chiều như hiện nay, nhanh nhậy, rõ ràng… người dân Việt Nam đã hiểu rất rõ ai là "chính" ai là "tà" dù có ngụy trang dưới bất cứ hình thức nào. Dù có tuyên truyền như thế nào, nhưng "tim đen" của các thế lực thù địch, phản động đi ngược lại quyền lợi dân tộc, người dân Việt Nam đều nhận ra… Vậy nên, với những thế lực lớn trên thế giới, người dân Việt Nam đều hiểu ai là người "chơi được", ai là người "cần đề phòng".

Ông hãy tin như thế đi.

Lực lượng quân sự của chúng ta ngày càng hùng mạnh, thiện chiến. Bên cạnh đó, chúng ta có những căn cứ quân sự mà nhiều nước lớn muốn thuê. Họ dùng nó làm nơi trú ngụ phương tiện tác chiến, sửa chữa vũ khí, tiếp tế hậu cần…không ảnh hưởng đến chủ quyền lãnh thổ, an ninh như một số nước châu Á đã làm. Thêm vào đó, với việc cho thuê quân cảng, sân bay… sẽ có điều kiện họ giúp chúng ta phát triển kinh tế, kinh nghiệm quản lý, sửa chữa khí tài…Nhưng lớn hơn, đây là "vũ khí" lợi hại, khiến cho những kẻ lăm le xâm lược nước ta phải đề phòng, nếu chúng không muốn một "cuộc chiến tranh nhỏ" thành " cuộc chiến tranh lớn".

Nếu nói việc làm này, càng thúc đẩy đất nước ta đến nhiều hiểm họa hơn, tạo cớ cho Trung Quốc gây hấn với Việt Nam? Nếu đúng như thế, bộ mặt thật của nhà cầm quyền Bắc Kinh lộ rõ cho cả thế giới thấy. Sự ủng hộ của quốc tế càng rộng khắp, tính đoàn kết dân tộc cao hơn.

Nếu nói việc này, dễ làm tổn hại đến vai trò của Đảng Cộng Sản đang cầm quyền. Nếu Đảng giữ được đất nước, giữ được dân tộc, Đảng sẽ giữ được uy tín, giữ được vai trò lãnh đạo. Còn không phải như thế, cho dù vẫn còn chính danh nhưng kẻ xâm lược vẫn coi đó là tay sai, chư hầu và trong nước nhân dân sẽ nổi lên chống lại.

Đây là điều tôi tin Ông và rất nhiều Đảng Viên chân chính, trung kiên, nhân dân Việt Nam không muốn.

Vậy đã muốn liên minh với Nga, Mỹ… với mục đích bản vệ toàn vẹn lãnh thổ, bảo vệ chủ quyền của một nước độc lập. Đã "Chơi" ta "chơi" tới luôn, công khai cho cả thế giới biết, đừng chần chừ, do dự.

Thưa Ông Chủ Tịch nước!

Ơ! TỔNG THỐNG MỸ MỚI CÓ 51 TUỔI THÔI À!

Tôi copy nguyên văn tin này của đài VOA:

"...Tổng thống Hoa Kỳ Barack Obama kỷ niệm 51 tuổi hôm thứ Bảy.

Buổi sáng, ông đánh dấu ngày này bằng một chuyến đi đánh golf tại căn cứ Không quân Andrews, gần Washington. Sau đó ông đến Camp David, trại nghỉ ngơi của tổng thống, cũng ở bên ngoài Washington, để có hai ngày cuối tuần yên tĩnh.

Các lễ mừng sinh nhật của ông sẽ tiếp tục qua tuần tới, khi ông dự các buổi sinh hoạt gây quỹ tái tranh cử tại Chicago, lấy chủ đề đánh dấu sinh nhật ông.

Một trong những buổi gây quỹ sẽ diễn ra ngay tại căn nhà của ông tại Chicago..."

Thôi, chuyện tổng thống Mỹ Obama mừng sinh nhật lần thứ 51 của mình hoành tráng hay đơn giản, không bàn tới. Đấy là quyền của ông ấy, nhưng tôi muốn bàn tới chuyện...ông Tổng thống Mỹ, chuẩn bị hết một nhiệm kỳ làm tổng thống mới 51 tuổi. Ngồi ngẫm nghĩ, chế độ tư bản, nhất là Mỹ, tại sao họ giỏi thế. Chọn được toàn những người trẻ, có tài để lãnh đạo đất nước. Như vậy khi ông Obama lên làm tổng thống một cường quốc về quân sự và kinh tế mới có 47 tuổi.Tôi biết, Đảng Dân Chủ, Đảng của tổng thống Obama, để chọn một ứng cử viên ra tranh cử với Đảng Cộng Hòa, thì trước ngày bầu Tổng thống, trong nội bộ Đảng Dân Chủ đã có một cuộc tranh cử khốc liệt của một số ứng cử viên để các Đảng viên Đảng Dân Chủ lựa chọn. Với tài hùng biện, mẫn tiệp về trí tuệ, biết thu phục nhân tâm...ông Obama được các Đảng viên Đảng Dân chủ nhất trí bầu lên làm ứng cử viên của Đảng Dân Chủ ra tranh cử với ứng cử viên Đảng Cộng Hòa và một số ứng cử viên của các Đảng khác, vào chức Tổng thống Mỹ.

Ở Việt Nam, độ tuổi từ 40 đến 50 làm bộ trưởng, đã thấy "kinh", nhiều báo chí sẽ đưa tin, rồi khen nức nở... nhưng độ tuổi này mà làm Thủ tướng Việt Nam, hoặc hơn nữa Chủ tịch Quốc Hội, Chủ Tịch nước, ở Việt Nam, tính theo thời gian từ sau năm 1975 đến giờ thì thực sự đó là... công việc "hái sao trên trời". Nếu chọn cán bộ lãnh đạo, ở Việt Nam như hiện nay, chúng ta thấy, ít nhất người ta xét nét về... thành phần lý lịch, nếu không, cũng thuộc diện cơ cấu, con ông cháu cha...tiếp nữa là đồng hương, vùng, miền... hay như là một lời đánh giá của tổ chức Đảng "... Có quá trình trưởng thành từ cấp cơ sở trở lên, luôn hoàn thành nhiệm vụ được cấp trên đánh giá tốt…", hoặc là "Được sự nhất trí cao trong Ban Thường vụ để đồng chí đó vào chức vụ này…". Lạ kỳ hơn là lời giải thích: "…Vào chức vụ đó do Ban tổ chức Trung ương cử xuống để thử thách…" hay "Do Mặt trận Tổ Quốc giới thiệu…" Tất cả những lý do này không thể hiện tính dân chủ, gần như là sự áp đặt của một số người, một tổ chức, một nhóm lợi ích…. bỏ qua sự lựa chọn của Đảng viên một Đảng đang cầm quyền, Nhân dân không được có ý kiến, chưa bầu cử đã biết ai trúng cử… cũng vì thế, ở Việt Nam hiện tại người ta hay nói đến chuyện chạy chức, chạy quyền, bêu xấu nhau trong nội bộ mỗi khi đến kỳ bầu cử, bằng cấp giả lan tràn, tạo ra nhiều khe hở cho những kẻ cơ hội lách vào… Đó là một trong những nguyên nhân chính dẫn đến xã hội không ổn định, kinh tế khó phát triển, lòng dân không yên, họ thiếu tin tưởng vào cách điều hành của chính phủ…

Suy đi tính lại, muốn chọn được lãnh đạo giỏi, chín chắn, đạo đức, lại trẻ tuổi không còn cách nào khác là thực hiện DÂN CHỦ, DÂN CHỦ THỰC SỰ.

Không có bầu cử tự do, hoặc " tự do dân chủ" chỉ là hình thức, chịu sự chi phối của một Đảng cầm quyền như đã nói ở trên, dứt khoát sẽ khó tìm ra người giỏi, trẻ tuổi, tài cao vào vị trí lãnh đạo đất nước.

Nếu không làm được như thế, để rồi ở Việt Nam, nhìn sang nước Mỹ, sẽ có người thốt lên: "Ơ! Tổng thống Mỹ mới có 51 tuổi thôi à."

TÔI MONG VIỆT NAM CÓ "SÓNG THẦN"

Ở Nhật Bản, nếu không có cơn sóng thần khủng khiếp, sẽ có bao nhiêu lỗi lầm về xây dựng, quản lý kinh tế, xã hội… không bị phát hiện.

Trước hết đó là trách nhiệm của những người đứng đầu chính phủ. Nhờ sóng thần, người dân nước Nhật đã thấy trách nhiệm của những vị đứng đầu chính phủ, cũng là một dịp kiểm chứng nhìn nhận một cách trung thực tài năng, đức độ của những vị ấy đối với dân. Ai tốt? Ai xấu?. Cơn sóng thần với sức tàn phá đổ bộ vào Nhật Bản ngoài sức tưởng tượng con người, những ưu, khuyết điểm của những công trình lớn ví như nhà máy điện nguyên tử ở Nhật, mà trước đây, ai cũng tưởng là tốt, thì giờ đây, những nhà máy điện nguyên tử này lộ rõ những mặt hạn chế, đang đứng trước nguy cơ phải dẹp bỏ, nhân dân và dư luận Nhật Bản đòi chính quyền phải thay thế bằng nguồn nguyên liệu khác, an toàn hơn, giữ độ sạch của môi trường lớn hơn. Cũng qua sự tàn phá ở mức độ vô hạn của sóng thần, việc khôi phục giao thông, nhà cửa, các công trình công cộng phục vụ dân sinh…ở Nhật Bản, mọi người đều nghĩ, rất khó khăn, thậm chí phải kéo dài hàng chục năm. Nhưng thực tế không phải vậy, chỉ sau một năm, sau cơn sóng thần, những trục đường giao thông quan trọng bị sóng thần phá nát ở Nhật Bản, chính quyền và người dân trên cơ bản, đã khôi phục xong, nhiều khu dân cư, chùa chiền… sinh hoạt trở lại bình thường, bệnh viện, trường học mở cửa trở lại. Điều quan trọng nhất, chất lượng công trình này, người Nhật xây dựng tốt hơn hẳn những công trình đã bị sóng thần phá vỡ, khắc phục những sai lầm, đủ sức chịu đựng với những đợt sóng thần mạnh hơn.

Có thể nói, cơn sóng thần ở Nhật Bản, là sự tàn phá khủng khiếp của thiên tai, gieo một nỗi khiếp đảm không riêng cho người dân Nhật Bản mà cả toàn thế giới. Nhưng, cũng qua cơn sóng thần, sự đứng lên, tự mình làm chủ vận mệnh, sự đoàn kết của cả một dân tộc cương cường, cùng chung lưng đấu cật, trên dưới một lòng từ người dân bình thường đến đến vị lãnh đạo cao nhất trong chính phủ Nhật Bản, giúp hình ảnh nước Nhật "đẹp" lên rất nhiều trong sự quan sát, nhìn nhận của nhiều hãng thông tấn, báo chí trên thế giới. Gần như họ đã dùng hết từ đẹp nhất để ca ngợi sự phục hồi diệu kỳ của nước Nhật sau cơn sóng thần.

Một dân tộc như thế , với sự lãnh đạo của những vị coi dân tộc trên hết, Nhân Dân trên hết trong nội các chính phủ Nhật Bản, nước Nhật sẽ phát triển lớn hơn nữa...

Ở Việt Nam, tôi đang thấy báo hiệu một cơn "sóng thần". "Sóng thần" đây không phải do tự nhiên gây ra, mà "sóng thần" do con người muốn "phá vỡ sự ổn định xã hội".

Mọi dự báo đã có sẵn: Nạn tham nhũng, như một vị từng lãnh đạo Đảng đã nói: "ung thư đến giai đoạn di căn" vô phương cứu chữa. Sự thao túng ngân hàng do nhóm lợi ích chi phối một cách công khai, lộ liễu, thách thức dư luận. Hàng chục ngàn doanh nghiệp phá sản, giá cả leo thang, công nhân thất nghiệp lan tràn, bất động sản vỡ "bong bóng", những tội ác đâm, chém, giết... có chiều hướng gia tăng, tai nạn giao thông không giảm, khoảng cách giàu nghèo ngày càng nới rộng gây nên những sự phản kháng xã hội dữ dội, người dân mất đất kiện cáo chính quyền kèm theo bạo động tự phát ngày càng nhiều...

Mấy ngày nay một dấu hiệu của Đảng và Nhà Nước

Việt Nam muốn chặn đứng sự phá hoại của cơn "sóng thần" này là bắt Bầu Kiên "đầu bạc", một ông trùm thao túng ngân hàng.

Với bầu Kiên bị bắt, tôi và tôi tin nhiều người có tâm trạng giống tôi, đang hồi hộp, xem tiếp những sự kiện sắp xảy ra. Nhiều người tiên đoán, đó sẽ là những sự kiện "chưa từng có" !!! Cũng có tâm trạng lo lắng, đất nước đang cần sự ổn định, khôi phục kinh tế đang chuẩn bị vào giai đoạn hồi phục, lạm phát đã có dấu hiệu chặn đứng. Lúc này cầm tập trung lực lượng đối phó với những âm mưu phá hoại ổn định xã hội, kinh tế từ các thế lực phản động lớn bên ngoài. Có nên làm "to" những chuyện như thế này không?

Tôi nghĩ, Cũng như nước Nhật, nếu như không có sóng thần tàn phá, trong lòng nước Nhật sẽ chẳng lộ ra bao nhiêu mặt hạn chế, để rồi người dân Nhật Bản sẽ tự ru ngủ mình bằng những mỹ từ đẹp nhất. Rồi đến một lúc nào đó, những khiếm khuyết kia như một khối u ung thư, phát ra đến giai đoại cuối, ra sức cứu chữa thì quá muộn.

Cũng là một điều không muốn, nhưng sóng thần xuất hiện ở Nhật Bản, giúp người Nhật, Chính phủ Nhật đã điều chỉnh được nhiều kế sách mang tầm chiến lược để xã hội Nhật ổn định, kinh tế phát triển…

Ở Việt Nam đang bước vào giai đoạn đầu chỉnh đốn Đảng theo nghị quyết hội nghị trung ương IV, tôi mong các vị lãnh đạo Đảng, nhà nước có tài, có đức với thái độ xử lý cương quyết, khôn khéo, triệt để hãy công khai cho toàn dân biết những nhóm lợi ích, cá nhân nào chỉ vì quyền lợi cục bộ, trục lợi rắp tâm phá hoại kinh tế, phá hoại sự ổn định xã hội, chính trị. Chúng ta chấp nhận sự trả giá: Có thể một vài ngân hàng phải đóng cửa, kinh tế trong giai đoạn đầu có chao đảo, rồi việc bố trí lại cán bộ lãnh đạo không đơn giản vì phải chọn đúng người người, đúng việc để dân tin. Chưa kể có thể đó là hàng loại quan tham nhũng giữ chức vụ lớn phải ra tòa, một loạt cơ quan, ban, ngành… có khi phải tái cấu trúc, thậm chí xấu hơn tăng trưởng kinh tế có thể chậm lại. Ổn định lại xã hội sau việc khắc phụ hậu quả của cơn "sóng thần" này là công việc không thể một sớm, một chiều. Nhưng, bù lại, Đảng và nhà nước giải quyết triệt để, tiêu diệt những con "sâu bự" đang đục khoét tài sản nhà nước, mà thực chất là ăn cắp công khai tiền thuế của dân, làm lộ rõ bộ mặt thật của những kẻ phá Đảng, phá hoại thực sự sự ổn định kinh tế, xã hội, cam tâm làm tay sai cho nước ngoài, chống lại những người yêu nước chân chính.

Và, như vậy, tôi muốn ở Việt Nam, nhân đợt triển khai nghị quyết hội nghị lần thứ IV của TW Đảng, sẽ có một cơn "sóng thần" làm lộ rõ tất cả những căn nguyên làm cho tình trạng kinh tế Việt Nam trì trệ, xã hội bộc lộ nhiều khiếm khuyết như hiện nay để những vị lãnh đạo chân chính trong Đảng và Nhà nước có những quyết sách đúng hợp với xu thế thời đại, hợp với lòng dân, dân ủng hộ tin theo, đưa đất nước Việt Nam tiến vào một giai đoạn phát triển mới, vượt bậc như đất nước Nhật Bản đã làm thành công, sau sự cố tàn phá của sóng thần vừa qua.

QUAN TÂM... THỜI SỰ

Với những người ở lứa tuổi trung niên như tôi, thời điểm trước tháng 4/1975, có lẽ không bao giờ quên. Lúc ấy tôi đang ở chiến trường, còn ở miền bắc, sau này mẹ tôi có kể. Tháng 3 cho đến cuối tháng 4/1975 gần như miền bắc trong cơn say chiến thắng, quên hết tất cả, chỉ còn một điều thực hiện duy nhất là nghe đài và xem báo. Những bản tin chiến sự từ miền nam đưa ra, qua loa phóng thanh, tối nào cũng có rất đông mọi người tụ tập lắng nghe, bàn tán râm ran. Còn báo, nhất là hai tờ Nhân Dân và Quân Đội Nhân Dân thì không có mà bán. Lúc đó chưa có potocopy như bây giờ, tờ báo chuyền tay nhau đọc, đến rách nát. Còn cán bộ tuyên huấn đến nói chuyện thời sự, người đến nghe đứng chật cứng hội trường... Có thể nói lúc đó ở miền bắc và những vùng giải phóng của Mặt Trận Dân Tộc Giải

Phóng MiềnNam hay là vùng quản lý của Chính Phủ Cách Mạng Lâm Thời Cộng Hòa Miền nam Việt Nam ở miền nam… dân tộc với chính phủ là một. Hay nói rõ hơn, lúc đó người dân, nhất là ở miền bắc tin Đảng. Là bởi, sự chiến thắng, thống nhất tổ quốc dưới sự lãnh đạo của Đảng đã hiện hữu trước mặt. Đây là thời điểm đất nước sẽ chấm dứt một cuộc chiến tranh dai dẳng, gây nên tổn thất khủng khiếp về sinh mạng con người. Cũng từ đây sẽ chấm dứt nhưng cảnh chia lìa vợ với chồng, bố mẹ với con cái…chấm dứt cả cảnh "đi không biết bao giờ mới về"…

Niềm tin ở Đảng đã có một thành quả cụ thể, rõ nhất là niềm sung sướng vô biên của những người chiến thắng trong ngày thống nhất đất nước…

Chính lẽ đó, trước tháng 4/1975, người dân, nhất là người dân ở miền bắc vô cùng quan tâm đến thời sự với sự háo hức, say mê, tin đến tuyệt đối như đã nói ở trên.

Tôi tưởng không khí thời sự đó sẽ không tái diễn trên đất nước chúng ta. Nhưng không ngờ…! Chính tại thời điểm này, sự quan tâm của người dân đến tin tức thời sự lại cháy bỏng, cũng hầm hập, gây sốt, đủ lời đồn đoán nhưng với không khí thời sự ngược hẳn lại với không khí thời sự trước tháng 4/1975. Đó là sự lo lắng, bất an, mất lòng tin, bi quan với tương lai đất nước. Không hề có những cuộc bàn tán công khai, rôm rả dưới chân cột đèn có mắc loa phóng thanh như năm nào, nhưng hiện vào bất cứ quán cà phê nào có trí thức, thậm chí các công sở hay nhưng câu lạc bộ hưu trí… đều nghe thấy những chuyện bàn luận về thời cuộc. Thay vào tâm trạng hồ hởi, lạc quan đó là tâm trạng bi quan. Trước đây là niềm tin vào những vị lãnh đạo cao nhất của Đảng và Chính phủ thì nay là sự mất niềm tin. Có lẽ trong lịch sử lập nước Việt Nam Dân Chủ Cộng Hòa trước đây, nay là Cộng Hòa Xã Hội Chủ Nghĩa Việt Nam, chưa bao giờ uy tín của những vị lãnh đạo Đảng và Nhà nước chúng ta đặt lên bàn cân để dân tự đánh giá "nặng, nhẹ" như hiện nay. Chỉ riêng việc đồn đoán sự mất đoàn kết trong đội ngũ lãnh đạo Đảng, Chính Phủ lan tỏa giãn biên rộng đến cả bà nội trợ cũng biết. Thay vì những lời bình phẩm như trước đây: "Tài giỏi", "mưu lược", "quyết đoán"...thì nay là "dốt nát", "kém cỏi", "hèn"... Trước đây người dân ca ngợi đức liêm khiết, chí công vô tư tạo nên một trong những động lực chiến thắng dân tộc của các vị lãnh đạo Đảng, Nhà nước lớn bao nhiêu, thì bây giờ ngồi chỗ nào cũng nghe về sự hối lộ tham nhũng, quan liêu, sống xa hoa, của một số vị lãnh đạo Đảng, Nhà nước với những lời bình phẩm chán nản, mệt mỏi, không tin tưởng nhiều bấy nhiêu.

Cũng chính lẽ đó, nếu như trước tháng 4/ 1975, niềm tin vào sự lãnh đạo Đảng, Nhà Nước lớn vô biên, tin tưởng vô biên nên khi báo, đài chính thống lúc đó nói gì người dân, nhất là người dân miền bắc lúc ấy, ai cũng muốn nghe, cũng muốn đọc, cán bộ tuyên huấn về truyền đạt, ai nấy đều phấn khởi. Còn bây giờ... không khí nghe đài, đọc báo buồn như "chợ chiều vãn khách", cán bộ tuyên giáo đến phổ biến nghị quyết, nói chuyện thời sự người nghe cho có lệ, thậm chí không muốn nghe, cười ruồi.

Niềm tin không còn, thực tế phản bác hoàn toàn những điều đài, báo đã nêu, cán bộ tuyên giáo đã truyền đạt... họ nghe để làm gì!!!

Hội nghị nghị trung ương lần thứ VI đang diễn ra, lại có những lời đồn đoán trên các trang "mạng" nhiều không kể xiết, những cuộc rỉ tai, thì thầm trong câu lạc bộ hưu trí chỗ nào cũng có, những lời tiên đoán của "dị nhân, thánh thần" mang ra mổ xẻ liên hồi... để nói về thời cuộc đất nước sắp tới.

Là một người dân, tôi rất mong, sau Hội nghị trung ương này, những lời đồn đoán về tương lai đất nước đang lao nhanh vào sự suy thoái trầm trọng về chính trị, kinh tế, xã hội...sẽ chấm dứt. Những kẻ "ăn tàn, phá hại" đất nước, hèn hạ, cam tâm bán đất đai tổ tiên, làm tay sai ngoại bang...bị cách chức, ra trước tòa án nhân dân, để nhân dân xét xử.

Đất nước chúng ta bước vào một thời kỳ mới, thay đổi hẳn cơ chế, hệ thống, ổn định phát triển, nền dân chủ mới được xác lập...

Nếu làm được như thế tôi tin, lại có không khí náo nức của người dân nghe những bản tin thời sự trên đài, ti vi, trên báo chí như trước tháng 4/1975 ở miền bắc.

Còn không phải như thế, chắc chắn người dân sẽ quay lưng với mọi thông tin tuyên truyền của đài, báo, ti vi mà nhà nước đang nắm quyền độc tôn.

Nguy hại hơn nữa, vận nước sẽ đến hồi nguy báo!

RỘN TIN ĐỒN "NHỜ CHÙA LINH ỨNG"

Cơn bão Sơn Tinh, nghe cái tên đã sợ (Đổ bộ vào Việt Namngày 27/10/2012), cường độ bão lớn, tốc độ di chuyển nhanh. Cứ theo như thông báo ban đầu của đài, báo, ti vi… dự báo hướng di chuyển của cơn bão này, rất dễ khu vực các tỉnh, thành phố Đà Nẵng, Quảng Nam, Quảng Ngãi… hứng chịu. Chẳng hiểu sao, đánh "nhoằng" một nhát, cơn bão Sơn Tinh lại rẽ lên hướng bắc. Nhiều người dân ở Đà Nẵng phán ngay: "May có chùa Linh Ứng…". Còn nhớ cơn bão trước đó, hướng ban đầu cũng là đi vào Đà Nẵng - Quảng Nam, những sau đó, bão thay đổi hướng đi, về phía Tây Nam, mà trung tâm bão đổ bộ là tỉnh Quảng Ngãi và một phần mấy huyện phía bắc Bình Định. Bà con Đà Nẵng lại nói: "Cũng nhờ chùa Linh Ứng"…

Giờ thì, điều gì Đà Nẵng đạt được, tránh họa, người dân Đà Nẵng nói riêng, một phần miền trung nói chung, trong suy nghĩ thường hay gắn đến việc tâm linh. Nhất là từ khi chùa Linh Ứng, cùng bức tượng Phật Bà Quan Âm cao nhất nước hiện diện trên bán đảo Sơn Trà, hình như… mọi việc làm của Đà Nẵng có phần hanh thông.

Nhỏ như việc di chuyển làng phong từ bên ngoài Hải Vân vào đất liền, lớn như làm mấy cây cầu bắc qua Sông Hàn. Ban đầu tưởng trục trặc, cấn cái, rồi đâu cũng vào đó. Cầu Rồng, một cây cầu có hình dáng đẹp, hiện đại vào bậc nhất miền Trung bắc qua sông Hàn, vừa hợp long xong, chắc sẽ hoàn thành đúng kế hoạch, ngày 29/3/ 2013 khánh thành. Rồi bệnh viện ung thư hiện đại sắp đưa vào sử dụng, đã nhen lên hy vọng của rất nhiều người bệnh mắc bệnh nan y đang chờ chết. Họ còn vui hơn nữa, bệnh viện sẽ điều trị miễn phí nếu như đó là bệnh nhân nghèo, cùng cực… Tất cả điều đó, mọi người dân Đà Nẵng đều cho rằng, cũng nhờ "…Có chùa Linh Ứng và tượng Phật Bà Quân Âm" trên bán đảo Sơn Trà độ trì.

Ngôi chùa và bức tượng Phật Bà lớn linh thiêng đến mức độ, có lần người ta đã chụp được ảnh, có ánh sáng phát quang bảy mầu, phát ra từ bức tượng này!!!

Chùa Linh Ứng cũng như bức tượng Phật Bà Quan Âm chỉ mới khôi phục và xây dựng trong thời gian gần đây. Ban đầu, khi bắt tay vào khôi phục và xây dựng chùa cũng như bức tượng Phật Bà (Hiện lớn nhất nước), không ít những ý kiến không đồng tình. Nhưng hiện nay, có thể nói, chùa Linh Ứng và bức tượng Phật Bà hiện trở thành một chỗ dựa tinh thần, một niền an ủi không thể thiếu, của người dân Đà Nẵng, khi gặp phải những điều không may trong cuộc sống. Thiêng hơn, từ ngày có bức tượng Phật Bà Quan Âm ngự ở bán đảo Sơn trà, mặt quay ra hướng biển, mọi cơn bão có cường độ lớn (đến thời điểm hiện tại, đều không đổ bộ vào Đà Nẵng và khu vực tỉnh Quảng Nam), người dân Đà Nẵng càng tin hơn sự linh thiêng của ngôi chùa này. Và bây giờ, nhất là ngày rằm, mùng một thiện nam, tín nữ lên lễ chùa đông như đi hội.

Một điều tưởng khó lý giải, nhưng nghĩ kỹ, cũng không khó giải thích. Một xã hội muốn ổn định, một chính phủ muốn trường tồn một cách vững chắc, không có con đường nào khác, phải có những chính sách, biện pháp AN DÂN.

So với mặt bằng của nhiều tỉnh, thành, nhất là thời điểm này, kinh tế sa sút, niềm tin của người dân vào lãnh đạo chính quyền thấp, nạn tham nhũng, tai nạn giao thông, hối lộ vẫn diễn ra gay gắt, chưa có dấu hiệu thuyên giảm… thì ở Đà Nẵng vấn nạn trên, tôi nghĩ, thấp hơn rất nhiều. Đặc biệt, uy tín của những người lãnh đạo thành phố Đà Nẵng tính đến thời điểm này được đại đa số nhân dân trong thành phố tin tưởng. Với những người lãnh đạo thành phố Đà Nẵng, lời nói đi đôi với việc làm, mọi việc minh bạch, công khai, hiểu dân, không dấu khuyết điểm, quyết đoán…Làm được những việc đó, đã lấy lại được niềm tin của người dân. Hơn nữa, giữa thời đại bùng nổ thông tin, thực tế là một câu trả lời rõ ràng nhất. Mọi việc khuất tất, cho dù dùng rất nhiều mỹ từ để che dấu cũng không thể dấu dân, lừa dân. Thậm chí, nói thẳng, để người dân đặt niềm tin vào một chủ nghĩa, một học thuyết như một thứ "tôn giáo", khi chủ nghĩa đó, học thuyết đó phi thực tế là việc làm không tưởng.

Vậy, những việc làm của lãnh đạo thành phố Đà Nẵng cố gắng ổn định xã hội, ổn định kinh tế, hợp lòng dân, đi đôi với việc làm đó là vấn đề tinh thần, giúp mọi người hướng thiện, sống nhân hòa, bằng hữu, cứu nhân, độ thế… mà hàng nghìn năm trước đây, con người đã muốn hướng đến. Nên thế, xây dựng chùa Linh Ửng và tượng Phật Bà Quan Âm trên bán đảo Sơn Trà, chứng tỏ lãnh đạo thành phố Đà Nẵng hiểu nguyện vọng của dân và thương dân, được người dân thành phố Đà Nẵng ủng hộ.

Từ ngày khôi phục, xây dựng xong chùa Linh Ứng và tượng Phật Bà Quan Âm trên bán đảo Sơn Trà, nhiều cơn bão lớn đã "tránh" Đà Nẵng, đời sống của nhân dân khá hơn trước, xã hội không có nhiều xáo động, bất an…

Có thể mọi chuyện trên, là sự ngẫu nhiên mà nhân dân đã vận vào.

Cũng biết đâu có sự "tâm linh" ở đây cần có sự lý giải của các nhà khoa học!

Nhưng suy cho cùng, nếu người lãnh đạo một chính quyền đi cùng nhân dân, coi quyền lợi của người dân của dân tộc là trên hết, mọi suy nghĩ, việc làm đều xuất phát từ suy nghĩ, nguyện vọng của người dân… Đó là "bức trường thành" chống được mọi "cơn bão lớn" định phá hoại.

Người lãnh đạo của chính quyền đó sẽ được nhân dân nhớ, biết ơn.

Và lúc đó, người dân sẽ đổ đến chùa Linh Ứng và tượng Phật Bà Quan Âm đông hơn, nhiều hơn bây giờ, do những điều họ cầu khấn, mong mỏi, tâm niệm đã trở thành hiện thực!

Chùa Linh Ứng và tượng Phật Bà Quan Âm cũng sẽ thiêng hơn chính vì những điều đó.

CẦN CÓ NHỮNG HÀNH ĐỘNG CỤ THỂ ĐỂ CHỨNG MINH LUẬN ĐIỂM ĐÓ LÀ KHÔNG ĐÚNG

Hồi còn sống, đương chức, tổng thống Việt Nam Cộng Hoà là ông Nguyễn Văn Thiệu có nói lên một luận điểm về đảng cộng sản: "Đừng nghe cộng sản nói, hãy xem kỹ những việc cộng sản làm."

Để chứng minh luận điểm trên của ông Nguyễn Văn Thiệu là sai lầm, theo thiển ý tôi, đảng cộng sản đang nắm quyền độc tôn lãnh đạo và nhà nước Việt Nam hãy thực thi:

- Nên kéo dài thời gian thảo luận việc sửa đổi hiến pháp 1992 trong nhân dân, công bố công khai, minh bạch đầy đủ tất cả những ý kiến của mọi người dân muốn tham gia cuộc thảo luận này.

Nhất là vấn đề điều 4, trong hiến pháp năm 1992, có nên để lại hay không?

- Những vụ xử án chính trị liên quan đến an ninh, ổn định thể chế cần xử công khai, rõ ràng cho toàn dân, dư luận trong nước và nước ngoài biết, không xử án "bỏ túi", theo sự chỉ đạo ở trên. Điều đó thể hiện một nhà nước dân chủ, vững mạnh, đảng cầm quyền là chính đáng.

- Với những vụ tham ô lớn cần phải xử công khai, tuyên phạt thật nặng cho dù đối tượng bị xử ở bất cứ chức vụ nào. Chức vụ càng lớn, án phạt càng nặng, tịch thu toàn bộ tài sản, sung vào công quỹ.

- Lực lượng quân đội, công an không phục vụ mục đích tồn tại bất cứ đảng phái nào, chỉ phục vụ một mục đích duy nhất, bản vệ toàn vẹn lãnh thổ, cuộc sống củai moi người, ổn định xã hội, chống xâm lược.

- Với các thế lực phản động lăm le xâm chiếm nước ta, như nhà cầm quyền Bắc Kinh hiện nay, đảng và nhà nước dựa vào sức mạnh của nhân dân, của cả dân tộc và dư luận tiến bộ trên thế giới thể hiện một bản lĩnh cương quyết, khôn khéo, tự tin để buộc nhà cầm quyền Bắc Kinh từ bỏ dã tâm đó và trả lại Hoàng Sa, một số đảo ở Trường Sa và những vùng đất trên biên giới mà họ lấn chiếm trái phép.

- Cần có một văn đàn công khai tất cả những những bài viết, tiếng nói phản biện của các trí thức yêu nước, giàu lòng tự trọng muốn cống hiến tất cả sức lực, trí tuệ vào sự phục hưng, cường thịnh của dân tộc. Có sự tranh luận công khai, không truy chụp, không cắt xén, xuyên tạc… trên tinh thần bình đẳng, tôn trọng, thượng tôn pháp luật. Tạo mọi điều kiện thuận lợi nhất cho những cuộc biểu tình của nhưng người yêu nước được diễn ra, không đàn áp, bắt bớ, truy chụp … Điều đó cũng thể hiện một nhà nước văn minh, một đảng cầm quyền tiến bộ.

- Với bộ máy hành chính quá cồng kềnh như hiện nay, quan liêu, hành dân… cần có những giải pháp cải cách đồng bộ, khoa học để tổ chức bộ máy hành chính này gọn nhẹ, hoạt động hiệu quả. Muốn làm được điều này cần dựa vào ý kiến của các nhà khoa học, có kinh nghiện tổ chức ở trong nước và nước ngoài, kể cả những trí thức ngoài đảng để thực hiện, chứ không phải bằng những nghị quyết, báo cáo…duy ý trí, lý luận suông.

- Nếu không thực hiện được những điều trên và còn nhiều điều nữa, những người tri thức yêu nước chân chính, người dân đóng góp, đảng tự nguyện rút lui, chấm dứt một vai trò lịch sử giành thống nhất dân tộc, toàn dân ghi ơn. Đảng nhường quyền cho quốc hội đứng ra lập những đảng mới, thông qua một cuộc bầu cử dân chủ, tự do, minh bạch có sự giám sát quốc tế bầu lên một đảng cầm quyền thay đảng cũ, được dân tin tưởng, quốc tế ủng hộ, lãnh đạo đất nước bước vào thời kỳ phát triển mới.

…

Còn thêm nhiều ý kiến của mọi tầng lớp xã hội, nhất là các văn sỹ, trí thức yêu nước, các vị tướng lĩnh đương chức, về hưu muốn đóng góp nhiều ý kiến để đảng giữ được quyền lãnh đạo, thể hiện sức mạnh của mình bằng lòng tin của người dân, chứ không phải là sự áp đặt, truy chụp, là sử dụng sức mạnh của cường quyền, vũ khí, đàn áp…

Nếu đảng thực hiện đúng như thế thì luận điểm của ông Nguyễn Văn Thiệu về đảng cộng sản là sai hoàn toàn, không ai ủng hộ.

Còn nếu không phải như thế, chẳng lẽ đảng cộng sản lại muốn chứng minh, luận điểm đó của ông Nguyễn Văn Thiệu là đúng!!!

NGHĨ VỀ LỄ HỘI

Có lẽ chưa bao giờ đất nước ta nhiều lễ hội như hiện nay. Mới tính sơ sơ trên cả nước, đã có bảy ngàn,chín trăm, sáu mươi sáu lễ hội - (Theo VTV3, trong chương trình cà phê sáng ngày 2/2/2013). Nhiều lễ hội lớn, hoành tráng…đài báo đều đưa tin.

Phải chăng, dân nước mình ham thần thánh, ưa cúng bái, thích chùa chiền…Nếu nói thế, e rằng nhìn nhận vấn đề phiến diện, lệch lạc không chính xác.

Trước năm 1975, ở phía nam, dưới sự quản lý của chính thể Việt Nam Cộng Hoà (trừ những vùng do MTDTGPMNVN và CPCMLTCHMNVN quản lý) ngày tế, lễ người dân cũng hay đến chùa chiền cúng bái, ngày lễ rằm, mùng một đều đặn có mâm cúng tổ tiên…nhưng nhiều bậc cao niên cho biết, cũng không nhiều như bây giờ? Các bậc cao niên đã ở trong vùng của chính thể

VNCH quản lý cũng cho biết, đi lễ chùa lúc đó cũng có nhiều quan chức chính quyền, nhưng họ đi công khai, thành tâm như những người dân bình thường…

Còn ở phía bắc, lúc đó đất nước dưới sự quản lý thống nhất của nhà nước dưới sự lãnh đạo của đảng lao động Việt Nam, lại theo chủ nghĩa Mác - Lê Nin, chấp nhận sự vô thần, chùa chiềng có lúc đập phá tan tành, tượng thờ vứt bỏ, thờ cúng không cho phổ biến, nhiều lễ hội bị cấm tổ chức…nếu có tổ chức cũng diễn ra trong phạm nhỏ làng, xã…không rầm rộ, nghi thức vô cùng đơn giản… Chuyện tham gia cúng vái hay góp tiền, vàng cúng chùa mong phù hộ độ trì của những người lãnh đạo từ cấp cao xuống đến địa phương, lúc đó, tôi không thấy. Còn một điều nữa phải nhấn mạnh, lúc đó người dân miền bắc đặt trọn niềm tin vào Cụ Hồ, vào ban lãnh đạo đảng lao động Việt Nam. Niềm tin đó theo tôi nghĩ, lúc đó còn hơn cả thần thánh, người dân nhìn vào người lãnh đạo, nhất là tấm gương cụ Hồ có một sự tin tưởng lớn…

Vậy tại sao bây giờ đất nước thống nhất hơn ba mươi năm, vẫn một đảng lãnh đạo, một chính phủ điều hành, cũng tưởng kinh tế phát triển, trình độ dân chí nâng cao… mà lễ hội lại mở ra một cách rầm rộ như vậy, nhiều lễ hội biến tướng, mất đi nét văn hóa, thay vào đó là sự mê tín đến mộng mị, là cảnh làm tiền một cách trắng trợn, là sự xô bồ nhảm nhí lôi kéo tất cả, từ người lãnh đạo đến người dân. Mà hình như…sự mê tín vào thánh thần, ở thời điểm này, tôi thấy đã ở mức cực điểm.

Tại sao có hiện tượng trên?

Nếu như ở nước ta có một xã hội ổn định, luật pháp

nghiêm minh, những kẻ gây ác với đồng bào, dân tộc phải bị trừng trị thích đáng. Những người lãnh đạo là tấm gương mẫu mực về lối sống trong sạch, cần kiệm để dân tin, lời nói đi đôi với việc làm… không giả dối, tôi tin sự tôn sùng vào thần thánh của người dân không nhiễu loạn như hiện nay.

Người dân bây giờ tin ai?

Chẳng lẽ tin vào một tầng lớp lãnh đạo, không phải là tất cả, nhưng có nhiều người lãnh đạo sống như vua con, nói rất hay nhưng làm rất dở, có nhà to, xe đẹp, coi mạng dân như cỏ rác. Dân có gào, có kêu than, mất đất, có quẫn bách, họ cũng mặc kệ.

Điều họ lo nhất, không phải cuộc sống của người dân mà cái ghế đang ngồi, cái chức đang quản. Nên thế, ngoài việc đi lại với cấp trên, họ còn nhờ đến thánh thần phù hộ độ trì. Một điều rất hiếm ở cán bộ lãnh đạo miền bắc trước năm 1975. Điều nữa, nếu như ở miền nam, trước 1975, với sự nghiêm cẩn của một bộ máy hành chính khoa học hơn miền bắc, cán bộ lãnh đạo tỉnh, công sở được đào tạo đàng hoàng, có trí thức nên họ cũng không cần dựa đến thánh thần. Nếu có đi chùa là theo nghi lễ truyền thống, chứ không phải vì chức quyền. Còn hiện nay, trong đội ngũ cán bộ lãnh đạo, không ít người đầu đội mác "trí thức", "tiến sỹ". "giáo sư"… kỳ thực kiến thức về quản lý vô cùng yếu kém, trình độ không có, tất cả dựa vào đồng tiền, chỗ đút lót, chỗ tham ô… để lên chức lãnh đạo, họ nhận thức rất mơ hồ tâm linh và khoa học, nên thế, phải đến vái chùa, mua ấn giữ chức là điều đương nhiên. Cũng vì thế, nhiều người lãnh đạo nhận thức lễ hội không còn khái niệm văn hóa, hay là "tâm" của con người mà họ nghĩ đến lễ hội là sự hiện diện thật của "thánh thần", mong thánh thần chở che cho họ "tai qua, nạn khỏi" giữ được chức, hay thăng được quan.

Trình độ thế, nhận thức như thế, không khó khăn gì trong những lễ hội lớn như phát ấn, phát lộc... không thiếu xe công, ông to bà lớn đi lễ chùa kéo theo cả một bầu đoàn thê tử cúng vái không tiếc tiền, vàng. Những người lãnh đạo như vậy làm sao người dân không mất niềm tin. Đã mất niềm tin thì làm sao lại tin một xã hội có thể ổn định khi mọi chuyện hiện hữu trước mặt. Ra đường thì sợ tai nạn giao thông, đến cơ quan nhà nước thì sợ bị hành, còn gặp lãnh đạo thì sợ thái độ quan liêu, hống hách, theo đường học vấn lại sợ ra trường không có việc làm, đi làm công nhân sợ đồng lương chết đói, chủ bóc lột thậm tệ... nghĩa là muôn vàn nỗi sợ, cuối cùng người dân phải vấu víu vào thần linh mong được sự an ủi tinh thần, biết đâu có một chút may mắn về kinh tế...Người dân, dù có nghèo hèn, không có bao nhiêu tiền vẫn cố đến ngày lễ đi cúng chùa. Nhiều cấp lãnh đạo, tuy không nói ra, nhưng phải thừa nhận, không dễ gì làm tiền bằng những lễ hội. Vừa có thể lừa mị dân chúng, mở lễ hội để "củng cố niềm tin người dân, đáp ứng được tâm lý tâm linh người dân đang đòi hỏi" và cũng đáp ứng được tâm linh của chính những người lãnh đạo này. Nếu như là người lãnh đạo có văn hóa, nhân việc này, có thể giải đáp những nguyện vọng của người dân một cách thoả đáng, giúp họ về đường làm ăn kinh tế, về khốn khó cuộc sống v.v... Nhưng không, họ không còn tâm trí làm việc đó, cái chất làm tiền vô văn hóa "ngấm sâu" tận nhân tế bào của một số vị lãnh đạo, đầu óc "cô đặc lại" vì chỉ còn một chữ "tiền". vừa bỏ một đồng vốn có thể thu hàng trăm đồng tiền lời mà không bị kiện cáo, thưa gửi, thanh tra, cũng là một cách rửa tiền tốt nhất… Vì vậy, bỏ ngoài tai tất cả mọi sự phân tích, can ngăn của các nhà khoa học, tri thức tiến bộ… bằng mọi giá, họ vẫn mở lễ hội theo hướng biến tướng xa dần với tôn chỉ mục đích ban đầu mà những lễ hội này vốn có. Chùa xây thật to, tượng đúc thật lớn, bất chấp mọi quy tắc của phật giáo. Lễ hội tràn ngập những hiện tượng phản khoa học, phản cảm như bói toán, đốt vàng mã, để thùng công đức lan tràn, mua bán ấn. Thậm chí đến ngựa , tượng ông Thánh Gióng, một hình tượng thần thánh hóa lòng yêu nước, cũng được một ông lớn đề nghị đúc thêm tim bằng đồng để nhét vào… Đó là chưa kể một cảnh chen lấn, giẫm đạp lên nhau, để cố mua hoặc giành một mẩu vải vàng, chữ triện đỏ làm một lá bùa phù hộ.

Mà không biết có phù hộ được không?

Đã có nhiều kẻ quan to, chức lớn, tượng phật để trong nhà, thờ cúng thường xuyên nhưng vẫn bị nạn, không vào tù vì tham ô thì đường con cái cũng gặp hạn.

Một xã hội không ổn định, một đường lối kinh tế bất cập, tạo nhiều kẽ hở cho tệ tham nhũng phát triển lan tràn, khoảng cách giàu nghèo giãn biên ngày càng rộng, niềm tin vào chính phủ, người lãnh đạo không có…tất yếu diễn ra lễ hội biến tướng.

Lễ hội càng biến tướng, biểu hiện xã hội càng chao đảo, càng mất ổn định.

Và cứ tổ chức lễ hội như thế này không biết tương lai của đất nước ta sẽ đi về đâu?

MƠ ƯỚC CỦA TÔI !

Mới gần hết quý I của năm 2013, nói thật, với thời cuộc, một người dân bình thường như tôi, nhiều lúc không muốn để ý, muốn an phận cùng vợ con làm ăn. Nhưng, vẫn không yên, vì nhìn quanh bao nhiêu sự kiện buộc tôi phải suy ngẫm, không thể không nói.

Sự kiện nhỏ, chỉ cần điểm qua, nhiều lúc cũng thấy giật mình. Chẳng đâu xa, ở Đà Nẵng đến mấy siêu thị lớn, người mua vắng hẳn, chỉ đông mấy gian hàng thực phẩm, còn mấy gian hàng bán đồ điện tử, gia dụng... vắng như "chùa bà đanh" một chuyện chưa từng có nếu so sánh cách đây hơn một năm.

Đọc báo thấy bao nhiêu tin mục "bán nhà", "bán đất"... giá xuống thấp đến bất ngờ. Tin ấy cứ đăng báo hết ngày này, qua ngày khác... chẳng thấy ai mua.

Bất động sản gần như "chết đứng" chỗ nào cũng thấy đất quy hoạch bỏ hoang, biệt thự bỏ hoang

Rồi chuyện trốn nợ, giật nợ khiến có người phải tự tử không hiếm. Nhiều vụ giết người cũng vì chuyện này.

Cũng đầu năm, nói về nhưng vụ tai nạn giao thông lại giật mình, có vụ chết hơn chục người. Gần như ngày nào trên cả nước ta lúc nào cũng có tai nạn giao thông, hết đường bộ, lại đến đường tàu… Bao nhiêu nghị quyết, biện pháp mà tai nạn không giảm, số người chết vẫn cao.

Xã hội như bất an hơn, cướp giật gần như công khai, giữa ban ngày, những vụ giết người táo tợn với những nguyên nhân không đâu. Chồng giết vợ, con giết bố, hàng xóm đâm chém lẫn nhau…báo chí liên tục đưa tin, liên tục cập nhật. gần đây nhất là vụ hàng ngàn dân Vĩnh Yên chở xác người bị nạn đi biểu tình đòi công lý, bởi họ nghi cái chết của nạn nhân liên quan đến con của một ông " quan" đầu tỉnh. Rồi còn chuyện, bên công an đề nghị, cần thiết phải dùng biện pháp mạnh, bắn vào nhưng kẻ chống lại người thi hành công vụ. Thế là có chuyện rồi, nhiều kẻ gây tội ác, đã "nhờn" với pháp luật, cụ thể hơn, ở nước ta, nhiều kẻ coi như một đất nước không có pháp luật.

Lại còn xuất hiện hiện tượng học sinh trầm cảm, lo lắng việc học hành dẫn đến tự tử cũng không hiếm.

Báo chí nhất là những tờ phụ trương, tên báo thì nghe rất hay nhưng nội dung bên trong gần như toàn đăng chuyện giết người, hiếp dâm, trộm cắp, thần linh quỷ ám, người biến thành rắn…cứ như xã hội ta đã đến "lực cùng, sức kiệt".

Đó là chưa kể chuyện văn chương, giáo dục, sân khấu, điện ảnh…sờ đâu cũng có chuyện.

Những chuyện trên vẫn là nhỏ, còn chuyện lớn hiện diện rõ ràng, trực tiếp chứng kiến, với tôi, có một tâm trạng bất an, thậm chí có lúc lo lắng, không biết rồi tương lai, tiền đồ đất nước về đâu?

Rõ nhất là lòng tin của người dân vào đảng cộng sản

đang nắm quyền và sự điều hành của nhà nước về kinh tế, xã hội có một sự giảm sút rất rõ rệt. Báo chí, đài, ti vi… nói cứng về sự thống nhất, tin tưởng, toàn dân… nhưng không thể dấu sự lo lắng bên trong.

Ngày nào ti vi cũng đưa tin trong bản tin thời sự về sự tin tưởng của dân vào đảng, vào nhà nước, báo chí khẳng định sự lãnh đạo tuyệt đối của đảng, nhất là cuộc phát phiếu thăm dò ý kiến của người dân vào sửa đổi hiến pháp, được tỷ lệ người dân "đồng thuận cao về những điều đã sửa đổi nhất là đồng tình không bỏ điều 4 hiến pháp".

Ai cũng hiểu, tuy có người không nói ra, điều đó chỉ là lý thuyết, vì toàn bộ đài, báo, ti vi…đều do đảng, nhà nước quản lý, không thể có ý kiến khác được. Nếu như có một cuộc thăm dò ý kiến người dân, cho phép họ được tự do phát biểu chính kiến của mình, không bị truy bức, đàn áp hoặc như được phép bỏ phiếu kín, có sự kiểm phiếu vô tư, minh bạch tôi tin kết quả sẽ khác rất nhiều so với những lời nói, bài viết trên báo, ti vi. Theo tôi, đảng và nhà nước cũng nên làm như vậy để thấy niềm tin của dân vào đảng ở mức độ nào, giúp những vị lãnh đạo đảng, nhà nước hiểu vị trí mình đứng ở đâu trong lòng đồng bào, dân tộc mà tìm ra những quyết sách đúng mà sửa sai.

Rất tiếc, đảng cộng sản và những người lãnh đạo chính quyền lại không làm, hay cố né tránh điều đó. Họ ra sức tuyên truyền sự trong sạch "vì dân" của đảng thì thực tế lại ngược hẳn. Hãy nhìn vào biệt phủ của ông Nguyễn Trường Tô (nguyên bí thư tỉnh uỷ tỉnh Hà Giang) mà báo mạng đã đăng, so sánh với nhưng căn nhà tình nghĩa bà mẹ ViệtNam anh hùng, gia đình có công với cách mạng!!! Không riêng ông Nguyễn Trường Tô có biệt phủ hoành tráng, hãy làm một số liệu thông kê tất cả những tài sản của các vị từ chủ tịch tỉnh trở lên đang đương chức, thì mới thấy cảnh bất công, phân hóa giàu nghèo lớn đến như thế nào? Chỉ một vụ trộm ở Kom Tum vào nhà ông giám đốc sở tài chính mà bọn trộm còn lấy được vàng, tiền, sừng tê giác… trị giá gần 3 tỷ đồng!

Một ông giám đốc sở của một tỉnh miền núi, còn nhiều khó khăn mà giàu cỡ đó, thì các tỉnh khác, đỡ nghèo hơn, cán bộ lãnh đạo từ cấp sở trở lên còn giàu đến cỡ nào?

Đây chính là một trong những nguyên nhân làm cho dân mất lòng tin vào đảng. Rồi lúc nào các vị lãnh đạo đảng cũng nói đến việc đoàn kết trong đảng, nêu tấm gương của cụ Hồ để học tập. "Nói vậy nhưng không phải vậy", tình trạng mất đoàn kết từ cấp cơ sở đến cấp trung ương, chẳng cần tinh ý, ai cũng nhìn thấy. Rồi đảng, nhà nước đề cao câu "nhà nước ta là nhà nước dân chủ, dân chủ gấp triệu lần nhà nước tư bản", nhưng chỉ một câu hỏi nhỏ, tôi tin những vị lãnh đạo khó trả lời: Nói dân chủ tại sao không cho công khai toàn văn, đầy đủ những ý kiến phản biện của đông đảo các vị nhân sỹ, trí thức trên đài, ti vi, báo chí? Và hình như, những người dân bình thường như tôi, có suy nghĩ, chính những việc làm như vậy đảng và những vị lãnh đạo chính phủ đang thể hiện hai điểm cực yếu: Nếu cho công khai phản biện để toàn dân biết, thì những luận điểm bảo vệ đảng, chế độ của bên đảng, chính phủ sẽ kém tính thuyết phục, dân càng không tin. Còn không cho phản biện công khai, thì càng thể hiện sự hạn chế về tính minh bạch của một đảng lãnh đạo, một nhà nước toàn trị.

Có người nói, đảng giữ điều 4 trong hiến pháp, thực chất là giữ quyền thống trị, quyền lợi của đảng cộng sản. Những người đó giải thích, nhìn những đảng viên từ cấp cơ sở đến trung ương, khi có chức vụ trong tay, thì "quyền" và "lợi" của những con người đó sẽ lớn như thế nào? Không kể chuyện tài sản, tiền bạc tăng lên với cấp số nhân, chuyện con cháu được sắp xếp vào những chỗ có bổng lộc, mà quan trọng hơn nữa, là họ được ăn, được nói, thậm chí cả làm những việc vượt qua luật pháp… mà không ai dám động đến họ. Điều đó giải thích vì sao những đảng viên này dùng đủ cách để bảo vệ đảng, đảng của họ bao giờ cũng cao hơn dân tộc. Nên thế, hiện nay những tấm gương liêm khiết, một lòng một dạ phục vụ nhân dân, phục vụ tổ quốc của những đảng viên chân chính, giống như vài ánh lửa le lói giữa đêm đen, không hề đem lại cho người dân, như tôi, một niềm tin nhỏ nhoi nào.

Còn một điều nữa gây ra sự bất bình trong xã hội, dẫn đến những mâu thuẫn đối kháng , tôi e rằng, mới đầu là tự phát, cứ đà này sẽ dẫn đến những cuộc biểu tình, bạo động lớn đó là tính thuyết phục của đảng và chính phủ.

Không khó tìm nguyên nhân những cuộc biểu tình của nhân dân gần đây, từ biểu tình chống nhà cầm quyền Trung Quốc gây hấn, âm mưu thôn tính Việt Nam đến những cuộc biểu tình đòi đất, khiếu kiện, án oan của người dân…Lẽ ra với đảng cầm quyền, chính phủ điều hành cần có những đối thoại công khai, trên tinh thần tôn trọng luật pháp của chính nhà nước, quốc hội Việt

Nam đã thông qua, bình đẳng, cùng lắng nghe, cùng thấu hiểu để tìm ra được cách giải quyết hợp lý, hợp tình nhất. Nhưng không? Tất cả chỉ là sự trấn áp, truy chụp, đổ những lỗi "không có" mà người dân phải hứng chịu như: Do "bị kích động của phần tử cơ hội, bất mãn, phản động", hoặc như: "Đó là nhưng phản ứng tiêu cực gây nên sự bất ổn xã hội…". Tôi có cản giác, đảng và nhà nước Việt Nam đang dồn dân sang một phía để tạo ra lực lượng "đối kháng". Vì sao tôi nói thế? Có lúc nào việc bắt bớ, xử án "các thế lực phản động, thù địch" nhiều như bây giờ. Mà bắt bớ, xử án ai? Toàn là người dân đất Việt ở trong nước, kể cả những người từng là đảng viên, công an, nhà báo, luật sư, nhạc sỹ…của chế độ này. Các cuộc xử án đó, mang tính "công khai", trên thực tế, không cho hoặc hạn chế người vào dự. Rất nhiều vụ án, hầu như sự bào chữa của luật sư không hề có một chút giá trị nào, vì án đã được định sẵn trước khi xử!!!

Một điều đáng lo ngại nữa, là sự giả dối lan tràn, đến độ xã hội coi chuyện đó là bình thường.Người dân nhìn rất rõ việc này, cho dẫu họ im lặng, nhẫn nhục chịu đựng. Giả dối ngự trị từ lời nói đến việc làm. Các vị lãnh đạo đảng cộng sản ra sức tuyên truyền học tập tấm gương của cụ Hồ. Nói rất hay, nhiều bài viết rất hay, người kể chuyện rất hay nhưng thực tế như thế nào? Không khó tìm ra những câu trả lời rất đau lòng.Tôi tin ông chủ tịch tỉnh Bình Phước vừa mất chức, đã rất nhiều lần ông ta rao giảng về đạo đức, phong cách sống của người cộng sản, người lãnh đạo. Nhưng chính tự ông ta, bằng việc làm của mình, tự lột mặt nạ, lộ nguyên hình là kẻ cơ hội, trục bám vào tài sản nhà nước để làm lợi cho riêng mình. Ở nước ta hiện tại, chuyện này không chỉ riêng tỉnh Bình Phước. Ở một tỉnh miền trung, một ông nguyên là bí thư tỉnh uỷ, bây giờ bị quần chúng tố cáo khai man lý lịch, khai man thành tích để nhận danh hiệu anh hùng. Ông này cũng từng bị một một nữ tiếp viên nhà hàng cho một cái tát về tội sàm sỡ. Ấy vậy, ông ta, hồi đương chức được tuyên dương là một trong những người "Học tập và tuyên truyền tấm gương của bác Hồ" tốt nhất!!!

Nếu như đảng cộng sản muốn dân tin, còn có cơ sở để tin giữ vững quyền lãnh đạo, không còn con đường nào khác, phải lôi bằng được nhiều con "sâu" này ra trước vành móng ngựa, không khoan nhượng, xử công khai, may ra với điều đó mới khôi phục lại niềm tin của dân vào luật pháp, vào những người lãnh đạo.

Là một người dân, tôi tin rất nhiều người có suy nghĩ giống tôi. Mong sao đất nước chúng ta, q ua một cuộc bầu cử dân chủ, tự do đúng nghĩa, người dân được phát huy hết quyền công dân của mình, bầu lên một lãnh tụ có bản lĩnh, tự tin, có kiến thức, có tầm văn hóa, có tài tổ chức lãnh đạo, liêm chính, trong sạch, một đảng cầm quyền được tất cả các thành phần, giai cấp trong xã hội công nhận. Lãnh tụ đó, đảng đó đưa đất nước của chúng ta vượt qua khó khăn, kinh tế phát triển, xã hội ổn định, thể chế chính trị vững vàng, một nền dân chủ tiên tiến, một hiến pháp tiến bộ được toàn dân đồng thuận, thực hiện.

Một mơ ước đơn giản, sao lúc này ở Việt Nam thấy khó thế!

TÔI AO ƯỚC BAO GIỜ NƯỚC TA ĐƯỢC NHƯ THẾ

Sáng nay (22/4/2013) tôi xem chương trình chào buổi sáng của VTV 1, trong chương trình đó, phóng viên Minh Hà có cho khán giả Việt Nam biết (đại ý): Tổng thống Ấn Độ thông bao với Quốc Hội cũng như tất cả người dân Ấn Độ được biết, Chính phủ sẽ ra những quyết sách, giải pháp mạnh để giải quyết tận gốc nạn bạo hành, hiếp dâm trẻ em. Vì gần đây ở Ấn Đọ có xảy ra một số vụ như báo chí đưa tin, trẻ em bị hiếp dâm, rồi cả cưỡng dâm trên xe buýt v.v…Tôi không biết ở Ấn Độ, một ngày xảy ra bao nhiêu vụ như thế này. Vì trên thực tế, chỉ thấy ti vi, báo chí đưa tin những vụ việc mà… so với Việt Nam , báo chí đưa tin những vụ tương tự, thì những sự việc của Ấn Độ quá nhỏ. Ở Việt Nam nhiều vụ kinh khủng hơn nhiều: Bố dượng hiếp con riêng của vợ, nhiều thanh niên cưỡng bức con gái nhà lành đến chết, thanh niên hiếp rồi giết bà già cướp của, đó là chưa kể những chuyện kinh thiên động địa, chém chết nhiều người để cướp vàng, chém người yêu đến chết ngay trước đồn công an…

Nếu chịu khó ra các sạp báo, không thiếu những tin này để cho người đọc, đọc đến mỏi mắt.

Nhưng có một điều khác ở Việt Nam, ở Ấn Độ những vụ án như thế, nhân dân phẫn nộ biểu tình lên án mạnh mẽ, còn người đứng đầu chính phủ, thể hiện trách nhiệm của mình trước dân lên ti vi, ra trước quốc hội hứa sẽ thực thi những yêu cầu của nhân dân để một xã hội ổn định, lành mạnh dù những vụ việc này, nếu ở Việt Nam "nhỏ như con thỏ".

Ở Việt Nam chúng ta chưa hề thấy một ông lãnh đạo cấp cao nào của đảng, nhà nước, quốc hội… điều trần trước dân, quốc hội về những vấn đề sát sườn đến xã hội, đời sống người dân như tổng thống Ấn Độ điều trần.

Lẽ ra, với một đảng cầm quyền, những cán bộ lãnh đạo của đảng, nhà nước từng thừa nhận là " đầy tớ" của dân, phải có những lời nói, hành động những biện pháp cụ thể, hứa trước quốc dân đồng bào, làm cho xã hội, kinh tế ổn định, kể cả những việc nhỏ nhất như tổng thống Ấn Độ đã làm.

Tôi tin, người dân có lẽ cũng chỉ yêu cầu đến thế!

Nhưng không! Khi tiếp xúc, nói chuyện, các ông ấy luôn luôn đề cập đến phải có biện pháp kiên quyết, cảnh giác với "các thế lực phản động chống phá nhà nước XHCN", "tự diễn biến", "Luận điệu tuyên truyền chống đảng của các thế lực thù địch", "suy thoát đạo đức", "suy thoái chính trị"... Rồi, nếu không phải những vấn đề đó, thì cũng là những bài nói về lý luận, về CNXH, trên thực tế, không hề có chút thuyết phục, người nghe không tin, không hiểu...Còn những bức xúc cụ thể của người dân, hình như, đó là điều không phải để các ông ấy chú ý.

Yếu tố quyết định thành bại trong chuyện giữ chính quyền, giữ vai trò lãnh đạo của một đảng là lòng tin của dân vào chính quyền, vào đảng đó. Muốn vậy, phải có lời nói, việc làm của các vị lãnh đạo thật thiết thực phù hợp nguyện vọng người dân, để người dân còn tin, còn ủng hộ, ít nhất cũng như tổng thống Ấn Độ đã làm.

Bao giờ nước ta được như thế!

ĐOÀN KẾT

Trước khi mất, Cụ Hồ để lại một bản di chúc, trong bản di chúc đó, Cụ có nhắn gửi với hậu thế, cần phát huy một truyền thống tốt đẹp của dân tộc, của đảng cộng sản Việt Nam, đó là Đoàn kết " ... Đoàn kết là truyền thống cực kỳ quý báu của đảng...".

Từ đó có thể hiểu:

Nhờ đoàn kết, đảng cộng sản Việt Nam mới đứng vững được hơn tám mươi năm nay.

Cũng nhờ đoàn kết, đảng cộng sản Việt Nam đã làm nên chiến thắng.

Cũng vì đoàn kết, đảng cộng sản giữ vững chính quyền.

Cũng do đoàn kết, đảng cộng sản không sợ bất cứ thế lực phản động nào chống phá.

Tóm lại:

Có đoàn kết, nên từ ngày thành lập đến nay, đảng cộng sản tồn tại.

Còn từ nay đến tương lai:

Nếu trong nội bộ đảng cộng sản, nhất là trong Bộ chính trị và Trung ương đảng cộng sản mất đoàn kết!!!

Bạn đang đọc bài này nghĩ sao?

ĐÂU "TÂM" CỦA NGƯỜI LÀM BÁO

Quả thực tôi rất ngạc nhiên khi thấy báo "LAO ĐỘNG" đưa tin như thế này:

"Nguồn tin riêng của Báo Lao Động cho biết, trong 5 ngày từ 13.6 đến 17.6.2013, Chánh Văn phòng UBND thành phố Đà Nẵng đã điều hơn 60 công chức thuộc các phòng, ban của UBND thành phố Đà Nẵng để phục vụ đám tang một cán bộ lãnh đạo hưu trí.

Công việc chính của các công chức này trong đám tang được phân công cụ thể là tiếp nước, lau chùi ly chén, dọn vệ sinh… tại đám tang. Thuở còn đương chức, vị cán bộ lãnh đạo hưu trí này được anh chị em CBCC yêu quý vì tác phong gần gũi và có năng lực công tác... Tuy vậy, việc điều động hành chính hơn 60 cán bộ, công chức của Văn phòng UBND thành phố lần lượt phục vụ đám tang một cá nhân, bỏ bê công vụ cũng đã gây bức xúc ngay trong chính bản thân các CBCC được phân công; đồng thời ảnh hưởng đến công việc điều hành chung, tiếp dân của chính quyền thành phố trong các ngày này. PV Báo Lao Động đã liên lạc với lãnh đạo UBND TP. Đà Nẵng; một phó chủ tịch UBND TP cho biết, không biết gì về chuyện này".

Nên nói lại chuyện này cho rõ:

Bà Nguyễn Thị Lãnh - Nguyên Phó chủ tịch tỉnh Quảng Nam - Đà Nẵng cũ, có thể nói, đó là một tấm gương mẫu mực của một người đảng viên, một người lãnh đạo tròn vẹn với đất nước và gia đình. Có những điều khi bà mất mới nói ra. Trước năm 1975, với tấm lòng yêu nước chân thành, theo tiếng gọi thiêng liêng của tổ quốc, bà để lại miền bắc những đứa con thơ dại, vào nam thực hiện nghĩa vụ của một người dân cứu nước, giành độc lập thống nhất non sông. Sau năm 1975, trên cương vị một trong những người lãnh đạo tỉnh Quảng Nam - Đà Nẵng (cũ) bà sống, làm việc hết lòng vì quê hương, quên cả bản thân mình. Khi về hưu, tài sản gần như không có gì, chỉ một ngôi nhà 27 - Lý Thường Kiệt - Đà Nẵng do nhà nước bán. Đã thế, với người chồng bị tai biến, gần như nằm một chỗ và người con trai tâm trí không bình thường, bà Nguyễn Thị Lãnh là chỗ dựa duy nhất của cả gia đình. Điều tôi khâm phục bà, dẫu gia đình có những điều không may như thế, nhưng bà Lãnh không hề cậy mình từng là chức vụ "to" để đòi hỏi thành phố chu cấp thế này, thế nọ. Bà tằn tiện từng đồng lương hưu để nuôi chồng, nuôi con. Chăm sóc chồng, con chu toàn khi chồng, con không sinh hoạt được như người bình thường. Đó là một công việc vô cùng vất vả. Không những thế, với công tác đoàn thể, từ thiện bà vẫn tham gia, tham gia nhiệt tình. Vì sao tôi biết chuyện này? Vì mẹ của tôi hay kể những tấm gương mà bà khâm phục, trong đó có tấm gương bà Nguyễn Thị Lãnh.

Ở Đà Nẵng, có nhiều cán bộ lãnh đạo cao cấp về hưu, nhưng để mọi người nhắc đến tên nhiều nhất, có tên bà Nguyễn Thị Lãnh.

Như vậy, để thấy rằng, sự tri ân của thế hệ sau với những tấm gương như tấm gương của bà Nguyễn Thị Lãnh có nói, viết, giúp đỡ bạo nhiêu… cũng không đủ.

Việc 60 cán bộ công chức của văn phòng UBND thành phố Đà Nẵng vào phụ giúp đám tang bà Nguyễn Thị Lãnh phải nhìn ở góc độ như thế.

Cũng phải nói thêm, không phải 60 cán bộ này đến giúp đám tang này cùng một lúc mà từng tốp, 5 người một thay phiên nhau, giúp trong 5 ngày. Hơn nữa, báo LAO ĐỘNG quên rằng, trong năm ngày đó có hai ngày thứ 7 và chủ nhật là ngày nghỉ, ai cũng có thể đến giúp, tùy tâm. Còn ngày thứ hai là ngày đưa tang. Như vậy tính thật cụ thể, chỉ có hai ngày là ngày làm việc của UBND thành phố Đà Nẵng, mọi người có thể thu xếp công việc, người này thay người kia để làm một việc tri ân với người đã mất, người ấy cả thành phố thương tiếc. Tôi cho điều đó là một điều tốt, thể hiện đạo lý "uống nước nhớ nguồn", của anh chị em trong UBND thành phố Đà Nẵng. Hơn nữa, khi tôi với mẹ của tôi đến viếng bà Nguyễn Thị Lãnh, thấy trong đám tang, ngoài họ hàng bà con thân thuộc, còn thấy các anh ,các chị trong UBND thành phố Đà Nẵng lo việc tiếp khách, dẫn đoàn vào viếng, giúp ghi sổ tang… rất nhiệt tình, chu toàn, mọi người dự đám tang cũng thấy ấm lòng.

Chuyện chỉ có như vậy, nên khi đưa tin, tôi nghĩ cần chính xác trung thực, nói đúng bản chất thật của sự việc.

Còn viết như báo LAO ĐỘNG (như trích dẫn ở trên), dẫn đến người đọc hiểu sai vấn đề.

Chỉ một tin nhỏ như vậy, đưa không chính xác thì đâu là "Tâm" của người làm báo?

NEISON MADELA CHỮ "NHÂN" LỚN NHẤT THỜI ĐẠI

Một con người bị kẻ thù của mình giam hãm hơn hai mươi bảy năm trời. Hai mươi bảy năm trời bị tù đày, vẫn không rời bỏ lý tưởng của mình: "Những người da đen phải được bình đẳng với người da trắng". Bây giờ đó là một điều quá ư là bình thường, thế mà biết bao thế hệ của người da đen phải đánh đổi bằng nước mắt và máu. Như Nelson Madela, đã hy sinh hết cả sự nghiệp, hạnh phúc riêng tư...để quyết giàng lại cho người da đen ở Nam Phi nói riêng, cả châu Phi nói chung điều "bình thường" đó. Khi được tự do, trở thành tổng thống da đen đầu tiên của nước Cộng Hòa Nam Phi, Nelson Madela có quyền trả thù "thiểu số" da trắng đã từng đày đọa ông, có quyền "ban phát" lợi lộc cho những những người da đen là đồng hương của ông, rồi ông có thể giành cho gia đình những "đặc ân" mà ông cảm thấy mình rất xứng đáng được hưởng!!!

Không đúng sao, chúng ta hãy nhìn lại một số cuộc đấu tranh võ trang được nhân danh "của những lực lượng tiến bộ nhất thời đại" lãnh đạo có "lý luận khoa học" soi sáng chỉ đường. Khi cuộc đấu tranh giành chính quyền đó thành công thì như thế nào?

Không nói đâu xa, tháng 4/1975 khi Khơ me đỏ giành được chính quyền ở Căm Phu Chia, một cuộc trả thù vô cùng tàn bạo của một "lực lượng cách mạng tiến bộ" dìm cả một dân tộc vào biển máu. Rồi như Trung Quốc khi đảng cộng sản giành được chính quyền ở đại lục năm 1949, nhiều cuộc "đấu tố địa chủ" dã man đã diễn ra, mà thực chất đây là sự trả thù hèn mạt của một tầng lớp trí thức mang tư tưởng nông dân với tầng lớp trí thức, tư sản có đầu óc, có địa vị, biết làm ăn kinh tế...Nhiều cuộc cách mạng không phải riêng Căm Phu Chia hay Trung Quốc, mà ở một số nước khác!!! cũng có hiện tượng tương tự, khác chăng chỉ về thời gian, hậu quả, nhưng bản chất là một, để lại những di hại cho đời sau, không biết bao giờ mới hết. Rồi những kẻ đứng đầu, ví như Mao Trạch Đông của đảng cộng sản Trung Quốc, hay như Pôn Pốt của đảng cộng sản Căm Phu Chia gần như là một "thiên tử" làm tình, làm tội nhân dân mà không sợ luật pháp, không ai ở trong nước dám lên án !!!

Nhưng với Nelson Madela hoàn toàn ngược lại, khi được trả tự do, với sự ủng hộ của lực lượng tiến bộ trong và ngoài nước, thông qua một cuộc phổ thông đầu phiếu thực sự dân chủ, ông trở thành tổng thống. Với đường lối tiến bộ, ông đưa nước Cộng hòa Nam Phi thành một nước cộng hòa dân chủ. Trong những năm đầu tiên trên cương vị Tổng thống, chúng ta thấy ở nước cộng hòa Nam Phi, không hề có những cuộc trả thù như cho đi "cải tạo" hay như có sự phân biệt đối xử đối với những người đã từng có vị trí lãnh đạo trong chính quyền cũ của người da trắng. Dưới sự lãnh đạo Nelson Madela, tổng thống da đen đầu tiên của nước Cộng hòa Nam Phi, mọi người, mọi giai cấp đều bình đẳng như nhau trong cuộc bầu cử không phân biệt màu da, giàu, nghèo...Mọi người, cùng tất cả các đảng phái được bày tỏ chính kiến không có sự trả thù, bài xích… Nelson Madela đặc biệt quan tâm đến đời sống của người nghèo khổ, bất kể người đó là da đen hay da trắng bằng những chính sách hợp lòng dân. Ông ủng hộ hòa bình, hòa giải không riêng cho cộng hòa Nam Phi, rộng ra cả châu Phi. Nelson Madela vĩ đại ở một chữ "tâm" rất lớn là không tham quyền cố vị, không nhân danh bằng những lời "ngoa ngôn" để giữ bằng được quyền lực của mình. Giữa lúc uy tín đang lên cao, nhưng Nelson Madela chỉ làm tổng thống một nhiệm kỳ (1994 -1999) rồi nhường chức đó cho một người khác, do nhân dân lựa chọn thông qua một cuộc bầu cử tự do, dân chủ. Nelson Madela trở về với cuộc sống bình dị, dành tất cả thời gian còn lại, với uy tín của mình đi khắp nơi trên thế giới vận động các chính phủ, các tổ chức… gây quỹ "Nelson Madela" để làm từ thiện, chống căn bệnh thế kỷ HIV. Ông còn lãnh trách nhiệm lãnh đạo phong trào không liên kết, chống áp bức, bất công, hòa giải những cuộc xung đột đẫm máu…Cả châu Phi biết ơn ông. Đặc biệt, Nelson Madela không phép bất cứ kẻ nào, dù đó là người thân thiết ruột thịt lợi dụng uy tín, vị trí của ông làm bậy, thu vén cá nhân, làm ảnh hưởng xấu đến đảng cầm quyền. Nên thế, người vợ từng "đồng cam cộng khổ" khi ông bị tù đầy, sau này có những việc làm xấu, nhân dân, đảng viên của đảng cầm quyền lên án, Nelson Madela cương quyết li dị, thông báo rõ cho toàn dân biết…

Thế giới không nhiều lãnh tụ như Nelson Madela.

Nelson Madela không cần xưng tụng là "lãnh tụ thiên

tài", "người cha của dân tộc", cũng không bắt nhân dân hàng ngày phải giơ khẩu hiệu " muôn năm"...Nhưng với đức độ, tài năng , nghị lực lớn, bất chấp tuổi cao, bệnh tật Nelson Madela quyết thực hiện bằng được một thế giới hòa bình, không có chiến tranh, bạo lực, các dân tộc sống trong tình nhân ái. Ông cũng không lên án chủ nghĩa tư bản hay chủ nghĩa cộng sản mà hết lòng ủng hộ bất cứ một nhà nước, hay chế độ nào lo được cho dân, xóa được bất công, đói nghèo, có một chế độ dân chủ thực sự bảo đảm quyền sống của người dân...

Nên thế, Nelson Madela là biểu tượng của hòa bình, tên của ông được cả thế giới, không còn phân biệt chủng tộc, chính kiến, tôn giáo...đều ca ngợi. Ngày sinh của ông (18/7/1918) được Liên Hợp Quốc chọn là ngày Nelson Madela.

Một con người đã nhận được tất cả những danh hiệu, giải thưởng cao quý nhất của các tổ chức lớn trên thế giới trao tặng.

Một con người được một châu Phi rộng lớn gọi là "Cha" với tất cả sự biết ơn và ngưỡng mộ.

Một con người, trong những ngày này, làm nhòa đi chuyến thăm của tổng thống Mỹ đến Nam Phi, chỉ vì một nguyên nhân rất đơn giản: nhân dân cả nước Cộng hòa Nam Phi nói riêng, thế giới nói chung đang lo bệnh tình của Nelson Madela.

Nelson Madela, tên ông không thuộc về nhân dân của nước Cộng hòa Nam Phi, mà thuộc về thời đại, thuộc về thế giới.

TỰ XỬ

Không biết câu "tự xử" ra đời từ lúc nào? Nguyên nhân vì đâu? Nhưng, theo tôi, câu "tự xử" được dùng phổ biến nhất, có lẽ, trong thời gian gần đây.

Giả như, cậy chức to, quyền lớn, kẻ đó với lòng tham vô đáy, gây ra những vụ tham nhũng cực lớn gây tổn thất vô cùng tệ hại cho tài sản nhà nước. Nếu công khai minh bạch, cho nhân dân biết, sử dụng công cụ luật pháp thật nghiêm minh, cho báo chí, đài, ti vi… đưa tin một cách trung thực, rõ ràng… thì những kẻ đó phải chịu những bản án nghiêm khắc nhất, sự ổn định xã hội sẽ được khôi phục, củng cố lòng tin của người dân vào cơ quan công quyền. Tất nhiên, lúc đó, với sự nghiêm minh của pháp luật, những vụ án tham nhũng lớn được xử công khai sẽ là sự cảnh tỉnh cho những kẻ có chức lớn, quyền to chuẩn bị tham nhũng.

Nhưng không, ngay ở cấp cao nhất, hình như chuyện đó không có mà họ tiến hành…tự xử. Họp trung ương có nội dung bàn chuyện chống tham nhũng thì kín như bưng, báo chí, đài, ti vi, các cơ quan truyền thông khác, nhân dân không hề biết nội dung sẽ thảo luận vấn đề gì? Ý kiến của mọi người ra sao? Kẻ bị kiểm điểm thái độ, trách nhiệm như thế nào? Tất cả mọi người chỉ biết báo cáo phiên khai mạc, tổng kết phiên bế mạc với những dòng chữ chung chung: "…Nghiêm túc trong kiểm điểm…" "…thành khẩn nhận thiếu sót…", "…trong công tác điều hành còn chủ quan duy ý chí…"…v.v… và v. v… Rồi cuối cùng, hòa cả làng. Kinh tế suy sụp chưa thấy lối ra, xã hội bất ổn, lòng dân không yên… ai cũng có thể thấy rõ nguyên nhân, nhìn thấy rõ những kẻ gây ra thảm cảnh đó. Thế nhưng, do "tự xử" trong những cuộc "hội nghị kín" nên không thể đưa những thủ phạm chính ra trước vành móng ngựa, hay nhẹ hơn cách chức những kẻ đó. Đáng buồn hơn, giải thích cho dân biết về chuyện "tự xử" này mà cũng không dám nói rõ tên người bị kiểm điểm đó là ai??? Cứ "đồng chí X, đồng chí Y" để dân muốn hiểu thế nào thì hiểu.

Rõ ràng chính "tự xử" trong những kỳ họp trung ương vừa rồi, người dân có quyền nghi ngờ đến tính chất nghiêm minh, trung thực của đảng, nhà nước.

Nhiều vụ án tham nhũng lớn mang ra xét xử, tưởng là "công khai" ,nhưng …mọi người đều biết gần như đã có "tự xử" từ trước rồi. Làm thất thoát, tham ô đến cả mấy chục ngàn tỷ đồng tiền thuế của dân, tiền nhà nước vay nợ nước ngoài mà kẻ cầm đầu chỉ có tù hai chục năm như vụ Vinashin… Kẻ đưa ra chủ trương để Vinashin thực hiện không bị làm sao!!!

Cách xử án mà thực chất là "tự xử" như vậy, không hề mang lại yếu tố tích cực cho xã hội , ngược lại, chỉ càng đẩy xã hội vào chỗ người dân không tin vào luật pháp, chính quyền.

Đó cũng là một trong những nguyên nhân chính để người dân không tin vào luật pháp nữa, dẫn đến cách "tự xử" riêng.

Ví như: Kẻ trộm chó, không cần công an dẫn giải, không cần luật pháp nghiêm trị, nhân dân tự động dùng gậy gộc…đập chết kẻ đó. Hay như, chỉ vì chuyện tranh giành nhà đất, lẽ ra đưa ra cơ quan pháp luật xử lý nhưng nhiều trường hợp, không có chuyện đó mà "tự xử", trong gia đình, họ hàng đâm chém nhau, gây ra bao nhiêu thảm cảnh người chết, người bị thương. Ra đường, chỉ cần va chạm, xích mích nhỏ thế nào cũng có chuyện "tự xử" đánh nhau dẫn đến chết người còn hơn cả phim hành động. Ngỏ lời yêu, không được đáp trả, điên tiết "tự xử" lấy mấy lít xăng, đổ vào người kia rồi châm lửa đốt. Nghiêm trọng hơn, mang danh trí thức, có hiểu biết mà một ông tổng biên tập một tờ báo lớn ở Hà Nội bị tố cáo có hành vi tiêu cực, liền trả thù bằng cách "tự xử" cho thôi việc người tố cáo ông ta, bất chấp sự phản đối của tập thể, công luận. Đó là chưa kể nhiều hình ảnh của học sinh, sinh viên Việt Nam "tự xử" bằng cách chửi nhau, đánh nhau dã man ngay giữa lớp, giữa thanh thiên bạch nhật, giữa chốn đông người… không ngày nào trên các trang mạng như Youtube, facebook… là không có…

…

Còn nhiều chuyện "tự xử" nữa, tôi không nêu ra đây, bạn đọc có khi còn biết nhiều hơn tôi.

Một đất nước có luật pháp, có chính quyền, có công cụ bảo vệ an ninh xã hội, bảo vệ luật pháp mà tại sao vẫn tồn tại những kiểu "tự xử" từ trên xuống dưới vô luật pháp!!!

Chung quy lại cũng do cách "tự xử" của những người lãnh đạo lãnh đạo trong đảng và nhà nước. Trên, đứng trên luật pháp, coi thường dư luận, nhất là coi thường ý nguyện của nhân dân thì bên dưới, tất yếu sẽ nảy nòi ra hình ảnh "tự xử" đau lòng trên!

Một chế độ còn tồn tại kiểu "tự xử" như thế làm sao có thể gọi là "văn minh, tiến bộ, được nhân dân tin tưởng" và cứ kiểu "tự xử" như mấy hội nghị trung ương vừa rồi, đảng có thể có đủ uy tín để đảm bảo vai trò lãnh đạo độc tôn của mình không?

TÔI RẤT PHỤC ÔNG HUN SEN

Như báo "Tuổi Trẻ" ra ngày thứ bảy (20/7/2013) đưa tin: "... Ngày 12/7 Quốc vương Norodom Sihamoni đã quyết định ân xá cho ông Sam Rainsy theo đề nghị của Thủ tướng Hun Sen. Trước đó cùng ngày, Thủ tướng Hun Sen đã gửi thư tới Quốc vương đề nghị ân xá cho ông Sam Rainsy trên tinh thần hòa giải, thống nhất dân tộc và để bảo đảm một cuộc bầu cử tự do và công bằng...". Báo "Tuổi Trẻ" còn cho biết thêm: "...

Việc ân xá cho ông Sam Rainsy tạo điều kiện cho ông này trở về nước trước ngày bầu cử vì mục tiêu hòa hợp dân tộc, bắt nguồn từ chiến lược" hai bên cùng thắng "mà thủ tướng Hun Sen đề ra và áp dụng tại Căm Phu Chia từ những năm 90…".

Trước đây ông Sam Rainsy, lãnh đạo "Đảng Cứu nguy dân tộc Căm phu Chia" (CNRP) thuộc phe đối lập với "Đảng Nhân dân Căm Phu Chia" (CPP), đảng đang cầm quyền của ông Hun Sen. Ông Sam Rainsy chống đối ông Hun Sen rất quyết liệt, nhất là trong vấn đề với Việt Nam, ông ta đã từng bị tòa án Căm Phu Chia kết án 12 năm tù giam với các tội danh nhổ cột mốc biên giới và ngụy tạo tài liệu. Ông Sam Rainsy phải trốn ra nước ngoài trước khi bị tòa án kết án vắng mặt.

Chính quyền trong tay, mọi cơ quan tuyên truyền trong nước đang nắm, ông Hun Sen và đảng của ông có thể dễ dàng lũng đoạn lực lượng quân đội và cảnh sát, đối thủ chính lại đang trốn ở nước ngoài… như vậy chắc chắn đảng Nhân dân Căm Phu Chia (CPP) của ông Hun Sen sẽ thắng cử một cách dễ dàng trong cuộc bầu cử Quốc hội khóa năm tổ chức vào ngày 28/7 tới.

Nhưng nếu làm như thế, ông Hun Sen chỉ có thể đem lại thắng lợi trước mắt cho đảng của ông, nhưng trong mắt người dân và nhất là dư luận quốc tế, cho dù lúc đó ông có phủ bên ngoài hàng loạt mỹ từ: "cuộc bầu cử tự do, dân chủ", "Thu hút được đông đảo cử tri đi bầu"…v.v…và …v.v… vẫn là một cuộc bầu cử không công bằng, không tôn trọng ý nguyện người dân và nhất là đó cũng chỉ là cuộc bầu cử mang tiếng "tự do, dân chủ' mà thực chất là để bảo vệ quyền lợi của đảng đang cầm quyền chứ không phải bảo vệ quyền lợi của một dân tộc.

Ông Hun Sen vẫn có thể đang ở đỉnh cao của sự độc quyền quyền lực, đảng của ông vẫn có thể chiếm đa số áp đảo trong quốc hội nhưng uy tín sẽ dần dần mất đi, nhân dân Căm Phu Chia sẽ chán ngán, quay lưng lại không ủng hộ đảng của ông Hun Sen.

Mà nhân dân không ủng hộ, dư luận quốc tế lên án thì dù đảng đó đang nắm chính quyền, lũng đoạn các cơ quan truyền thông, chi phối lực lượng quân đội, cảnh sát , không trước thì sau cũng sẽ thất bại, nhất là chính sách đoàn kết dân tộc.

Một dân tộc không đoàn kết, thì đó sự tiềm ẩn của nguy cơ mất nước, lệ thuộc, nô lệ.

Trước viễn cảnh đó, ông Hun Sen đã có một quyết định sáng suốt như báo "Tuổi Trẻ" đã đưa.

Việc trở về của ông Sam Rainsy tất nhiên sẽ gây ra một số khó khăn trong việc vận động cử tri bỏ phiếu cho đảng Nhân dân Căm Phu Chia của ông Hun Sen (Rõ nhất khi đón ông Sam Rainsy trở về nước ở sân bay có hơn 40.000 người ủng hộ). Nhưng với sự tự tin của một lãnh tụ một đảng cầm quyền gần ba chục năm ở Căm Phu Chia, nhất là những chính sách hợp kinh tế, xã hội hợp lòng dân đưa đất nước Căm Phu Chia có những bước tiến vững mạnh về kinh tế, ổn định về xã hội…ông Hun Sen tin tưởng vào những lá phiếu ủng hộ của người dân Căm Phu Chia vào đảng Nhân dân Căm Phu Chia, những lá phiếu này sẽ áp đảo những lá phiếu bỏ cho các chính đảng khác, trong đó có đảng của ông Sam Rainsy.

Lớn hơn tất cả, một cuộc bầu cử có đảng của ông Sam Rainsy tham gia, đó là một bằng chứng hùng hồn nói lên sự đoàn kết dân tộc, xóa tan mọi hận thù, chém giết. Một cuộc bầu cử thực sự tự do, dân chủ, công bằng có nhiều đảng phái tham gia được dư luận quốc tế ủng hộ sẽ gắn kết dân tộc Căm Phu Chia đoàn kết thành một khối, không một thế lực phản động nào muốn chống lại dân tộc Căm Phu Chia có thể xuyên tạc, phá hoại được.

Quyết định sáng suốt này của ông Hun Sen, tôi tin nhân dân Căm Phu Chia càng tin, càng ủng hộ đảng Nhân dân Căm Phu Chia.

Ông Hun Sen đã thể hiện tầm nhìn chiến lược của một lãnh tụ đảng.

Với tôi, một công dân Việt Nam, tôi rất phục ông Hun Sen và ao ước nước tôi có một lãnh tụ như ông.

NGHĨ VỀ NHỮNG NGƯỜI LÃNH ĐẠO ĐƯỢC NGƯỜI DÂN QUẢNG NAM - ĐÀ NẴNG MẾN

Tôi ngồi với Huỳnh Trương Phát, phó chủ tịch hội nhà báo tỉnh Quảng Nam. Hai anh em ôn lại những kỷ niệm để đời về trận lụt năm 1999. Trận lụt này có lẽ chỉ thua trận lụt năm Thìn (1964) về mức nước dâng, về tổn thất… Huỳnh Trương Phát kể với tôi: "Lúc đỉnh cao của lũ, nước đã mấp mé đê bao hồ Phú Ninh, đê có thể vỡ bất cứ lúc nào, có khả năng phải phá đê bao hồ

Phú Ninh để cứu dân và lúa ở các vùng khác. Vỡ hoặc phá đê cả thị xã Tam Kỳ sẽ chìm trong biển nước. Tin ấy dội đến làm cho cả thị xã Tam Kỳ táo tác. Nhà thì gói đồ, nhà thì tìm phao, nhà thì chạy đôn, chạy đáo tìm chỗ trú…bấn loạn, bi quan … đó là tâm trạng chung của tất cả người dân thị xã Tam Kỳ lúc đó". Thậm chí cả ông Lê Huy Ngọ, nguyên trưởng ban phòng chống lũ lụt trung ương có mặt trực tiếp ở vùng rốn lũ cũng không thể dấu được sự bồn chồn lo lắng cố tìm phương sách khác làm sao cứu được cả một vùng rộng lớn của tỉnh Quảng Nam thoát lụt, ngoài việc phải phá đê bao hồ Phú Ninh.

Nhưng cũng chính lúc đó, một con người thể hiện bản lĩnh của mình, trên hết là lòng thương dân, dám chịu trách nhiệm, hiểu rõ vị trí của một người lãnh đạo tỉnh cần làm gì?

Giữa lúc trời đang sầm sập mưa như thác đổ, gió thổi rát mặt, nước lụt mấp mé đỉnh đê bao, Ông Lê Trí Tập, lúc đó là Chủ tịch tỉnh Quảng Nam đã lên trên mặt đê chỉ đạo chống lũ. Bằng kiến thức tích tụ được trong những năm làm thủy lợi trải dài khắp đất nước của một kỹ sư, sau khi quan sát chân đê và mặt đê cộng với sự thao khảo thêm tài liệu sẵn có, ông Lê Trí Tập khẳng định đê bao quanh hồ Phú Ninh không thể vỡ, cho dùng nước lụt đã dâng cao sắp tràn qua mặt đê. Đã có nhiều ý kiến phản đối, rằng trước hay sau đê bao quanh hồ Phú Ninh sẽ vỡ, ý kiến trung ương cho phép phá đê, chịu lụt cục bộ. Ông Lê Trí Tập vẫn cương quyết bảo lưu ý kiến của mình và ông nói một câu nổi tiếng ngay trên mặt đê khi lũ lụt đang chực trào: "Tôi chịu trách nhiệm về quyết định này để cứu dân. Còn nếu không may mà đê vỡ thì tôi cũng không ân hận mà tự hào vì được chết cùng dân...". Cuối cùng, đúng với nhận định của ông Lê Trí Tập, đê bao hồ Phú Ninh không vỡ, cả thị xã Tam Kỳ tránh được trận lụt lịch sử trong gang tấc.

Nếu như ông Lê Trí Tập đồng ý với ý kiến của trung ương lúc đó, cũng như ông coi trách nhiệm "tròn như hòn bi" thông qua ý kiến của thường vụ, chỉ đạo cho cấp dưới làm rồi nếu có thiệt hại cho dân, ông vẫn "an vị" trên vị trí Chủ tịch tỉnh.

Nếu như vậy, dân sẽ không nhớ đến ông.

Hình ảnh ông Lê Trí Tập đứng trên mặt đê, bao quanh là sóng nước, gió, mưa táp vào mặt chỉ đạo trực tiếp bảo vệ con đê, lấy mạng sống của mình khẳng định con đê đứng vững để an dân, để lãnh đạo trung ương bình tĩnh tìm đối sách phù hợp, đó là hình ảnh đẹp của một người lãnh đạo không phải dễ tìm, nếu như ta so sánh với hình ảnh lãnh đạo thời nay. Sau lụt mới thấy mấy ông lãnh đạo mặc áo phao, áo bỏ trong quần, đầu đội mũ cối đi thăm dân, trao mấy thùng mỳ, dặn dò dăm câu. Lại có một chuyện ở một huyện của một tỉnh miền trung, giữa lúc dân đang bị lụt khốn đốn thì cán bộ huyện lại đi nhậu!!!

Làm cán bộ lãnh đạo như thế, làm sao để dân tin, dân nhớ hay là ngược lại!

Đến nay khi tôi về Tam Kỳ, nhiều người dân vẫn nhắc đến ông Lê Trí Tập với những lời trìu mến.

Tôi lại được ngồi với một nhà văn có tiếng, nhà văn này từng hoạt động chiến trường khu V, kể cho tôi nghe một câu chuyện. Giữa thời điểm chiến tranh ác liệt nhất, trong một cuộc họp, ông Võ Chí Công, lúc đó là lãnh đạo cao nhất của khu V đã nói với ông Chu Huy Mân: "Bằng mọi giá phải bảo vệ bằng được nhà văn Nguyên Ngọc và Nguyễn Chơn. Tôi với anh có làm sao, cũng không sợ lắm vì mình già rồi. Còn hai người này rất cần cho đất nước sau này…". Với ông Võ Chí Công, ông không hề nghi ngờ tấm lòng thực của những người làm công tác văn nghệ, ngược lại văn nghệ sỹ được ông cực kỳ quý mến, tạo mọi điều kiện để các văn nghệ sỹ phát huy hết tài năng của mình. Sau năm 1975, chính ông đã ký quyết định thành lập trại sáng tác khu V để anh chị em làm công tác văn nghệ có chỗ sinh hoạt. Điều đó giải thích, lúc đó chiến trường khu V cực kỳ ác liệt, nhưng đội ngũ văn nghệ sỹ của khu V lúc đó, thực sự là một "đội quân chiến đấu" hùng hậu tấn công kẻ thù, động viên quần chúng, cỗ vũ tinh thần bộ đội bằng những tác phẩm văn học, bản nhạc, bài thơ… nổi tiếng. Và sự tiên đoán đúng của ông Võ Chí Công, nhiều nhà văn, nhà thơ từng sống, chiến đấu, sáng tác ở khu V hồi đó, bây giờ vẫn là những tấm gương cho các thế hệ sau noi theo…

Một người lãnh đạo nữa của tỉnh Quảng Nam - Đà Nẵng mà dân rất nhớ, rất thương là ông Hồ Nghinh.

Tôi chưa từng tiếp xúc hầu chuyện với ông, nhưng với người dân Hội An quê tôi, hình ảnh của ông vẫn hiển hiện của một "Vị thánh" nhân từ.

Đã có một thời điểm, gọi là "bài trừ mê tín dị đoan" tất cả đình chùa miếu mạo đều bị đập, nhất là đình chùa nào mà ảnh hưởng đến văn hóa Trung Quốc, dân sẵn sàng đập, nếu có lệnh của trên, không thương tiếc. Mà ở Hội

An quê tôi thì đình chùa nhiều vô kể, nhiều ngôi chùa, ngôi đền mang dấu ấn đặc thù Trung Hoa. Chủ trương của trên có rồi, người dân cũng sẵn sàng rồi nhưng chính lúc đó ông Hồ Nghinh yêu cầu dừng ngay chủ trương đó lại. Ông nói: "Nếu chúng ta làm điều đó, có khác gì cách mạng văn hóa ở Trung Quốc. Hơn nữa, tất cả các công trình đền chùa miếu mạo ở Hội An, kể cả những ngôi chùa mang dấu ấn Trung Hoa là do bàn tay người dân Việt Nam lập lên, tài năng của người Việt Nam lập nên,đó là hồn cốt văn hóa dân tộc, nên thế phải giữ. Giữ được, sau này con cháu mới nhớ và biết ơn tổ tiên, ông bà.". Ông Hồ Nghinh còn một chủ trương sáng suốt nữa, không cho làm thủy điện cạnh khu di tích Mỹ Sơn, vì làm thủy điện như vậy sẽ dìm cả khu di tích văn hóa này trong biển nước. Không phải lúc đó là không có ý kiến " Trông giống mấy lò gạch, giữ làm gì"!!!

Giữ được Hội An và Mỹ Sơn như hiện nay, hai địa danh trở thành "di sản văn hóa thế giới" công lao của ông Hồ Nghinh không hề nhỏ, người dân Quản Nam, nhất là người dân Hội An quê tôi, vô cùng biết ơn.

Bây giờ về Quảng Nam, ngoài hai địa danh văn hóa nổi tiếng thế giới là Hội An và Mỹ Sơn, còn phải kể đến một danh thắng nhân tạo là hồ Phú Ninh. Hồ Phú Ninh không những là một công trình chống hạn nổi tiếng, đồng thời là một thắng cảnh đẹp người dân xứ Quảng tự hào. Nhưng phải nói rõ một điều, sau năm 1975, chính thời điểm này khi đang ngây ngây chiến thắng, nhiều vị lãnh đạo trung ương còn mơ đến một "đại đồng" Đông Dương, xây dựng một chế độ "dân chủ gấp triệu lần chủ nghĩa tư bản" thì ông Hồ Nghinh cùng những đồng sự của ông lại nghĩ nhiều đến đời sống của người dân đã một lòng dâng hiến cho đất nước, cách mạng, bây giờ đất nước yên hàn làm sao thoát nghèo, thoát khổ… Xuất phát từ lòng thương dân, kính yêu dân vô hạn, ý tưởng xây hồ Phú Ninh ra đời. Xây dựng hồ Phú Ninh trong những ngày đầu đất nước vừa ngưng tiếng súng, tiếng bom phải nói đó là quyết định hết sức táo bạo, sự nhìn xa trông rộng của những vị lãnh đạo của tỉnh Quảng Nam Đà Nẵng (cũ) mà tiêu biểu là ông Hồ Nghinh.

Người dân nhìn vào người lãnh đạo không phải với những bộ áo quần chỉnh chu, những bài phát biểu vung tay, tròn mồm, nhưng cuộc thăm viếng, hiếu hỷ… mà phải bằng hành động thực tế có thực sự "TRỌNG" dân hay không?

Rất tiếc, bây giờ tìm ra được người lãnh đạo vừa có kiến thức vừa có văn hóa như ông Hồ Nghinh "TRỌNG" dân, để dân thương, dân nhớ sao khó thế!!!

CÓ THỂ ĐÃ BIẾN CHUYỂN

Phiên tòa phúc thẩm ngày 16/8/2013 tại Long An đã diễn ra một hiện tượng "lạ" chưa từng có từ trước đến nay. Phiên phúc thẩm đã giảm án cho em Phương Uyên, từ 6 năm tù giam (phiên sơ thẩm) xuống 3 năm tù treo (phiên phúc thẩm).

Đã có nhiều ý kiến nhận định hiện tượng này:

Một luồng ý kiến, đây là kết quả của những cuộc đấu tranh bất báo động của nhiều nhà trí thức yêu nước, những thanh niên còn nặng lòng với hiện tình đất nước, của những người dân không cam chịu sự áp bức, bất công… Cũng có một luồng ý kiến khác, do sức ép đòi hỏi phải có một nền dân chủ thực sự ở Việt Nam của dư luận quốc tế, mà trước mắt phải trả tự do cho những người yêu nước bị giam cầm. Lại có luồng ý kiến, đây là biểu hiện của cuộc đấu đá nội bộ giữa các phe phái trong đảng với nhau, nên có giải pháp nước đôi. Rồi cũng có người cho rằng, đây là "nút hạ hỏa" hạ sự phẫn nộ của của các lực lượng đấu tranh đang đòi hỏi nhà nước Việt Nam phải có sự thay đổi sang một thể chế văn minh, dân chủ, tiến bộ hơn… rồi sau đó, lại tiếp tục hiện tình như trước đây.

Với "hiện tượng" em Phương Uyên được giảm án, còn 3 năm tù treo ở phiên phúc thẩm, tôi lại nghĩ, trong nội bộ những người lãnh đạo của lãnh đạo của đảng cộng sản Việt Nam, đã có người nhận thức ra vấn đề: Cần đồng hành với dân tộc, cần lắng nghe nhưng ý kiến phản biện của những nhà tri thức yêu nước chân chính và phải hiểu thế giới nhìn vào Việt Nam, nhất là quyền con người với ánh mắt như thế nào? Không thể "một mình một chợ", cũng không thể "đường ta, ta cứ đi"…

Qua tất cả những hiện tượng đó rồi.

Nếu không chịu hòa nhập với thế giới, cứ khư khư ôm lấy một lý thuyết lạc hậu, một cách quản lý đến chính người dân Việt Nam, nếu có hỏi ý kiến công khai, không truy bức, dọa nạt, bắt bớ…thì tôi tin phải đến chín mươi phần trăm dân không tán thành cách điều hành của đảng và nhà nước hiện nay. Nên thế, tôi tin, với việc xử án, từ tù giam ở phiên sơ thẩm, sang tù treo ở phiên phúc thẩm đối với em Phương Uyên, như ý kiến của nhà báo Huỳnh

Ngọc Chênh là tín hiệu "tích cực", tôi cũng đồng ý với ý kiến đó, nhưng còn cho rằng , trong đội ngũ lãnh đạo đảng và nước Việt Nam hiện nay, có nhiều người muốn có một sự thay đổi về thiết chế lãnh đạo, cần có một nhà nước Việt Nam thay đổi hẳn về bản chất, từ mất dân chủ, độc đoán sang dân chủ thực sự, đa nguyên, đa đảng... Tất nhiên, tôi cũng hiểu, đây là cuộc đấu tranh không thể dễ dàng, không thể thành công một sớm, một chiều nhưng tôi rất hy vọng vào đội ngũ những người cộng sản cấp tiến. Chính họ sẽ làm thay đổi cục diện nhà nước này, chính họ sẽ thức tỉnh những người lãnh đạo đảng. nhà nước còn trù trừ, do dự bước theo những bước chân đang đi tới của nhưng người con tiến bộ trong dân tộc, muốn đưa đất nước thoát khỏi nghèo nàn, lạc hậu, độc lập thực sự không chịu làm thân phận tay sai cho đảng cộng sản Trung Quốc.

Không hiểu sao, tôi đã có chút lạc quan với tiền đồ đất nước với những tin xử án treo cho em Phương Uyên, hay như có tin nhà văn Phạm Viết Đào được phép gọi điện thoại về nhà. Tôi hy vọng trong tương lai không xa, sẽ có nhiều tin vui nữa như thả tự do cho tất cả những các nhà hoạt động chính trị, được phép ra báo tư nhân, luật biểu tình thông qua, luật pháp cho phép các hội, đoàn thể được thành lập trên tinh thần tự nguyện...

Chỉ thế thôi, tôi tin, uy tín của nhiều vị lãnh đạo đảng và nhà nước sẽ được khôi phục.

Người dân nhìn vào tiền đồ tương lai của dân tộc Việt Nam với ánh mắt lạc quan hơn.

"HƯNG" LỚN - "HƯNG" NHỎ

Mấy hôm nay dư luận xôn xao về chuyện nhạc sỹ Nguyễn Ánh 9 có những lời nhận xét về chuyện biểu diễn của một số ca sỹ trẻ. Nếu bình tĩnh xem xét một cách tròn vẹn thì công nhận đây là lời góp ý thực, khách quan của một người tâm huyết với nghệ thuật nước nhà. Những người được nhạc sỹ Nguyễn Ánh 9 nhận xét, phần đông chọn vị thế im lặng hoặc trả lời khiêm tốn. Tôi hiểu, những nghệ sỹ này hiểu lời nhận xét của nhạc sỹ Nguyễn Ánh 9 mà xem những điều chưa được của mình để sửa chữa, tu chí, tìm hướng phấn đấu, mong tương lai có "chỗ đứng" trong lòng người xem. Nhưng riêng ông "Hoàng nhạc Việt" Đàm Vĩnh Hưng lại không nghĩ thế, vì ông cậy có số lượng khán giả hâm mộ, nhất là lực lượng trẻ, rất đông, rồi là người đạt nhiều giải thưởng nhất nước, vang danh cả trong và ngoài nước v.v…và v.v… để phản bác lại những lời nhận xét, góp ý chân thành của nhạc sỹ Nguyễn Ánh 9. Tôi không ghi lại những lời phản bác này của ca sỹ Đàm Vĩnh Hưng, vì nhiều người đã đọc. Nhưng có một hiện tượng mà trước khi viết lời phản bác, tôi tin, Đàm Vĩnh Hưng không nghĩ ra. Sau bài viết của Đàm Vĩnh Hưng, số lượng người phê phán ngày càng đông, lời càng gay gắt. Và, qua những lời phê phán đó, rõ khổ, hình tượng của ca sỹ Đàm Vĩnh Hưng, từ trước đến này được phủ bằng một lớp sơn hào nhoáng từ cách ăn mặc, phong cách biểu biễn, đến cả những phát ngôn, nhiều giải thưởng lớn… bây giờ bị lột sạch, lộ ra sự thật là tầm văn hóa rất thấp kém nhất là về mặt đạo đức. Còn giọng hát của Đàm Vĩnh Hưng, chẳng qua gặp thời, khéo cách quảng cáo, biết cách gây sự kiện…chứ thật ra, giọng hát đó, như lời nhận xét của nhạc sỹ Nguyễn Ánh 9, chỉ là loại C…

Thế mới biết rằng, để có chỗ đứng thực sự trong lòng người xem, không dễ. Anh phải phấn đấu cả đời, luôn khiêm tốn, học hỏi, biết chỗ dở của mình để sửa chữa, lắng nghe những lời góp ý chân thành mà phục thiện… Còn không phải như thế, thì không trước thì sau, người xem sẽ quay lưng với anh. Lượng người hâm mộ sẽ vơi dần, đến một lúc nào đó, tên tuổi của anh, không ai nhớ.

Không biết bây giờ ca sỹ Đàm Vĩnh Hưng đã tỉnh ngộ ra chưa?

Cũng qua chuyện này của ca sỹ Đàm Vĩnh Hưng, cũng cho chúng ta một bài học.

Cũng mấy hôm nay, dư luận xôn xao với một bài báo của ông Lê Hiếu Đằng: “Suy nghĩ trong những ngày nằm bịnh…”. Đây là suy nghĩ thực của một người yêu nước trước một hiện trạng đất nước, mà bất cứ người Việt Nam nào còn lo lắng với sự tồn vong của dân tộc, đều phải lên tiếng. Lẽ ra, nên đối thoại công khai, bình đẳng, thành tâm ví như đăng toàn văn trên các báo giấy bài: "Suy nghĩ trong những ngày nằm bịnh" của ông Lê Hiếu Đằng rồi cùng trao đổi, tranh luận trên tình thần cầu thị, tôn trọng lẫn nhau tìm ra chuyện "đúng", "sai" thì các "dư luận viên" của báo giấy Việt Nam bao gồm các tiến sỹ, giáo sư… cả người nhân danh là bạn của ông Lê Hiếu Đằng cậy có quyền, thế lên tiếng truy chụp, cắt xén bài viết của ông Lê Hiếu Đằng và gán cho ông đủ các từ ngữ tiêu cực nhất, gần giống với Đàm Vĩnh Hưng gọi nhạc sỹ Nguyễn Ánh 9 là "ngụy quân tử".

Trước khi viết những bài báo đó, những "dư luận viên" này tin rằng, y như ca sỹ Đàm Vĩnh Hưng đã tin, họ được nhân dân ủng hộ, người đọc, người nghe vẫn là của họ, thể chế này họ nắm…nên thế, sư phê phán của họ đối với bài viết của ông Lê Hiếu Đằng sẽ được dư luận đồng tình. Sẽ không có ai nghe, không ai đọc, không ai ủng hộ bài viết của ông Lê Hiếu Đằng!!! Nhưng thực tế ngược lại, họ càng bắt bẻ, truy chụp, lên án bài viết của ông Lê Hiếu Đằng thì họ càng thể hiện trình độ ấu trĩ của mình về thời cuộc, về nhận thức quy luật lịch sử… trước bàn dân thiên hạ. Những bài viết như vậy, thường có một tác dụng ngược lại, người đọc tìm đến bài viết của ông Lê Hiếu Đằng nhiều hơn, khâm phục ông Lê Hiếu Đằng nhiều hơn. Chuyện này tương tự như chuyện ca sỹ Đàm Vĩnh Hưng khi anh ta phản bác lại lời nhận xét của nhạc sỹ Nguyễn Ánh 9 bằng những lời lẽ vô văn hóa, thì người đọc càng thấy nhân cách của Đàm Vĩnh Hưng quá tầm thường khi đứng cạnh nhân cách của nhạc sỹ Nguyễn Ánh 9.

Cũng giống như lời nhận xét nhạc sỹ Nguyễn Ánh 9 cho một số ca sỹ với ý định tốt, các ca sỹ nên xem lại những khiếm khuyết của mình để sửa chữa, biểu diễn về sau càng hay hơn. Ông Lê Hiếu Đằng viết bài báo: "Suy nghĩ trong ngày nằm bịnh" cũng có ý định tương tự như thế nhưng lớn hơn, đó là vận mệnh dân tộc. Đây là lời nói của một ông già "gần đất, xa trời" không hề có ham hố chức quyền, tạo cho mình nổi tiếng hay giành giật quyền lợi…mà chỉ có mong muốn đất nước, xã hội kinh tế tốt lên, thực sự dân chủ, văn minh, hòa nhịp vào các nền văn minh thế giới, được các nước trên thế giới tôn trọng.

Đảng và các vị lãnh đạo nhà nước Việt Nam nên lắng nghe, cùng trao đổi trên tinh thần cầu thị, để tìm một hướng đi mới cho dân tộc Việt Nam đến bến bờ dân chủ, văn minh, tự do thực sự.

Còn không phải như thế, lại giống bài viết của ca sỹ Đàm Vĩnh Hưng phản bác một cách vô văn hóa với lời nhận xét của nhạc sỹ Nguyễn Ánh 9, lượng người hâm mộ Đàm Vĩnh Hưng sẽ vơi dần.

Hình tượng của Hưng "nhỏ" sẽ mất trong tương lai không xa.

Và cũng trong tương lai không xa, hình tượng Hưng "lớn" sẽ mất, nếu như đi lại vết xe đổ của Hưng "nhỏ".

GIÁ NHƯ CHUYỆN LỚN LÀM ĐƯỢC NHƯ... CHUYỆN NHỎ

Trong bản tin thời sự buổi sáng của đài VTV1 ngày 21/9/2013 có đưa một tin làm tôi chú ý. Ở một huyện của tỉnh Hà Nam, người dân đồng lòng, chung sức người góp công, kẻ góp tiền, người khác tự nguyện di dời sân, tường… không đền bù để làm đường bê tông chắc chắn thay cho những con đường làng nhếch nhác xưa kia. Cùng trong bản tin đó đưa một hình ảnh tôi thầm cảm phục tinh thần này người dân. Nhiều người với nét mặt vui, phấn khởi hợp sức cùng xô đổ một bức tường để mở rộng diện tích con đường mới mở. Ông chủ tịch tỉnh Hà Nam còn cho người xem biết thêm, đại ý, tiền và công để làm những con đường này là do dân và một số doanh nghiệp trong tỉnh tự nguyện đóng góp có bổ xung một phần ngân sách nhà nước. Số tiền để làm những con đường này hoàn toàn do dân quản lý từ việc chi tiêu đến giám sát thi công rất công khai, minh bạch…Nên thế, ở tỉnh Hà Nam 100 o/o đã có đường bê tông vĩnh cửu liên xã, liên thôn, hoàn thành trước dự kiến, giúp cho người dân đi lại dễ dàng, tạo ra những điều kiện thuận lợi cho kinh tế, xã hội… phát triển.

Thế mới biết, nếu những người lãnh đạo tin dân, công khai minh bạch mọi việc làm của mình, không biểu hiện tư túi, tham ô, tham nhũng, không trục lợi… nhất là về kinh tế, để người dân giám sát trực tiếp thì mọi việc trở nên dễ dàng rất nhiều, đặc biệt lòng dân sẽ yên. Một ví dụ điển hình như người dân Hà Nam làm đường bê tông mà bản tin thời sự buổi sáng ngày 21/9/2013 của VTV đã đưa.

Rất tiếc, chuyện làm đường bê tông mà người dân Hà Nam được trực tiếp bàn bạc, thi công, giám sát… đi đến thành công là sự việc rất nhỏ, giống như “muối bỏ biển” so với biết bao nhiêu sự việc lớn đang gây bất bình trong dư luận, trong xã hội, chung quy lại cũng do một nguyên nhân là không có sự bàn bạc, giám sát của người dân. Ví như chuyện bô xít (Tây Nguyên) ảnh hưởng to lớn đến đời sống người dân, an ninh, quốc phòng, môi trường… nhưng gần như người dân đứng ngoài cuộc, quốc hội có đấy cũng chỉ đứng làm vì, vì đây là “chủ trương lớn của đảng và nhà nước đã được sự chấp thuận của bộ chính trị”. Hay như những việc quy hoạch đất đai ảnh hưởng đến đời sống của hàng chục ngàn hộ dân, nhưng người dân có được bàn bạc, giám sát những việc này không?

Còn nhiều vụ việc lớn không thể liệt kê ra đây hết.

Vì làm không minh bạch, chỉ phục vụ cho một thiểu số người có quyền hành trong tay quên đi quyền lợi của người dân, nên thế những vụ việc này đã để lại bao nhiêu hệ lụy nghiêm trọng như ta đã thấy.

Máu của người dân đã đổ về những việc này.

Thực trạng xã hội hiện nay mà chúng ta đang chứng kiến, không thể dùng những từ nào khác hơn là bất an, mất lòng tin, khủng hoảng trầm trọng, hỗn loạn, giả dối…nếu tìm nguyên nhân, một trong những nguyên nhân quan trọng là đảng cộng sản đang nắm quyền lãnh đạo và nhà nước này không tin dân, rõ hơn là quay lưng với dân để cuối cùng, nhiều chủ trương và việc làm của đảng và nhà nước, không cho dân bàn bạc, không cho dân giám sát đẩy đến có sự phản ứng với người dân.

E rằng từ phản ứng này dẫn đến mâu thuẫn đối kháng thì lúc đó vận mệnh đất nước sẽ nguy to.

Đất nước muốn yên hàn, xã hội ổn định, kinh tế phát triển, để người dân tin và sự lãnh đạo của đảng, không gì hơn mọi chủ trương lớn ảnh hưởng đến dân sinh phải để cho người dân giám sát, người dân được thực thi, rõ hơn đảng và nhà nước phải hiểu dân, tin dân.

Còn không làm được như vậy, thì VTV 1 đưa tin người dân HàNam làm xong đường bê tông liên thôn, liên xã từ nguồn ngân sách do dân đóng góp, do dân tự làm… phỏng có lợi ích gì?

Hay chỉ góp thêm một sự so sánh một việc nhỏ với sự vụ lớn dẫn đến sự thất vọng cho người xem mà thôi.

NHỮNG THÁNG NGÀY NGẰN NGẶT NỖI BUỒN

Những tháng ngày này của năm 2013, không hiểu sao, tôi thấy ngằn ngặt nỗi buồn.

Thiên nhiên thì khắc nghiệt, một cơn bão cuối mùa, tưởng là nhẹ, ai ngờ mạnh nhất trong những năm gần đây. Cơn bão này quật cho miền trung tơi tả. Nhìn nước sông dâng, nhà tốc mái, đồ dùng trôi theo dòng lũ, áo quần dân mặc tả tơi, nét mặt ai nấy đăm chiêu, nhìn về tương lai chưa mong một tia hy vọng mà sao như thấy buồn đến nặng lòng. Xã hội ngày càng lún sâu vào bất ổn, những tháng ngày này hình như sự lún sâu đó chưa có điểm dừng. Không chỉ chuyện tai nạn giao thông, hiếp dâm, trộm cướp, mê tín cuồng, hay như chuyện giết người của những kẻ vô học, túng làm liều mà ngay cả người trong ngành công an cũng giết lẫn nhau, bất chấp mình là người bảo vệ dân, phải gương mẫu trong chuyện chấp hành luật pháp.

Rồi chuyện xử án một luật sư nghe đâu dính vào tội "trốn thuế"!!! mà không cho dân đến xem, công an, dân phòng… bịt kín hết mọi ngả đường dẫn đến tòa án. Tội "trốn thuế" xử khổ sở như thế, thì các tội như tham nhũng, lừa đảo tiền tỷ… sẽ xử theo kiểu gì?

Hèn chi bao nhiêu vụ án lớn, dư luận, người dân bức xúc nhưng vẫn chưa thấy "động tĩnh"…

Chuyện đất đai đến hồi nóng bỏng. Người dân không khoanh tay để yên cho những tên "quan" dựa vào quyền, dựa vào thế để cướp đất. Họ đã nổ súng, bất chấp hậu quả như thế nào, mạng dám đổi mạng.

Rồi nhiều vụ nữa không thể liệt kê ra đây…

Cứ thế này mà bảo là xã hội của chúng ta đang sống là "dân chủ, văn minh" thì thật là lạ.

Xã hội như thế còn kinh tế trong những tháng này đã đến hồi chao đảo ở mức độ ghê gớm, rõ nhất là giá cả hàng tiêu dùng tăng, bào nhanh túi tiền của những người dân nghèo, nhà máy, xí nghiệp thi nhau đóng cửa, bất động san ế chỏng, ế chơ, người thất nghiệp ngày một nhiều. Hội An quê tôi, vốn là nơi khách du lịch ghé thăm đông, những tháng này, nhất là khách du lịch nội địa vãn hẳn, hàng hóa phơi ra, không người mua, chỗ nào cũng nghe dân than. Bạn bè cũng thưa dần, vừa mới đấy, ứa nước mắt nhắc đến Dương Quang Hà, bạn cùng cơ quan chơi thân thủa hàn vi, mất vì bạo bệnh thì đến giờ vội cùng nhà văn Thái Bá Lợi, nhà báo Trần Tuấn…đi bằng máy bay ra Hà Nội để vĩnh biệt nhà văn Đà Linh (Nguyễn Đức Hùng). Một người bạn, thủa cùng "nhặt những viên gạch đầu tiên" để xây Nhà xuất bản Đà Nẵng. Có thời chơi thân, chẳng dấu nhau điều gì, cùng một ao ước, làm sao có nhiều sách hay, để bạn đọc, đọc mà thích, mà nhớ, mà thấy thương đời hơn. Cả hai cùng ao ước viết, viết những tác phẩm nói hộ mình, quyết tâm xây xã hội này thành một xã hội đẹp, có niềm tin, ai ngờ… cứ cắm cúi viết, Hùng còn hơn mình, dịch cả sách. Nhưng sách của hai thằng được xuất bản mà có thấy ai đọc? Xã hội lại lật ngược hết tất cả những điều mà Hùng và những nhà văn chân chính mong muốn. Hùng đi đến một thế giới khác, mình tin, vẫn canh cánh một nỗi niềm, bao giờ xã hội chúng ta đang sống mới là một xã hội thực sự tôn trọng quyền làm người?

Lại thêm những tháng ngày này, thôi không dám bàn chuyện thế giới, chưa bao giờ một hội nghị trung ương đảng được người dân cũng như dư luận chú ý như bây giờ. Mấy hội nghị trung ương gần đây, nhiều người đặt một niềm hy vọng, dù hy vọng đó có mơ hồ, rằng: những vị lãnh đạo đảng sẽ lắng nghe ý kiến của người dân, lắng nghe ý kiến của những trí thức yêu nước, có trình độ, bản lĩnh, lắng nghe ý kiến của nhiều vị bộ trưởng, tướng lĩnh về hưu còn đau đáu nghĩ suy về vận mệnh dân tộc để có những quyết sách cho dân tin, mở ra một chân trời mới cho dân tộc. Nhưng không! Một nỗi buồn lớn lao ập đến cho những người còn le lói niềm tin, như mình, vào những vị lãnh đạo đảng. Ông Nguyễn Phú Trọng đã tuyên bố một cách công khai, hiến pháp sửa đổi phải đứng sau cương lĩnh đảng. Điều đó có nghĩa, đảng đứng trên dân tộc, sự tồn vong của đảng quan trọng hơn sự tồn vong của dân tộc. Ông Nguyễn Phú Trọng tuyên bố như vậy, vô hình dung, ông đã tách đảng ra khỏi dân tộc, ông muốn dùng đảng để thống trị dân tộc.

Tuyên bố của ông Nguyễn Phú Trọng đã đi ngược lại những điều Cụ Hồ từng nói trước đây, đảng ở trong dân, có dân mới có đảng, dân với đảng là quan hệ khăng khít, mật thiết.

Một nỗi buồn quá lớn.

Trong một tâm trạng như thế, thì hay tin, Cụ Võ Nguyên Giáp vừa từ trần chiều nay (4/10/2013).

Phải nói ngay, tất cả những người dân Việt Nam chân chính, đều coi Cụ Võ Nguyên Giáp như một ngọn hải đăng để con thuyền Việt Nam đi đúng hướng. Dù có những thế lực phản động trước đây cũng như hiện nay muốn "dìm" uy danh của Cụ Võ Nguyên Giáp, nhưng đức độ cộng với tài năng của Cụ sáng như ánh mặt trời, thiêu cháy tất cả những mưu ma, chước quỷ đó. Lớn hơn nữa, hình ảnh và những bài viết của Cụ Võ Nguyên Giáp trong thời gian gần đây, là một nguồn động lực, cảm hứng vô biên để những người con yêu tổ quốc Việt Nam quyết tâm vượt mọi chông gai, thử thách, giành bằng được sự tôn trọng của các nước trên thế giới, quyết đưa dân tộc sống trong nền độc lập dân chủ, văn minh thực sự.

Hình ảnh của Cụ Võ Nguyên Giáp cần cho dân tộc biết bao nhiêu.

Cụ Võ Nguyên Giáp mất, ai sẽ thay hình ảnh của Cụ dẫn dắt đường đi của cả một dân tộc? Nhất là thời điểm này.

Những ngày này trên đất nước Việt Nam lại ngập nước mắt.

Những tháng ngày này gần cuối năm 2013, nỗi buồn cộng nỗi buồn, riêng cộng với chung, biết bao nhiêu mà kể.

Nỗi buồn này, không riêng của mình, mình tin còn rất nhiều, nhiều người nữa.

Phải làm gì để những nỗi buồn này qua nhanh.

Một câu hỏi lớn, cần sự trả lời đồng lòng của cả một dân tộc.

CHÁN CHẲNG MUỐN XEM

Nhớ hồi VTV thông báo sẽ có truyền hình trực tiếp Bộ trưởng trả lời chấn vấn các câu hỏi của đại biểu Quốc hội, tôi rất háo hức chờ đợi.

Chắc nhiều người cũng có tâm trạng như tôi.

Cái gì ban đầu, lạ, chưa từng có, chưa từng thấy… Cũng làm cho người xem phải chú ý, muốn tìm hiểu.

Điều đầu tiên muốn xem trình độ trả lời chất vấn của mấy ông bộ trưởng như thế nào? Trước đây cứ thấy các ông ấy, đứng trước các cuộc mít tinh, hay lễ chào mừng… toàn nhìn vào giấy đọc, giờ trả lời chất vấn phải nói "vo" nghĩa là không giấy tờ. Đối đáp nhanh, khoa học, logich, thu hút người nghe… cũng là thể hiện bản lĩnh, trình độ của người lãnh đạo. Cũng qua chất vấn, những người như tôi, cũng có thể hiểu được hiện trạng một bộ, một ngành… mà mình quan tâm, rộng ra, nếu đó là sự trả lời chất vấn của thủ tướng, càng hiểu thêm hiện trạng kinh tế, xã hội đất nước. Biết đâu những điều mình thắc mắc, thậm chí bi quan sẽ được giải tỏa, tin thêm vào đội ngũ những người lãnh đạo của đảng và nhà nước. Cũng qua những cuộc truyền hình trực tiếp, sẽ thấy hoạt động của đại biểu quốc hội, những người đại diện quyền lợi của người dân, bảo vệ quyền lợi của người dân hoạt động, phát biểu như thế nào trong nghị trường để dân tin…

Nhưng mấy buổi ban đầu còn xem chăm chú, còn chú ý, đến bây giờ…

Nói thật, tôi không tha thiết xem chương trình này nữa, nếu không muốn nói, chán không muốn xem.

Hiện trạng kinh tế, xã hội của đất nước đang vung vãi, ngập ngụa trong "bùn" mà xem trong quốc hội hình như cứ như "bình chân như vại". Báo cáo của chính phủ năm nào cũng giống năm nào, gần như rất ít thay đổi nội dung. Trả lời chấn vấn của bộ trưởng thì chung chung, vòng vo, không giải quyết được triệt để bất kỳ vấn đề nào mà cử tri thắc mắc, rõ nhất là những vấn đề nổi cộm hết năm này qua năm khác làm cho lòng dân không yên dẫn đến sự phẫn nộ như khiếu kiện đất đai, tham nhũng, thủy điện, phá rừng, giáo dục, những tiêu cực trong y tế, thi tuyển công chức, án oan… những vấn đề này gần như không có chuyển biến theo chiều hướng tốt, mà ngày càng xấu thêm. Còn những câu hỏi của đại biểu quốc hội yêu cầu bộ trưởng trả lời thì có lẽ…hỏi cho có, chứ giám sát, yêu cầu thời gian thực hiện cụ thể, tôi chưa thấy. Tôi theo dõi những buổi truyền hình trực tiếp, có những đại biểu quốc hội, tôi quan sát, hình như họ ngồi cho kín ghế, để người dân biết mặt, điểm tên chứ còn phát biểu trên nghị trường, quanh đi, quẩn lại cũng chỉ vài vị quá quen mặt, quen tên.

Vậy những vị kia đến nghị trường để làm gì?

Một vấn đề nổi cộm, đang gây một sự bức xúc thực sự trong dư luận, gần như, tôi cảm giác đang có những đợt sóng ngầm vỗ ngày càng lớn chưa ưng thuận về việc các đại biểu Quốc hội bỏ phiếu thông qua việc sửa đổi hiến pháp 2013. Một vấn đề vô cùng hệ trọng cho tương lai đất nước. Bên ngoài Quốc hội, nhất là trong đội ngũ trí thức, tướng lĩnh về hưu, những giáo sư, doanh nhân… còn nặng lòng với vận mệnh dân tộc yêu cầu dừng cuộc bỏ phiếu này, cần thảo luận để có những tiếng nói đồng thuận hơn nữa. Những ý kiến này gần như quốc hội không lắng nghe, không muốn trao đổi. Đặc biệt là không thảo luận công khai trên các phương tiện đại chúng giữa các đại biểu quốc hội với cử tri có ý kiến trên… Các đại biểu quốc hội, mang danh là đại diện cho quyền lợi nhân dân, cho đến bây giờ, tôi càng nhận thấy rất rõ ràng, chỉ đại diện cho quyền lợi của đảng. Rõ nhất những quyết định của bộ chính trị, của trung ương đảng, từ vấn đề nhỏ như thay đổi nhân sự cho đến vấn đề lớn là " Bỏ phiếu tán thành sửa đổi hiến pháp 2013", Bộ chính trị đã quyết, như vậy Quốc hội sẽ thông qua trong ngày mai. (28/11/2013)

Với một Quốc hội như vậy, đại biểu quốc hội như vậy, rất khó cho có một nền dân chủ thực sự, văn minh thực sự, đất nước khó hòa nhập với các nền văn minh thế giới mà ngày càng tụt hậu trong sự lạc hậu và sự chán ngán của người dân.

CHẲNG LẼ LẠI QUÊN

Ngày 20/12/2013 tôi chăm chú xem chương trình thời sự buổi sáng của VTV1, rồi ra quầy báo cố mua một, hai tờ báo chính thống xem có nhắc lại sự kiện này không ?

Hoàn toàn không có.

Ngày 20/12/1960 là ngày thành lập Mặt Trận Dân Tộc Giải Phóng Miền Nam Việt Nam (MTDTGPMNVN). Theo Wikipedia: "Mặt trận Dân tộc Giải phóng miền Nam Việt Nam là một tổ chức liên minh quân sự và chính trị, dân tộc chủ nghĩa cánh tả, hoạt động chống chính quyền Việt Nam Cộng hòa và sự can thiệp của Hoa Kỳ tại Việt Nam trong thời kỳ Chiến tranh Việt Nam. Đây là tổ chức kế thừa Mặt trận Tổ quốc Việt Nam (Mặt trận của cả nước từ Bắc đến Nam) ở miền Nam (thừa nhận sau năm 1975) nhưng Việt Nam Cộng hòa được sự hỗ trợ của Mỹ không thi hành Hiệp định

Geneva về Việt Nam, làm trở ngại cho hoạt động của Mặt trận Tổ quốc Việt Nam. Vì vậy trong phong trào Đồng khởi ở miền Nam, Mặt trận Dân tộc Giải phóng ở miền Nam ra đời. Chủ trương của Mặt trận là: "Đoàn kết toàn dân, kiên quyết đấu tranh chống đế quốc Mỹ xâm lược và gây chiến, đánh đổ tập đoàn thống trị Ngô Đình Diệm, tay sai đế quốc Mỹ; thành lập một chính quyền liên minh dân tộc dân chủ rộng rãi ở miền Nam, thực hiện độc lập dân tộc, tự do, dân chủ, cải thiện dân sinh, giữ vững hoà bình, thi hành chính sách trung lập, tiến tới hoà bình thống nhất Tổ quốc, tích cực góp phần bảo vệ hoà bình ở Đông Dương, Đông Nam Á và thế giới".

Một tổ chức yêu nước lớn như vậy, có cương lĩnh, cờ, quốc ca…đặc biệt lãnh đạo tổ chức yêu nước này là những tri thức lớn, cách mạng lớn, có uy tín trong nhân dân như luật sư Nguyễn Hữu Thọ, kiến trúc sư Huỳnh Tấn Phát, bà Nguyễn Thị Định… Vẫn biết rằng, việc thành lập MTDTGPMNVN là một "nước cờ" của đảng lao động Việt Nam để tập hợp lực lượng yêu nước miền nam Việt Nam, đồng thời cũng muốn chứng minh với thế giới, việc lật đổ chế độ của ông Ngô Đình Diệm không phải do miền bắc "can thiệp" mà do sự nổi dậy của nhân dân miền nam dưới sự lãnh đạo của MTDTGPMNVN. Không phải bây giờ chuyện này mới"lộ", mà ngay những năm tháng vượt Trường Sơn vào nam chúng tôi cũng biết điều này. Nhưng giả như không có ngọn cờ nửa đỏ, nửa xanh có ngôi sao vàng ở giữa, không có lời ca hào hùng " giải phóng miền nam chúng ta cùng quyết tiến bước…", không có những lãnh tụ đẹp như

Luật sư Nguyễn Hữu Thọ, Huỳnh Tấn Phát, Nguyễn Thị Định... cùng với những lời hiệu triệu yêu nước của MTDTGPMNVN , quả thật đảng lao động ở miền bắc khó động viên được tinh thần yêu nước của người dân miền nam và cả chúng tôi, những người lính quân giải phóng, dù thực chất là bộ đội từ miền bắc vào. Ngày giải phóng Sài Gòn lá cờ cắm trên dinh Độc Lập là lá cờ của MTDTGPMNVN...Vậy, bây giờ có thể nói trắng ra, việc thành lập MTDTGPMNVN chỉ là một quân bài trong "trò chơi" chính trị giữa hai phe cộng sản và quốc gia, bên nào khôn khéo, biết cách thu phục nhân tâm, thì bên đó thắng nhưng không phải vì thế mà phủ nhận công lao, tầm ảnh hưởng của MTDTGPMNVN đối với nhân dân miền nam, cũng như dư luận quốc tế lúc đó. Vì những lãnh tụ của MTDTGPMNVN đại bộ phận là người yêu nước chân thành, nhân dân kính trọng. Không có vị trí, uy tín của họ trong MTDTGPMNVN, thì đảng lao động Việt Nam không thể tập hợp được lực lượng, khó giành chiến thắng. Không có MTDTGPMNVN, sau này là Chính Phủ Cách Mạng Lâm Thời Cộng Hòa Miền Nam Việt Nam, một trong bốn bên tham gia hội đàm Paris, làm sao ký kết hiệp định Paris, để có điều kiện thuận lợi cho đảng lao động Việt Nam giải phóng miền nam.

Có thể nói không quá, có được thắng lợi giành lại thống nhất non sông có công lao rất lớn của MTDTGPMNVN, cho dù có người nói, đó chỉ là trên danh nghĩa. Nhưng thử đặt lại một câu hỏi, nếu như những lãnh tụ của MTDTGPMNVN không tự nguyện đứng chung với những người cộng sản, không đặt quyền lợi dân tộc lên trên hết, để tách riêng ra thành một đảng phái ở miền nam, hoặc giả như họ cộng tác với chính phủ VNCH để tìm cách thống nhất đất nước theo một đường lối khác!!! Tôi tin, công cuộc giải phóng miền nam dưới sự chỉ đạo của Bộ chính trị và Ban chấp hành trung ương đảng lao động Việt Nam sẽ gặp rất nhiều khó khăn.

Lịch sử đã trải qua không có điều như tôi vừa nói.

Dẫu thế, cần ghi nhận công lao đóng góp của MTDTGPMNVN, nhất là những nhà tri thức, cách mạng một lòng, một dạ trung thành với dân tộc cùng đứng chung vào một tổ chức yêu nước ở miền nam trước năm 1975, làm ngọn cờ tập hợp các lực lượng chống xâm lược ngoại bang, giành lại sự thống nhất tổ quốc, độc lập dân tộc.

Lẽ ra, cứ đến ngày 20/12 chúng ta nên tổ chức tri ân MTDTGPMNVN, cũng là một lần tỏ lòng biết ơn những người dân Việt Nam yêu nước không phân biệt đảng phái, tôn giáo…hy sinh quyền lợi cá nhân cho quyền lợi dân tộc. Tri ân ngày thành lập MTDTGPMNVN cũng là một lần thể hiện tầm văn hóa của người lãnh đạo. Những ai, tổ chức nào đã cống hiến cho độc lập tự do, những người lãnh đạo đảng và nhà nước, thay mặt nhân dân, mãi mãi không quên.

Nhưng trên thực tế…!

Đạo lý "uống nước nhớ nguồn", "Ăn quả nhớ kẻ trồng cây" và bao nhiêu điều khác nữa, lúc này ở Việt Nam chỉ là lý thuyết.

CẢM NHẬN SỰ "DỊ THƯỜNG" TRONG NHỮNG THÁNG ĐẦU NĂM 2014

Không biết năm nay thời tiết sẽ diễn biến như thế nào? Nhưng theo dõi tin tức thời tiết qua ti vi, đài, báo… trong tôi dậy lên một mối lo về sự " dị thường" của thời tiết. Ai đời, có bao giờ ở nghệ An, một vùng nóng, dễ hạn mà cũng có tuyết rơi vào những ngày đầu đông của năm nay. Rồi tuyết phủ, nhiệt độ xuống thấp chưa từng thấy, kể cả chục năm lại đây ở mấy tỉnh biên giới phía bắc. Tưởng thế đã là sợ, rét chưa qua lại lo hạn. Mấy hôm rày trên tivi, đài, báo…liên tục cảnh báo về nạn hạn hán, cháy rừng, bão… có khả năng sẽ lớn hơn mọi năm…Rồi chuyện dịch bệnh có phát nguyên từ Trung Quốc, đường truyền bệnh là gia cầm nhập lậu, nếu không có biện pháp ngăn chặn kịp thời thì ở Việt Nam dễ thành đại dịch, cướp đi không ít sinh mạng con người… Rồi triều cường, lụt lội ở miền Tây nam bộ năm nay cũng diễn biến hết sức bất thường, nếu không nói là " dị thường". Đến ngay như ở Hội An, quê tôi, thời tiết năm 2014 cũng có những điều khác lạ, như nhiều người già nói: " Chưa từng thấy!". Có hôm thời tiết nhiệt độ xuống, cái lạnh không thua gì ở miền bắc khi vào đông. Đang lạnh như thế, hôm sau lại nóng y như giữa hè, sức khỏe người già, người bệnh không chịu nổi.

Thời tiết đã lạ, ở nước ta đầu năm xuất hiện nhiều chuyện "dị thường". Ở một vùng biển một tỉnh miền trung, bắt được con rùa trên mai có dòng chữ Hán, rùa vàng xuất hiện ở Thanh Hóa… thế là nảy nòi ra bao nhiêu lời đồn đoán…

Nhưng nhưng điều "dị thường" của tự nhiên, có khi lại dễ giải thích, nếu không căn cứ vào khoa học thì dân gian lại căn cứ vào tâm linh để giải thích. Thế nào cũng có người nghe.

Nhưng, cũng trong những ngày của hai tháng đầu năm 2014 xuất hiện nhiều điều "dị thường" mà do con người gây ra, có khi rất khó giải thích?

Như chuyện kinh tế diễn biến trong hai tháng đầu năm 2014 này quả là sự "dị thường", có lẽ hơn hai chục năm, sau thời bao cấp, mới có là một.

Sau tết, vào các siêu thị mà buồn. Ở Đà Nẵng, có siêu thị chỉ còn một, hai cửa thanh toán tiền cho khách hàng. Trừ quầy thực phẩm, đồ ăn nhanh còn có người lai vãng, các quầy khác, nhất là quầy bán đồ gia dụng, điện máy… vắng còn hơn chợ chiều cuối phiên. Nhiều người nói, chưa bao giờ buôn bán ế ẩm như thời gian này. Ấy vậy, trên báo chí, ti vi, đài…vẫn nói là nền kinh tế đang ổn định, tỷ lệ lạm phát thấp, giá vàng giảm, bất động sản nhất là nhà xã hội khởi sắc… Tất cả điều này, nghe ra tưởng thật, nhưng hãy nhìn thật kỹ vào túi tiền của công chức, người nông dân sẽ hiểu ra vấn đề.

Vì họ đâu họ không có tiền!

Vài tháng nữa, cứ đà như thế này, liệu kinh tế có thể khá lên được hay không?

Kinh tế "dị thường" kiểu này chắc chết.

Hết "dị thường" về tự nhiên, kinh tế đến "dị thường" về chính trị, xã hội.

Có ai đời, tưởng niệm những người đã hy sinh ở biên giới phía bắc bảo vệ tổ quốc, lẽ ra phải có những cuộc tri ân, tưởng niệm lớn trong cả nước, nhưng nhà nước Việt Nam không cho làm mà lại cho phép, thậm chí khuyến khích cho nhiều kẻ gọi là "người" nhảy nhót dưới tượng đài vua Lý Thái tổ theo một bản nhạc của Trung Quốc, kẻ đã xâm lược Việt Nam, như thể hiện sự vui mừng vì có ngày "Quân đội Trung Quốc xâm lược Việt Nam"!!!

Còn những người tổ chức tưởng niệm, nhớ ơn những người hy sinh vì tổ quốc bị phá đám, xỉ nhục.

Chuyện "dị thường" nhục nhã này có lẽ cũng chưa từng có ở nước ta.

Cũng trong mấy tháng này dư luận đang chú ý vào hai vụ án cũng là "dị thường". Một vụ án, xử một ông luật sư về tội "trốn thuế". Nếu ông ấy thực sự trốn thuế, phải xử để định tội là đúng rồi! Một tội có gì là to, khi trốn thuế mấy trăm triệu!!! Nhưng điều khác lạ, chưa từng có ở nước ta là tội ông ấy "trốn thuế" nhưng người dân ủng hộ ông ấy rất đông. Họ tổ chức biểu tình trước phòng xử án, không lên án tội trốn thuế mà ca ngợi ông ấy là người yêu nước, vô tội. Những vần thơ ông luật sư viết trong tù, gửi ra, không phải những lời thơ ủ ê, than vãn về tội trốn thuế, mà là những vần thơ cháy bỏng khát vọng dân chủ, muốn đất nước tiến bộ văn minh…

Đúng là "dị thường".

Lại sắp tới, ở Đà Nẵng xử một nhà báo, theo cáo trạng của Viện kiểm sát, nhà báo này cũng lắm "tội", nghe đâu tin tức lọt ra ngoài, có thể ông ấy ngồi tù 3 năm. Nhưng thực lạ, dư luận không chú ý lắm vào "tội" bản cáo trạng mà họ chú ý vào thái độ của ông ấy. Một thái độ bất khuất, khẳng định những bài viết của mình là viết đúng sự thật, đúng lương tâm người cầm bút, chỉ muốn góp phần để xã hội tiến lên dân chủ, văn minh. Dư luận tự do trong và ngoài nước, ủng hộ ông rất đông cho dù, cũng giống như vụ án của ông luật sư trên kia, các báo, đài, ti vi…do nhà nước quản lý lên án ông gay gắt.

Ai gây nên điều "dị thường" này?

Lại một điều "dị thường" khác.

Cũng trong những ngày của những tháng đầu năm này, lần đầu tiên có một cái chết của một ông tướng, thứ trưởng bộ công an được dư luận trong và ngoài nước quan tâm, đủ mọi lời đồn đoán, bình luận quanh cái chết "dị thường" này.

Đâu là sự thật sau cái chết của ông ta?

Ở nước ta nhiều ông thứ trưởng "thăng", nhưng có lẽ cũng duy nhất, có ông tướng này, cái chết của ông liên tưởng đến bao nhiêu chuyện!!!

Nghĩa là, vì cái chết quá "dị thường" nên vẫn chưa phải là hết chuyện.

Mà chuyện đây là chuyện "lớn" chứ không phải là chuyện "nhỏ", liên quan đến nhiều người có chức "to".

Nói đến cái chết ở Việt Nam, nhiều cái chết "dị thường", "lớn" như cái chết của ông tướng công an kia, "nhỏ" như cái chết của người dân, nói ra chỉ biết lắc đầu, không hiểu nổi.

Mới ngay đây, một đoàn người đi đưa đám ma, qua cầu treo, cầu treo lật theo sự giải thích của mấy ông có trách nhiệm: "Do quá tải, cầu chỉ chịu lực 1,5 tấn, mà số người qua cầu hơn 2 tấn nên cầu bị đứt!"... Bây giờ phát hiện, hóa ra nguyên nhân tai nạn thảm khốc này chẳng phải do cầu quá tải mà do con ốc làm ẩu!!!

"Dị thường" chưa!

Một con ốc vít dây cầu làm ẩu bị vỡ, cướp đi sinh mạng tám người, bị thương mấy chục người.

Chuyện "dị thường" này chắc chỉ có ở Việt Nam.

Có một điều mừng, có lẽ cũng là lần đầu tiên kể từ khi lập quốc đến giờ, ở nước ta, một ông Bộ trưởng Bộ giáo dục thừa nhận, cho dù đó cũng là chuyện "dị thường", chỉ có bằng giả mới được sử dụng trong cơ quan nhà nước.

Hóa ra, kinh tế trì trệ, xã hội không ổn định, đạo đức xuống cấp, nền giáo dục ì ạch…lại do mấy ông dùng bằng giả gây nên, chứ không phải do các "thế lực thù địch" hay "phản động" nào phá hoại!

Nhiều điều "dị thường" buồn, ngược lại, cũng những ngày đầu năm 2014 lại có một điều "dị thường" làm người dân ngạc nhiên.

Mới đầu năm, ông thủ tướng gửi đến thông điệp cho toàn dân, trong thông điệp đó ông nhắc nhiều đến hai từ " dân chủ", ông đề cập đến nhiều điều mà một xã hội dân chủ đang khao khát. Cũng là một điều lạ trong những ngày đầu năm 2014. Có người nói, đây là một tín hiệu báo trước một sự "chuyển mình" của một thể chế.

Liệu điều này có trở thành sự thật? Trong năm nay.

Nhiều người nói, nếu bây giờ có cuộc trưng cầu dân ý, cho phép người dân chọn người lãnh đạo trong chính phủ hiện thời, chắc ông Thủ tướng sẽ có nhiều phiếu vì mấy nguyên nhân: Của cải ông có nhiều rồi, con cái phương trưởng cả rồi. Nếu như ông nhận ra rằng, chỉ đi với dân, đáp ứng nguyện vọng của dân, dân sẽ ủng hộ.

Mà có dân, có tất cả.

Thế thì…trong mấy tháng tới của năm 2014 ông cứ làm đúng như ông đã nói, dân đứng sau làm bệ đỡ, ông chắc thắng.

Nếu điều "dị thường" này trở thành sự thật, dân mừng hết lớn!

…

Nếu chịu khó thống kê, chỉ hai tháng đầu năm 2014, bao nhiêu chuyện "dị thường" trên đất nước ta, đủ tất cả trên mọi lĩnh vực từ chính trị, văn hóa, xã hội… Có một điều dễ nhận thấy, nếu như chuyện "dị thường" ở tự nhiên có một, thì chuyện "dị thường" của thể chế này gây ra là mười.

Toàn những chuyện "dị thường" đi ngược lại quy luật, đi ngược lại sự tiến hóa của xã hội loài người.

Để xóa, triệt tiêu những điều "dị thường" này, có một điều làm rất dễ dàng.

Những người lãnh đạo đảng, nhà nước làm theo ý nguyện của người dân, dựa vào sức mạnh của nhân dân, chứ không phải dựa vào sức mạnh bạo quyền, sẵn sàng hy sinh quyền lợi giai cấp để phục vụ quyền lợi dân tộc, giữ vững độc lập tự chủ đưa đất nước, dân tộc Việt Nam hòa mình vào dòng chảy của thời đại…

Được như vậy người dân sẽ biết ơn, không ai muốn nhắc đến những điều "dị thường" khốn khổ, khốn nạn kia nữa!

HÒA HỢP

Đến thời điểm này, cuộc chiến tranh trước năm 1975 đã lùi xa gần bốn mươi năm, nhưng ở Việt Nam chưa có một có một con số thống kê cụ thể, về những gia đình nhất là ở miền nam có những người thân tham gia ở cả hai phía, một bên là "cộng sản", còn bên kia là "quốc gia". Nếu như có con số thống kê tương đối chính xác, cũng sẽ góp một phần cho chúng ta hiểu thêm bản chất của chiến tranh trước năm 1975. Cũng đến thời điểm hiện tại, tôi cũng chưa được đọc trên các báo chính thống về lượng kiều hối của những người gốc Việt, do hoàn cảnh chiến tranh, điều kiện lịch sử…phải bỏ nước ra đi theo dạng vượt biên, HO…đã gửi về Việt Nam đóng góp một phần xây dựng đất nước…

Mà tôi biết lượng kiều hối này không hề nhỏ. Tiếp đến nữa, tôi cũng không biết được con số thống kê chuyện kết hôn nên nghĩa vợ chồng của người trong nước với người gốc Việt ở nước ngoài, nhất là người gốc Việt đang sinh sống ở Mỹ, chắc con số cũng đáng kể, rõ nhất những ngày cận tết dân tộc, ở các sân bay lớn như ở thành phố Sài Gòn, Đà Nẵng … số lượng vợ chồng người gốc Việt sinh sống ở Mỹ. Canađa, Pháp…về nước hết sức đông đảo…Đó là chưa nói đến số lượng sinh viên, học sinh Việt Nam hiện đang đi du học ở Mỹ, Canađa, Pháp… ngày một nhiều.

Ở quê tôi, những ngày tết, nhiều gia đình có người thân, từng đứng cả hai bên chiến tuyến, giờ tóc đã bạc, ngồi lại trong không khí đoàn tụ, đều không muốn nhắc lại những tháng ngày đau đớn chia rẽ nữa. Đã là anh em ruột thịt phải thương lấy nhau. Còn thế hệ trẻ, 8x, 9x thật mừng, các em chỉ nghe để biết có một thời, ông cha của các em, chỉ vì theo hai lý tưởng khác nhau mà bắn giết, bây giờ không nên thế, không phân biệt, không thù hằn, các em cùng chung tay xây dựng sự nghiệp của bản thân, có điều kiện góp một phần xây dựng tổ quốc. Một điều cần nhấn mạnh, không thể có trước năm 1975, trước âm mưu thôn tính thâm độc của nhà cầm quyền Trung Quốc đối với Việt Nam, các em thế hệ 8x, 9x, nhất là ở nước ngoài, không phân biệt kẻ nam, người bắc, xuất thân từ thành phần nào đều chung một suy nghĩ, một hành động sẵn sàng cùng cha ông, những người Việt Nam yêu nước chống bành trướng đến cùng…

Một điều "hòa hợp" của thế hệ trẻ thật tuyệt vời mà thế hệ cha anh của các em, có người vẫn còn lừng chừng, thậm chí, cố tình không muốn.

Tôi chỉ nêu tạm những sự việc trên để thấy rằng, cho dù hiện tại, vẫn có những thế lực chống cộng cực đoan ở nước ngoài hay như ở trong nước, có những luồng dư luận, nhất là trên các phương tiện thông tin đại chúng gọi những người từng tham gia vào thể chế Việt Nam Cộng Hòa trước đây là "ngụy", "tay sai bán nước", "thế lực thù địch"…nhưng trên thực tế, vượt qua những định kiến khắc nghiệt đó, sự "hòa hợp" theo đúng nghĩa: "Bầu ơi thương lấy bí cùng/ Tuy rằng khác giống nhưng chung một giàn" là một xu thế không thể cưỡng lại được.

Lúc này, âm mưu thôn tính Việt Nam dưới mọi hình

thức của các thế lực phản động nước lớn đã hiển hiện rõ, nền kinh tế đang cố ngoi lên trong khủng hoảng, lòng tin người dân đang phân vân trước vô vàn hướng đi… để thoát ra khỏi sự nan giải đó, không gì hơn đất nước, dân tộc phải hòa hợp.

Ở đây cần có sự hòa hợp thật lòng.

Muốn hòa hợp thật lòng, xóa bỏ hận thù, một điều hết sức đơn giản, đảng và nhà nước Việt Nam hãy đặt lợi ích dân tộc lên trên hết.

Những người lãnh đạo đảng, nhà nước Việt Nam biến những lời nói, nghị quyết về đại đoàn kết dân tộc thành hành động. Giả như những tù nhân lương tâm, chỉ vì muốn một xã hội lành mạnh, một thể chế dân chủ tiên tiến văn minh tiến bộ, một luật pháp được thực thi trên nền tảng quyền con người được tôn trọng… mà phát biểu, viết bài bị bắt, tù đày nay đảng và nhà nước Việt Nam tha bổng, giải oan, tôn trọng ý kiến của họ.

Người dân có quyền ứng cử, bầu cử một cách tự do, trước mắt những hội, đoàn… được phép thành lập hoạt động trong khuôn khổ hiến pháp quy định. Những yêu cầu của dân oan được giải đáp thỏa đáng, những kẻ tham nhũng dù ở bất cứ vị trí vào trong chính quyền cũng bị trừng trị…

Bên cạnh đó, đảng và nhà nước Việt Nam nên mở lòng khoan dung, độ lượng với những thành phần từng tham gia bảo vệ thể chế Việt Nam Cộng Hòa như có sự đối thoại công khai, trên tinh thần tôn trọng, hòa hợp, kể cả với những ý kiến trái chiều, thậm chí xung khắc. Những sai lầm trong quá khứ, không thể sửa chữa, nhưng nếu hiểu nhau chân thành có thể thông cảm, mọi tầng lớp, mọi người dân Việt Nam trong nước, ngoài nước cùng chung tay xây dựng tương lai tốt đẹp cho dân tộc. Cả hai bên, lúc này không đoàn kết, cứ muốn khoét sâu hay cố tình gợi lại những đau thương, mất mát, mà những đau thương mất mát đó... được lợi lộc gì! Hay những điều đó chỉ làm lợi cho những thế lực đế quốc lớn đang muốn thôn tính Việt Nam.

Suy cho cùng, những đau thương mất mát của dân tộc, nguyên nhân chính là do các thế lực đế quốc lớn nhân danh “phe XHCN”, “Thế giới tự do” gây ra, chứ nào dân tộc ta muốn thế. Khoan dung, độ lượng, tối lửa tắt đèn có nhau... đó mới là bản chất của dân tộc ta. Những người chết trong cuộc chiến vừa rồi, dù ở bên nào, cũng cần được kính trọng của người đang sống. Không đúng sao? Ít nhất cái chết của họ cũng là một bài học lớn, để cho hậu thế thấy rằng, không có gì hơn là coi vận mệnh dân tộc là lớn nhất, đặt lên trên hết mọi quyền lợi của giai cấp, đảng phái. Còn coi quyền lợi đảng phái, giai cấp lên trên quyền lợi dân tộc mãi mãi chỉ là sự xung khắc, hận thù, dẫn đến những cuộc xung đột đầy máu, nước mắt, huynh đệ thương tàn...

Chỉ có hòa hợp trên tinh thần đại nghĩa, đại nhân đức, đại dân tộc, không nhân danh bất cứ chủ thuyết ngoại lai nào, không nhân danh một đảng phái, một lãnh tụ nào mới tập hợp được lòng người, tập hợp được những người tài phục sự tổ quốc, xây dựng được đất nước Việt Nam hùng cường.

Hòa hợp là khát vọng, là con đường sống của dân tộc.

72.000

Đây là con số cử nhân, thạc sỹ thậm chí cả tiến sỹ… ở nước ta, trong năm qua thất nghiệp mà báo chí chính thống gần đây đưa tin.

Một con số lạnh lùng nhưng nghĩ kỹ một chút lại vô cùng nhức nhối.

Con số đó có thể hiểu rằng, có 72.000 gia đình, cần khẳng định đa phần gia đình nghèo đang lâm vào cảnh đã khó khăn càng khó khăn thêm, phải lo thêm một miệng ăn, cố chạy đôn chạy đáo tìm việc làm, rồi có cả gia đình phải còng lưng làm quần quật để trả nợ. Biết đâu, trong số cử nhân, thạc sỹ …thất nghiệp trên, có kẻ cùng đường lại lao vào tệ nạn như buôn ma túy, hàng lậu, trộm cướp…

72.000 cử nhân, thạc sỹ… thất nghiệp, nguyên nhân do đâu?

Đó là một hệ quả tất yếu của nền giáo dục không có định hướng cho sinh viên. Đào tạo ồ ạt, miễn là thu đủ học phí. Ở nước ta, gần như đến đâu cũng thấy trường đại học, cao đẳng…nhưng chất lượng ra sao? báo chí đã nhiều lần đề cập. Giảng viên vừa yếu, vừa thiếu. Những kiến thức truyền đạt cho sinh viên nặng lý thuyết, thụ động, kìm hãm sự tư duy năng động. Trên thực tế, rất nhiều sinh viên ra trường, dù đã có thành tích học tập xuất sắc, nhưng khi tuyển dụng cũng không thể đáp ứng được yêu cầu. Đã vậy trong nhiều trường đại học giảng dạy, nhất là những khoa thuộc về KHXH, giảng dạy những bộ môn tập trung những kiến thức rất khó áp dụng vào thực tế, cụ thể hơn, học rồi để quên như học về chủ nghĩa Mác - Lê Nin, Chủ nghĩa xã hội khoa học, lịch sử Đảng… Những môn học này chủ yếu chỉ là lý luận, không thể thực hành, mất rất nhiều thời gian học của sinh viên và ra trường rất khó xin việc nếu sinh viên học chuyên về những bộ môn này.

Với thực trạng xã hội hiện nay, một xã hội khó định nghĩa về bản chất, tất cả như đang ở ngã ba đường, kinh tế rõ là thị trường, cho dù cố gắng thêm "định hướng XHCN" nhưng để hiểu cụ thể, thế nào là "định hướng…" không ai giải thích cho thật rõ, đến cả ông Tổng bí thư có lúc cũng phải thừa nhận, đến thế kỷ sau chưa biết có CNXH chưa?

Thế thì việc 72000 sinh viên, thạc sỹ… thất nghiệp cũng dễ giải thích. Vì không định dạng được hướng đi, tất yếu dẫn đến loạn về mục tiêu đào tạo. Cái gì cũng thấy cần, cái gì cũng thấy thiếu, lại có lúc thừa, có lúc thiếu…dẫn đến có lúc thì sinh viên ồ ạt thi vào ngành này, lúc lại đổ vào ngành kia… đến khi ra trường, chỗ này cần lại không có người, chỗ kia đã thừa, thì sinh viên tốt nghiệp đứng đầy ở ngoài cổng. Đó là chưa muốn đề cập hiện tượng (sau khi thấy sự tệ hại như mua bán bằng cấp, nhờ người thi hộ, hối lộ mua điểm… chúng ta lên án) là đào tạo đại học tại chức. Chỗ nào cũng thấy đại học tại chức, đâu cũng thấy người tốt nghiệp đại học tại chức, nhất là ở cơ quan công quyền. Và thế là, những người này đã chiếm chỗ của cử nhân, thạc sỹ…hệ tập trung, được đào tạo bài bản. Với một sự thật mà ai cũng thấy, người giỏi có bằng cấp không được trọng dụng, còn có nhiều kẻ bất tài, giỏi chạy chọt, giỏi quan hệ… chỉ cần gắn mác đã "tốt nghiệp đại học tại chức" ung dung ở những vị trí lãnh đạo. Chuyện này cũng sẽ dẫn đến một hệ quả xấu, đẩy mâu thuẫn xã hội ngày một tăng. Tất yếu đưa đến một bộ phận không nhỏ cử nhân, thạc sỹ, thậm chí cả tiến sỹ...không kiếm được việc làm buộc phải lên tiếng phản kháng, tùy ở mức độ khác nhau.

Cách thức tuyển dụng cán bộ hiện nay cũng là một trong những nguyên nhân đẩy 72000 cử nhân thạc sỹ... kia ra đường. Muốn vào biên chế, có một chỗ trong cơ quan nhà nước, dứt khoát phải chi tiền, lo lót, dưới mọi hình thức, miễn là không bị lộ. Còn mang tiếng thi tuyển công chức, ai dám chắc những cuộc thi tuyển đó là công bằng. Hãy thống kê cụ thể, trong những thí sinh trúng tuyển và các kỳ thi công chức từ trung ương đến địa phương, tỷ lệ con ông cháu cha là bao nhiêu? Những thí sinh thực tài, trúng tuyển trong cuộc thi "vô tư, công bằng" là bao nhiêu? Không cần những lời biện dẫn, chính những con số đó cũng là một lời giải đáp vì sao nhiều đến thế cử nhân, thạc sỹ... thất nghiệp. Một vòng tròn luẩn quẩn không có lối ra. Số lượng cử nhân, thạc sỹ... thất nghiệp năm nay chồng lên năm trước, cứ kéo dài, trong khi đó, con ông cháu cha, học hành lỗ mỗ, tư cách đạo đức kém chễm chệ ngồi vào những vị trí lãnh đạo, hết lớp cháu con này của mấy ông lớn này, đến lớp cháu con khác của mấy ông lớn khác... không có có chỗ cho cử nhân, thạc sỹ... tốt nghiệp chính quy chen chân vào.

Đó là chưa kể, với cách thức lãnh đạo độc quyền lãnh đạo của đảng như hiện nay, cũng là một trong những nguyên nhân đẩy đến chỗ cử nhân, thạc sỹ... thất nghiệp.

Tuyển công chức, trước hết ưu tiên đảng viên, rồi đội ngũ kế cận… cũng lại là đảng viên. Trước khi phấn đấu để tăng lương, lên chức thì phải phấn đấu trở thành đảng viên. Những người chưa phải là đảng viên, dù chuyên môn có tốt đến đâu, so với người đã là đảng viên, vẫn yếu thế hơn. Nên thế xuất hiện trong đội ngũ công chức rất nhiều thành phần cơ hội, chuyên môn yếu nhưng cơ hội để luồn lách lên chức thì rất giỏi. Bằng mọi giá kiếm cho được cái mác "đảng viên", sau đó tìm cách leo cao lên các chức vụ lớn, sau khi đã có chức vụ lớn, sẽ cân nhắc sắp xếp vào vị trí lãnh đạo cấp dưới là những kẻ hợp gu với mình, bất chấp trình độ như thế nào? tạo ra bè cánh trong đảng, ê kíp trong chính quyền để lũng đoạn, dễ bề tham nhũng… cứ như vậy, những cử nhân, thạc sỹ thực tài, chưa phải đảng viên, không ở trong phe cánh, dám đấu tranh, dám nói lên những tiếng nói chính trực, phản biện tích cực… làm sao kiếm được việc làm.

72.000 của nhận, thạc sỹ… thất nghiệp, chưa nói đến tiền bạc, chỉ đề cập đến nguồn nhân tài đất nước, là một sự lãng phí khủng khiếp, để lại muôn vàn sự di hại. Đó là lòng tin vào đảng, vào chế độ. Nói đảng, chính quyền này là của dân, vì dân nhưng người dân đổ mồ hôi, sôi nước mắt, chắt bóp từng đồng cho con ăn học thành tài, mong đổi đời. Nay ra trường, con em của họ không kiếm được việc làm quay về với nghề xưa, như thời thất học, thậm chí có em còn phải giúp gia đình kéo bừa thay trâu trong ngày vỡ ruộng… thì lòng tin vào đảng, vào chế độ không thể con nguyên vẹn, hay nói khác đi, là sự thất vọng, chán nản.

72.000 cử nhân, thạc sỹ… thất nghiệp, con số này góp một phần làm cho chúng ta nhận rõ sự yếu kém trong cách điều hành kinh tế, xã hội của đảng, nhà nước Việt Nam hiện nay, nhất là tính dự báo khoa học và giáo dục. Hiện tại những dự báo tương đối chính xác về kinh tế Việt Nam trong vòng chục năm nữa sẽ như thế nào? Rất khó! Để thoát ra khỏi cuộc khủng hoảng kinh tế ở Việt Nam trong thời điểm hiện tại, cũng là sự vật vã, không biết gỡ ở nút nào trong cái mớ bùng nhùng của khó khăn. Còn giáo dục thì vẫn còn đang dò dẫm tìm hướng đi cố thoát khỏi cách giảng dạy lạc hậu, kiến thức phi khoa học… đến giờ cũng chưa biết nên cải cách theo hướng nào? Rõ nhất trong số 72000 cử nhân, thạc sỹ… rất nhiều người với kiến thức đã học, không kiếm được chỗ làm trong cơ quan công quyền, nhà máy, xí nghiệp… đã đành, nhưng những kiến thức này cũng không thể áp dụng vào thực tế để kiếm cái ăn, buộc họ phải đi làm nghề khác, hoàn toàn không đúng với ngành mình học, thậm chí đã là cử nhân ra trường, giờ lại xin đi học trung cấp, đào tạo lại hoặc tìm cách đi xuất khẩu lao động.

72000 cử nhân, thạc sỹ… thất nghiệp, so với số dân trong cả nước, không phải là lớn, nhưng tự con số này cũng là một lời cảnh báo về sự bất ổn xã hội, nếu không có biện pháp tích cực đối phó.

Biện pháp tích cực đó là gì? Như thông điệp đầu năm của ông thủ tướng Nguyễn Tấn Dũng đã chỉ ra: "… Phải đổi mới thiết chế và phát huy mạnh mẽ quyền làm chủ của nhân dân…"

HAI SỰ VIỆC, MỘT Ý NGHĨA

Trong tháng 4/2014 tôi chú ý hai sự kiện, trên thực tế, là hai sự phản biện, gây được sự chú ý của dư luận. Nói rõ hơn, đã thấy tác dụng tích cực nếu như các vị lãnh đạo biết lắng nghe, tôn trọng những ý kiến phản biện.

Ngày 8/4, Ủy ban MTTQ VN TP Đà Nẵng tổ chức lấy ý kiến các chuyên gia, các nhà khoa học, các hội đồng tư vấn, tổ chức thành viên để tổng hợp trước khi trình lên Thành ủy, UBND TP Đà Nẵng về phương án kiến trúc quy hoạch "Cầu đi bộ" qua sông Hàn. (theo báo Dân Trí).

Đại bộ phận các ý kiến của các chuyên gia, các nhà khoa học, văn hóa...với lập luận môt cách khoa học, thuyết phục đều cho rằng, lúc này Đà Nẵng xây dựng một cầu đi bộ qua sông Hàn là chưa thích hợp. Rất mừng, những ý kiến này, đã được các vị lãnh đạo thành phố Đà Nẵng lắng nghe, tiếp thu và sẽ cân nhắc có nên xây dựng cầu đi bộ qua sông Hàn trong thời gian tới hay không? Mặc dù phương án xây cầu đã được lựa chọn, số tiền dự kiến xây dựng cầu đã tính tới, kể cả có sự đồng thuận cao trong tập thể lãnh đạo thành phố. Nhưng, dẫu là đồng thuận cao trong tập thể lãnh đạo mà người dân không biết, không ủng hộ, thì việc làm đó dễ dẫn đến mất lòng tin, một hiệu ứng tiêu cực dễ thấy nhất, uy tín người lãnh đạo sẽ mất trong lòng người dân. Nên thế, khi UBMTTQ TP Đà Nẵng tổ chức lấy kiến của các chuyên gia, các nhà khoa học, văn hóa… về phương án kiến trúc quy hoach "cầu đi bộ" qua sông Hàn, tất cả từ các nhà chuyên gia, khoa học, văn hóa và đến cả những người dân bình thường như tôi, đều rất mừng. Mừng vì lãnh đạo Đà Nẵng còn tin dân, mà tin dân tức là dân sẽ tin lại, họ sẽ đóng góp những ý kiến chân thành. Điều nữa, tôi mừng, chỉ nghe dân, thế đứng của người lãnh đạo mới vững, mới trường tồn. Lịch sử nước ta từng chứng minh, những người lãnh đạo nào để lại nhiều công trạng cho đất nước, tất cả đều dựa vào dân, làm theo những những điều dân nghĩ. Mừng lớn lao nữa, những lần lấy ý kiến như vậy, điều đó thể hiện rằng, đất nước này, cụ thể là "chiếc cầu đi bộ" kia bắc qua sông Hàn là của người dân Đà Nẵng chứ không phải của "Một tập thể thường vụ". Đây là cầu của dân, phục vụ dân, nhân dân được hưởng lợi… hãy cho dân có ý kiến.

Cầu đi bộ bắc qua sông Hàn là một ý tưởng hay, đẹp, nhưng không nên xây dựng vào lúc này khi nhu cầu của người dân, của xã hội còn nhiều điều bức thiết hơn phải giải quyết gấp. Cũng cần hết sức cân nhắc những yếu tố rất quan trọng như thời tiết bão tố, lũ lụt…để xây cầu. Không nên vội vã, chạy theo thành tích, tư duy nhiệm kỳ, bất chấp những lời góp ý của các nhà khoa học, nhà văn hóa chân chính…

Qua cuộc tổ chức lấy ý kiến của các chuyên gia, các nhà khoa học, các nhà văn hóa… của MTTQ TP Đà Nẵng về việc xây "cầu đi bộ" qua sông Hàn, chiếm đa số những ý kiến đó, cùng thống nhất một nội dung, là tạm dừng việc xây cầu này lại, sẽ xây cầu vào một thời điểm thích hợp hơn.

Tin dân, lấy ý kiến của dân, tôi nghĩ chắc chắn một trăm phần trăm, các vị lãnh đạo TP Đà Nẵng sẽ nghe dân.

Đó là nỗi mừng nhỏ của tôi, điều mừng lớn lao hơn, vừa rồi, sau khi tham khảo, cân nhắc, nhất là người dân được công khai trao đổi trên các phương tiện thông tin đại chúng về việc Việt Nam có nên tổ chức đại hội thể dục thể thao châu Á (ASIAD) năm 2019 không? Ông thủ tướng Nguyễn Tấn Dũng đã quyết định Việt Nam dừng "cuộc chơi" này vì lúc này điều kiện kinh tế Việt Nam chưa cho phép.

Không thể dùng từ nào khác hơn là "Tuyệt vời".

Người dân nghe tin này thấy nhẹ lòng, các nhà khoa học, văn hóa… còn nặng lòng với vận mệnh đất nước, phần nào thấy vui, hình ảnh ông thủ tướng, nhìn "mềm" hơn trong con mắt người dân.

Tôi cũng đồng ý với một ý kiến cho rằng, đây là quyết định dũng cảm của ông Thủ tướng.

Đã bao nhiêu dự án lớn của đất nước, có nhiều ý kiến của những nhà tri thức, khoa học, văn hóa, nhà giáo… nhiệt thành yêu nước can gián hãy dừng lại hoặc cần thời gian nghiên cứu thật kỹ, thật khoa học rồi hãy thực hiện vì nếu như thực hiện dự án một cách vội vã, phi khoa học, duy ý chí sẽ đưa đến những thiệt hại khôn lường về kinh tế, góp phần làm mất ổn định xã hội. Những ý kiến đó đưa ra đều lập luận hết sức khoa học, dám chịu trách nhiệm, có sức thuyết phục cao... nhưng cuối cùng vì những lý do "Quốc Hội đã đồng ý", hay như "Bộ chính trị đã quyết định..." để cuối cùng, dự án đó cứ thực hiện một cách vội vã, bất chấp dẫn đến những hậu quả xấu rất khó khắc phục. Ví như, dự án sát nhập Hà Tây vào Hà Nội làm cập rập, các vị lãnh đạo chính phủ, quốc hội không lắng nghe những ý kiến phản biện của các nhà khoa học, quản lý giỏi, không trưng cầu ý dân về việc này ...cứ quyết định Hà Tây sát nhập vào Hà Nội. Việc này giúp diện tích Hà Nội mở rộng thật nhưng trên thực tế quản lý vô cùng khó khăn, đời sống của người dân thuộc Hà Tây (cũ) nay về Hà Nội đâu có cải thiện được bao nhiêu mà quan trọng hơn cả một vùng văn hóa đã định hình từ danh tiếng, tâm linh thờ cúng đến nếp sống, vô hình dung bị xóa sạch. Hay như chuyện khai thác Bô xít ở Tây Nguyên, ở đây không nhắc lại những lời góp ý chân thành, những phản biện tích cực... của các nhà tri thức chân chính, nhà khoa học, văn hóa cả những lời can ngăn của các bậc lão thành cách mạng... nội dung tựu trung lại, không nên triển khai khai thác bô xít ở Tây Nguyên vào thời điểm này. Nhưng tất cả điều đó không có một chút mảy may lay chuyển "ý kiến thống nhất trong bộ chính trị, trong trung ương "về việc khai thác bô xít ở Tây Nguyên. Vì bất chấp những lời khuyên, can gián cháy ruột, cháy gan đó, nên giờ đây Bô xít ở Tây Nguyên chỉ toàn thấy lỗ là lỗ, tài nguyên thiên nhiên bị phá nát, đời sống nhân dân trong rất nhiều hộ đồng bào dân tộc nhường đất đai canh tác cho công cuộc khai thác bô xít không hề được cải thiện nếu như không muốn nói, cơ cực hơn. Tác hại lớn nhất để lại di hại lâu dài, lòng dân thấp thỏm không yên vì ngoài việc cân bằng sinh thái bị phá thì hiện nay ở Tây Nguyên, một địa bàn chiến lược quan trọng nhưng lao động người Trung Quốc mượn danh "kỹ sư, công nhân lao động" chiếm tỷ lệ không nhỏ. Biết đâu đây là đội quân thứ 5 của nhà cầm quyền Trung Quốc sẵn sàng tấn công sau lưng khi đất nước ta có biến thì sao?

Không muốn lặp lại những chuyện đau lòng như vậy khi được tin Việt Nam đã trúng cử chính thức là nước đăng cai ASIAD lần thứ 18, Lập tức trên tất cả các phương tiện đại chúng từ báo giấy, ti vi đến báo "mạng", Fecebook … có rất nhiều ý kiến muốn góp ý về sự kiện văn hóa này. Tập trung những ý kiến đó có đến hơn chín mươi phần trăm là đề nghị nhà nước, Quốc hội, trong thời điểm này, Việt Nam không nên tổ chức ASIAD.Vì nền kinh tế Việt Nam đang khó khăn, chưa thoát ra khỏi khủng hoảng làm sao có tiền để thực hiện một dự án lớn như thế? Đó là chưa kể việc thất thoát, phát sinh… Rồi những công trình xây dựng phục vụ cho ASIAD, sau này để làm gì? Hay lại như những công trình thể thao đã từng phục vụ đại hội thể thao khu vực Đông Nam Á, giờ trở thành nơi gửi xe, quán nhậu, tổ chức đám cưới… Một đại hội thể thao lớn tầm cỡ châu lục, nếu tổ chức sẽ ảnh hưởng đến rất nhiều mặt từ kinh tế, xã hội, đời sống người dân…

Những ý kiến đó đưa ra, nhiều người vẫn không tin chính phủ, cụ thể ở đây ông thủ tướng sẽ nghe ra.

Nhưng, trên thực tế, những người lãnh đạo chính phủ, trong sự kiện này đã nghe dân. Đầu tiên là ông Phó thủ tướng Vũ Đức Đam, theo báo tuổi trẻ cho biết, ông phó thủ tướng Vũ Đức Đam đã gợi ý, có thể rút lại phương án tổ chức ASIAD lần thứ 18 khi cân nhắc mọi điều kiện nếu Việt Nam không đáp ứng được. Nhiều người vui và hy vọng, họ lại tiếp tục góp ý kiến và đến ngày 17/4 Thủ tướng Nguyễn Tấn Dũng chính thức thông báo Việt Nam dừng đăng cai ASIAD lần thứ 18. Thông báo này được sự đồng thuận rất lớn trong dư luận.

Thế mới biết rằng, những sự việc liên quan đến vận mệnh quốc gia hãy cho nhân dân tham gia góp ý kiến, ý kiến người dân, đừng vội đáng giá "chạy theo số đông."

Trước sự sống còn của dân tộc, trước những sự việc liên quan đến vận mệnh quốc gia... bao giờ người dân Việt Nam cũng muốn phát biểu chính kiến của mình. Sợ nhất ở một đất nước mà người dân bàng quang, không quan tâm đến vận mệnh sống còn của đất nước, không muốn góp ý với chính quyền hoặc như nhắm mắt chấp thuận, bất chấp lợi hại, thiệt hơn của đất nước, miễn là việc đó có lợi cho mình...đất nước sẽ rơi vào vòng vong nô, lạc hậu... liệu lúc đó đảng cộng sản có còn chính danh để tồn tại lãnh đạo đất nước.

Làm theo ý dân, giải thích cho dân hiểu một cách công khai minh bạch, không ngụy biện hoặc áp đặt. Hãy đặt lợi ích của dân, của dân tộc lên trên hết thì dễ gặp sự đồng thuận, thống nhất cao giữa người dân và lãnh đạo.

Lúc đó, không một "thế lực thù địch" nào có thể phá hoại được, cũng như không một "luận điệu tuyên truyền phản động" tấn công được.

Những việc "nhỏ" như UBMTTQ Việt Nam thành phố Đà Nẵng tổ chức lấy ý kiến của các chuyên gia, các nhà khoa học, văn hóa… về việc có nên xây "cầu đi bộ" qua sông Hàn ở thời điểm hiện tại hay không? Đến việc "lớn", sau khi tham khảo, lắng nghe những ý kiến phản biện của các nhà khoa học, nhà văn, nhà báo… trên nhiều kênh thông tin về việc Việt nam có nên đăng cai tổ chức đại hội thể thao khu vực châu Á ASIAD hay không? Thủ tướng Nguyễn Tấn Dũng thay mặt nhà nước Việt Nam, quyết định nhường quyền đăng cai ASIAD cho nước khác. Những việc như thế sẽ giúp cho uy tín của những người lãnh đạo sẽ "đẹp" lên trong con mắt của người dân.

Đây cũng là tín hiệu, người viết bài này hy vọng, những nhà lãnh đạo Việt Nam bắt đầu lắng nghe một cách chân thành, tôn trọng những ý kiến phản biện của những nhà khoa học, văn hóa chân chính không quy chụp, suy diễn… để có những quyết sách đúng đắn hợp lòng dân, hợp với xu thế thời đại đưa Việt Nam thoát ra khỏi khủng hoảng, tiến kịp với các nước có nền dân chủ tiên tiến, văn minh tiến bộ trong khu vực và thế giới.

ÔNG THỦ TƯỚNG ƠI! CHO TÔI NÓI

Thưa ông Thủ tướng!

Thế là đã rõ, nhà cầm quyền Trung Quốc ngang nhiên cho tàu khoan tìm dầu khí xâm phạm một cách trắng trợn lãnh hải Việt Nam, bất chấp luật pháp, công ước Quốc tế và bi hài hơn, bất chấp cả những tuyên bố chung, những phát biểu, diễn văn, bắt tay thân thiết… của những cấp lãnh đạo cao nhất của hai nhà nước trong những cuộc thăm viếng lẫn nhau. Việc làm này của nhà cầm quyền Trung Quốc đã lột bỏ chiếc mặt nạ mà suốt bao nhiêu năm nay họ cố khoác vào. Không hề có "đồng chí tốt", "quan hệ tốt…" mà báo chí, đài phát thanh, truyền hình Việt Nam …lúc nào cũng tuyên truyền khi nói về quan hệ trong thời điểm hiện tại giữa hai nước Việt Nam và Trung Quốc. Tôi tin rằng, ông Thủ tướng cùng suy nghĩ với những người dân Việt Nam yêu nước, căm giận sự bội phản, giả dối, ăn ở hai lòng của nhà cầm quyền Trung Quốc.

Vì sao tôi có suy nghĩ trên.

Vì ông đã có lần trước Quốc hội, khẳng định Hoàng Sa - Trường Sa là của Việt Nam, ông còn nêu đích danh, những quần đảo này trước năm 1975 do chính phủ Việt Nam Cộng Hòa quản lý, đó là một sự thật lịch sử không ai có thể chối cãi. Chỉ câu nói đơn giản như thế, nhưng ông xem, đã có ai trong những nhà lãnh đạo cao nhất của Việt Nam đang đương chức dám nói công khai, trừ ông. Rồi cũng ông nói những điều mà nhân dân Việt Nam đang khát vọng như bàn về dân chủ, pháp chế thậm chí ngay thông điệp đầu năm ông cũng đã nói đúng tâm tư tình cảm của những người Việt Nam yêu nước khao khát một nền dân chủ thực sự, là cần thay đổi thiết chế. Cũng lại một câu nói đơn giản, đúng quy luật, hợp thời đại nhưng không dễ dàng cho những vị lãnh đạo cao nhất trong đảng, nhà nước dám phát biểu, trừ ông.

Những câu phát ngôn chính trị hợp lòng dân của ông, tôi tin rằng, đó không phải là những câu nói để mị dân, hay là xoa dịu sự phẫn nộ của dư luận chân chính mà chính xuất phát từ suy nghĩ của ông, khi ông đã nhận ra vấn đề. Rõ ràng, đất nước mình đi theo con đường của đảng cộng sản Trung Quốc sẽ vào ngõ cụt. Hiện tại đất nước Trung Quốc đang dính vào muôn vàn tai ương, quả báo của sự lãnh đạo phi nhân: Kinh tế có dấu hiệu khủng hoảng, tăng trưởng thấp, bất động sản tê liệt, nạn tham nhũng lan tràn, ô nhiễm môi trường khủng khiếp, phân hóa giàu nghèo đẩy mâu thuẫn xã hội lên đến đỉnh điểm, bãi công đông hàng vạn người đã nổ ra, thậm chí những người bãi công sẵn sàng chấp nhận hy sinh để đòi quyền lợi của mình. Đỉnh cao mà hiện nay nhà cầm quyền Trung Quốc đang phải bấn loạn đối phó đó là bạo động có vũ trang, ly khai liên tục nổ ra, ngay tại thủ đô Bắc Kinh, những nhóm bạo động này cũng chẳng từ... Trong nước như vậy, đối ngoại, nhà cầm quyền Trung Quốc ngày càng lộ rõ bản chất phản động, đại hán gian tham. Gần như các nước trong khu vực kề cận Trung Quốc đều bị nhà cầm quyền Trung Quốc có âm mưu thôn tính từ Ấn Độ, Nhật Bản, Philippin cho đến Việt Nam, nhà cầm quyền Trung Quốc luôn dùng đủ mọi thủ đoạn từ kinh tế, văn hóa đến quân sự để thôn tính... Với Việt Nam, một người dân bình thường, chưa cần đến những chính trị gia, nhà phân tích tình hình... cũng dễ dàng nhận ra nhưng mưu đồ thâm độc mà nhà cầm quyền Trung Quốc đang thực hiện ở Việt Nam để làm cho nền kinh tế Việt Nam lụn bại, văn hóa suy đồi, xã hội mất ổn định. Rõ ràng nhất, phơi ra trước thanh thiên bạch nhật là Trung Quốc ngang nhiên kéo giàn khoan HD 981 vào khu đặc quyền kinh tế của Việt Nam trên biển đông bất chấp luật pháp quốc tế quy định, bất chấp cả sự phẫn nộ của toàn thể dân tộc Việt Nam.

Một đảng như vậy, một nhà nước như vậy không lẽ chúng ta cứ nhún nhường, vẫn coi là một "bạn tốt" để không tỏ thái độ.

Tất cả mọi người dân Việt Nam đều nhận thức rất rõ ràng rằng, với bản chất phản động như hiện nay của nhà cầm quyền Trung Quốc, đảng và những nhà lãnh đạo nhà nước Việt Nam cứ đi theo họ sẽ dẫn đến mất nước, làm chư hầu lệ thuộc.

Phải thoát khỏi sự lệ thuộc vào Trung Quốc là con đường sống của dân tộc.

Chắc ông thủ tướng hiểu hơn chúng tôi về điều đó. Chúng tôi chờ đợi ở ông những biện pháp kiên quyết như ông đã làm, trong thời điểm hiện tại phải làm mạnh hơn như lên án những hành động gây hấn của nhà cầm quyền Trung Quốc trong những hội nghị khu vực, quốc tế, ủng hộ những cuộc biểu tình chống hành động xâm lược của nhà cầm quyền Trung Quốc do những người Việt Nam yêu nước tổ chức, cụ thể nhất là vào ngày 11/5 tới.

Hình ảnh ông sẽ đẹp hơn, nếu ông là người dẫn đầu đoàn biểu tình ấy.

Ông đứng về phía nhân dân chỉ rõ, lên án những kẻ hèn nhát, bán nước cầu vinh cho bản thân và gia đình ngay trong đảng, trong chính phủ…

Nếu được như vậy, uy tín của ông sẽ lên rất cao, người dân, trong đó có tôi, nhìn ông với con mắt ngưỡng mộ, cho dù trước đây có những lời đồn thổi không hay về ông.

Đi với nhân dân, suy nghĩ, hành động vì dân, vì dân tộc, nhân dân sẵn sàng tha thứ hết mọi lỗi lầm.

Hãy vì dân tộc, vì sự toàn vẹn của lãnh thổ, chứ không vì một giai cấp, một đảng phái, mà hành động. Thưa ông thủ tướng!

CẨM KIM CẦN MỘT CÂY CẦU

Hội An quê tôi có xã Cẩm Kim, bên kia sông, nghèo lắm. Nguyên nhân nghèo, chủ yếu vì không có cầu. Đã bao nhiêu đời, người dân Cẩm Kim ao ước có một cây cầu bắc qua sông Hoài, nối phố cổ. Cây cầu ấy không cần to, không cần đẹp, chỉ cần vững chắc, đủ để người, xe qua lại. Người dân và chính quyền nơi đây từng ao ước, cũng bàn nát nước, rồi lên dự án trình duyệt... Nhưng vì không có kinh phí nên tất cả chỉ mới đến thế, còn hiện trạng vẫn những con đò cũ đưa khách,

khách là những người dân lam lũ, những em học sinh nghèo sang bên này làm việc, học tập để đến chiều chen chúc về lại trên những con đò cũ ấy. Sau năm 1975, gần bốn mươi năm có lẻ, đất nước thống nhất, dưới sự lãnh đạo của đảng… vẫn cảnh ấy, người ấy, có khác một chút, trước đây là con đò nhỏ, giờ là con đò to, chở người lam lũ, chở cảnh lam lũ. Kinh phí xây cầu từ bên này sang Cẩm Kim có lớn không? Tôi có hỏi một kỹ sư thiết kế cầu đường, được anh ấy trả lời, nếu làm cầu phao thì giá rất rẻ, trên, dưới vài ba chục tỷ đồng. Con xây cầu vĩnh cửu cùng chỉ trên dưới hai trăm tỷ… Anh nói tiền tỷ mà lại bảo "không lớn"? Tôi ngạc nhiên. Người kỹ sư cầu đường ấy cười buồn: "Không lớn thật anh ạ! Nếu như anh đem so sánh số tiền ấy với những vụ tham ô lớn làm thất thoát tiền nhà nước hàng ngàn tỷ đồng như vụ án Vinashin , hoặc như vụ Huyền Như lừa đảo mấy ngân hàng cả hơn 4000 tỷ đồng, xử tù chung thân, thậm chí, chuyện tưởng như đùa, lát một mét vỉa hè ở thủ đô tốn hơn 1 tỷ đồng, do ông Bí thư thành ủy Hà Nội công bố, hoặc việc đội giá đường sắt trên cao Cát Linh - Hà Đông hơn mấy trăm triệu đô…thì anh thấy số tiền nhà nước bỏ ra làm một cây cầu cho dân Cẩm Kim đi lại sẽ nhỏ vô cùng…".

Ừ nhỉ! Sao tôi không nghĩ được như anh bạn kỹ sư cầu đường? Không riêng Cẩm Kim quê ngoại của tôi. Còn bao nhiêu vùng quê khác, cũng chỉ vì không có những cây cầu bắc qua đã có lúc người ta phải đu dây, thậm chí phải chui vào túi ni lông để vượt sông…

Số tiền nhỏ như thế, sao không có ai trong chính phủ,

trong Bộ GTVT đề xuất làm cầu? mà cứ phải, xin lỗi, có tai nạn mới vội vã…làm cầu? (1) Còn tiền "to" vung vào những dự án lớn như sân bay, cảng nước sâu, khu công nghiệp, đường sắt trên cao… do quản lý kém, lãng phí, nhiều sơ hở để rồi nhiều dự án lớn số tiền thất thoát quá khủng khiếp! Vì sao có chuyện này? Có người lý giải với tôi, không phải các "bố" ấy biết sự cấp thiết phải làm những cây cầu nhỏ cho đồng bào đi lại, nhưng…số tiền làm những cây cầu ấy để trích phần trăm, "lại quả" chẳng bõ bèn, thế thì … để làm cây cầu to, dự án lớn, cho dù có thể chưa cần kíp lắm, vẫn hơn! Một ví dụ rõ nhất, ngay gần Hội An, một cây cầu to, vốn xây dựng lớn, số liệu công bố là hơn một nghìn tỷ đồng, nối đường ven biển của Hội An với mấy huyện phía nam, ngày khởi công thì báo chí, ti vi, đài… đưa tin rầm rộ, có cả phó thủ tướng về dự, dự kiến ba năm hoàn thành, dân hy vọng. Nhưng đến giờ thì… có đến mấy năm rồi vẫn chỉ thấy mấy trụ cây cầu đứng đấy thi gan cùng tuế nguyệt, mưa nắng.

Quá buồn!

Cách nhìn nhận như thế, cách quản lý như thế thì xây cây cầu, số vốn không lớn, từ phố cổ Hội An sang Cẩm Kim hãy cứ…chờ. Những con đò chở đầy người, xe… sáng, chiều qua lại sông Hoài vẫn là hình ảnh hiện hữu của một sự chờ đợi, khắc khoải của người dân nghèo Cẩm Kim mong đổi đời không biết bao giờ mới có.

Khi tôi nói chuyện với một người thợ xây dựng Cẩm Kim về chuyện làm một mét vỉa hè ở Hà Nội mất 1 tỷ đồng, người thợ xây dựng ấy nói với tôi: "…Nếu mấy ông lãnh đạo thành phố Hà Nội tin tưởng, cho chúng tôi, những người thợ xây dựng Cẩm Kim ra đó lát vỉa hè. Đảm bảo công xá rẻ phải gấp chục lần, chất lượng đảm bảo, không phải đào đi, bới lại, tiết kiệm tiền…" Người thợ xây dựng Cẩm Kim đó ước ao: "Số tiền tiết kiệm được, giá như… trích một phần cho chúng tôi trực tiếp xây một cây cầu nối phố cổ sang Cẩm Kim, nếu được như thế còn sướng nào bằng. Chúng tôi sẵn sàng ra Hà Nội lát vỉa hè không công.".

Qua báo chí, ti vi…tôi được biết ông bộ trưởng bộ GTVT Đinh La Thăng là một người dám hành động, dám nói, hay đi thực tế. Vậy tôi mong ông, hãy một lần về Hội An, một lần đi trên những con đò đưa người, xe qua lại trên sông Hoài để thấy rằng việc xây dựng cây cầu nối phố cổ Hội An với Cẩm Kim là sự cần kíp vô cùng. Có cây cầu này tạo điều kiện thuận lợi cho xã nghèo Cẩm Kim phát triển về kinh tế, văn hóa, xã hội đồng thời kéo theo cả một vùng của mấy xã Duy Xuyên, Thăng Bình phát triển theo. Cũng phải nói cho ông bộ trưởng biết, đây toàn là những xã, trước năm 1975, là nơi giao tranh ác liệt, số gia đình liệt sỹ, bà mẹ Việt Nam Anh Hùng… có rất nhiều, chiếm một tỷ lệ lớn so với nhiều vùng trong cả nước…

Chúng ta hay hô hào bằng những khẩu hiệu to tát, những lễ hội tôn vinh tốn rất nhiều tiền, những cuộc đưa rước rầm rộ mấy vị lãnh đạo trung ương về địa phương, đài báo, ti vi… hay phổ biến những bình luận, nghị quyết dài dòng… nói về sự quan tâm của đảng, chính phủ với đời sống người dân. Tôi đảm bảo chắc chắn rằng, người dân không để ý đến điều ấy, thậm chí, không nói ra, nhưng họ sẽ chán nản, không tin tưởng nếu như những điều ấy không biến thành, thành hành động cụ thể, thiết thực.

Một ví dụ nhỏ, nếu như một vùng quê nghèo như Cẩn Kim của Hội An được đảng, nhà nước quan tâm cấp kinh phí cho xây dựng một cây cầu giúp dân đi lại dễ dàng, tránh được mưa nắng, bão lũ... đó sẽ là "một lời hiệu triệu thiết thực" để người dân tin, người dân ủng hộ, người dân bảo vệ một thể chế "nói" đi đôi với "làm".

Còn cứ như hiện nay, gần bốn mươi năm thống nhất đất nước, người dân Cẩm Kim quê tôi và những người dân nghèo của nhiều vùng khó khăn khác, không có cầu muốn qua sông vẫn phải chen chúc đi lại bằng những con đò dáng mệt mỏi, không an toàn...nhất trong mùa mưa lũ, tôi tin, họ sẽ nghĩ khác, không giống như những vị lãnh đạo đảng, chính phủ đã nghĩ!

----

(1) Gần đây qua báo chí,ti vi... cho biết, chính phủ, Bộ TC, Bộ GTVT...dự kiến sẽ xây dựng cầu treo, cầu vượt... ở một số vùng đặc biệt khó khăn, tôi nghĩ, số tiền bỏ ra để làm việc này cũng là một con số rất nhỏ so với số tiền bị thất thoát vì tham nhũng, lãng phí, quản lý kém...

VÌ SAO TÔI CẢM TÌNH VỚI NGƯỜI MỸ?

Tôi chơi thân với Jess De Vaney và John Weslay Fisher, hai cựu binh Mỹ, từng tham chiến ở Việt Nam. Jess hiện là chủ tịch một tổ chức phi chính phủ giúp các nạn nhân trong chiến tranh Việt Nam có địa chỉ" TOP VIETNAM VETERANS 8000 S. Kolb Suite 43 Tucson, Arizona 85706". Còn John hiện là bác sỹ nhi khoa đồng thời là một nhà văn, một người rất sùng đạo Phật. Cả hai người, với tuổi xế chiều, bên kia cuộc đời, chiêm nghiệm lại, Jess và John thừa nhận với tôi, Chiến tranh Việt Nam mà quân đội Mỹ tham gia thực sự một cuộc chiến tranh vô nghĩa, không hề có một tác dụng tích cực cho cả hai nước Việt Nam - Hoa Kỳ. Bây giờ nghĩ lại, với họ là sự ân hận khôn nguôi. Để chuộc lại lỗi lầm đó, Jess và John cùng tổ chức của mình đi, lại không biết bao nhiêu lần ở nhiều tỉnh trong khu vực miền trung - Việt Nam làm từ thiện. Những người cựu chiến binh Mỹ làm việc này hoàn toàn tự nguyện, thành tâm. Ví như Jess, khi cần ông đã bán luôn ngôi nhà đang ở để góp thêm tài chính vào quỹ của tổ chức TOP. Hay như John, mỗi lần qua lại Việt Nam, đều đi theo một đoàn bác sỹ tình nguyện chữa bệnh cho người nghèo, đặc biệt những vùng mà trước đây Mỹ hay cho máy bay bắn phá hoặc đưa quân đội đến càn quét. Ngoài việc chữa bệnh, phát thuốc…cho người dân Việt Nam, John còn là nhà văn. John tặng tôi hai quyển sách vừa viết "Angels in Vietnam", "The War After the War". Trong quyển sách này, John viết về tình người, khát khao hòa bình, sự thông cảm hiểu nhau của hai dân tộc Việt Nam và Hoa Kỳ luôn phải hiện hữu, thường trực. Nhắc lại những mất mát đau thương của chiến tranh không phải để hận thù mà nhắc với chúng ta một bài học, trong đối nhân, xử thế, cần có sự tôn trọng nhau. Còn không phải như thế sẽ trả một giá đắt, giữa người với người đã đau rồi, giữa hai dân tộc, hai nhà nước, còn đau gấp bội phần, để lại những di hại hết sức nặng nề.

Còn một người Mỹ nữa tôi muốn nhắc đến là ông Patrick Leahy, Thượng nghị sỹ, Chủ tịch thường trực thượng nghị viện Mỹ. Ngày 20/4/ 2014 tôi được tiếp ông cùng một đoàn thượng nghị sỹ Mỹ ở tại nhà riêng của tôi ở Hội An.

Việc đến thăm của ông cùng phái đoàn thượng nghị viện Mỹ, với tôi là một việc hoàn toàn bất ngờ.

Sau khi làm việc với các yếu nhân trong đảng, chính phủ Việt Nam ở Hà Nội, theo lời mời của ông Trương Tấn Sang, Chủ tịch nước, ông Patrick Leahy cùng đoàn tùy tùng vào Đà Nẵng để chứng kiến việc tẩy chất độc dioxin ở sân bay. Việc này cũng xong, còn thời gian, ông Patrick Leahy nhờ người bạn của tôi, làm phiên dịch cho đoàn, có thể liên hệ, tạo điều kiện cho ông cùng đoàn đến thăm một gia đình người Việt Nam ở Hội An, để hiểu thêm văn hóa Việt Nam và ông cũng muốn tìm hiểu Hội An một địa điểm du lịch văn hóa nổi tiếng. Cuộc đi thăm này không tuyên truyền, hoàn toàn với tư cách cá nhân. Bạn tôi liên hệ với tôi, đề nghị gia đình tiếp. Tôi nhận lời nhưng cũng băn khoăn vì đây là một yếu nhân, như bạn tôi nói, người có quyền lực thứ ba trong chính phủ Mỹ. Hơn nữa, đi theo ông là có rất đông công an, mật vụ của cả hai nước với nhiệm vụ bảo vệ, tôi và gia đình sẽ tiếp đón ông như thế nào? Tôi có hỏi bạn tôi về việc này, thì được bạn tôi giải thích: "Anh cứ tiếp đón như tiếp đón một người khách du lịch tới thăm gia đình anh, đừng câu nệ quan cách, điều đó ông Patrick Leahy và vợ của ông không thích."

Nghe bạn tôi nói thế, tôi yên tâm.

Và quả thật, cuộc viếng thăm của ông Patrick Leahy cùng đoàn thượng nghị sỹ Mỹ đến gia đình, để lại trong tôi nhiều ấn tượng đặc biệt.

Trước hết đó là tác phong giản dị, chân thành, không hề có một một sự ngăn cách giữa khách và chủ của ông

Patrick Leahy. Điều thứ hai, là ông rất tôn trọng văn hóa Việt Nam, rõ nhất khi ông thăm ngôi nhà cổ gia đình tôi đang ở, vợ chồng ông yêu cầu tôi giải thích những câu đối, bức liễn trong gia đình, cách trang trí bàn thờ, ngày giỗ tộc tổ chức như thế nào? Khi hiểu ra những điều đó ông rất vui và cảm phục, ông nói: "Văn hóa Việt Nam rất đẹp, cần gìn giữ". Phu nhân của ông đã thắp hương và lạy trước bàn thờ tộc của gia đình tôi. Còn một điều nữa, tôi ngạc nhiên về ông Patrick Leahy là sự cảm tình của ông với Việt Nam, ông không muốn những chuyện "không đẹp" trong quá khứ của quan hệ hai nước quay lại. Ông nói với tôi, ông là thượng nghị sỹ Mỹ duy nhất phản đối việc chính phủ Mỹ cấm vận Việt Nam, sau năm 1975 trong lần bỏ phiếu đầu tiên ở thượng nghị viện Mỹ bàn về vấn đề này. Khi đến thăm Việt Nam lần này, hiểu văn hóa Việt Nam, con người Việt Nam hơn, ông càng mong muốn quan hệ giữa hai nước Việt Nam - Hoa Kỳ ngày càng tốt đẹp dựa trên nền tảng phải thực sự hiểu nhau, chân thành, tôn trọng thực sự. Ông còn nói một ý nữa, người dân Việt Nam rất độ lượng, vị tha, giỏi quản giao rõ nhất là thông qua những cuộc tiếp xúc giữa ông với một số vị lãnh đạo đảng, nhà nước và đặc biệt với người dân Việt Nam. Ông nhận định, với đức tính đó cộng với sự hoàn thiện một nền dân chủ thực sự thông qua việc sửa đổi hiến pháp và cơ chế, nhất định Việt Nam sẽ tiếp kịp các nước văn minh tiên tiến, được các nước lớn nể trọng.

Nói thật, những lần được tiếp xúc với những người dân Mỹ bình thường, thông qua những người cựu binh

Mỹ và một lần được tiếp xúc với một vị lãnh đạo cấp cao chính phủ Mỹ, trong suy nghĩ của tôi dành cho họ một tình cảm nhất định.

Tôi vẫn không thể quên những trận máy bay B52 của Mỹ ném bom xuống Hà Nội, hay dọc dãy Trường Sơn trên đường Hồ Chí Minh mà tôi đã từng qua khi làm người lính vượt Trường Sơn vào nam trước năm 1975. Nhiều đồng đội của tôi đã chết vì những trận ném bom này. Tôi cũng đã nhiều lần đến Mỹ Lai (Quảng Ngãi) thắp hương tưởng nhớ những nạn nhân bị lính Mỹ bắn chết… Khi tôi nhắc lại với những người cựu binh Mỹ về kỷ niệm đau đớn đó với sự mong muốn đừng bao giờ để hình ảnh này tái hiện lại. Những người cựu binh Mỹ cũng rất nhất trí với ý kiến này, họ nhất trí với sự thành tâm, biểu hiện bằng việc, rất nhiều lần tôi và họ không chỉ đến Mỹ Lai, mà còn đến nhiều vùng trước đây lính Mỹ càn quét, máy bay Mỹ ném bom làm từ thiện như một lần chuộc lại lỗi lầm…Nước mắt họ đã rơi khi thấy di hại thương tật nặng nề hiện hữu trên thân hình những nạn nhân chiến tranh, hay bị nhiễm chất độc màu da cam…

Gần bốn mươi năm, kể từ năm 1975, trên nước Việt, tôi tin, chính phủ Mỹ không muốn đưa quân đội, máy bay Mỹ… đến Việt Nam để nổ súng, ném bom. Đối với đất nước Việt Nam, cho đến thời điểm này họ không lấn chiếm một mét vuông nào. Ngược lại, chính phủ Mỹ là một trong những chính phủ có tiếng nói mạnh mẽ lên án việc Trung Quốc đặt giàn khoan trái phép trong lãnh hải Việt Nam. Đối với nhà nước Việt Nam, nhất là với đảng cộng sản, tuy có nhiều sự quan hệ khác biệt, thậm chí là bất đồng, những tất cả những điều đó, họ đều làm công khai, rõ ràng, không dấu diếm, giả dối, như kiểu "nói một đằng, làm một nẻo". Với kinh tế Việt Nam, đó là sự quan hệ sòng phẳng, hai bên cùng có lợi, khi cần đưa ra tòa án quốc tế phân xử. Chính phủ Mỹ không hề lừa dối dân chúng, nhất là cuộc chiến tranh Việt Nam mà họ một trong những bên khởi xướng. Họ thừa nhận tổn thất, thừa nhận thất bại, thừa nhận sai lầm... không muốn trong tương lai có những cuộc chiến tranh như chiến tranh Việt Nam. Chính điều này đã làm cho người dân Hoa Kỳ hiểu người dân Việt Nam hơn, tình cảm người dân Hoa Kỳ thân thiện hơn với người dân Việt Nam, ngược lại người dân Việt Nam tiếp xúc với người dân Mỹ cũng hiểu nhau hơn.

Viết đến đây tôi lại nghĩ đến cuộc chiến tranh biên giới giữa Việt Nam và Trung Quốc tháng 2/ 1979. Rõ đấy là một cuộc chiến tranh xâm lược tàn bạo của quân đội Trung Quốc, di hại để lại trên đất nước chúng ta thật nặng nề, không dễ gì nhân dân hai nước có thể quên. Nhưng... hơn ba mươi năm qua, nhà cầm quyền Trung Quốc không muốn cho chính phủ, nhân dân Việt Nam nhắc đến cuộc chiến tranh đó. Đểu giả hơn, họ muốn chúng ta phải xóa mọi dấu tích tội ác đã in đậm lên mảnh đất này như bia tưởng niệm, nghĩa trang liệt sỹ... Họ cũng chưa một lần cho phép những cựu binh của hai bên gặp nhau ôn lại những kỷ niệm chiến tranh đau đớn cùng rút ra bài học để những cuộc chiến tranh như vậy không tái diễn trong tương lai. Rõ ràng với nhà cầm quyền

Trung Quốc, sự im lặng, lấp liếm, che đậy dấu vết tội ác hay xuyên tạc bản chất thực sự đồng nghĩa là sự thừa nhận sự phi nghĩa của một cuộc chiến tranh xâm lược. Nếu như cuộc chiến tranh trước 1975, rất nhiều yếu nhân trong chính phủ, dư luận, cựu binh Mỹ... thừa nhận sai lầm thì với cuộc chiến tranh biên giới năm 1979, cho dẫu bị nhân dân và quân đội Việt Nam đánh cho thất bại nặng nề, nhưng nhà cầm quyền Trung Quốc chưa bao giờ chịu thừa nhận thất bại vẫn còn đòi... "dạy cho Việt Nam bài học nữa". Họ vẫn nuôi dưỡng âm mưu xâm lược chiếm đất của Việt Nam, lúc âm thầm, lúc công khai. Dã tâm phá hoại kinh tế Việt Nam của nhà cầm quyền Trung Quốc không cần dấu diếm. Hàng giả, giá rẻ mạt của Trung Quốc lan tràn thị trường Việt Nam, hoa quả, thực phẩm xuất sang Việt Nam toàn chứa chất độc hại. Những hạ mục kinh tế do Trung Quốc trúng thầu, thường sử dụng những công nghệ lạc hậu so với thế giới, đã vậy thi công chậm tiến độ, khi hoàn thành đạt hiệu quả kinh tế thấp, đội giá... Nhiều khu công nghiệp miền trung, Trung Quốc đưa người ào ạt... làm toàn những việc thủ công rồi lấy vợ, sinh con đẻ cái hòng bám trụ lâu dài ở Việt Nam, mục đích của việc này là gì ??? nếu không phải đó là âm mưu xâm lược!!! Người Việt Nam, dù bất cứ ở thành phần nào, tầng lớp giai cấp nào nghĩ về những người lãnh đạo hiện nay của Trung Quốc, tôi dám chắc đến gần một trăm phần trăm là không hề có sự thiện cảm...

Từ những cuộc tiếp xúc trực tiếp với người dân Mỹ bình thường là cựu chiến binh như hai ông Jess De Vaney và John Weslay Fisher, đến một yếu nhân trong chính phủ Mỹ là thượng nghị sỹ, Chủ tịch thường trực thượng nghị viện Mỹ, ông Patrick Leahy, đồng thời quan sát, suy nghĩ như trên, tôi nhận thấy, rất nhiều nước trên thế giới, nhiều tổ chức, tầng lớp… rất mong đảng cộng sản, chính phủ Việt Nam mạnh dạn "thoát trung" thay đổi thể chế, không áp đặt, lệ thuộc vào chủ nghĩa Mác - Lê Nin đã lạc hậu, không phù hợp với quy luật lịch sử, sửa đổi hiến pháp… đưa đất nước Việt Nam trở thành một đất nước dân chủ thực sự. Từ đó liên minh với các nước tự do, dân chủ như Mỹ, Nhật Bản, EU…

Được như vậy thế đứng của đất nước sẽ rất vững mạnh do sự đồng lòng, thống nhất giữa lãnh đạo và người dân, lúc đó sẽ không sợ bất cứ thế lực đế quốc lớn nào muốn thôn tính Việt Nam.

Tôi cảm tình với người Mỹ cũng vì những lý do đó!

THOÁT ĐẢNG

Nếu nói, vào đảng để phụng sự tổ quốc, phụng sự đồng bào, đặt quyền lợi dân tộc lên trên hết. Là đảng viên phải tuyệt đối gương mẫu trước dân, người dân nhìn vào đó để tin tưởng. Là đảng viên nói đi đôi với làm, không sống giả dối, không lừa nhân dân, thực hiện tốt tất cả những điều người dân yêu cầu.v.v. và .v.v.

Còn không phải như thế, anh không là đảng viên.

Căn cứ như những điều như vậy, nhìn vào thực tế, tôi tự nhận thấy có một số lượng đảng viên rất lớn đã "thoát đảng".

Ở đây tôi không đề cập đến những đảng viên công khai viết đơn đề nghị được ra khỏi đảng, vì như họ nói, đảng cộng sản hiện nay không phải là đảng cộng sản như lúc họ được kết nạp. Tất cả chỉ còn cái vỏ bên ngoài, còn bên trong đã thay đổi bản chất. Tôi không muốn đề cập đến những đảng viên về hưu lặng lẽ bỏ sinh hoạt đảng vì nhiều nguyên nhân, dưới nhiều hình thức, nếu thống kê cụ thể, sẽ có con số không nhỏ.

Với bài viết ngắn này tôi chỉ đề cập đến những người tự nhận là "đảng viên", nhưng trên thực tế họ đã "thoát đảng", "thoát đảng" một cách tiêu cực, nhân dân lên án.

Biểu hiện, có rất nhiều đảng viên, nhất là những người có chức, có quyền. Những người này nói, viết về lý tưởng của đảng rất hay, nhưng trên thực tế lại làm ngược lại, họ chỉ biết thu lợi cho cá nhân, gia đình dưới nhiều hình thức, như tạo ê kíp trong lãnh đạo, liên kết các nhóm lợi ích với nhau hòng có điều kiện dễ dàng tham nhũng trong những ngành quan trọng của kinh tế. Hoặc như lợi dụng vị trí lãnh đạo của mình đưa con cháu vào chiếm vị trí yết hầu trong chính quyền để tự do lũng đoạn, tự do sai khiến…

Trong con mắt người dân, những người này không phải là đảng viên.

Lại có loại đảng viên, bên ngoài luôn tỏ nghiêm túc, đứng đắn như chăm chỉ học nghị quyết, lớp bồi dưỡng, viết bản kiểm điểm nghiêm túc… trên thực tế lại là một kẻ cơ hội, ăn chơi sa đọa, sống giả dối với đồng nghiệp, vợ con, kết cấu với xã hội đen để dễ bề đục khoét, thao túng, tham nhũng. Vận mệnh đất nước họ không quan tâm… Với người dân, những người này đâu phải là đảng viên, trên thực tế họ đã bỏ đảng. Đảng viên chỉ còn danh nghĩa.

Tiếp đến là đảng viên "thoát đảng" là loại ác với dân. Họ là loại người không có văn hóa nhưng lại nhân danh đảng, nhân danh chính quyền… luôn cho mình là "đúng", là "nhất" không nghe dân, không cho dân nói, thậm chí có lúc hành xử với dân còn ác hơn hành xử với giặc, không hề có tình người, từ chuyện quy hoạch đất đai đến chuyện giải quyết khiếu kiện…

Với việc làm như vậy, trong suy nghĩ của người dân, những người đảng viên này đã ra khỏi đảng, còn thẻ đảng viên họ đang giữ trong người chỉ là "hàng mã".

Lại có loại đảng viên mang danh "trí thức" nhưng chỉ biết ăn theo, nói theo, viết theo những gì mà lãnh đạo yêu cầu, đồng ý, cho phép. Họ đã thủ tiêu ý chí của mình, với ngòi bút, trở thành một kẻ "nô lệ" hèn hạ để hưởng bổng lộc mà những người có chức, có quyền nhân danh đảng, nhà nước ban phát.

Trong con mắt người dân và đồng nghiệp có lương tâm, những người này đâu có phải là đảng viên, đâu có phải là người trí thức chân chính.

…

Chỉ mới nêu một vài ví dụ nhỏ như trên, thử hỏi trong đảng, hiện nay, còn bao nhiêu người là đảng viên chân chính???

Nếu không sửa đổi, với một đảng như vậy, liệu có đủ uy tín để lãnh đạo đất nước???

NGHĨ VỀ ĐƯỜNG BAY VÀNG...

Đây là chuyện của ngành hàng không, tôi là người ngoại đạo không dám bàn. Nhưng có một chuyện tôi biết, qua phương tiện thông tin đại chúng, là chuyện "đường bay vàng" này đã bàn cách đây mấy năm, tranh cãi cũng ghê lắm. Bên đưa ra "đường bay vàng" với lập luận khoa học của mình, khẳng định, nếu như ngành hàng không Việt Nam thực hiện "đường bay vàng" sẽ tiết kiệm được thời gian, tiền bạc. Bên lãnh đạo ngành hàng không Việt Nam cũng đưa ra lập luận khoa học không kém, không nên thực hiện "đường bay vàng" này, lợi chút thời gian... nhưng tốn kém đủ đường!!!

Đại ý là thế, chẳng bên nào chịu bên nào. Bên nào cũng khẳng định mình đúng, bên kia sai.

Người nghe, nhất là những người không làm trong ngành hàng không, không thấy trong thực tế nên chịu, không biết nên nghe theo ai???

Bây giờ lại đề cập đến đường bay vàng, nhưng có một điều hay là lãnh đạo Bộ GTVT đề nghị bay thực nghiệm, nghe đâu là cả trong đường bay "ảo" và bay cả trên thực tế. Nếu quả thật đường bay vàng đem lại lợi ích kinh tế thì sẽ triển khai, còn không phải vậy, ngành hàng không bay theo đường bay cũ.

Ở đây tôi hoan nghênh và ủng hộ cách làm của ông bộ trưởng GTVT. Phải như vậy, tất cả mọi chuyện, nhất là liên quan đến học thuật, khoa học… không thể chỉ nghe một phía rồi lên án hay áp đặt mà luôn luôn lắng nghe, tranh luận công khai, cần thiết cho thực hành thực tế, với kết quả cụ thể, đúng sai sẽ rõ ràng, thuyết phục.

Từ chuyện thử nghiệm đường bay vàng, tôi nghĩ đến chuyện lập Hội ở Việt Nam. Quả thật, nếu như ở ngành hàng không, khi thấy nhiều điều bất hợp lý trong cách điều hành, những nhà khoa học có lương tâm muốn lên tiếng. Việt tha thiết muốn lập Hội ở Việt Nam của nhiều trí thức yêu nước cũng giống y như thế, họ thực tâm muốn nắn lại "đường bay" của xã hội Việt Nam. "Đường bay" của xã hội Việt Nam, hiện nay tôi hiểu, gần như mất phương hướng, lúc thế này, lúc thế khác, điểm đến để "hạ cánh" của xã hội chúng ta đang sống là gì??? Còn vô vàn câu hỏi mà chưa có đáp số. Vậy thì… việc lập Hội Nhà Báo Độc Lập của một số trí thức yêu nước hay như thành lập Ban vận động như Ban vận động Văn Đoàn Độc Lập cũng là một cách đề xuất "đường bay vàng" để muốn xã hội Việt Nam có "đường bay" tốt hơn, xã hội Việt Nam tiến nhanh về phía ổn định, phát triển hơn…

Lẽ ra, theo thiển ý tôi, các vị lãnh đạo đảng và nhà nước nên khuyến khích việc này, nhất là đề nghị Quốc Hội thảo luận thông qua nhanh luật lập Hội theo quy định hiến pháp. Với những Hội, đoàn được thành lập, hoạt động trong khuôn khổ hiến pháp, pháp luật, đảng và nhà nước Việt Nam sẽ có những ý kiến phản biện tích cực về những vấn đề hệ trọng của đất nước như kinh tế, xã hội, bảo vệ trọn vẹn lãnh thổ… từ đó đảng và nhà nước Việt Nam sẽ tìm "đường bay" đúng nhất, thuyết phục nhất, nhân dân ủng hộ nhất.

Nhưng rất tiếc… tình trạng hiện nay Đảng và nhà nước dùng phương tiện truyền thông có trong tay ra sức phản bác chuyện lập Hội của các nhà trí thức còn quan tâm đến vận mệnh đất nước. Nội dung chủ yếu mà các phương tiện truyền thông của của đảng và nhà nước nói về chuyện lập Hội này là: "Có âm mưu đa nguyên, đa đảng", "gây mất ổn định xã hội", "muốn xóa bỏ vai trò lãnh đạo của đảng" v.v và v.v Rồi có những chỉ thị "ngầm" để không cho việc thành lập Hội, đoàn này thành hiện thực. Việc làm này giống y như trước đây, bên ngành hàng không, không lắng nghe, không tiếp thu, không muốn thực nghiệm "đường bay vàng" của một số nhà khoa học đề xuất, mà cứ dùng phường tiện truyền thông để phản bác. Điều đó làm cho những người lãnh đạo ngành hàng không Việt Nam mang tiếng là thủ cựu, lạc hậu, còn bị nhiều người gọi là "dốt".

Việc làm như hiện nay của đảng và nhà nước để ngăn

cấm lập Hội, đoàn... liệu có giống như thế không?

Cho phép thành lập Hội, đoàn hoạt động trong khuôn khổ hiếp pháp, pháp luật, lắng nghe những ý kiến phản biện, cùng tranh luận công khai, rõ ràng, minh bạch dưới sự giám sát của nhân dân. Ý kiến nào đúng, nên theo, còn sai thì góp ý xây dựng, coi tôn chỉ mục đích cao nhất của việc này là đặt quyền lợi DÂN TỘC lên trên hết để căn cứ.

Nếu như những việc lập Hội, đoàn và những ý kiến phản biện ảnh hưởng tiêu cực đến sự toàn vẹn đất nước, làm thui chột ý chí kiên cường bất khuất của người Việt, không cho kinh tế, xã hội Việt Nam phát triển, thì không cần những chỉ thị của đảng và nhà nước cấm chỉ, ý chí, sức mạnh, sự tinh tường của nhân dân sẽ làm cho những Hội đoàn kia tự triệt tiêu.

Ngược lại, việc thành lập Hội, đoàn hoạt động trong khuôn khổ hiến pháp, pháp luật Việt Nam đúng là một "đường bay vàng" ngắn nhất đưa đất nước Việt Nam đến một xã hội dân chủ thực sự, văn minh thực sự, hiện đại thực sự thì đảng và nhà nước nên ủng hộ, tạo mọi điều kiện thuận lợi nhất để Hội, đoàn ra đời, phát triển.

Tôi, một người dân Việt Nam rất mong đảng, nhà nước có một "đường bay vàng" như vậy.

NHÂN CHUYỆN BUỒN QUÊ TÔI

Ngày 4/10/2014 nhiều tờ báo đồng loạt đưa tin về một chuyện hối lộ, nghĩ cũng xấu hổ cho Hội An quê tôi.

(xem tại đây: ônghttp://tuoitre.vn/tin/phap-luat/20141003/khoi-to-chi-cuc-truong-chi-cuc-thi-hanh-an-dan-su-tp-hoi-an/653743.html).

Một ông làm chức không lớn lắm, chỉ là Chi cục trưởng chi cục thi hành án dân sự một thành phố, gọi thế cho "oai", cũng không lớn lắm, so với nhiều thành phố trong cả nước, mà dám trắng trợn vòi tiền một doanh nghiệp ,mỗi tháng phải bỏ ra mấy chục triệu đồng, rồi "hốt" cú chót là một tỷ… để không tổ chức bán đấu giá một cơ sở du lịch của doanh nghiệp này.

Ông này quá liều.

Nhiều người nói với tôi, Ông ấy chẳng phải lấy số tiền ấy cho riêng ông, còn chia năm, sẻ bảy. Người lại nói, lương Chi cục trưởng thi hành án được bao lăm, còn phải lo lúc về hưu nữa chứ! Người lại cho rằng, số tiền ấy, với con số đọc lên thấy lớn, nhưng trên thực tế để xây một ngôi nhà bề thế cũng chưa đủ…

Tôi nghe để biết, chứ chưa thể kết luận điều gì, nên chờ kết luận của cơ quan điều tra. Vì thực tế, ông Chi cục trưởng thi hành án dân sự thành phố Hội An, tuổi chưa phải là già, tác phong chưa đến độ xa dân, lại có một gia thế tử tế. Hỏi người dân Hội An, ai cũng biết.

Vậy tại sao ông ấy lại dính chuyện tày đình như thế? Nhiều người dân Hội An ngỡ ngàng.

Tôi nghĩ, rõ ràng với đồng lương Chi cục trưởng thi hành án, với nhiều khoản "phụ" khác, thêm khoản tiền ông bắt các doanh nghiệp phải hối lộ... ông ta cũng chỉ xây được một ngôi nhà mà dân Hội An cho rằng không to lắm so với nhiều nhà của người dân ở đây... Vậy thì, những ngôi nhà lớn, dáng khủng khiếp... như của ông Chủ tịch tỉnh Bình Dương, Cựu chủ tịch tỉnh Hà Giang, cựu Chánh thanh tra chính phủ... (như báo chí nêu) số tiền các ông này kiếm ở đâu ra? Hỏi thế, khối người tìm ra câu trả lời, nhất là qua câu chuyện của ông Chi cục trưởng thi hành án dân sự quê tôi vừa bị bắt vì tội nhận hối lộ.

Cũng nhân chuyện này, tôi lại ngẫm nghĩ. Đến như Hội An quê tôi có tiếng là nơi từng nhiều thế hệ lãnh đạo trong sạch mà vẫn có vụ án nhận hối lộ lớn, mà người nhận hối lộ đó, không ai khác là người đang thực thi luật pháp. Vậy thì ở nước ta, lãnh đạo ra sức hô hào, ra rất nhiều nghị quyết với nội dung cương quyết chống tham nhũng, hối lộ nhưng thực chất như thế nào? Chắc chắn điều đó giống như "đấm vào bị bông" khi các ông có tác phong xa dân, quan liêu, hô hào chung chung...

Ông Chi cục trưởng thi hành án thành phố Hội An

làm việc này từ những tháng cuối năm 2012, mãi đến bây giờ mới phát hiện được, do có người tố cáo. Ngẫm ra, nếu không có người tố cáo, chắc chắn ở nước ta còn rất nhiều vụ tham nhũng, hối lộ lớn chưa bị lộ. Làm thế nào để có những người dũng cảm dám đứng lên tố cáo những kẻ tham nhũng, hối lộ trước cơ quan pháp luật? Những người này phải được luật pháp bảo vệ, đồng thời cũng phải có những người lãnh đạo có bản lĩnh, gương mẫu, trí tuệ nói đi đôi với làm gương mẫu trong việc chống tham nhũng, hối lộ. Còn không được như thế, lại giống như ở quê tôi, những người lãnh đạo yêu cầu cấp dưới "không được nhận phong bì" khi người dân "vào cửa quan" thưa kiện, hay chứng thực giấy tờ. Nhưng trên thực tế, tôi nghĩ, điều này khó trở thành hiện thực khi tham ô, hối lộ đã trở thành một "thói quen" khó bỏ.

Tôi lại nghĩ, vừa rồi ông Nguyễn Phú Trọng, Tổng bí thư, trong cuộc tiếp xúc với cử tri Hà Nội đã nói, chống tham nhũng phải hết sức kiên trì, bền bỉ, không nóng vội... tránh "đánh chuột làm vỡ bình" như cụ Hồ đã dạy. Kể ra ông nói thế không sai, nhưng bây giờ "con chuột" tham nhũng ở nước ta đã thành tinh rồi, biến hóa vạn đường, cơ quan công quyền như tòa án, viện kiểm sát, công an... nó cũng không tha. Cứ tưởng chuyện ông Chi cục trưởng thi hành án thành phố Hội An đòi doanh nghiệp hối lộ là ghê, mới đây, đài, báo, ti vi... đưa tin: ông Phó thanh tra của bộ GT-VT, rồi cả ông thiếu tướng giám đốc công an một tỉnh chức to hơn ông Chi cục trưởng thi hành án Hội An quê tôi cũng dính vào nạn tham nhũng mà bị xử lý kỷ luật.

Nếu như đảng và lãnh đạo nhà nước ta nếu làm cương quyết như nhà cầm quyền Trung Quốc đang làm (1) ở Việt Nam sẽ lộ ra bao nhiêu con "chuột cống" tham nhũng?

Tôi đồ rằng, cứ nói : "đánh chuột đừng vỡ bình", để đề cao "sự ổn định", hay đưa ra những luận điểm "Không cho thế lực thù địch, phản động lợi dụng" mà chống tham nhũng nửa vời, không đến đầu, đến đũa… không dám động chạm đến những thế lực lớn, nhóm lợi ích đang chi phối mà thực tế là phá hoại nền kinh tế để mưu đồ những lợi ích cá nhân… Thì đám quan lại " chuột cống" tham nhũng đó sẽ phát triển ở con số rất lớn, vụ việc như của ông Chi cục trưởng thi hành án thành phố Hội An gần như…nhỏ hơn "con chuột nhắt".

Số lượng "chuột cống" tham nhũng có điều kiện phát triển nhanh và lớn. "Nhanh" và "lớn" đến độ chen chúc, không còn chỗ chứa, nó sẽ tự phá tung "chiếc bình" mà ông Nguyễn Phú Trọng đang cố lo giữ, chứ không phải ai đứng ngoài đập vỡ bình.

---

(1) - Tôi không ủng hộ những việc làm của nhà cầm quyền Trung Quốc trong việc lấn đất, chiếm đảo, phá hoại kinh tế… của Việt Nam. Nhưng trong việc chống tham nhũng, nhà cầm quyền Trung Quốc xử lý, bắt nhiều nhân vật cộm cán, cho dù có người đã về hưu, đưa ra tòa xử với những bản án nghiêm khắc…Thiết nghĩ, việc này chúng ta nên học tập.

ỐI GIỜI! MÔN LỊCH SỬ

Trên tay tôi là ba quyển sách dạy lịch sử từ lớp 7 đến lớp 9 của Bộ Giáo Dục và Đào Tạo.

Lớp 7 đến lớp 9, các em vừa mới qua tuổi nhi đồng, chưa đến tuổi trưởng thành, tâm lý đang hình thành, suy nghĩ chưa phải chín chắn. Ấy vậy, trong ba quyển sách giáo khoa về lịch sử, có những khái niệm, đến như tôi còn phải tra từ điển, thì thử hỏi, học sinh tuổi như các em làm sao hiểu được.

Dưới đây tôi xin lấy một số dẫn chứng:

Sách lớp 7 gồm hai phần:

Phần một - Khái quát lịch sử trung đại (gồm 7 bài).

Tôi tự hỏi, học sinh lớp 7, một tuổi mới lớn, vắt mũi chưa sạch cần gì những nội dung bắt các em phải học như: Sự hình thành và phát triển của xã hội phong kiến ở châu Âu. Hay như: Cuộc đấu tranh của giai cấp tư sản chống phong kiến thời hậu kỳ trung đại ở châu Âu.

Chỉ riêng khái niệm "Xã hội phong kiến", "hậu kỳ trung đại"... người lớn, nhiều người đã hiểu chưa? Mà bắt các em học.

Đến phần hai của quyển sách lịch sử này kiến thức bắt các em học thuộc, hiểu mới thật kinh khủng - Lịch sử Việt Nam từ thế kỷ X đến thế kỷ XIX, gồm 6 chương, 22 bài. Cho dẫu chỉ tóm tắt cũng là một sự "nhồi nhét" không hơn, không kém. Như chương I: Buổi đầu độc lập thời Ngô - Đinh - Tiền Lê (Thế kỷ X) gồm hai bài: Bài 8: Nước ta buổi đầu độc lập. Bài 9: Nước Đại Cồ Việt thời Đinh - Tiền Lê. Tôi cứ tự hỏi, học sinh lớp 7 có cần nêu những sự kiện (đến cả người lớn, nếu hỏi, có khi không nhớ, không biết) về tình hình chính trị, quân sự, sự phát triển kinh tế và văn hóa...của cuối thời Ngô, nhà Đinh, tiền Lê. Tiếp theo nội dung của cuốn sách giáo khoa lịch sử này là các sự kiện dài dằng dặc bắt các em học thuộc từ nước Đại Việt thời Lý (thế kỷ XI - XII) kéo dài đến Việt Nam nửa đầu thế kỷ XIX. Bài nào cũng có tình hình kinh tế - xã hội, văn hóa, giáo dục... với những những dòng chữ khô khan, không có một chút nào gây hứng thú đến học sinh như: "...Chính quyền phong kiến được hoàn thiện dần. Đứng đầu triều đình là vua...cả nước chia làm năm đạo...dưới đạo là phủ, huyện..." (trang 94 - Sách lịch sử lớp 7- NXBGD năm 2010). Nêu khái niệm này giáo viên phải giải thích, so sánh mà giải thích, so sánh làm sao khi đầu óc non nớt của các em còn mải chơi bi, đá cầu... đâu có cần những khái niệm trìu tượng này. Điều cần nhất, ở tuổi các em, qua môn lịch sử sẽ hình thành, bồi đắp lòng yêu nước, nhưng nếu cứ dạy kiểu này chắc chắn không thể có được.

Giá như ở tuổi các em học sinh lớp 7, thay thế những kiến thức lịch sử khô khan như vậy, bằng những câu chuyện kể lịch sử của từng giai đoạn đó, hợp với lứa tuổi tâm lý, sinh hoạt của các em (Những câu chuyện lịch sử hay, không thiếu trong sách vở, di tích đền chùa, lời kể của các cụ già, bậc cao niên…) hoặc như bằng hình thức đi tham quan đình chùa, di tích lịch sử có liên quan đến những giai đoạn lịch sử đang học rồi viết thu hoạch hay kể lại những câu chuyện lịch sử mình đã biết, đã nghe, đã nhìn… dưới sự hướng dẫn của giáo viên, có phải tốt bao nhiêu. Học sinh vừa có kiến thức, vừa tạo hứng thú, vừa để các em yêu môn lịch sử. Tất nhiên, để làm tốt điều đó, đòi hỏi giáo viên lịch sử phải năng động, am hiểu lịch sử, có nghệ thuật truyền đạt, dẫn chương trình, quản lý giỏi.

Tiếc rằng, các trường sư phạm nói chung, đào tạo giáo viên dạy môn lịch sử nói riêng, gần như không chú trọng điều này.

Trong những quyển sách giáo khoa môn lịch sử dạy cho các em tôi đang cầm, hãi nhất là quyển lịch sử lớp 8. Cũng hai phần, gồm 31 bài. Phần I, lịch sử thế giới - Lịch sử thế giới cận đại (từ giữa thế kỷ XVI đến năm 1917) - Phần II, Lịch sử Việt Nam từ năm 1858 đến năm 1918. những kiến thức "cực khủng" buộc học sinh phải thuộc như chương I - Thời kỳ xác lập của Chủ nghĩa tư bản, sau đó là một loại bài nói về cách mạng Hà Lan (thế kỷ XVI), cách mạng tư sản Anh (Thế kỷ XVII), chiến tranh giành độc lập của các thuộc địa Anh ở Bắc Mỹ với rất nhiều chi tiết, đọc hoa cả mắt, chứ chưa nói đến học thuộc. Sau bài này chốt lại hai câu hỏi "khủng khiếp": - 1) Lập niên biểu về cách mạng tư sản Anh và chiến tranh giành độc lập của 13 thuộc địa Anh ở Bắc Mỹ. 2) Nêu ý nghĩa của các cuộc cách mạng tư sản đầu tiên?

Hai câu hỏi này, nếu như một số em ở thành phố lớn có cơ hội tiếp xúc, học hỏi...có thể làm được, thì các em ở miền núi, vùng khó khăn có cần phải biết đến "cách mạng tư sản Anh"!!! Khi cơm ăn chưa no, đi chân đất, học bữa đực, bữa cái... Học lịch sử với một kiến thức quá tải, quả thật đây là một sự đánh đố, nhất là những em ở vùng xa, còn khó khăn...

Đó chỉ là chương đầu tiên của cuốn sách giáo khoa lịch sử lớp 8. Nếu như các bậc phụ huynh có con cháu đang học lớp 8, chịu khó mở cuốn sách này, xem hết 31 bài, tôi tin chắc có chung một nhận định, học sinh không thể học hiểu, yêu môn lịch sử, trừ nói như con vẹt.

Dạy lịch sử, cho các em biết sự phát triển của từng thời kỳ lịch sử là cần thiết, nhưng nhất thiết phải phù hợp với từng tâm, sinh lý từng lứa tuổi. Với học sinh lớp 7, lớp 8 với những mục, chương...như tôi vừa dẫn chứng, có cần cho các em học ôm đồm như thế không? Hay chỉ cần nêu một số cuộc cách mạng tư sản tiêu biểu thông qua bằng những câu chuyện lịch sử, những hình ảnh, bộ phim video...để cho các em hiểu (hiện nay với nhiều phương tiện thông tin hiện đại, điều này không khó với một giáo viên dạy sử). Ở tuổi này cũng có cần cho các em lập niên biểu, so sánh, hay nêu ý nghĩa của những cuộc cách mạng tư sản xảy ra xa lắc, xa lơ? Tôi muốn hỏi, các nhà soạn sách giáo khoa lịch sử: Điều này có giúp các em yêu lịch sử không? Gợi mở cho các em điều gì để áp dụng, hay so sánh với thực tế? Có giúp các em hình thành được một nhân cách tốt trong cuộc sống hay không?

Nếu không trả lời được những câu hỏi này, rõ ràng dạy lịch sử đã phản tác dụng.

Đến nội dung quyển sách giáo khoa môn lịch sử lớp 9 với nội dung: Phần I - Lịch sử thế giới hiện đại từ năm 1945 đến nay, gồm 13 bài, với nội dung bao quát gần như toàn bộ các cuộc cách mạng lớn trên thế giới từ năm 1945 đến nay và câu hỏi cuối cùng của chương này với một học sinh lớp 9: "Tại sao nói" "Hòa bình, ổn định và hợp tác phát triển" vừa là thời cơ, vừa là thách thức đối với các dân tộc?". (trang 54 - SGK lịch sử lớp 9 - Nxb Giáo dục - 2014)

Quả thật, tôi không hiểu một em học sinh lớp 9 sẽ trả lời câu hỏi này như thế nào?

Phần II của quyển sách giáo khoa này là "Lịch sử Việt Nam từ năm 1919 đến nay) gồm 7 chương, 21 bài, diễn giải gần như toàn bộ lịch sử Việt Nam dưới sự lãnh đạo của đảng cộng sản. Tôi không đi sâu vào sự kiện, vì tôi tin rằng, giáo viên chỉ nêu sự kiện lịch sử xảy ra trong giai đoạn này cũng đã hết giờ, chứ chưa nói giải thích, diễn giải, minh họa… Tại sao không thể chọn ra một giai đoạn lịch sử nhất định, sự kiện lịch sử tiêu biểu để giảng dạy cho các em, nhất là những phong trào yêu nước của người dân Việt Nam, như khởi nghĩa Yên Bái, hình ảnh lẫm liệt của anh hùng Nguyễn Thái Học (Quốc

Dân Đảng)…Vậy trong quyển SGK này những sự kiện, nhận vật này nêu rất sơ sài, ngược lại sách giáo khoa đặt rất nặng những sự kiện về đảng, từ lúc mới manh nha là những tổ chức đảng ở ba miền tiến tới, do yêu cầu của lịch sử, thống nhất thành một tổ chức. Tuy vậy cũng không biết sự kiện nào là chính, sự kiện nào là phụ. Nhưng giá như đây là những câu chuyện lịch sử hấp dẫn thì SGK Lịch sử lớp 9 viết một nhận định y như giáo trình lịch sử đảng: "…sự ra đời của ba tổ chức cộng sản là một xu thế tất yếu của cách mạng Việt Nam. Các tổ chức cộng sản trên đã nhanh chóng xây dựng cơ sở đảng tại nhiều địa phương, trực tiếp và tổ chức lãnh đạo nhiều cuộc đấu tranh của công nhân và nông dân. Phong trào công nhân kết hợp chặt chẽ với phong trào đấu tranh của nông dân chống sưu cao thuế nặng, chống cướp ruộng đất, với phong trào bãi khóa của học sinh, bãi thị của tiểu thương…tạo thành một làn sóng đấu tranh cách mạng dân tộc dân chủ khắp cả nước." (Trang 69 - SGK Lịch sử - Nxb Giáo dục - 2014). Liệu giáo viên dạy bộ môn này, ở chương trình phổ thông cơ sở, với 45 phút, chỉ riêng đoạn văn này, giải thích như thế nào để các em hiểu. Có cần thiết đưa đoạn văn trên vào bài giảng không? Ta có thể tìm ra vô số những nhận định lịch sử khô khan, máy móc, áp đặt… gây khó cho giáo viên cũng như học sinh trong quyển sách giáo khoa lịch sử này. Cứ mỗi chương lại có những câu hỏi ngang với thi vấn đáp của học sinh đại học như: - "1) Tại sao nói sự ra đời của ba tổ chức cộng sản vào năm 1929 là xu thế tất yếu của cách mạng Việt Nam? 2) Hãy cho biết những yêu cầu bức thiết về tổ chức để bảo đảm cho cách mạng Việt Nam phát triển từ năm 1930 về sau?". (trang 71 - đã dẫn).

Điều đặc biệt, những giai đoạn lịch sử gần đây, nghĩa là vẫn còn nhân chứng, vật chứng…thì nội dung quyển sach giáo khoa này vẫn "rập một khuôn" như viết giáo trình đại học, bắt các em mới mười bốn, mười lăm học. Ví như phong trào đồng khởi ở Bến Tre dưới sự lãnh đạo của bà Nguyễn Thị Định, nhiều sự kiện nổi bật, nhân vật hay, có những trận đánh lớn, gay cấn…lẽ ra SGK dẫn chứng cho học sinh đọc, hiểu, thì ngược lại, trích dẫn những nghị quyết, nhận định của đảng rồi tóm tắt bằng mấy dòng gần như đọc lên học sinh không biết hiểu như thế nào, vì nội dung rất chung chung: "…Quân khởi nghĩa đã phá vỡ từng mảng lớn bộ máy cai trị và hệ thống kìm kẹp của địch ở thôn xã. Ở những nơi đó, Ủy ban nhân dân tự quản được thành lập, lực lượng vũ tráng ra đời và phát triển, ruộng đất của địa chủ cường hào bị tịch thu đem chia cho dân cày nghèo…" (trang 135 - đã dẫn). Cuối cùng là câu hỏi: "Phong trào "đồng khởi" (1959-1960) nổ ra trong hoàn cảnh lịch sử nào? Diễn biến, kết quả và ý nghĩa của nó?". (trang 135- dã dẫn). Chịu!

Đặc biệt với bài 32 - Xây dựng đất nước, đấu tranh bảo vệ tổ quốc (1976 - 1985) với hai cuộc chiến tranh ở biên giới Tây nam và biên giới phía bắc chống quân Pôn pốt và Đại Hán xâm lược, quyển sách giáo khoa lịch sử này viết cực kỳ sơ sài, không nêu được tội ác diệt chủng của hai thế lực phản động này, cũng không chỉ cho các em thấy âm mưu thâm độc muốn thôn tính Việt

Nam của chúng. Không một tấm gương anh hùng nào của nhân dân, quân đội Việt Nam trong cuộc chiến đấu chống quân xâm lược Pôn pốt và Đại Hán được trích dẫn (trang 173 - đã dẫn).

Theo tôi đây là một sai lầm nghiêm trọng của những người viết quyển sách giáo khoa này. Tôi được biết rằng, hiện này Bộ GD-ĐT vẫn muốn có một bộ sách giáo khoa chung, nếu vậy vẫn đi vào vết xe đổ như bao lần cải cách sách giáo khoa. Với môn lịch sử, muốn cho học sinh yêu, thích học môn này điều cần thiết, phải làm cho các em yêu lịch sử ngay nơi mình sinh ra, gia đình, bà con họ hàng đang sống, yêu quê hương, rộng ra yêu và tự hào với lịch sử đất nước. Nên thế, ngay từ lúc học phổ thông cơ sở, ngoài chính sử, chỉ cần những sự kiện, nhân vật tiêu biểu để các em nắm được, nhất thiết trong giảng dạy phải gắn với lịch sử địa phương nơi các em đang học bằng các phương pháp trực quan như đi tham quan di tích lịch sử, nghe kể chuyện, đọc sách, xem phim… rồi các em viết thu hoạch, diễn kịch, hay kể lại những câu chuyện lịch sử đó… như vậy tốt bao nhiêu, các em sẽ hứng thú học lịch sử.

Còn cứ dạy và học lịch sử, như tôi nêu những ví dụ trên, tuy còn sơ sài, đến người lớn cũng chán học lịch sử, đừng nói các em.

Mà để các em chán học lịch sử, nguy hiểm vô cùng.

Đó là sự tiềm ẩn của nguy cơ mất nước.

CHUỘT CHẾT

Đi dọc đường, tôi tin, có rất nhiều người chứng kiến những xác chuột được người ta vứt ra đường gây ô nhiễm, mất vệ sinh, xấu cảnh quan.... Có một điều lạ, nhưng quen, với người Việt Nam, cứ bỏ mặc những xác chuột chết đó, không quan tâm, coi như không trông thấy, không biết.

Tôi đã đạp xe đi với một bạn người nước ngoài, thấy cảnh này, người bạn đó rất ngạc nhiên, hỏi" Dân nước mày không thấy sợ sao?".

Tôi không biết trả lời với người bạn nước ngoài này như thế nào?

Bởi ở Việt Nam có nhiều cảnh lớn hơn thế này, người dân vẫn bàng quan ví như thấy cảnh người bị tai nạn, không ít người bỏ đi, coi như không thấy. Rồi cảnh người bị cướp, chẳng dại chạy vào cứu, thằng cướp ấy nó đâm mình thì sao? Rồi còn nhiều cảnh dã man, không ngày nào báo chí trong nước không đưa tin, như tức giận nhau chỉ vì một xích mích nhỏ, thay vì hòa giải, lại đấm đá giết nhau. Có vụ chỉ vì không được yêu mà tạt a xít, chồng giết vợ, con giết cha, cha giết con, giết vì cướp của...báo đăng nhiều đến độ, đọc những tin ấy, người đọc cũng dửng dưng, không biểu lộ xúc cảm, coi như "chuyện thường ngày", đọc cho biết... tham ô, tham nhũng, lãng phí lan tràn...có lên án, nguyền rủa, hiện trạng vẫn y nguyên thậm chí diễn biến ngày càng lớn hơn, tinh vi hơn. Đấy là còn nhẹ, nặng hơn, nếu như thấy cảnh khốn cùng ngay trước mặt như dân biểu tình vì bị mất đất oan, bị xử oan... đói khổ, đi, đứng dáng bần hàn, tối nằm lăn lóc ở vỉa hè... ấy vậy người đi qua, kẻ đi lại cũng thây kệ, coi như chuyện đó không phải là chuyện của mình. Vừa mới ngay đây thôi, mẹ của tử tù Hồ Duy Hải, đội đơn, viết khẩu hiệu... đến cổng tòa án ND tối cao khẩn thiết yêu cầu dừng ngay thi hánh án với con mình vì trong chuyện này còn nhiều điều khuất tất. Công an, người bảo vệ luật pháp, đứng ngay đấy, cũng không quan tâm, thậm chí họ cũng không thèm can thiệp khi có một kẻ nhân danh" bảo vệ" chế độ, đòi hành hung những người dân đang ủng hộ việc làm này của người mẹ tử tù Hồ Duy Hải... Những chuyện đó, kể ra, đã đau nhưng còn đau hơn, có nhắm mắt, người dân Việt Nam nào cũng đều nhìn thấy, thậm chí nhìn thấy rất rõ âm mưu của nhà cầm quyền Trung Quốc với Việt Nam. Nhà cầm quyền Trung Quốc, bên ngoài vẫn luôn miệng "Hòa bình", "hữu hảo", "tôn trọng" ... nhưng bên trong giở đủ chiêu thức, đủ trò, có những trò rất bẩn để cướp đất, phá hoại kinh tế kể cả gây mất ổn định xã hội từ trên xuống dưới của Việt Nam…Ấy vậy khi có những tiếng nói yêu nước của mọi tầng lớp nhân dân, nhất là của nhiều nhà tri thức chân chính, những tướng lĩnh về hưu có tâm huyết mong muốn các vị lãnh đạo đảng, nhà nước phải có hành động cương quyết, có bản lĩnh, có tầm… để đối phó thành công với những âm mưu bẩn thỉu của nhà cầm quyền Trung Quốc, thì lại bị quy vào đủ thứ "tội" để truy bức, bắt giam, bỏ tù…

Vận mệnh sống còn của đất nước, của dân tộc không cho dân biết, dân lo. Mọi việc để đảng, nhà nước lo!

Tương lai của đất nước, của dân tộc sẽ được độc lập, tự do, dân chủ, văn minh hay là đất nước có nền kinh tế, xã hội lạc hậu, mãi mãi lệ thuộc, trở thành một chư hầu của một tên đế quốc lớn?

Câu hỏi lớn như thế, không cho dân bàn bạc, trao đổi công khai để tìm câu trả lời đúng, để rồi người dân đến nhiều người lãnh đạo còn ưu tư, lo lắng đến vận mệnh đất nước có tâm trạng chán nản, quay lưng phó mặc cho đảng, nhà nước.

Không có dân ủng hộ, không có dân làm chỗ dựa, đảng, nhà nước chỉ dựa vào quân đội, công an liệu giữ được đất nước không?

…

Nghĩ là nghĩ thế thôi, chứ không dám nói với thằng bạn người nước ngoài. Vì sợ nói ra, nói lại bảo: "Thế hóa ra xã hội chúng mày đang sống là xã hội chuột chết à!"

MỪNG CHO CU BA

Nghe tin tổng thống Mỹ Obama xóa lệnh cấm vận với Cu Ba sau hơn năm mươi năm, tôi, chỉ là một công dân Việt Nam bình thường, tự nhiên thấy mừng cho người dân của đất nước "hòn đảo tự do".

Trước đây, tôi có viết một bài báo, với suy nghĩ rằng, Cu Ba nhất định sẽ tiến đến một xã hội dân chủ, văn minh nhanh hơn Việt Nam của chúng ta nhiều, bởi mấy lẽ:

Lãnh đạo của nước cộng hòa Cu Ba, tất nhiên theo chủ thuyết cộng sản, nhưng tôi nghĩ, đó là những người "cộng sản hồn nhiên thành thật" không giảo hoạt, trí trá "nói trước, quên sau". Rõ nhất, cũng " chủ nghĩa quốc tế vô sản" nhưng trong công cuộc gọi là "chi viện quốc tế" như với Việt Nam, Ăngola, mấy nước Trung Mỹ… của những năm sáu mươi, bảy mươi thế kỷ trước, người cộng sản Cu Ba làm với sự nhiệt tâm, trong sáng, không hề có chuyện vụ lợi, lợi dụng hoặc nhân cơ hội đó để chiếm đóng, xâm lược… Tất nhiên những sự " chi viện…" đó, đại đa số là thất bại, do nhận thức và hành động sai lầm, nhưng tấm lòng sống chết vì bạn, vì nghĩa lớn của những người cộng sản Cu Ba, chúng ta nên ghi nhận. Với sự vô tư, trong sáng ấy, nhất là không lệ thuộc vào một chủ thuyết, không ngu muội bảo vệ quyền lợi đảng quên quyền lợi dân tộc, những người cộng sản Cu Ba sẽ nhẹ nhàng "chuyển hệ" sang một đường lối khác, đưa đất nước Cu Ba tiến kịp các nước dân chủ trong khu vực, cũng như toàn thế giới trong tương lai gần. Điều thứ hai, những người lãnh đạo nhà nước Cu Ba, thực tế là đảng cộng sản lãnh đạo, tôi thấy đó là những người trí thức, hiểu quy luật, chứ không bất chấp quy luật, làm liều mà cứ nghĩ rằng mình đúng!!! Rõ nhất trong các kỳ đại hội đảng công sản Cu Ba, ảnh Các Mác, Lê Nin đã bị bỏ đi, trong báo cáo chính trị, những từ "CNXH", "Ánh sáng chủ nghĩa Mác -Lê Nin" cũng không bao giờ nhắc lại. Cho dù đã một lần, ông Tổng bí thư đảng cộng sản Việt Nam Nguyễn Phú Trọng sang Cu Ba thuyết giảng "CNXH sẽ thắng lợi trên phạm vi toàn thế giới". Tôi tin rằng, những đảng viên của đảng cộng sản Cu Ba đang nghe ông thuyết giảng, có bao nhiêu người tin ông, khi Cu Ba, suốt mấy chục năm đi theo con đường ấy, vẫn là đất nước của sự nghèo khổ, túng thiếu.

Điều hạnh phúc của dân Cu Ba là đất nước của hòn đảo đầy nắng, gió này là gần Hoa Kỳ, mà Hoa Kỳ một đất nước có lãnh đạo luôn khuyến khích cho tự do, dân chủ. Phạm Ngọc Cương, một trí thức lớn gốc Việt ở Canađa, trong một bài viết có nhận định, trên thế giới, nước nào chống Mỹ, nếu có thắng lợi, đó chỉ là thắng lợi tạm thời, còn hậu quả xấu, hết sức nặng nề tồn tại lâu dài, hay nói trắng ra là thất bại: Trở thành một đất nước độc tài, toàn trị, kinh tế, chính trị lạc hậu, là điểm xuất phát cho chủ nghĩa cực đoan, khủng bố, xã hội bất ổn… Nên thế ông Lý Quang Diệu (Singapo) mới có câu: "Chỉ có kẻ ngu mới chống Mỹ". Lãnh đạo Cu Ba, qua thực tế, chắc đã hiểu điều đó. Suốt bao nhiêu năm đi theo con đường của chủ nghĩa Mác-Lê Nin, của CNXH, đất nước, người dân Cu Ba được gì? CNXH ưu việt mà sao người dân Cu Ba vẫn bỏ nước ra đi, hình thành nhiều tổ chức người Cu Ba lưu vong ở nước ngoài!!! CNXH ưu việt mà sao thu nhập của người dân Cu Ba vẫn là ở mức thấp nhất so với nhiều nước trên thế giới!!! CNXH ưu việt, ô tô sản xuất cách đây hơn ba mươi năm vẫn chạy đầy đường, kinh tế vẫn như ở thời những năm sáu mươi, lương thực thiếu hụt!!! Những người lãnh đạo Cu Ba yêu cầu chính quyền Mỹ phải dỡ bỏ cấm vận, để đất nước Cu ba có điều kiện phát triển kinh tế. Tôi cho đấy là yếu tố quan trọng, nhưng không phải quyết định, điều chính khi Hoa Kỳ xóa cấm vận, đó sẽ là một điều kiện tốt cho Cu Ba mở rộng bang giao, không còn bó hẹp trong mấy nước chậm phát triển hay mang danh CNXH, rộng ra là những nước tư bản phát triển với những nền dân chủ tiên tiến, cách quản lý khoa học, một xã hội văn minh thực sự… Những điều đó sẽ có tác động làm cho xã hội, nhất là kinh tế của Cu ba sẽ chuyển hóa. Gần Hoa Kỳ thì sự chuyển hóa này nhanh hơn. Bây giờ là điều kiện chín mùi khi cả kinh tế, chính trị, xã hội của Cu Ba đang dần đoạn tuyệt con đường cũ. Đảng cộng sản cũng như nhân dân Cu Ba không thể dựa vào các nước mang danh CNXH, như Trung Quốc, Triều Tiên… khi bản chất phản động đã dần lộ rõ. Đảng cộng sản và nhân dân Cu Ba không thể dựa vào những chủ thuyết lỗi thời, lạc hậu rằng: "Giai cấp vô sản toàn thế giới đoàn kết lại chống kẻ thù chung của chúng ta" để giương cao ngọn cờ gọi là "giải phóng dân tộc" xuất khẩu những cuộc "chiến tranh cách mạng" đẫm máu mà kết quả toàn là thất bại.

Chỉ có hòa nhập với các nền văn minh dân chủ trên thế giới mới cứu được Cu Ba khỏi thất bại, lệ thuộc, yếu hèn về kinh tế, xã hội.

Rất cần thiết phải xóa cấm vận cho Cu Ba.

Tổng thống Mỹ chắc cũng đã thấy điều này mà xóa lệnh cấm vận sau hơn năm mươi năm.

Thế giới, nhiều vị lãnh đạo như Liên hợp quốc, tòa thánh vaticăng…và chính nhân dân Cu Ba hoan nghênh việc này.

Nền dân chủ văn minh của Cu Ba sẽ tiến nhanh, mạnh, một ngày bằng hai mươi năm trong tương lai gần.

THÁNG 12- 2014

Không hiểu sao, hình như có điềm báo, tháng 12/2014, nếu tinh ý một chút, ở Việt Nam cũng như trên thế giới xảy ra nhiều sự kiện từ trước đến nay chưa từng…

Tự nhiên, năm nay ở Việt Nam ít bão lụt nhất. Tưởng thế là mừng, nhưng nhiều nhà khoa học lại cho rằng, đấy là báo hiệu sang năm sẽ hạn, mà không phải hạn vừa, hạn rất nặng. Rồi cũng tháng 12, mới đầu đông, xuất hiện rét ác liệt, nhiệt độ dưới O, có nơi đã xuất hiện băng tuyết. Đợt rét này, theo dự báo, còn kéo dài sang năm…

Mới sơ sơ thế thôi, tôi nghĩ, tháng 12, tháng cuối cùng của năm, nếu nói về điều kiện tự nhiên, chẳng hề dự báo điều gì tốt lành cho năm 2015. Đến chuyện kinh tế, chưa bao giờ giá xăng hạ kỷ lục như tháng 12/2014 này. Đợt cuối cùng, cuối tháng 12, giá xăng hạ hơn hai nghìn đồng. Hạ giá xăng, tưởng dân mừng, nhưng điều này cũng không khỏa lấp được nỗi buồn của người dân. Giá xăng hạ, vật giá không hạ, gần như mọi thứ vẫn y nguyên như khi giá xăng cao chót vót. Thế là thế nào? Điều đó có phải là điềm dự báo không bình thường của nền kinh tế Việt Nam trong năm 2015, Kinh tế vẫn chưa ổn định, vẫn chưa thoát khỏi khó khăn, sẽ còn tăng thuế, đời sống của người dân sẽ khổ hơn, tỷ lệ thất nghiệp vẫn còn cao. Cũng trong tháng 12/2014 có một tin mừng, tin mừng này cũng chưa hề có tiền lệ. 12 công nhân đã được cứu thoát sau gần 4 ngày tưởng như bị chôn vùi trong đất vì sập hầm ở đập thủy điện Đạ Dâng (Lâm Đồng). Cả nước vui với tin này, lập tức sau đó lại một nỗi lo. Truy cứu nguyên nhân sập hầm mới biết, đập thủy điện này do một nhà thầu Trung Quốc tư vấn, thiết kế. Cũng kỳ lạ, ở nước ta, hễ công trình nào dính đến Trung Quốc là mọi người đều lo, một nỗi lo thường trực. Ví như xây dựng nhà máy xi măng, mà "dính" Trung Quốc vào y như rằng "hỏng". Trước đây ở nước ta, cả một hệ thống xi măng lò đứng do Trung Quốc thiết kế, thi công rải từ bắc vào nam, tưởng sẽ giúp chúng ta tự túc xi măng có chất lượng, rồi xuất khẩu, giá thành rẻ... Ai ngờ, những xi măng lò đứng này, kỹ nghệ lạc hậu, gây ô nhiễm môi trường, xi măng sản xuất ra chất lượng không tốt, không ai mua, "bỏ thì thương, vương thì tội" bây giờ xi măng lò đứng đúng là "chết đứng". Một sự lãng phí khủng khiếp. Rồi đường sắt trên cao do Trung Quốc cho Việt Nam vay tiền và thiết kế, chỉ đạo thi công thì y như rằng đội vốn gấp nhiều lần so với dự toán ban đầu. Mà không riêng công trình này, còn nhiều công trình khác như bô xít, thép..., cứ có "Trung Quốc" dính là ai cũng sợ, đến độ, hồi ông Nguyễn Bá Thanh còn làm chủ tịch thành phố Đà Nẵng đã yêu cầu, tất cả công trình làm cầu bắc qua sông Hàn tuyệt đối không mua thiết bị do Trung Quốc sản xuất, dù giá có rẻ đến mức nào. Như vậy tháng 12/2014, với vụ cứu thoát mười hai công nhân sập hầm ở đập thủy điện Đạ Dâng, thêm một chứng cớ củng cố, phải cảnh giác với tất cả những việc làm của nhà cầm quyền Trung Quốc trên đất Việt Nam.

Bây giờ mới là mười hai công nhân không bị chôn vùi vì được cấp cứu kịp thời, trong tương lai không xa, nếu như cấp lãnh đạo đảng, nhà nước Việt Nam lúc nào cũng tin tưởng "Hữu nghị, tương khí, tương đồng", "hợp tác bình đẳng" mà mất cảnh giác, không đề phòng lúc đó, biết đâu, cả dân tộc bị "chôn vùi", không ai cứu...

Tháng 12- 2014, Hội nhà văn Việt Nam, kết nạp thêm 50 hội viên mới. Có thể đây là đợt kết nạp hội viên đông nhất kể từ năm năm lại đây. Có mừng không? Tôi chứng kiến hình như có một không khí "bình thường" không hồ hởi như mọi năm. Chắc cũng có nhiều lý do, không phải vì 50 hội viên mới này, có người bây giờ nêu tên mới biết mà thực sự, hội viên kết nạp ngày một đông, hội thảo, đi nước ngoài cũng nhiều, giải thưởng nghe ra… không phải là nhỏ nhưng văn học Việt Nam vẫn cứ bình bình, không bước đột phá, nếu không nói trì trệ. Rõ nhất tờ báo "Văn Nghệ" của Hội nhà văn, ngoài các sạp báo không hề có bán, mà bán cũng chẳng ai mua. Trong khi đó, nhà văn Nguyễn Quang Lập, một nhà văn nổi tiếng, được đông đảo bạn đọc trong và ngoài nước nể phục, ông từng là Hội Viên Hội nhà văn Việt Nam, cũng từng là Biên tập viên của tờ "Văn Nghệ Trẻ" bị bắt với những lý do vô cùng "vu vơ, vô lý, vùi dập" trong tháng 12/ 2014 này, trong khi có hơn một ngàn chữ ký của đủ mọi tầng lớp trong và ngoài nước yêu cầu đảng, và chính phủ Việt Nam trả tự do cho nhà văn, cho dù vẫn biết rằng điều đó là khó! thì Hội nhà văn Việt Nam không lên tiếng bảo vệ. Nhiều hội viên, hội nhà văn Việt Nam từng tự hào là bạn của nhà văn Nguyễn Quang Lập, cũng có người không dám ký tên yêu cầu trả tự do cho nhà văn! Vui hay buồn? Hay như, cũng trong tháng 12, nhà văn Bùi Ngọc Tấn, một nhà văn nổi tiếng, Hội viên Hội nhà văn Việt Nam, qua đời. Lẽ ra, như mọi lần Hội nhà văn Việt Nam là chủ lễ, ông chủ tịch Hội sẽ viết, đọc điếu văn, nhưng gia đình nhà văn Bùi Ngọc Tấn không yêu cầu, không muốn.

Không lẽ bây giờ Hội nhà văn Việt Nam không còn "uy" nữa??? Bắt đầu từ chuyện nhà văn Nguyễn Quang Lập bị bắt và đám tang của nhà văn Bùi Ngọc Tấn trong tháng 12 năm 2014!!!

Cũng trong tháng 12/2014 những vụ án kinh tế xử phúc thẩm như vụ xử "bầu" Kiên, Huyền Như…hay bắt mấy ông lãnh đạo ngân hàng Đại Dương… Trước đây những vụ án như thế này gây xôn xao dư luận, thì trong phiên xử phúc thẩm "bầu" Kiên, Huyền Như... lần này, trong dư luận gần như ít quan tâm hơn vì lẽ đơn giản, chuyện tham ô, lừa đảo. giả dối... của những kẻ "nói mà không làm" không có trong xã hội chúng ta đang sống mới là chuyện lạ! Đấy, mới "nhẹ nhàng" thanh tra mấy ông "quan lớn" vừa về hưu của mấy tỉnh, trong tháng 12/2014 này, chỉ là của nổi thôi, "tòi" ra bao nhiêu chuyện, huống hồ làm quyết liệt tìm của "chìm" của mấy ông quan này! Việc này xem ra, với thể chế này, là... không thể. Vì "không thể", cho nên nhân dân mới tự tìm. Nên thế, trên trang mạng, trong tháng 12/2014 có bao nhiêu tin đồn "động trời" của toàn những ông "to", mà có lẽ chưa bao giờ người dân được nghe. Những tin như thế này có thể "thật" hoặc "không thật". Trong thế giới phẳng này, không thể bưng bít, cũng không thể cấm người ta truyền miệng, bàn tán. Chỉ sợ những tin này là "thật", còn tin "không thật", nếu như người có bản lĩnh, trong sạch, không khuất tất thì không sợ, dù tin đó " xấu" thậm chí "rất xấu".

Nhưng có một điều không thể phủ nhận, những tin đồn đó, ngày càng nhiều, càng gần đến hội nghị trung ương, càng dồn dập, chứng tỏ lòng tin của người dân vào chính phủ, đảng, những người lãnh đạo đang bị xói mòn, không tin tưởng, ngày càng trầm trọng.

Lãnh đạo mà không để dân tin, tương lai đất nước sẽ đi về đâu?

Còn chuyện xử oan nữa, trong tháng 12/2014, chưa có tiền lệ. Một tử tù, đã định ngày tiêm thuốc độc, nhưng gia đình tử tù rồi dư luận phẫn nộ vì với những tội danh mà tử tù bị lĩnh án có nhiều điều khuất tất rất rõ ràng, đến là người bình thường cũng thắc mắc, chứ chưa nói đến luật sư, thế mà tòa án, kể cả phiên sơ thẩm, chung thẩm cũng bỏ qua để định tội cho tù nhân này phải chết. Cả một đợt "sóng thần" của dư luận tấp mạnh vào thành trì bảo thủ của tòa án Việt Nam, đến cả chủ tịch nước phải lên tiếng. Cuối cùng, sự thắng lợi của lẽ phải đã có kết quả, tòa án cũng buộc phải tạm dừng giờ, ngày xử với tử tù này.

Một thắng lợi "mon men" bên rìa của cuộc cách mạng dân chủ.

Điều này, chi ít, cũng cho chúng ta thấy: Nếu đó là một mục tiêu đúng, hợp lòng người, thuận luật pháp mà tất cả đồng lòng đấu tranh thì bao giờ cũng đạt được kết quả tốt. Phải chăng, đây là dấu hiệu của những đợt đấu tranh mới của dư luận báo chí, nhân dân với những vụ án oan, xử sai trong năm 2015!

Tháng 12/2914 kỷ niệm 70 ngày ra đời của Quân đội nhân dân Việt Nam. Một đội quân "bách chiến, bách thắng" nhiều thế lực xâm lược hắc ám. Ấy vậy trong lễ kỷ niệm ngày trọng đại được truyền hình trực tiếp cho cả nước và thế giới biết, hai chiến thắng hợp lòng dân (1) là chiến thắng quân Pôn Pốt xâm lược ở biên giới Tây - Nam năm 1978 và chống trả thắng lợi quân xâm lược Đại Hán ở biên giới phía bắc năm 1979, không được đề cập tới trong lễ kỷ niệm. Thôi thì… trong lãnh đạo vẫn có ý kiến, phải "Uyển chuyển, nhẹ nhàng, khéo léo, giữ ổn định, nhất là ổn định xã hội và đặc biệt là vai trò lãnh đạo của đảng, không để các thế lực phản động lợi dụng chống, phá". Nhưng không phải vì thế mà quên đi xương máu của hàng vạn liệt sỹ đổ xuống bảo vệ toàn vẹn tổ quốc hay không dám nói đến tội ác quân xâm lược để các thế hệ đời sau ghi nhớ, cảnh giác. Trong khi đảng, nhà nước của ta không dám làm điều này, thì ở Trung Quốc cũng trong năm 2014 này họ lại kỷ niệm 77 năm ngày quân đội Nhật tàn sát người dân Trung Quốc ở Lưu Câu Kiều hòng khơi dậy lòng căm thù với người Nhật, chuẩn bị chiến tranh, lộ rõ một ý đồ xấu! Còn với chúng ta, nhắc lại những chiến thắng quan trọng này, chỉ để tôn thêm tinh thần yêu nước, giữ vững bờ cõi, quân với dân một lòng, lãnh đạo với dân một ý chí…

Rất tiếc, với lời giải thích như trên để "quên" đi hai sự kiện lịch sử trong đại này, người dân có quyền nghĩ, sợ giặc là dân hay lãnh đạo đảng, nhà nước!!!

Trên thế giới, tháng 12/2014 có những sự kiện xảy ra làm cho chúng ta càng hiểu thêm bản chất thế nào là "độc tài", thế nào là "dân chủ". Trong tháng 12/2014, ông Putin, tổng thống nước Nga tổ chức họp báo trả lời công khai những câu hỏi của hơn một nghìn nhà báo, được truyền hình trực tiếp. Ông ta cố biện minh về việc xâm lược, chiếm bán đảo Crưm của nước cộng hòa Ukraina và lên dây cót tinh thần hòng cứu nền kinh tế Nga đang có dấu hiệu suy sụp. Nhưng sự thật vẫn là sự thật, ông Putin không thể biện minh cho một sự xâm lược, bành trướng trắng trợn, đe dọa sự ổn định, toàn vẹn lãnh thổ một quốc gia rộng ra là cả thế giới, nếu cứ như lập luận, ở đâu có người Nga đòi "độc lập", tự động bỏ phiếu để bầu lên chính phủ của mình, dù đó ở trong lãnh thổ của một quốc gia khác, khi yêu cầu quân đội và chính phủ Nga "bảo vệ" thì quân đội và chính phủ Nga phải thực hiện!!! Một tiền lệ vô cùng nguy hiểm. Không lẽ mai đây, (giả thiết) người Nga sang Việt Nam du lịch, sướng quá ở lại Mũi Né (Phan Thiết) lập làng định cư, rồi tự ý bỏ phiếu lập chính quyền rồi yêu cầu quân đội và chính phủ Nga can thiệp, ông Putin cũng mang quân đội sang!!! Một chuyện viễn tưởng nhưng với ý đồ ngông cuồng muốn làm bá chủ thế giới của nhiều đế quốc lớn, loài người tiến bộ phải đề phòng và cảnh giác, thậm chí có biện pháp đối phó kịp thời là không thừa. Ở Việt Nam, nhà cầm quyền Trung Quốc cũng manh nha việc này. Ở Vũng Áng (Hà Tĩnh) mượn có xây dựng nhà máy thép, họ muốn lập khu tự trị chủ yếu là người Trung Quốc sinh sống rồi xây đền thờ… Tương lai không xa, biết đâu đây là một căn cứ quân sự của Trung Quốc đã được thiết lập ở Việt Nam, và những người Trung Quốc ở đây là "đội quân thứ năm", khi có lệnh, sẵn sàng tại chỗ nổ súng phối hợp với các đạo quân xâm lược bên ngoài, trong thời gian ngắn nhất sẽ chiếm trọn miền trung Việt Nam, như ông Putin đã làm với bán đảo Crưm của Ukraina. Cảnh giác cao độ, đối phó chủ động vẫn là điều cần thiết. Người dân hoan nghênh, dư luận ủng hộ Bộ GTVT không cấp giấy phép cho hơn 1000 chiếc xe chở khách du lịch Trung Quốc vào Việt Nam bằng nhiều hướng, toàn những hướng chiến lược trong tháng 12/2014.

Giá như trong năm 2015, những việc làm của nhà cầm quyền Trung Quốc với Việt Nam, được đảng, chính phủ công khai cho người Việt Nam biết, cùng thống nhất có biện pháp đối phó, như bộ GTVT đối phó với 1000 chiếc xe du lịch Trung Quốc kia, có phải tốt bao nhiêu không?

Quay lại chuyện thế giới, trong tháng 12/2014, kinh tế Mỹ tăng trưởng thêm 5 o/o. Một nền kinh tế, dự tính tổng thu nhập một năm là khoảng 15.400 tỷ đô la, thì con số tăng 5 o/o kia, sẽ là bao nhiêu nếu như so sánh với những nền kinh tế như của Nga, hay Trung Quốc… Không ca ngợi Mỹ, nhưng con số đó, tôi nghĩ, sẽ giúp được nhiều nền kinh tế của nhiều nước trên thế giới trong giai đoan hồi phục nếu như, những nước đó quan hệ tốt với Mỹ, một đất nước tiêu biểu của dân chủ, tự do, kinh tế hùng mạnh. Người dân của nhiều nước trên thế giới mong điều đó, chẳng thế, khi tổng tống Mỹ Obama tuyên bố xóa bỏ lệnh cấm vận với Cu Ba, nhiều người dân Cu Ba ở thủ đô La Habana đã hô vang: “Obama muôn năm!”. Chính phủ Mỹ xóa bỏ lệnh cấm vận với Cu Ba trong tháng 12/2014, mở ra một triển vọng mới cho đất nước đảo hình “con cá sấu”, dù ông Chủ tịch Cuba Raul Castro vẫn tuyên bố mạnh miệng “Cu Ba không từ bỏ con đường XHCN”. Trước năm 1991, lãnh tụ nhiều nước đông Âu trong phe XHCN cũng đã nói điều này, cuối cùng, như thế nào, mọi người đều đã rõ. Lãnh đạo đảng, nhà nước Việt nam chúng ta cũng nói: “Kiên định con đường đi lên XHCN”, nếu như làm một cuộc thăm dò chính thức, công khai, trung thực …liệu có bao nhiêu người tin vào thắng lợi khi đất nước ta đi theo con đường này? Mỹ xóa cấm vận Việt Nam, Việt Nam thay đổi như thế nào trong gần hai mươi năm qua, việc ấy diễn ra hàng ngày, nay Cu Ba được Mỹ xóa cấm vận, sẽ thay đổi thần tốc khi Cu Ba có nhiều điều kiện thuận lợi hơn Việt Nam, nhất là đổi mới thể chế. Ngày đất nước Cu Ba thoát khỏi chế độ toàn trị, tiến lên một đất nước dân chủ, văn minh, kinh tế cũng như thoát khỏi lệ thuộc, nghèo nàn, lạc hậu không còn xa nữa, bắt đầu bằng ngày tổng thống Mỹ tuyên bố xóa cấm vận Cu Ba 17/12/2014.

Dù chưa đầy đủ, mới điểm một vài tin quan trọng trong tháng 12/2014 tôi giật mình cũng có, hy vọng cũng có, le lói niền tin cũng có. Mong sao sang năm 2015, nếu có điểm tin, toàn tin vui. Nhất là người dân có niềm tin vào người lãnh đạo, đất nước bước đầu đi vào con đường thể chế dân chủ, tôi có niềm tin nho nhỏ, nhà văn Nguyễn Quang Lập được trả tự do/

---

(1) - Ở đây tôi muốn nói, "hợp lòng dân" là toàn thể những người dân Việt Nam trước năm 1975, đã từng cầm súng bắn vào nhau vì những lý tưởng mà mình theo đuổi đang ở trong nước hay ngoài nước.

TỪ PHAN KHÔI NGHĨ VỀ NGUYỄN QUANG LẬP

Phan Khôi và Nguyễn Quang Lập, hai nhà văn ở hai giai đoạn, hai bối cảnh lịch sử xã hội khác nhau. Nhưng có một điểm chung, nhắc đến giai đoạn lịch sử văn học mà hai ông từng sống, tôi tin, đều phải nhắc tên của hai ông. Điều đặc biệt nữa, bằng ngòi bút của mình, cả hai đều tiêu biểu một thế hệ nhà văn chân chính. Đó là đứng về lẽ phải, về sự thật để viết, đứng về quyền lợi của người dân để bảo vệ. Cả hai ông, lại có một điểm giống nhau, đều bị chính quyền không ưa, cho dẫu các ông đều là nhà văn có tài, có đức, được dư luận đúng, đánh giá cao.

Tháng 10/2014 vừa qua tại thành phố Tam Kỳ - Quảng Nam, UBND tỉnh Quảng Nam và Viện Sử học đã tổ chức một hội thảo lớn về Phan Khôi. Mặc dù hội thảo chỉ giới hạn đề tài: "Phan Khôi và những đóng góp trên lĩnh vực văn hóa dân tộc" nhưng với 45 bản tham luận về cuộc đời và những đóng góp trên lĩnh vực văn hóa dân tộc của nhà văn hóa Phan Khôi, hình ảnh của nhà văn hóa lớn Phan Khôi hiện về lừng lững, sáng bạch, chói lòa xua tan mọi bóng tối hắc ám toan khỏa lấp hình ảnh của ông trong quá khứ.

Với nhà văn Nguyễn Quang Lập, chưa từng có cuộc hội thảo lớn về thân thế, sự nghiệp. Mặc nhiên, cho dù hiện tại, có những ý kiến bảo vệ đảng, chính quyền phê phán, lên án ông gay gắt, dẫu thế, không thể phủ nhận, nhân cách của một nhà văn lớn như Nguyễn Quang Lập, đã dành được sự cảm tình của rất đông bạn đọc, đủ mọi tầng lớp, mọi chính kiến trong và ngoài nước. Biên độ về uy tín của ông trên văn đàn, trước và sau ngày bị bắt ngày càng sâu rộng, ngày càng lớn.

Cả hai ông, Phan Khôi và Nguyễn Quang Lập trong suy nghĩ chỉ muốn có một xã hội hoàn thiện, con người sống đúng với phẩn giá của mình, nhà văn, nhà thơ… được tự do nói lên tiếng nói mà không sợ bị truy chụp, đàn áp, hoặc bôi bẩn… Nhưng tiếng nói yêu nước đó của hai nhà văn trên những tờ báo "chính thống" do chính phủ quản lý, xét duyệt… không được phổ biến, thậm chí còn bị quy là "phản động, chống lại nhà nước, chính phủ". Với Phan Khôi là sự trả giá quá đắt! Với tuổi xế chiều, ông gần như sống trong sự "ghẻ lạnh" của mọi người vì bị quy vào thành phần "Phản động, cầm đầu nhóm nhân văn-giai phẩm". Đám tang của ông, một đám tang có thể nói buồn nhất của những nhà văn Việt Nam.

Một nhà văn lớn tuổi sống trong thời kỳ này cho tôi biết, đám tang của ông chỉ có bảy người trong gia đình đưa đi trong im lặng. Những đồng nghiệp của ông, kể cả những người từng ca ngợi ông, được ông dìu dắt ...đều vắng biệt vì sợ hãi, vì sợ liên lụy. Duy nhất chỉ có một nhà văn (1) đi theo xe tang ra nghĩa trang. Cho đến tận bây giờ vẫn chưa tìm ra ngôi mộ của ông.

Nhà văn Nguyễn Quang Lập được sống trong một xã hội ít nhiều thông thoáng hơn về sự nhận thức, hơn nữa, cũng là một điều may, những giá trị thực của văn học qua thời gian, qua dòng chảy lịch sử đã trả về giá trị đích thực. Một bộ phim "Đời cát", "Thung lũng hoang vắng" được dựng dựa trên kịch bản của nhà văn Nguyễn Quang Lập, dành giải thưởng lớn trong những liên hoan phim quốc tế. Một tiểu thuyết "những mảng đời đen trắng" gây chấn động dư luận bạn đọc. Những kịch bản sân khấu "Mùa hạ cay đắng", "Những linh hồn sống"... được nhiều đoàn kịch dàn dựng, diễn không biết bao nhiêu đêm, khán giả hoan nghênh... Vậy mà, rất đau, vì tâm nguyện là "người lái đò" chuyên chở" sự thật" đến với mọi người, mong mọi người không thờ ơ, mà phải có trách nhiệm với xã hội chúng ta đang sống thì nhà văn Nguyễn Quang Lập bị khởi tố và bắt vào tù!!!

Tuy nhiên, nếu so với nhà văn Phan khôi, nhà văn Nguyễn Quang Lập, số phận đỡ nghiệt ngã hơn. Cuối đời nhà văn Phan Khôi sống trong sự cô đơn. Một con người có bộ óc chứa một lượng kiến thức "khổng lồ" về văn hóa, thể hiện bằng những tác phẩm đã được xuất bản, nhưng có lúc những tác phẩm này nhà nước cấm xuất bản, cấm liên hệ. Còn nhà văn Nguyễn Quang Lập, dù không được lòng lãnh đạo, nhưng những tác phẩm của ông vẫn được truyền bá rộng rãi, trên đủ các phương tiện, bạn đọc đã đón nhận, còn đón nhận trong tương lai. Và điều đặc biệt nữa, cho dù nhà văn Nguyễn Quang Lập bị bắt, bị quy vào những "tội" như một "tên phản động" nhưng những nhà văn, trí thức, người dân yêu dân chủ, tự do chân chính…trong và ngoài nước không bao giờ tin vào điều đó. Họ không bỏ, càng thương nhà văn Nguyễn Quang Lập hơn. Rõ nhất lá đơn có hơn một ngàn chữ ký của đủ mọi tầng lớp gửi lãnh đạo đảng, nhà nước yêu cầu trả tự do ngay cho nhà văn Nguyễn Quang Lập. Một điều không thể có thời nhà văn Phan Khôi sống cuối đời. Điều này chứng tỏ, một nhà văn di với nhân dân, nói lên nguyện vọng của người dân, đứng về lẽ phải bảo vệ người dân người dân sẽ biết ơn và không bao giờ quên. Người dân sẽ là điểm tựa vững chắc, bảo vệ khi nhà văn gặp bão tố.

Nhà văn Phan Khôi và nhà văn Nguyễn Quang Lập ở hai thời kỳ, hai giai đoạn lịch sử khác nhau. Tưởng như không có sự liền mạch, chi ít tuổi đời, tư tưởng, tác phẩm, văn phong…Nhưng đó chỉ là hiện tượng, điều chính, tấm gương, khí phách, nhân cách lớn của nhà văn Phan Khôi, nhà văn hóa Phan Khôi đã được các thế hệ nhà văn chân chính ở thế hệ sau, tiêu biểu là nhà văn Nguyễn Quang Lập, vẫn tiếp nối liền mạch như lời đánh giá của PGS.TS Đỗ Lai Thúy: "… Con - Người - Trách - Nhiệm - Phan - Khôi này được bộc lộ rất rõ trong bài thơ" nắng chiều"

Nắng chiều đẹp có đẹp
Tiếc tài gần chạng vạng
Mặc dù gần chạng vạng
Nắng được thì cứ nắng.

Và Phan Khôi đã nắng lên được bằng thứ nắng quái chiều hôm, một lần nữa nhất quán với bản thân mình, Phan Khôi lại chuyển từ chính trị sang văn hóa, nhưng lần này không phải vì ông làm chính trị mà nhằm thoát khỏi chính trị, để trở thành một nhà văn hóa thực sự. Sống trong một đất nước chính trị, cuộc sống của Phan Khôi, vì thế, không tránh khỏi hệ lụy, kể cả cái chết và những cái sau chết. Tuy vậy, cái bước chuyển từ chính trị sang văn hoá mà ông thực hiện luôn sống lại ở những thế hệ kế tiếp để trở thành một con đường, thậm chí một con đường rất lớn."

---

(1) Nếu tôi nhớ không lầm, đó là nhà văn Nguyễn Thanh Châu.

THUA TOÀN DIỆN

Trận cầu Việt Nam - Thái Lan hôm 13/10/2015 vừa qua, ViệtNam thua ba bàn không gỡ. Thế là bao nhiêu lời bình phẩm chê bai tung lên mạng. Chê chiến thuật, chê cầu thủ, chê huấn luyện viên, và nhất là chê LĐBĐ Việt Nam.

Đến giờ tôi vẫn là người ủng hộ nên cải tổ thật mạnh mẽ LĐBĐ Việt Nam theo hướng dân chủ, công bằng, một tổ chức độc lập của những người tâm huyết, có thực tài quản lý. Dẫu có suy nghĩ như vậy, nhưng khi nghe những lời chê bai LĐBĐ Việt Nam, nghĩ kỹ lại, tôi thấy vẫn hơi quá!

Hãy xem Việt Nam hơn được Thái Lan điều gì, mà vội chê bai LĐBĐ Việt Nam và cả ông huấn luyện viên Nhật Bản khổ sở kia.

Thái Lan là nước dân chủ. Nước họ dân được quyền tự do biểu tình, tự do lập đảng, người dân hiểu mình có quyền bầu người xứng đáng lên cầm quyền. Điều này rõ là hơn Việt Nam, Đến tận giờ, sau hội nghị TW 12, ở Việt Nam, chỉ có mấy ông TW ngồi họp với nhau mới biết ông, bà nào nằm trong dự kiến sẽ lãnh đạo khóa tới, còn dân thì chịu. Tha hồ đoán mò! Mà đoán mò trong tâm trạng buồn, chứ không phải vui. Thái Lan có một vua, nhưng được người dân tôn kính, cả hoàng tộc được người dân tôn thờ, không ai dám nói xấu. Còn ở Việt Nam mang tiếng là nước tiến bộ, văn minh nhưng có 16 "Ông vua" tức Bộ chính trị, 16 "Ông vua" này, có uy tín không? Dân có tin tưởng không? Nếu có một thăm dò dư luận công khai, minh bạch, sẽ rõ cả. Chắc chắn uy tín trong dân 16 "ông vua" Việt Nam thua một ông vua Thái Lan.

Kinh tế Thái Lan tuy trải qua nhiều lần khủng hoảng, nhưng họ đã khắc phục được, chủ yếu dựa vào nội lực, biết phát triển những ngành kinh tế trọng điểm, làm ăn có bài bản khoa học, Chẳng riêng công nghiệp nhẹ, chỉ riêng mấy ngành nông nghiệp như lúa, gạo, thủy sản, đường… Việt Nam còn phải chạy theo khướt. Ngành du lịch Thái Lan thực sự là "con gà đẻ trứng vàng", cảnh quan tự nhiên được bảo vệ chu toàn, các di tích văn hóa được tôn trọng, bảo vệ, ý thức tự giác của người dân trong việc tôn trọng đền chùa, miếu mạo rất cao… Chính điều này đã tạo nên lượng khách du lịch người nước ngoài đổ vào Thái Lan mỗi năm một nhiều, như năm vừa rồi Thái Lan đón hơn hai chục triệu lượt khách du lịch người nước ngoài, đem lại một nguồn ngoại tệ đáng kể. Trong khi đó ở Việt Nam ngành du lịch làm ăn manh mún, mạnh ai nấy làm, không liên kết, văn hóa nghèo nàn, đền chùa miếu mạo tôn tạo phản sự thật, đến người dân cũng phản đối như ở làng cổ Đường Lâm, Thành Sơn Tây… (Hà Nội) đã vậy lại còn phá cảnh quan tự nhiên mà như dự định làm cáp treo ở hang Sơn Đòong (Quảng Bình) là một ví dụ… Nên vậy, ở Việt Nam qua bao nhiêu năm, bao nhiêu cuộc hội thảo, tốn không ít tiền quảng bá hình ảnh Việt nam ra nước ngoài mà lượng khách du lịch người nước ngoài vào Việt Nam vẫn èo uột, so với nước nhỏ như Sinhgapo còn thua, chứ chưa nói đến Thái Lan.

Thái Lan thực hiện thể chế tam quyền phân lập, chống độc tài, toàn trị, chống tham nhũng một cách triệt để. Ai có chức, có quyền dù ở bất kể cấp, chức nào đều bị giám sát một cách chặt chẽ từ sinh hoạt đến tài chính cá nhân. Ai, có quyền cao chức trọng mà dính vào tham nhũng đều phải nghiêm trị cho dù người đó về hưu, như chuyện của bà cựu thủ tướng Thái Lan vừa rồi. Chính điều này, người ta thấy ở Thái Lan việc thay đổi chính phủ hay thủ tướng thậm chí có lúc tưởng như rơi vào hỗn loạn vì dân biểu tình. Nhưng một khi chính phủ mới ra đời, đáp ứng được nguyện vọng của người dân, thực hiện đúng những quyền trong hiến pháp quy định, các thành viên trong nội các trong sạch, toàn tâm, toàn ý phục vụ đất nước, phục vụ nhân dân thì tình hình xã hội lại ổn định, ổn định thực sự, kinh tế phát triển. Nhìn sang Việt Nam, so với Thái Lan về kinh tế, xã hội, chính trị, ai dám bảo là hơn!!! Xã hội Việt Nam liệu có ổn định không khi người dân đi ra đường hết sợ xe chẹt, lại sợ bị cướp giật rồi cả chuyện phải hối lộ, đút lót, ăn uống bị nhiễm độc, chữa bệnh... thôi thì đủ cả, dân kêu cả ngày, phân hóa giàu nghèo ngày càng lớn. Còn tình hình chính trị ở ViệtNam, người dân nhìn với ánh mắt bi quan. Xem báo chí Thái Lan có lúc nào phải kêu gọi người dân phải cảnh giác với các thế lực thù địch, phản động ... đang chống phá nhà nước không? Còn ở Việt Nam, lúc nào cũng có, nhất càng gần đến đại hội đảng, bầu nhân sự cấp cao thì những cụm từ "Cảnh giác với các thế lực thù địch, phản động chống phá đảng, nhà nước" lại càng được nhắc nhiều, cứ như sắp có "chuyện" đến nơi. Rồi những tin đồn ông A lên, ông B xuống, ông C bị "đầu độc", ông D mất chức... rộn lên trong dư luận...không biết đúng, sai, cứ râm ran truyền miệng hết ngày này qua ngày khác. Xem ra như vậy, tình hình chính trị ở Thái Lan và Việt Nam, người đọc có thể tự đánh giá, nước nào tốt hơn? Đó là chưa kể chống tham nhũng, ở Thái Lan, họ không cần hô hào, cũng không cần phát động người dân tố cáo... nhưng ở Thái Lan làm triệt để, còn ở Việt Nam, chống tham nhũng như kiểu "đấm vào bị bông". Hô hào lắm mà làm được bao nhiêu...

Nói tóm lại, mới so sánh sơ qua như vậy đã thấy Việt Nam thua Thái Lan toàn diện, mà cũng không biết bao nhiêu năm nữa Việt Nammới đuổi kịp Thái Lan?

Thế thì... chuyện bóng đá Việt Nam thua bóng đá Thái Lan cũng là chuyện thường tình, đâu có việc gì phải ầm ĩ.

NHÂN CHUYỆN "ĐẠO VĂN", NGHĨ!

Chuyện "đạo thơ" giữa nhà thơ này với nhà thơ kia ầm ĩ cả tuần nay, tôi lặng lẽ theo dõi, không bình phẩm. Thực ra thấy chuyện này "nhỏ", so với bao nhiêu chuyện tày đình khác. Lẽ ra chuyện này trong giới nhà văn, nhà thơ Việt Nam có thể "đóng cửa bảo nhau", nhưng họ có lòng tự trọng nên chuyện "nhỏ" hóa "lớn". Tiếc thay điều này, trong xã hội đã trở thành hiện tượng hiếm, nói theo kiểu dùng hình ảnh minh họa "một giọt nước trong không thể làm sạch cả một ao nước đục."

Bây giờ, báo chí phanh phui, không thiếu những quyển sách, công trình khoa học…chứ không phải chỉ một bài thơ, của nhiều giáo sư, tiến sỹ… mà nội dung là "đạo văn" hay nói thẳng là ăn cắp kiến thức của người khác. Ăn cắp một cách ngang nhiên trắng trợn, bị vạch mặt không một lời xin lỗi, đính chính. Đến ngay trong đảng, chuyện "đạo văn", bây giờ đã trở thành phổ biến.

Có điều nó trở thành bình thường, nên có lẽ ít người để ý. Rõ nhất cuối năm, khi tiến hành kiểm đảng viên trong các chi bộ, đảng ủy, Ngày xưa nghiêm túc bao nhiêu thì bây giờ lại tầm thường bấy nhiêu! Một người trong chi bộ viết bản kiểm điểm, rồi tất cả đảng viên trong chi bộ ấy sao chép lại, thay đổi vài từ ngữ, câu cú cho nó có lệ, khỏi bắt bẻ rồi đem nộp. Hoặc lấy bản kiểm điểm năm trước mang ra poto, mang nộp lên trên. Chuyện ấy trông có vẻ nghiêm túc, nhưng thực ra là đối phó bằng những bản kiểm điểm giả dối. Đó có phải "đạo văn" không? Rồi những buổi học nghị quyết kéo dài lê thê hai, ba ngày. Người phổ biến cứ phổ biến, còn người nghe phía dưới kẻ nói chuyện, người ngủ gật, nhóm chơi điện tử… Họ có chú ý, tập trung nghe giảng đâu! Nhưng sau đó vẫn có bản thu hoạch các nhân, có điều, mười bản như chục, giống y như nhau, nhất là về nội dung. Đơn giản, một người viết, hoặc thuê người viết rồi tất cả sao chép, đem nộp. Một sự "đạo văn" tập thể, nhưng tất cả không ai xấu hổ, không ai thấy ngượng. Thậm chí, đến người phụ trách những lớp học đó cũng biết sự "đạo văn" này nhưng lại khuyến khích những trò gian dối đó để lấy thành tích "mọi người học tập đầy đủ với thái độ nghiêm túc, thu hoạch sâu sắc, nâng cao được nhận thức trong tình hình mới." Còn một chuyện "Đạo văn" nữa, tôi tin các ông tuyên giáo biết, đoàn thanh niên biết, nhà trường biết nhưng lại ngó lơ, đó là những cuộc thi tìm hiểu về đảng hay về cụ Hồ. Đạo văn và trí trá đến tận cùng! Nhiều nơi vừa đưa câu hỏi, vừa đưa đáp án bắt tất cả mọi người sao chép, nhất là các trường phổ thông. Những cuộc thi kéo dài, tiêu tốn không biết bao nhiêu tiền bạc, thời gian mà tác dụng thực tế như thế nào? mọi người đều rõ. Đó là chưa kể những bản tổng kết về kinh tế, xã hội, văn hóa… cuối năm trước HĐND của nhiều huyện, tỉnh, thành phố đọc lên cứ thấy năm này, giống năm trước, có chăng để chứng tỏ "có viết" họ thay đổi một vài từ ngữ, thay đổi một vài con số trong bản tổng kết đó. Nên những bản tổng kết, báo cáo đó chưa cần đọc, mọi người đã hiểu trong đó nói gì. Một sự "đạo văn" công khai, ngang nhiên, được hưởng ứng bằng những tràng vỗ tay trong những hội nghị tổng kết cuối năm đó.

Nhìn rộng ra toàn xã hội, chúng ta thấy "đạo văn" không còn nằm trong phạm vi cá nhân hay một tổ chức nào đó mà nó có hệ thống, có tổ chức, phục vụ cho những nhóm lợi ích trong chính phủ, trong đảng. Cách đây không lâu, báo chí nước ta phanh phui một vụ "đạo văn", nếu như không bị phát hiện, nó sẽ gây thiệt hại không nhỏ cho kinh tế. Dự án xây dựng sân bay Quảng Ninh, những kẻ tham gia dự án này lấy luôn bản quy hoạch chi tiết của một sân bay Phan Thiết để định trình lên trên. Một sự "đạo văn" liều đến thế là cùng! Rồi trong nhiều dự án, do thiếu hiểu biết, không có chuyên môn nhưng thừa thủ đoạn, họ vẽ ra bao nhiêu "dự án", phần đông nhưng dự án này copy theo tài liệu nước ngoài, không thực tế với điều kiện, hoàn cảnh Việt Nam, nhưng vẫn họ bất chấp miễn là "có tiền" để tham ô. Tác hại của những dự án "đạo văn" này không thể kể xiết, có thể kể đến những dự án như dự án xi măng lò đứng, sân bay, cảng nước sâu, nhà máy luyện thép, khai thác bô xít, nhà máy lọc dầu, đập thủy điện, xây dựng đường xe lửa cao tốc trên cao… gây lãng phí hàng ngàn tỷ đồng, nhân dân è cổ ra đóng thuế, còn những kẻ "đạo văn" dự án cứ ngồi một chỗ mà lấy tiền. Và cứ "Đạo văn "như thế này, chỗ nào cũng có, trở thành phổ biến vô hình dung tạo ra một lớp người lười nhác, quen dọn sẵn để ăn. Hậu quả tai hại để lại di căn lâu dài, coi đối phó giả dối, sống giả dối, nói giả dối… là một chuyện bình thường, thậm chí là phương châm sống trong xã hội này.

Một xã hội như vậy liệu có phải là xã hội văn minh???

Cứ nghĩ như vậy, không phải vì là người cùng nghề viết văn, làm thơ mà tôi thương nữ nhà thơ dính chuyện "đạo văn" như trong chuyện vừa rồi. Tất nhiên "đạo văn" là không nên, mang danh "nhà thơ" được công chúng biết lại càng không nên. Nhưng dù sao chăng nữa, nữ nhà thơ đó, qua phê bình của công luận, tự vấn bản thân, chị cũng thấy lỗi lầm, chính thức xin lỗi công luận, rút bài thơ mang tiếng "đạo văn" kia ra khỏi sự nghiệp sáng tác của mình. Ít nhiều chị có lòng tự trọng. Chị còn hơn khối kẻ nắm quyền cao, chức lớn đi lên bằng sự "đạo văn" của bằng cấp giả, sự nghiệp "giả", nói dối như cuội… gây ra bao nhiêu điều tai hại cho nền kinh tế, xã hội, văn hóa…ở đất nước này, khiến người dân phẫn nộ, nhưng những kẻ đó không hề thấy xấu hổ mà từ chức, thậm chí đến một lời xin lỗi cũng không có.

Họ vẫn ở đỉnh cao quyền lực, dương dương tự đắc!

Sợ!

KHÔNG "HÒA HỢP" LỚN, TA "HÒA HỢP" NHỎ

Khát vọng Hòa hợp, không còn thù hận, không còn chia rẽ, không còn mâu thuẫn về giáo lý, chủ thuyết, tất cả người Việt dù ở đâu, trong nước hay ở ngoài nước cùng chung tay xây dựng một nước Việt Nam hùng cường.

Một khát vọng cháy bỏng.

Nên vậy, hiện tình có những thế lực trong và ngoài nước cố tình ngăn cản sự hòa hợp nhưng trên thực tế hòa hợp là con đường sống của dân tộc, nó vẫn âm thầm tiến tới bất chấp mọi lực cản.

Rõ ràng nhất, như trong một bài viết của tôi trước đây, trong từng gia đình, nhất là những gia đình có người thân từng tham chiến ở hai phía trong cuộc chiến tranh Việt Nam trước 1975, bây giờ đoàn tụ họ đã ngồi lại, người gốc Việt ở nước ngoài về thăm quê gia đình trong tình thương, trong đoàn tụ, không ai muốn nhắc lại những quá khứ đau thương, chia rẽ. Tôi còn nhận thấy, ở trong nước sự hòa hợp biểu hiện khắp mọi lĩnh vực. Không ít những nhà doanh nghiệp giỏi nổi danh bây giờ, có cha mẹ từng làm việc trong chính thể Việt Nam Cộng Hòa. Thậm chí có giáo sư, bác sỹ, kỹ sư giỏi, mà điểm xuất phát của họ không phải do nhà nước Cộng Sản đào tạo, giờ họ vẫn được trọng dụng, không phân biệt. Một điều tôi mừng nhất, nhiều anh em vốn là cựu binh của quân lực Việt Nam Cộng Hòa, đến thời điểm hiện tại, họ sống hòa đồng cùng với rất đông anh em cũng là cựu binh của quân đội nhân dân Việt Nam trong từng khu phố, xóm thôn Việt Nam, sinh hoạt cùng trong một tổ dân phố… Nếu như ta về những vùng nông thôn hẻo lánh, cuộc sống còn nghèo khổ, thì tinh thần nhân ái, hòa hợp kia còn rõ hơn bao giờ hết.Ngay ở Hội An quê tôi, hiện còn rất nhiều cựu binh thuộc quan lực Việt Nam Cộng Hòa, giờ tất cả trở về đời thường, tôi cùng sinh hoạt với họ trong một cộng đồng dân cư không hề có sự phân biệt trước đây anh là lính thuộc phe nào ?Vừa rồi, cảm khái trước tinh thần hy sinh của các liệt sỹ quân lực Việt Nam Cộng Hòa trong trận hải chiến Hoàng Sa năm 1974, nhiều cá nhân, tổ chức tự động vận động quyên góp tiền để xây nhà cho gia đình những liệt sỹ này.

Một biểu hiện sự tri ân, không hận thù, rất đẹp.

Chỉ lấy mấy ví dụ nhỏ, để thấy rằng, hòa hợp là xu thế tất yếu, không một thế lực nào có thể cưỡng lại được. không lý gì, cuộc chiến trước 1975 đã qua hơn 40 năm, bình tâm nghĩ lại, cuộc chiến đó, ai chết nhiều nhất, ai đau khổ nhiều nhất? Đó là người Việt Nam, đó là những gia đình người Việt Nam, nhất là những gia đình có người tham chiến cả hai bên. Vậy thì... theo tôi, hãy xóa hận thù, những người lính từng tham gia cuộc chiến trước 1975, không lẽ không thể ngồi lại với nhau? Anh em ruột thịt không thể ngồi lại với nhau? Lại một điều nữa, nói ra đau lòng, tại sao những cựu chiến binh Mỹ từng tham chiến ở Việt Nam trước năm 1973, nay họ trở lại Việt Nam được tiếp đón với tình cảm chân thành, thế nhưng đã hơn bốn mươi năm, đảng và nhà nước nói nhiều đến " hòa hợp", "khép lại quá khứ"... nhưng chưa một lần chính thức mời các anh em cựu binh trong quân lực Việt Nam Cộng Hòa ở nước ngoài về để người dân trong nước tiếp đón với tình cảm như đã dành cho nhưng cựu binh Mỹ mà sao mãi vẫn là sự nghi ngại, không tin nhau ở cả hai phía. Một, hai cá nhân từng phục vụ chính thể Việt Nam Cộng Hòa về lại Việt Nam có phát biểu hay mấy, vẫn chỉ là sự đơn lẻ, không thuyết phục, thậm chí còn bị phản đối ở hải ngoại, Nhưng nếu như hội Cựu chiến binh Việt Nam mời hội Cựu chiến binh người Việt Nam ở hải ngoại về thăm Việt Nam thì ý nghĩa lớn hơn nhiều, sự nghi ngại sẽ bị xóa bỏ, niềm tin, sự thành thực sẽ nhân lên.

Chỉ có điều có dám mời, và mời thực lòng hay không?

Tôi chỉ có một ước muốn, nếu những kẻ nào đó sợ "hòa hợp" hay hòa hợp không thực lòng, thì những người cựu binh từng tham gia vào cuộc chiến tranh trước 1975, kinh qua những giờ phút đau thương nhất, cũng hiểu đến tận cùng sự bất hạnh của một cuộc chém giết vô ích giết hại cả một dân tộc… hiểu những giây phút quý giá của sự đoàn kết, đùm bọc, hòa hợp quan trọng như thế nào, nên ngồi lại, cùng tham gia vào tổ chức Cựu chiến binh Việt Nam duy nhất. Tổ chức này tập hợp những người cùng chí hướng, trước hết cùng khép lại quá khứ, thực sự hiểu nhau, coi quyền lợi dân tộc lên trên hết, thức tỉnh người dân trong nước, cũng như ở nước ngoài về lòng yêu nước, đấu tranh bảo vệ toàn vẹn lãnh thổ, cùng giúp nhau về mặt tinh thần cũng như vật chất…

Được như vậy, thì đây là biểu hiện của sự hòa hợp chân thành.

Từ sự "hòa hợp" nhỏ này sẽ hình thành sự hòa hợp lớn hơn trong cả dân tộc.

Có hòa hợp thực lòng sức mạnh đoàn kết của dân tộc sẽ tăng lên gấp bội, đủ sức đánh bại những thế lực phản động muốn cản trở bước tiến dân tộc, giữ vững bảo vệ toàn vẹn lãnh thổ.

THỪA KINH KHỦNG

Ông phó thủ tướng Nguyễn Xuân Phúc có lần thừa nhận, có đến 30% cán bộ thuộc diện biên chế ăn lương nhà nước ở dạng không cần thiết, có cũng được, không có cũng được. Ông Nguyễn Đình Quyền, phó chủ nhiệm ủy ban tư pháp Quốc hội còn thẳng thắng nói, cho toàn quyền, ông sẽ sa thải 40% nhân viên vì "thừa"! *(http://vietnamnet.vn/vn/chinh-tri/273199/-cho-toi-toan-quyen-toi-sa-thai-40-nhan-vien-.html).*

Vì đâu nên nông nỗi này!

Không đâu như nhà nước ta, những hệ thống quản lý hành chính rất lỗi thời từ những năm 60 của thế kỷ trước, không hiểu sao, rất khó giải thích vẫn cứ tồn tại cho đến tận bây giờ. Lấy ví dụ nhỏ, sổ hộ khẩu, có lẽ chỉ còn nước ta và Trung Quốc duy trì. Một cách quản lý vô cùng lạc hậu. Thời chiến dễ giải thích về việc này, nhưng bây giờ là thời bình, đi lại dễ dàng, hình thành các thành phố, khu công nghiệp lớn…chỗ nào dễ sống, dễ làm việc, lương cao, dù có hộ khẩu, hay không có hộ khẩu người dân vẫn tự động đến. Ấy vậy, vẫn duy trì sổ hộ khẩu, để rồi có quản lý được đâu, mà lại đẻ ra một lực lượng công an không phải là nhỏ để làm việc này. Thời đại vi tính, điện tử… không thiếu cách quản lý khoa học, văn minh, tiết kiệm nhân lực mà nhiều nước tiên tiến đã làm, không hiểu sao ngành công an Việt Nam không chịu học mà cứ khư khư "ôm" cách quản lý bằng sổ hộ khẩu, vừa hành dân, vừa thừa người.

Bộ máy hành chính ở nước ta, không phải là nhà khoa học, hay có một công trinh nghiên cứu khoa học nào chỉ ra, chỉ cần là người dân bình thường khi đến cơ quan công quyền là nhìn thấy ngay. Một bộ máy hành chính cồng kềnh, lạc hậu, quản lý kém hiệu quả. Nhỏ nhất là cấp xã, quan sát kỹ một chút ta thấy vô vàn điều bất hợp lý. Có tỉnh cấp xã, cấp phường… toen hoen chỉ hơn vạn dân, mấy nghìn hộ…diện tích chỉ cần đạp vài vòng xe đạp là hết mà cũng đầy đủ ban bệ y như của một cấp thành phố, tỉnh. Cũng Mặt trận tổ quốc, hội cựu chiến binh, hội chữ thập đỏ, hội nông dân, tư pháp, dân quân, đoàn, đội… Hàng năm dăm thì mười họa mới tổ chức đại hội, còn họp hành, gọi là cho có, nội dung vẫn y như vậy, toàn triển khai "nghị quyết cấp trên" dân đến tham dự cũng được, không đến cũng chẳng sao. Đó là chưa kể những cơ quan bên đảng, ở cấp xã, cấp phường…y như cấp huyện, tỉnh nhưng đến công sở để ngồi đọc báo thì đúng hơn. Một xã nhỏ có độ hơn vạn dân, số hộ không đông…có thể ghép mấy phòng như địa chính, quản lý đô thị, tài nguyên môi trường, tư pháp… vào làm một. Nhưng không! vẫn phải có ban bệ rành ròi, nên thế, có phòng làm không hết việc, thì phòng kia, cán bộ ngồi nhổ râu hoạc chơi điện tử… trông rất phản cảm. Nhiều người muốn cải tiến cách quản lý, nhất là thời bây giờ khoa học điện tử rất phát triển, ngồi một chỗ cũng có thể làm được nhiều việc. Nhưng nếu làm được như thế, số cán bộ dôi ra không phải là nhỏ. Khốn khổ thay, đó là những cán bộ, ở cấp xã, phường, nơi sát dân nhất lại toàn là họ hàng thân thiết của mấy ông lãnh đạo, phần đông học không đến nơi, đến chốn, không biết làm việc gì ngoài việc vào ngồi vào mấy chỗ phòng ban nọ, đến đủ tám tiếng trong một ngày để lĩnh lương! Tiền nhà nước trả, thực tế là tiền thuế của dân, không biết bao nhiêu mà kể, chi trả cho bộ máy hành chính kềnh càng, tốn kém này. Nguy hại hơn, không thể nào tinh giảm những cán bộ loại này được. Đó là chưa kể bộ máy bên đảng, từ cơ sở đến trung ương, nặng nề, trùng lắp, tốn kém. Từ trụ sở, bên nhà nước trụ sở như thế nào, bên đảng y như vậy, huyện đến tỉnh, cái nào cũng to. Đã có nhà khách của UBND tinh, có tỉnh lại có nhà khách của tỉnh ủy! Đổ người vào quản lý mấy nhà khách này cộng với lương trả cũng đã là một con số không nhỏ. Rồi các ban bệ, đảng trùng lắp với nhà nước. Lấy ví dụ nhỏ, nhà nước có công an, nhưng uy quyền lại không bằng ban kiểm tra, ban thanh tra đảng. Trung ương Có bộ VH-TT- DL, tỉnh có Sở nhưng trên thực tế, uy quyền có vẻ không bằng ban tuyên giáo…Cứ như vậy, thử hỏi, tinh giảm biên chế sẽ thực hiện như thế nào? Nhiều lúc người viết bài này tự hỏi, sao không thể ghép các cơ quan đảng và nhà nước vào với nhau, cho đỡ tốn kém về người và của, đồng thời dễ quản lý. Cách quản lý này hình như từ thời chiến đến giờ vẫn không thay đổi, không những thế, thời chiến ban bệ tinh giản bao nhiêu thì bây giờ phình to bấy nhiêu, Cứ nói tinh giản biên chế! Câu này nói cho vui, không thể làm được. Chưa bao giờ câu "phép vua thua lệ làng" trở thành phổ biến, buộc xã hội phải chấp nhận như thời bây giờ. Như ở Huyện Mỹ Đức (Hà Nội) người nhà của mấy ông quan huyện nắm giữ toàn bộ những chức danh quan trọng, như vậy làm sao giảm biên chế, ngược lại đây là điều kiện thuận lợi để đưa người nhà vào. Chuyện này không riêng huyện Mỹ Đức, mà còn ở nhiều địa phương khác. Có ông quan to của một địa phương sắp về hưu, lập tức ông bố trí được toàn bộ họ hàng, con cháu, cùng quê vào những vị trí chủ chốt trong cơ quan công quyền. Ai cũng biết nhưng không ai dám nói! Đây cũng là nguyên nhân của sự những nhiễu của cán bộ ở địa phương. Đơn giản, cán bộ nhiều, đồng lương nhỏ, không còn con đường nào khác là phải tìm cách để bắt người dân phải đưa tiền. Một địa phương, muốn làm một nhà nghỉ đón khách du lịch, phải có mười lăm (15) cái giấy phép! Nghe mà kinh.

Muốn tinh giản biên chế, tìm người thực tài để lãnh đạo, muốn có một bộ máy công quyền tổ chức khoa học, gọn nhẹ, đạt hiệu suất công việc cao, không gì hơn tất cả phải công khai minh bạch, toàn dân biết. Không lý gì, ngân sách đảng, công sở đảng, rồi những viên chức bên đảng lại thuộc dạng bí mật, đến giờ người dân, kể cả quốc hội không biết. Nếu đảng tin dân, chịu sự giám sát của dân, công khai toàn bộ số liệu này ra, lập tức sẽ có nhiều kế sách giúp đảng tiết kiệm được một nguồn tiền không nhỏ, quan trọng nhất là giúp đảng tinh giản biên chế những cán bộ, cơ quan không cần thiết. Những ý kiến tương tự như thế này, thật tiếc, nhiều kỳ họp quốc hội, không thấy đại biểu nào đưa ra.

Mọi kế hoạch (trừ những kế hoạch liên quan đến an ninh, quốc phòng) cần minh bạch, công khai đặc biệt là công tác tổ chức cán bộ.Cho phép người dân được chọn người lãnh đạo, chấm dứt ,càng sớm càng tốt chọn cán bộ kiểu "đảng cử, dân bầu" vì cách chọn cán bộ như vậy làm sao chọn được người giỏi, hay cuối cùng chỉ chọn được những người cùng "nhóm" cùng "lợi ích". Hãy lấy ý kiến toàn dân, những ý kiến đóng góp của các nhà trí thức về tổ chức hành chính. Trên thế giới có rất nhiều nước có bộ máy tổ chức hành chính gọn nhẹ, làm việc khoa học sao chúng ta không học tập, mà thường vẫn bảo lưu những cách tổ chức không giống ai, để thừa người nhưng lại thiếu việc.

Suy cho cùng, muốn tinh giảm biên chế, có một bộ máy hành chính làm việc khoa học, để dân tin không gì hơn, phải cải cách thể chế, cải cách thực sự. Chứ còn hô hào hay làm nửa vời, không triệt để thì sự tinh giảm biên chế chỉ là lời nói còn trên thực tế thì…!

NÊN CẤM TRẺ EM TẬP THỂ DỤC

Lại một đứa trẻ 16 tuổi chết ở đồn công an (Nguyên nhân chết xem tại đây -http://vietnamnet.vn/vn/xa-hoi/275864/ca-len-tieng-vu-thieu-nien-16-tuoi-tu-vong-khi-tam-giam.html).

Một nguyên nhân chết, xem ra công an tỉnh Đắk Nông giải thích rất hợp lý, trong phòng tạm giam, lấy lý do giữ sức khỏe, nên công an yêu cầu em Quyền phải tập hít đất. Mới hít đất 17 lần em ấy chịu không được bị hôn mê sâu, đưa đi cấp cứu thì…chết!!!

Nghe ông phó công an huyện Cư Jut (Đăk Nông) giải thích như vậy, tôi e ngại:

Chỗ tạm giam của công an huyện Cư Jut có vấn đề. Có thể rất bẩn, không gian chật hẹp, thiếu không khí… đã vậy công an hướng dẫn em này tập hít đất không có nghiệp vụ nên xảy ra tai nạn!!!

Còn không phải như vậy thì bộ môn tập thể dục ở trường phổ thông cũng có "vấn đề", dạy qua loa, tầm bậy… đến độ cả chuyện chống tay, hít đất các em cũng không biết . Nên vậy khi vào đồn công an, các em được công an cho "hít đất", không biết làm, lăn quay ra chết!!!

Cũng không phải như thế thì xã hội chúng ta có vấn đề.

Xã hội chúng ta đang phấn đấu là xã hội văn minh, dân chủ v.v…và v.v… nói thì nhiều, trên thực tế, chỗ nào động vào cũng thấy sự bất ổn. "Lớn" như chính trị, kinh tế, xã hội… còn "nhỏ" nhìn tận mắt, báo, đài đã đăng, đưa tin làm cho người đọc thấy bất an trong đời sống. Những vụ giết người tập thể, hình thức dã man liên tục xảy ra, những vụ tai nạn giao thông kinh hoàng, một ngày cướp đi sinh mạng hơn hai chục người. Thực phẩm nhiễm chất độc dẫn đến những vụ ngộ độc thức ăn lớn ở nhiều địa phương, nhiều khu công nghiệp …, rồi cảnh đâm chém chồng giết vợ vì ghen tuông, con giết cha, anh giết em vì tranh giành đất đai, tự tử vì nợ nần dẫn đến chết cả nhà…không ngày nào trên đất nước ta là không có.

Vậy thì… cái chết của em Quyền trong đồn công an của huyện Cư Jut (Đăk Nông), nhiều người cho rằng cách giải thích của ông phó đồn công an huyện Cư Jut là không hợp lý, thậm chí đó lời biện minh của một kẻ gây tội ác mà không dám nhận. Theo tôi, cái chết của em Quyền trong đồn công an Cư Jut, là kết quả của một xã hội có nền chính trị mà người dân nhìn vào đó, thấy đau lòng, cứ để nước mắt chảy không biết kêu ai.

Còn không phải như thế, xã hội, nhà trường nên cấm các em tập thể dục. Vì tập thể dục làm gì, khi chỉ hít đất mới có 17 lần đã lăn quay ra chết ở trong đồn công an???

GIỌT NƯỚC MẮT ÂN HẬN

Một ông Tây quốc tịch Hoa Kỳ, sống ở Sài Gòn gây tai nạn chết người. Ra tòa, ông vô cùng ân hận, day dứt và ông khóc trước tòa (xem tại đây *http://vnexpress.net/tin-tuc/phap-luat/ong-giao-tay-gay-tai-nan-chet-nguoi-bat-khoc-truoc-toa-3318728.html)*.

Tôi qua Mỹ, thấy giao thông bên đó thật tuyệt vời, nhất là thái độ người lái xe, không uống rượu, chạy đúng làn, đúng tốc độ…chấp hành tuyệt đối luật giao thông. Vậy mà, một ông tây quốc tịch Hoa Kỳ, nghề nghiệp là giáo viên, nghĩa là tính điềm tĩnh, cẩn thận, chỉnh chu… lái xe ở Sài Gòn lại gây tai nạn chết người. Chuyện có lạ không? Tôi nghĩ không lạ, giao thông Sài Gòn nói riêng, cả nước nói chung hiện đang ở thời kỳ "không tai nạn mới là chuyện lạ", có cẩn thận đến mấy, cũng không ai dám nói "tôi lái xe an toàn". Nên thế… ông Tây kia dính "chấu", tôi không thắc mắc nhưng lại suy nghĩ, nhất là giọt nước mắt của ông trước tòa. Mặc dù được gia đình nạn nhân chấp nhận sự đền bù và bãi nại, tòa xử với mức án nhẹ, bản thân và dư luận cũng đồng tình nhưng ông vẫn khóc với những giọt nước mắt ân hận.

Tôi thương và đồng cảm giọt nước mắt ấy.

Đây là giọt nước mắt của con người tử tế trong khi ở Việt Namđang hiếm những giọt nước mắt như thế này.

Không thiếu những vụ tai nạn giao thông mà người gây tai nạn là kẻ có "quyền cao, chức trọng", gây tai nạn xong, bỏ chạy, mặc nạn nhân. Rồi biết bao nhiêu vụ tai nạn gây chết người bởi sự vô trách nhiệm trong an toàn lao động, gia đình nạn nhân chỉ nhận được sự đền bù gọi là có. Cô dâu người Việt bị đánh chết ở Đài Loan, Hàn Quốc… ai khóc cho số phận bạc hơn vôi đó!!! Lớn hơn, chuyện ngư dân của ViệtNam đánh cá ở vùng biển thuộc lãnh hải Việt Nam bị tàu Trung Quốc bắn chìm, chết người. Trừ người thân của người bị nạn, lãnh đạo ViệtNam, ai là người khóc cho cái chết của ngư dân Việt Nam khốn khổ kia. Đất mất, lãnh hải mất, chỗ nào cũng thấy người Trung Quốc, âm mưu xâm lược Đại Hán nhỡn tiền, tương lai của con cháu về đâu, giữ được độc lập hay là chư hầu của Trung Quốc? Câu hỏi xé lòng nhưng có ai khóc!!! Nạn tham nhũng, lãng phí lan tràn, xé nát nền kinh tế đất nước này, dân mất đất kêu oan, tự phát đứng dậy giữ đất bị đàn áp bỏ vào tù, đứa trẻ mười lăm tuổi cũng bắt, kêu án. Nhưng hầu như… ở nước này đa phần không ai khóc cho thảm cảnh đó, ngược lại, có những con mắt dửng dưng, vô cảm, phó mặc…

Để có những giọt nước mắt của người tử tế, hơn nữa, hành động để cho bao nhiêu cảnh khổ thử điểm qua ở trên, không tái diễn, sao bây giờ khó thế!?

Tại sao? Tôi không tìm được câu trả lời.

Vì thế, xin nhắc lại, tôi thương và đồng cảm với giọt nước mắt ân hận của người Mỹ kia!

BỆNH HÌNH THỨC

Có lúc tôi tự hỏi, ở nước ta, sao lắm khẩu hiệu thế, chỗ nào cũng thấy khẩu hiệu, cờ, phướng... Khẩu hiệu giăng cùng làng, khắp ngõ, cờ treo khắp nơi. Nội dung khẩu hiệu rất cao sang toàn "Tích cực...", "Nhiệt liệt...", "Phấn đấu..." nhưng rồi thực tế thì sao? Tôi tin mỗi người đều có câu trả lời.

Nghĩa là đọc khẩu hiệu cho vui, thế thôi. Còn thực hiện được hay không? Điều đó không phải do giăng nhiều khẩu hiệu mà do ý thức tự giác của người dân, cách tổ chức, quản lý của bộ máy hành chính, tác dụng của giáo dục...Nhưng những điều này ở nước ta còn lắm điều phải bàn, đến tận giờ vẫn chưa ra ngô, ra khoai mà ai cũng thừa nhận. Thực tại ở đất nước ta được điều hành bằng một bộ máy hành chính rối rắm, cồng kềnh, làm việc không hiệu quả, nạn nhiễu nhương vẫn còn đất lộng hành. Giáo dục lạc hậu, không theo kịp những nền giáo dục tiên tiến thế giới, tiếng nói của người dân và chính quyền lệch pha nhau... Lẽ ra mọi hoạt động hàng ngày của bộ máy chính quyền, cán bộ tiếp dân cần đi vào những nội dung thực chất đó, bàn cách tháo gỡ, giữa người dân và chính quyền tìm sự đồng thuận… người ta không làm mà đi giăng khẩu hiệu, nhất là đến kỳ đại hội đảng. Đến kỳ đại hội đảng phường, xã, huyện đến tỉnh, thành phố…treo không biết bao nhiêu khẩu hiệu, cờ, phướng. Cứ làm như chỉ đến đại hội đảng thì cả xã hội mới vận động, chuyển mình. Nhìn vào chương trình đại hội đảng từ cấp cơ sở đến cấp cao, ngoài báo cáo kiểm điểm nhiệm kỳ vừa qua, phương hướng hoạt động nhiệm kỳ sắp tới, nội dung chính là bầu ban chấp hành mới. Chuyện này trước đại hội đảng đủ thứ "vui", đồn đoán ông này lên, ông kia xuống, thư nặc danh, chuyện nói xấu nhau…liên tục xuất hiện…Người ta để ý chuyện này nhiều hơn những nội dung của các khẩu hiệu đang treo ngoài kia.

Vậy treo khẩu hiệu để làm gì!

Đó là chưa nói đến chuyện dựng tượng ông Hồ. Tôi vẫn nghĩ, giá như cán bộ lãnh đạo ở nước ta từ cấp cơ sở đến trung ương có tác phong gần dân, nghe dân làm theo ý nguyện của dân, có một phong cách sống giản dị, văn hóa… được quần chúng nhân dân tin tưởng. đó mới là "tượng ông Hồ" được nhân dân kính trọng. Còn không phải như thế… hễ nhân dân có ý kiến, muốn góp ý với đảng, chính quyền để đưa đất nước vượt qua khó khăn, giải quyết được những mâu thuẫn trong xã hội lại quy chụp " phản động chống đảng, nhà nước".

Phản động nào?

Họ toàn những người là "con đẻ" của chế độ này, từng nghe theo lời kêu gọi của ông Hồ cầm súng bảo vệ tổ quốc, không sợ hy sinh. Họ cũng từng là người lính ra mặt trận không tiếc tính mạng, thực hiện lời thề thiêng liêng "Trung với nước, hiếu với dân"... những con người như thế không thể quy kết đơn giản là "phản động" để rồi đàn áp, bắt bớ, truy chụp... khi họ tiếp tục thực hiện lời của ông Hồ từng huấn thị, đại ý, ngoài quyền lợi phục vụ nhân dân, vì nhân dân, đảng và nhà nước này không có quyền lợi nào khác. Vậy thì, muốn dân thờ ông Hồ, còn kính trọng ông Hồ, hãy làm đúng những điều ông Hồ từng nói.

Được như vậy, hình ảnh ông Hồ sẽ sống mãi, người dân nhớ ơn vì mỗi người dân nhìn vào người lãnh đạo thấy một hình ảnh của ông Hồ trong đấy còn hơn tạc hàng trăm tượng ông Hồ để phơi sương, phơi nắng mà lòng dân không yên.

Một đảng, một nhà nước vững mạnh phải có nền tảng là những quyết sách công khai, minh bạch được dân ủng hộ. Đảng đó, nhà nước đó lãnh đạo không đi ngược lại quyền lợi dân tộc, đặt quyền lợi dân tộc lên trên hết, lúc đó không cần khẩu hiệu hô hào, kể cả những tượng đài lãnh tụ, người dân vẫn tin tưởng đi theo.

Còn không phải như thế, chỉ có tác dụng ngược lại.

Ý KIẾN NHỎ

Nước mình cầm quyền theo chế độ độc đảng, điều này ai cũng thấy rồi. Có người nói, độc đảng dễ thống nhất, không phải cạnh tranh!!! Nghe ra là thế, hóa ra không phải. Ngay từ cấp xã đã thấy không đoàn kết, mỗi kỳ đại hội là lôi ra đủ thứ chuyện, nhất là chuyện bầu cử. Đến cấp huyện lại lắm chuyện hơn, rồi cấp tỉnh, thành phố... từ vỉa hè đến phòng họp thì thà, thì thào về chuyện phe ông này, phe ông kia. Đến cấp trung ương, thì... thôi rồi, dư luận đồn thổi tùm lum về chuyện phe phái. (Nhất là thời đại bây giờ, thế giới phẳng). Dư luận đang râm ran, trong trung ương bây giờ có nhiều phe phái. Phe thân Trung Quốc, đại diện là ông "này", phe thân Mỹ, đại diện là ông "kia", phe trung dung (nghĩa là nửa thân Tàu, nửa thân Hoa Kỳ) là ông "ấy". Lại còn có phe không thân ai cả, thấy ai tốt thì chơi, đại diện là ông "nọ"!!! Nhưng không thấy ban tuyên giáo giải thích. Tưởng vậy là hay, hóa ra, đây là nguyên cớ để lòng dân không yên, người dân không biết tin ai vì quá nhiều lời đồn thổi, dẫn đến xã hội bất ổn.

Trong đảng, nhất là ở cấp lãnh đạo, người dân đều

biết chuyện phe phái là có thật, cho dù ban tuyên giáo chưa bao giờ đề cập. Nhỏ như cấp xã, cấp huyện đến cấp lớn như cấp tỉnh, cấp trung ương ...chỉ cần qua những lần phát biểu của cấp lãnh đạo, không phải người tinh ý, cũng nhận ra.

Vậy thì, để minh bạch, để người dân biết, ủng hộ những người lãnh đạo thực tâm, thực tài, tôi mượn ý của một người đảng viên lão thành, thử đề xuất một ý kiến nhỏ.

Trong nội bộ đảng, nhất là ở cấp trung ương ngay trong BCH, trước ĐH đảng lần thứ XII thử chia ra làm ba nhóm. Ba nhóm này vẫn tôn trọng chủ thuyết, cương lĩnh, nhưng về phương pháp thì có khác. Nhóm nào nói theo Trung Quốc là tốt, cứ chứng minh công khai! Nhóm nào bảo theo Mỹ là được, hãy phát biểu cho toàn dân, đảng viên biết! Còn nhóm trung dung, cũng đăng đàn trung thực, nếu tốt, dân và đảng viên ủng hộ.

Mọi việc công khai minh bạch như vậy sẽ có lợi nhiều điều:

- Lấy lại lòng tin người dân, đập tan mọi lời đồn thổi không có lợi cho đảng cầm quyền.

- Đây là một trong những phương pháp tốt thanh lọc bớt những kẻ cơ hội bất tài, hèn với giặc, ác với dân

- Cũng là một tiền đề, một bước thử để đi đến một hiến pháp dân chủ, một nhà nước dân chủ. Nói đến dân chủ, không gì hơn, phải thực thi dân chủ ngay trong nội bộ đảng.

Một ý kiến nhỏ, không hy vọng, nhưng tôi vẫn đề xuất.

SAO NHÂN DÂN KHÔNG CÓ QUYỀN ĐƯỢC BẦU NGƯỜI LÃNH ĐẠO?

Hội nghị TW lần thứ 13, như ông Tổng bí thư Nguyễn Phú Trọng đọc trong phiên bế mạc: "... Ban Chấp hành Trung ương đã thảo luận dân chủ và biểu quyết, nhất trí cao thông qua danh sách đề cử các đồng chí Uỷ viên Trung ương khoá XI (cả chính thức và dự khuyết) trong độ tuổi và các đồng chí Uỷ viên Trung ương khoá XI thuộc trường hợp "đặc biệt" tái cử khoá XII.

Bỏ phiếu biểu quyết đề cử nhân sự các đồng chí đủ tiêu chuẩn, điều kiện trong độ tuổi tham gia Bộ Chính trị, Ban Bí thư khoá XII; bỏ phiếu biểu quyết đề cử nhân sự Uỷ ban Kiểm tra Trung ương khoá XII.

Các đồng chí Uỷ viên Trung ương khoá XI (cả chính thức và dự khuyết) cũng đã viết phiếu giới thiệu các đồng chí Uỷ viên Bộ Chính trị, Ban Bí thư khoá XI đủ tiêu chuẩn, điều kiện, trong độ tuổi ứng cử 4 chức danh lãnh đạo chủ chốt của Đảng và Nhà nước..." (dẫn theo Vietnamnet ngày 21/12/2015).

Như vậy đây toàn là chuyện quan trọng liên quan đến vận mệnh đất nước, lợi ích dân tộc và từng cá nhân trong mỗi gia đình Việt Nam.

Chỉ có điều, tất cả những điều đó, người dân Việt Nam không hề biết, chỉ có thể đoán mò, trừ mấy ông trung ương ủy viên tham gia hội nghị này. Không lẽ một điều hệ trọng như vậy, chỉ liên quan đến đến hơn 200 ông ủy viên và dự khuyết trung ương đảng và 16 ông ở BCT, còn đất nước, có hơn 90 triệu dân, đứng ngoài rìa. Vậy hãy nói thẳng chính đảng, vẫn tự nhân vì dân, do dân thì bây giờ là vì ai??? Không công khai, không dám minh bạch về cơ cấu để cuối cùng… buộc người dân phải đi tìm những tin tức trên mạng. Có cấm cũng chẳng được, nhất là thời đại bây giờ, bùng nổ thông tin. Khốn khổ thay, trên các trang mạng đầy rẫy những thông tin, đọc vào chỉ thấy chán, nản, chán, nản đến cùng cực, khiến người dân mất hết niềm tin. Đất nước Việt Nam, hơn 90 triệu dân, trong đó có hơn 4 triệu đảng viên mà tìm người lãnh đạo khó đến vậy sao? Có mỗi chuyện tìm người vào vị trí lãnh đạo cao nhất của đất nước mà không biết bao nhiêu cuộc hội nghị TW, tiêu phí không biết bao nhiêu tiền nhà nước, lãng phí không biết bao nhiêu thời gian, giá như giành vào việc khác còn có lợi hơn nhiều, hiện tình người dân nhìn vào vẫn thấy nội tình của TW đảng mất đoàn kết, một tâm lý bi quan, không tin tưởng bao trùm.

Nếu tin dân, trao cho dân, cụ thể ở đây, tối thiểu, trao quyền cho hơn 4 triệu đảng viên cộng sản được quyền bầu ông tổng bí thư, mọi việc sẽ đơn giản hơn nhiều. Ví như hội nghị TW chọn ra độ năm đến sau úng cử viên vào chức Tổng bí thư rồi những ứng cử viên đó ra trước quốc dân, nếu ngại "các thế lực phản động lợi dụng chống phá" thì ra trước đảng viên trình bày những nội dung mình sẽ thực hiện, nếu trúng cử vào chức Tổng bí thư, rồi sau này những chức Chủ tịch nước, Thủ tướng hay Chủ tịch Quốc hội cũng đều thực hiện như cách này. Chỉ có cách như vậy người dân hay đảng viên của đảng cộng sản Việt Namsẽ dễ dàng chọn ra được người lãnh đạo xứng đáng.

Nhưng ở Việt Nam, người dân kể cả đảng viên đảng cộng sản không có quyền này. Không trao cho người dân quyền được tự do bầu chọn người lãnh đạo cũng như không cho những đảng viên bầu chọn người làm tổng bí thư thì mãi mãi không thể có một lãnh tụ đảng xứng đáng, một đội ngũ lãnh đạo đất nước được dân tin tưởng.

Với cách chọn Tổng bí thư như hiện nay và sau này là Chủ tịch nước, Chủ tịch Quốc hội, Thủ tướng chỉ làm tăng thêm sự mất đoàn kết, nội bộ không tin tưởng lẫn nhau, sự điều hành kinh tế khó khăn, dễ bị các thế lực đế quốc lớn có điều kiện thôn tính, xâm lược, không tranh thủ được sự ủng hộ của dư luận tiến bộ thế giới và nhất là trong nước lòng người dân không yên, xã hội khó ổn định.

Muốn tránh điều đó, trước hết phải cho người dân có quyền bầu người lãnh đạo của mình.

Quyền này là quyền thực sự, được đảng tôn trọng chứ không phải chỉ là hình thức như hiện nay.

TIÊU CHÍ CỦA TÔI MỘT NGƯỜI DÂN

Nếu theo dõi mọi luồng thông tin, kể cả "lề trái", "lề phải" mọi người như lạc vào giữa "mê hồn trận" bởi những luồng thông tin đối chọi nhau chan chát. Khổ một nỗi, những lời giải thích của nhiều vị có trách nhiệm của đảng, chính phủ lại không đủ sức thuyết phục. Sự hoài nghi vẫn hoàn hoài nghi, thất vọng vẫn hoàn thất vọng, bi quan vẫn hoàn bi quan…

Đến giờ, một người dân như tôi, ở Việt Nam, có một tâm trạng thực sự hoang mang, không biết đại hội đảng lần thứ XII sắp tới việc chọn ra một ông Tổng bí thư theo tiêu chí nào?

Tiếc một điều, việc chọn ra một ông Tổng bí thư có uy tín, có tầm, có đức lại không phải là việc của dân, việc này là của đảng, mà cũng không phải là toàn thể đảng viên cộng sản, đây là việc của nội bộ của mấy trăm ông ủy viên chính thức, dự khuyết trung ương rồi cũng là việc của 16 ông ủy viên BCT.

Với tôi, là người dân, nếu như có một cuộc trưng cầu dân ý về tiêu chuẩn bầu một ông Tổng bí thư đảng, tôi sẽ trả lời:

Trước hết đó là một người yêu nước chân chính, thể hiện bằng cả hành động và lời nói thu phục nhân tâm trong và ngoài nước. Người đó không đại diện cho bất cứ một phe nhóm lợi ích, hay vùng miền nào mà chỉ đại diện cho cả dân tộc, làm theo ý nguyện của dân tộc. Người đó phải có bản lĩnh chính trị vững vàng, không nghiêng ngả, lệ thuộc vào bất cứ thế lực đế quốc lớn nào, có một quyết sách đúng, tranh thủ được sự ủng hộ của dư luận trong và ngoài nước giữ gìn trọn vẹn lãnh thổ Việt Nam. Người tổng bí thư đó phải hiểu ý nguyện nhân dân, thực tâm hòa giải, đoàn kết triệu người dân như một. Tôi cũng nói thẳng, người lãnh đạo đảng muốn đảng đoàn kết, có sức mạnh thì trước hết phải làm sao cho dân tộc đoàn kết. Chỉ có như vậy đảng mới thực sự giữ được vai trò lãnh đạo của mình. Còn như hiện tình, dù đảng không muốn hoặc cố tình quay lưng với sự thật, thì ai cũng biết là hiện tình trong nội bộ đảng sự mất đoàn kết đang diễn ra gay gắt, nghiêm trọng, đảng nắm vai trò lãnh đạo thực sự đang dựa vào sức mạnh của công an, quân đội chứ không dựa vào lòng tin của dân. Mà dựa vào sức mạnh đó, thì nguy hiểm vô cùng khi đến một lúc nào đó lực lượng công an và quân đội không còn tin vào vào sự lãnh đạo của đảng nữa!!!

Chỉ có dựa vào lòng tin của dân, để dân tin người tổng bí thư sẽ có sức mạnh, uy tín giải quyết nhưng yêu cầu bức thiết mà dân tộc, thời đại đề ra, và cũng vững vàng không hề run sợ trước những luồng thông tin độc hại.

Nên thế, trong đại hội đảng sắp tới, tôi với tâm nguyện một người dân tha thiết mong các đại biểu dự đại hội hãy thể hiện bản lĩnh của mình, lắng nghe ý kiến của người dân, của những trí thức yêu nước chân chính trong và ngoài nước, của những vị tướng lĩnh từng tham gia hai cuộc cuộc kháng chiến, dạn dày trận mạc còn đau đáu nỗi tồn vong dân tộc...để tỉnh táo chọn ra một vị tổng bí thư dân tin, dân nhờ.

Nếu được như thế dân sẽ biết ơn, nhớ đời đời.

Còn không phải vậy... hậu quả xấu đã nhỡn tiền!

HỌ CÓ XỨNG ĐÁNG KHÔNG?

Mới đầu năm 2016 đã xảy ra nhưng cái chết thương tâm, không phải một người chết mà những tám người dân nghèo khổ trong một lò vôi thủ công. (Xem tại đâyhttp://vnexpress.net/tin-tuc/thoi-su/8-nguoi-chet-trong-khu-lo-voi-o-thanh-hoa-3336626.html). Rồi lại chuyện tàu cá của ngư dân bị "tàu lạ" đâm, may mà còn cứu được người còn tàu thì bị hư hỏng nặng (Xem tại đâyhttp://vietnamnet.vn/vn/xa-hoi/282325/tau-ca-quang-ngai-bi-tau-la-dam-chim-tren-bien.html) nay nhiều ngư dân cho biết, có báo đưa lại, "tàu lạ" đó chính là tàu Trung Quốc…tin lại tin, ngày lại ngày… Nhưng xem ra những tin này chìm nghỉm giữa những tin phe này, phe nọ đang gầm ghè nhau để xem ai sẽ là tổng bí thư đảng ? Vô phúc lúc này nếu như ai đó muốn gửi một lá đơn kiện cáo hay đề đạt nguyện vọng đến mấy ông trung ương, tôi tin, các ông ấy cũng chẳng có thời gian đâu mà xem, tâm trí đâu mà giải quyết. Tất cả đang dồn vào đại hội đảng, một đại hội, mà chưa khai mạc, đã thấy nhiều dấu hiệu, "không bình thường" so với những đại hội trước đó.

Nhiều lúc tôi tự hỏi, nhiều ông lãnh đạo đảng vẫn thường hay rao giảng, ngoài quyền lợi dân tộc, đảng không còn quyền lợi nào khác. Thế mà… chỉ vì một chiếc ghế "độc", tối cao mà gần như mạng tám người dân chết khốn khổ trong cái lò vôi thủ công kia, rồi cả chiếc tàu đáng cá của người dân lương thiện đang ở vùng lãnh hải của mình bị tàu Trung Quốc đâm nát… mà không một ông lãnh đạo đảng nào đến thăm viếng hay lên tiếng.

Chỉ riêng chuyện này, tôi có thể đặt câu hỏi, các ông vì đảng hay vì dân? Vì cái chức trong đảng hay vì trách nhiệm của mình trước dân, trước dân tộc?

Muốn giữ được quyền lãnh đạo phải được dân ủng hộ, tin tưởng. Muốn dân ủng hộ, tin tưởng thì người lãnh đạo đó phải có uy tín, có đức, có tài - Như ông tổng bí thư Nguyễn Phú Trọng nói - nhưng chỉ vì chuyện phe phái tranh giành chức quyền trước một đại hội đảng mà để mặc cảnh đời khốn khổ của người dân thì liệu đó có phải những người có "đức", có "tài"!!!

Những con người như thế dân có thể tin tưởng đưa đất nước chúng ta thoát khỏi nghèo nàn, lạc hậu tiến kịp với các nước văn minh?

Cũng những con người như thế, có nên ở vị trí lãnh đạo đất nước hay không?

Hỏi cũng tức là trả lời.

NHỮNG CÁI "NHẤT" CỦA ĐẠI HỘI ĐẢNG LẦN THỨ XII

Đại hội đảng lần tứ 12 chưa diễn ra, nhưng chỉ quan sát thôi, đã thấy nhiều cái nhất, so với những lần đại hội trước.

Trước hết đây là đại hội đảng được dư luận trong và ngoài nước quan tâm nhiều nhất. Quan tâm không phải tính chất hoàng tráng hay nhiều đại biểu mà dư luận quan tâm sự mất đoàn kết trong nội bộ lãnh đạo đảng ngày càng bộc lộ, bộc lộ rõ ràng. Những phe nhóm trong đảng hiện nguyên hình, không cần che đậy. Sự sát phạt, nói xấu nhau không còn bó gọn trong phạm vi của một hội nghị TW mà lan ra toàn xã hội. Một điều chưa từng có trước đây, khi chuẩn bị đại hội đảng. Những điều "thâm cung bí xử" huỵch toẹt ra trước bàn dân thiên hạ, đến độ ông bộ trưởng bộ công an phải thốt lên, những điều bí mật trong nội bộ đảng đã bị lộ một cách nghiêm trọng.

Cũng chuẩn bị cho đại hội đảng lần này, cũng là lần đầu tiên mọi người thấy một lực lượng quân đội, công an hùng hậu cùng những khí tài đàn áp, chống khủng bố hiện đại được đưa ra. Nhiều người dân tự hỏi, các đại hội lần trước, như đại hội đảng họp năm 1951 trong chiến khu Việt Bắc chỉ ở trong một ngôi nhà lá, hay như đại hội đảng lần thứ III tổ chức ở Hà Nội năm 1960, khi kết thúc đại hội, trong buổi liên hoan giữa vườn Bách Thảo ông Hồ còn đứng lên vung tay bắt nhịp cho cả dàn hợp xướng hát bài "kết đoàn"... xung quanh đại hội này toàn là dân, nếu có lực lượng công an, quân đội, họ chỉ làm nhiệm vụ bảo vệ, hòa lẫn vào người dân, tuyệt nhiên không có công khai những khí tài đàn áp, chống khủng bố. Vậy để bảo vệ đại hội đảng lần thứ 12, lực lượng chống khủng bố của quân đội, công an cùng những khí tài "khủng" triển khai như trên, vậy hóa ra, đảng cầm quyền, thêm một đại hội lại thêm nhiều kẻ thù hay sao?

Chưa có đại hội đảng nào như đại hội đảng lần thứ 12, tâm tư người dân được bày tỏ nhiều nhất. Từ kiến nghị của hơn một trăm trí thức, tướng lĩnh yêu nước chân chính gửi thẳng đến ông tổng bí thư, ngoài ra còn có hành trăm, hàng nghìn, hàng vạn lời thỉnh nguyện thể hiện bằng đơn gửi đến TW đảng, rồi viết lên các trạng mạng, tựu chung lại cùng chung một ý nguyện, chỉ mong lãnh đạo đảng sáng suốt nhận rõ những chủ thuyết sai lầm kiên quyết sửa chữa, không giáo điều, không đặt quyền lợi đảng trên quyền lợi dân tộc, đồng hành cùng dân tộc chống lại sự phục thuộc, xâm lược của nhà cầm quyền Trung Quốc. Rõ ràng điều này, nếu như những nhà lãnh đạo đảng tỉnh tảo mà nhận rằng, đây là hồng phúc của dân tộc, đi với dân tộc đảng sẽ giữ được vai trò lãnh đạo. Còn không phải như thế thì ngược lại, vai trò lãnh đạo của đảng yếu đi. Và đảng không thể giữ được vai trò lãnh đạo khi cả dân tộc quay lưng phản đối.

Cũng chưa có đại hội đảng nào như đại hội đảng lần này, hội nghị trung ương họp liên tục, sát đại hội vẫn họp mà nội dung chủ yếu vẫn là chuyện nhân sự, ai sẽ là tổng bí thư? Nếu thực hiện dân chủ rộng rãi, chưa nói với dân, chỉ cần trong nội bộ đảng, có lẽ sẽ không có thư của ông Lê Đức Anh, Phan Diễn cùng một loạt các tướng lĩnh, nguyên lãnh đạo cao cấp khác gửi trung ương đề nghị này, nọ. Chuyện này, so với các đại hội lần trước, cũng là lần đầu tiên người dân được chứng kiến. Đến bây giờ câu nói của ông Hồ: "Đoàn kết là truyền thống cực kỳ quý báu của đảng" đã trở thành dĩ vãng, phần nào đó, phù phiếm!

Một đại hội đảng, không giống như các đại hội đảng lần trước, người dân nhìn về tương lai, sau đại hội đảng này có một tâm lý bi quan, ít hy vọng. Hy vọng thế nào, khi đại hội đảng chưa diễn ra, ngoài chuyện Trung Quốc cho rải quân khắp nước Việt dưới danh nghĩa "công nhân", "khách du lịch"... còn trực tiếp cho máy bay xâm phạm không phận Việt Nam tới 46 lần, bây giờ lại cho máy bay hạ cánh xuống đảo của Việt Nam mà Trung Quốc chiếm đóng trái phép... Cứ thế này, với sự phản đối chiếu lệ, trong tương lai không xa liệu Việt Nam có mất vào tay nhà cầm quyền Trung Quốc hay không? Còn nền kinh tế, nợ công ở mức đáng lo, nạn thất nghiệp lan tràn, đồng lương không đủ sống ở mức tối thiểu của công nhân, cán bộ báo động đỏ, nạn tham nhũng hết thuốc chữa, xã hội không ổn định, giết người, tai nạn giao thông, nạn cát cứ, con ông cháu cha...ngày nào cũng diễn ra, chỗ nào cũng có... Vậy cứ thế này sau đại hội đảng lần thứ 12, đất nước sẽ đi về đâu?

Một câu trả lời không hề dễ dàng.

Thực ra, với một đại hội đảng, ý nguyện của người dân đều mong muốn, ý đảng lòng dân là một, sau đại hội đảng điều này được nhân lên, củng cố. Đảng vẫn giữ được uy tín, ở đây không phải dựa vào sức mạnh quân đội, công an mà dựa vào lòng tin của người dân. Đảng vẫn nắm được vai trò lãnh đạo bằng cách điều hành để nền kinh tế thị trường đi đúng hướng, xây dựng một nền hành pháp dân chủ, dân chủ văn minh thực chất, người dân có quyền thực sự với lá phiếu được tự do bầu người lãnh đạo mà minh ưa thích. Đảng lắng nghe ý kiến người dân, không trù dập, phản đối bằng cách đàn áp, bắt bớ...

Nếu được như vậy, thì cái "nhất" này so với các đại hội đảng khác được nhân dân chờ mong, ủng hộ.

Còn những cái "nhất" đã nêu, so với các đại hội đảng lần trước, là điều người dân không bao giờ mong muốn, muốn loại bỏ.

TÔI TIN, NGÀY MAI TRỜI LẠI SÁNG

Về hưu, có điều kiện gần dân hơn, vừa rồi tôi có đi dự một cuộc họp tổ dân phố với nội dung: "Lấy ý kiến nhận xét và tín nhiệm của cử tri nơi cư trú đối với người ứng cử đại biểu HĐND các cấp (nhiệm kỳ 2016-2020)". Tôi vẫn hay suy nghĩ, người dân, nhất là những vùng xa, vùng khó hoặc ở nơi dễ kinh doanh… phần đông an phận, không quan tâm chính trị, chuyện bầu cử, ứng cử đối với họ là chuyện xa xỉ. Thậm chí đến ngay những quyền lợi cơ bản của con người được hiến pháp Việt Nam thừa nhận, họ cũng không biết. Nên thế, chuyện lấy ý kiến "nhận xét và tín nhiệm của cử tri nơi cư trú đối với người ứng cử đại biểu HĐND các cấp" chỉ là chuyện cho có!!! Nhưng đến cuộc họp, tôi lầm! Một người trong những người ứng cử đại biểu HĐND qua vòng hiệp thương thứ hai, được HĐND và MTTQ phường giới thiệu gặp ngay sự phản đối quyết liệt, vì người dân quá rõ hoạt động của vị này. Nhiều ý kiến phân tích có tình, có lý của người dân để thấy rằng, không thể đưa một người cơ hội, thu vén cá nhân, biểu hiện tính ích kỷ không quan tâm đến lợi ý tập thể vào hàng ngũ lãnh đạo, dù đó là một phường. Một người dân nói: "Các ông muốn đưa ai vào ứng cử thì trước hết phải lấy ý kiến người dân, phải cho người dân phát biểu. Chỉ có người dân mới đánh giá chính xác người đó có xứng đáng hay không? Đằng này, đến vòng hiệp thương thứ hai rồi, mang danh là thế nhưng toàn từ trên ép xuống, bắt người dân phải chấp nhận. Cứ làm như vậy, vậy người dân có quyền gì? Lãnh đạo không phải do dân bầu, liệu dân có tin không?". Tôi hỏi một người ngồi cạnh: "Lâu nay vẫn có ý kiến người dân khi bàn vấn đề này à!". Người đó nói: "Không phải anh ạ! Chỉ có mấy năm gần đây thôi, người dân biết phát biểu để bảo đảm quyền lợi của mình."

Tôi nghe như vậy thì mừng.

Ý kiến của người dân trong một cuộc họp như trên chỉ là một tia sáng nhỏ nhoi trong khu rừng rậm ken dày những tán lá già sắp rụng, nhưng cho ta hy vọng, ít nhất đã có người dân thức tỉnh về quyền lợi công dân. Vừa rồi tôi lại tiếp xúc với một cháu gái sinh viên, tuổi chỉ bằng con gái thứ hai của tôi. Ánh mắt cháu thể hiện sự năng động, lối nói chững chạc đàng hoàng, phong thái rất tự tin. Cháu nói với tôi: “Đọc bài của các chú, các bác, chúng cháu biết các chú, các bác là người yêu nước nhiệt thành muốn đất nước có dân chủ thực sự. Nhưng chỉ hô hào mà không hành động, theo chúng cháu nghĩ, không được. Mặt bằng nhận thức của người dân lúc này không phải ai cũng suy nghĩ như các chú, các bác…”. “Thế theo cháu phải làm thế nào?”. Cháu gái sinh viên đó trả lời: “… Phải hành động cụ thể, trước hết là tổ chức, sau đó là vận dụng mọi khả năng, mọi phong trào hợp pháp để tuyên truyền về ý thức công dân, nhất là quyền của người dân được hoạt động trong hiến pháp như thế nào? Rồi từ đó nhân rộng ra để người dân mạnh dạn thoát khỏi sự sợ hãi, đấu tranh xây dựng được một chính quyền đúng nghĩa với sự dân chủ, tự do…”. “Cháu không sợ bị quy chụp, đàn áp sao?”. “Chúng cháu thực hiện đúng nghĩa vụ công dân, đúng hiến pháp nhà nước Việt Nam ban hành. Bên cạnh tranh thủ sự ủng hộ của dư luận trong và ngoài nước nên không sợ…”. Tôi không đi sâu vào hoạt động của các cháu, sự thành, bại còn ở thì tương lai nhưng sự dấn thân, dám nghĩ dám làm, ở độ tuổi các cháu, chúng tôi không dám, chưa nghĩ tới thì bây giờ lứa tuổi thanh niên trưởng thành hơn lứa tuổi chúng tôi lúc đó rất nhiều.

Nhìn rộng ra, có lẽ chưa khi nào, phong trào tự ứng cử vào Quốc Hội nhiều như bây giờ. Vẫn biết để đi đến một cuộc bầu cử thật sự dân chủ, thật sự tự do là một quá trình đấu tranh không hề dễ dàng. Gần một trăm vị tự ứng cử, ai cũng biết, số trúng cử sẽ rất nhỏ. Dẫu vậy, chỉ cần đọc chương trình hành động của những vị tự ứng cử này, cũng gieo cho mọi người niềm hy vọng, chi ít đất nước đi vào con đường dân chủ, văn minh cần có một Quốc hội như thế nào? Đại biểu Quốc hội như thế nào? Dễ gì có một cuộc tuyên truyền dân chủ, tự do đích thực sâu rộng đến như thế. Những điều trước đây chỉ là không tưởng! Sự phá bĩnh, như kiểu ném "mắm tôm", "kiểm tra đột xuất". "phát tờ rơi…" nói xấu, tìm mọi cách để loại các vị tự ứng cử trúng cử… hãy cho chuyện đó là bình thường đi, là bởi, con đường đi đến một nhà nước pháp quyền, với hiện tình đất nước của chúng ta như hiện nay không hề dễ dàng. Nhưng trên thực tế, từ hành động đến lời nói, bài viết của những vị tự ứng cử thể hiện sự vững vàng, tin vào lẽ phải, tin vào chân lý làm cho những người dân như tôi, nhìn vào tiền đồ đất nước phần nào đó hy vọng, bớt bi quan.

Có người nói với tôi, đừng mơ mộng, các triều đại phong kiến nước ta, khi lâm vào thời suy thoái cũng phải kéo dài cả trăm năm mới chịu sụp đổ, huống hồ…Tôi không đồng tình với ý kiến này. Thời đại bây giờ khác hẳn với thời đại trước kia. Thời này không ai có thể bưng bít được sự thật, không ai ngăn cấm được thông tin. Đây chính là lực đẩy, đẩy xã hội văn minh tiến lên phía trước mà không một thế lực phản động, lạc hậu nào cản lại được. Tôi vẫn tin, trong hàng ngũ lãnh đạo của đảng và nhà nước Việt Nam hiện nay, không phải là không có người nhận ra con đường đi tới của dân tộc Việt Nam. Không lẽ, bao nhiêu đất nước, dân tộc trên thế giới, họ cũng trải qua nhiều cuộc cách mạng đớn đau, hiện tìm ra đáp số đúng, duy nhất chỉ có con đường dân chủ tư bản, tam quyền phân lập, chấp nhận đa đảng, tranh cử một cách dân chủ, tự do mới có thể dẫn đất nước thoát khỏi khủng hoảng, gây dựng lại uy tính cho chính phủ, cho những người lãnh đạo, Việt Nam là ngoại lệ!!! Điều này tôi không tin. Tôi nhìn vào thành phần lãnh đạo của chính phủ mới, số người dưới sáu mươi tuổi, chiếm đa số, phần lớn trong số họ được đào tạo ở nước ngoài, có ngoại ngữ, giao tiếp rộng, thế hệ này, dứt khoát có chuyển biến, thúc đẩy xã hội Việt nam đi vào con đường dân chủ như các nước văn minh, thời gian nhanh hay chậm mà thôi.

Cũng chưa khi nào, người dân được nghe những lời "gan ruột" của các bộ trưởng, ông nghị, bà nghị trước Quốc hội. Những lời nói có thể là dũng cảm, phản biện rất rõ ràng với ý kiến của những người đứng đầu chính phủ. Một điều tôi thấy hiếm, so với những kỳ họp Quốc hội trước đây. Đây mới là dấu hiệu nhỏ, manh nha của một nghị trường tiến bộ, dân chủ. Dẫu thế, "có" còn hơn "không", thúc đẩy đến ý thức độc lập, giám sát thực chất của nhiều nghị sỹ quốc hội khóa tới, để tương lai không xa, Quốc hội phải thực thi được quyền bãi miễn thành viên chính phủ khi thành viên đó không hoàn thành nhiệm vụ mà Quốc hội phân công.

Tôi rất hy vọng điều này sớm trở thành hiện thực.

Đất nước ta đang đứng trước nhiều cơ hội cũng như nhiều thử thách, với tôi, tôi cho rằng cơ hội vẫn nhiều hơn thử thách. Cơ hội lớn nhất là lòng dân thống nhất. Người dân đang đồng lòng muốn chính phủ phải mạnh tay với tham nhũng, bất cứ kẻ nào, quyền cao chức trọng đến đâu mà ăn tàn, phá hại đất nước bị đem ra xử trước công lý, người dân đều hoan nghênh, mát lòng, mát dạ. Rồi đến nữa, nếu như lãnh đạo đất nước cùng người dân tỏ rõ thái độ cương quyết với nhà cầm quyền Trung Quốc trước việc họ gây hấn, phá hoại chính trị, kinh tế, văn hóa Việt Nam. Chính phủ đó, dân ủng hộ đến cùng. Rồi nữa, sự đoàn kết hòa hợp dân tộc trở nên một yêu cầu bức thiết hơn bao giờ hết. Hiện tại cho dù nhà nước Việt Nam chưa có nhiều chính sách cụ thể về hòa hợp, hòa giải, vẫn còn sự nghi ngờ, chưa thật lòng với đồng bào ở hải ngoại thì người dân tự giác không phân biệt kẻ nam người bắc, trong, ngoài nước bắt tay nhau, đón nhau trên tinh thần "người trong một nước phải thương nhau cùng". Lúc này, nhất là gần đến ngày 30/4, ngày đất nước thống nhất (1), chỉ cần chính phủ có một chính sách nhất quán, chấp nhận sự khác biệt để hòa giải thật lòng. Sự đoàn kết dân tộc sẽ là một bức trường thành vững chắc không một thế lực ngoại bang phản động nào có thể phá vỡ nổi. Có hòa giải, hòa hợp thật lòng, không nặng nề nhắc lại quá khứ, đó cũng là liều pháp tốt nhất thu phục nhân tâm, tận dụng được những ý kiến đóng góp của những nhà trí thức lớn, giúp cho những nhà lãnh đạo Việt Nam vượt qua khủng hoảng kinh tế cũng như chính trị.

Còn một điều nữa, tôi muốn nhấn mạnh, với nhiệm kỳ chính phủ vừa rời chức, nhiệm kỳ đó để lại những bài học đau đớn về quản lý kinh tế, về việc trấn áp những tiếng nói phản biện của người yêu nước dưới sự truy chụp: " phản động", "thế lực thù địch", "chống phá chế độ"… về một xã hội sa sút nghiêm trọng về mặt đạo đức, về giáo dục hết sức lạc hậu, về nạn tham nhũng tăng lên một cách khốc liệt phá hoại lòng tin của nhân dân vào chính phủ, vào thực thi luật pháp, về khoảng cách giàu, nghèo độ giãn ngày càng rộng… Nhưng "trong cái rủi cũng có cái may" , nhiệm kỳ chính phủ mới, với những thành viên trẻ tuổi năng động, có hiểu biết… sẽ rút được những bài học cần thiết để không dẫm vào những sai lầm đớn đau đó, đưa đất nước tiến kịp với nền văn minh nhân loại.

Tôi, một người dân bình thường còn có suy nghĩ đó, huống hồ những vị lãnh đạo, đang nắm vận mệnh quốc gia.

Hãy lạc quan.

Tôi tin, ngày mai trời lại sáng.

PHẦN II
PHÚT NÓI THẬT

MỘT VÀI KỶ NIỆM CỦA NGƯỜI BIÊN TẬP SÁCH

Từ một cơ quan của giáo dục, tôi chuyển về làm anh biên tập sách của một Nhà Xuất Bản miền Trung. Làm biên tập sách, tôi hiểu, là người phải có trình độ, có vốn sống, có tài năng... Trên thực tế, người biên tập sách, chính là một "tác giả thứ hai" của quyển sách mình biên tập. Nói điều này không phải quá, khi biên tập sách, người biên tập có thể đưa ra nhận định, đính chính lại các điển tích, sửa câu ngữ pháp sai...trong quyển sách mình biên tập, quan trong nhất, làm được việc đó được tác giả chấp nhận. Lại còn một điều nữa, người biên tập sách phải có bản lĩnh, sẵn sàng bảo vệ quan điểm của mình, bảo vệ cái "đúng", trước Tổng biên tập, hội đồng biên tập và trước cả dư luận. Tôi còn nhớ, khi tôi biên tập cuốn sách "BÀN VÀ LUẬN" của Bác sỹ Nguyễn Khắc Viện, một nhà văn hóa lớn của Việt Nam. Với những bài viết của Ông, nói thật, tôi không dám sửa một chữ nào. Vì Ông viết hay, chắc, lập luận rõ ràng từng vấn đề một. Từ những vấn đề lớn của xã hội như thế nào là dân chủ, thế nào là nền giáo dục hiện đại, tiên tiến… và đến những vấn đề rất nhỏ như biến những ao hồ vùng làng quê để xây bể bơi cho con em nông dân tập bơi. Xây như thế nào tiện nhất, rẻ nhất, ai cũng làm được. Rồi chuyện học đá cầu, một môn thể thao giải trí rất lành mạnh, nhiều đối tượng có thể tham gia, dễ học, chỗ nào cũng có thể trở thành sân chơi …Khi tôi biên tập cuốn sách này, tôi nghĩ, giá như những điều Bác sỹ Nguyễn Khắc Viện viết ra, được xã hội chấp nhận, thành một phong trào thì tốt biết bao nhiêu. Bây giờ mới thấy ý kiến của Bác Sỹ Nguyễn Khắc Viện còn nguyên tính thời sự. Trong quyển sách đó, Bác Sỹ dành nhiều bài đề cập về khái niệm "Dân Chủ". "Đây là một khái niệm rất lớn, các anh, các chị ạ! - như một lần Ông đến thăm NXB và nói chuyện với chúng tôi- "Muốn hiểu thế nào là dân chủ, chúng ta phải học các nền văn minh tiên tiến trên thế giới, học các nước quản lý tốt bằng luật pháp trên thế giới. Không thể gọi" Dân chủ tư sản là dân chủ giả hiệu" rồi ra sức phản bác bằng những lập luận thiếu thuyết phục, thiếu luận chứng khoa học. Chúng ta phải hiểu, để đạt được một chế độ dân chủ như hiện nay, một luật pháp thượng tôn từ người dân thường đến tổng thống đều phải chấp hành, nhân dân các nước dân chủ tư bản đó phải trải qua rất nhiều cuộc đấu tranh, trả giá bằng hàng triệu sinh mạng con người, bằng những cuộc cách mạng long trời, lở đất. Nhiều vị lãnh tụ của những cuộc cách mạng đó đã bị chế độ phong kiến, phản dân chủ chém đầu. Họ vẫn không sợ, lên đoạn đầu đài với thái độ hiên ngang, có niềm tin bất diệt về sự thắng lợi của một cuộc cách mạng dân chủ mới… Các nước đó, hiện nay được tự do biểu tình, tự do báo chí, xuất bản, có quyền kiện tổng thống, chính phủ… khi đưa ra những chính sách sai… Đó là thành quả của những cuộc cách mạng lớn, không thể gọi đó là "dân chủ giả hiệu" mà phải gọi chính xác là "dân chủ nhân dân". Ông khuyên chúng tôi rất chân thành: "Các anh, chị làm biên tập nên học nữa, đọc nữa, giỏi ngoại ngữ, tiếp thu tinh hoa thế giới. Chỉ có thể hiểu người, hiểu bạn mới hiểu ta…". Được đọc và trực tiếp nghe những lời của Bác sỹ Nguyễn Khắc Viện khuyên bảo, chúng tôi sáng ra nhiều điều. Trong lời giới thiệu cuốn sách này, xuất bản lần đầu ở NXB Đà Nẵng, tôi viết ở đoạn cuối: "… Trong cuộc đấu tranh để có một nền dân chủ, công bằng thực sự, những người dám dấn thân, chấp nhận phong ba, bão táp, thậm chí cả sinh mạng chính trị của mình, họ vẫn quyết tâm đạt mục tiêu đó đến cùng.

Đó là những con người rất đáng kính phục…". Câu này bị ông Tổng biên tập gạch, không cho in. Tôi rất tiếc, bởi hình ảnh của Bác Sỹ Nguyễn Khắc Viện, là hình ảnh của một trí thức lớn, một nhân cách lớn, tôi rất khâm phục. Tôi xuống nhà in, lấy lại bản thảo và tìm mọi cách đưa câu cuối trong lời giới thiệu vào và nghĩ nếu mình bị kỷ luật, cũng sẵn sàng. Sau này khi sách in ra, Bác sỹ Nguyễn Khắc Viện đã gửi lời cảm ơn đến anh Nguyễn Văn Giai, Giám đốc kiêm Tổng biên tập NXB Đà Nẵng đã in cuốn sách, đặc biệt là lời giới thiệu. Anh Giai rất vui… Chỉ thế thôi, tôi mừng, ít nhất mình cũng làm được một việc nhỏ để xã hội chúng ta có một tác phẩm tốt, mọi người sống với nhau đẹp hơn.

Tôi còn một kỷ niệm vui nữa, khi in một tập truyện ngắn của một nhà văn viết về chiến tranh, tôi đặt bìa cho họa sỹ với ý tưởng căn cứ vào nội dung những truyện ngắn trong tập, vẽ ba bìa, chọn một. Tôi chọn bức vẽ là một vết nổ lớn màu đỏ choáng hết cả cái bìa, bên dưới hàng chữ đen ngả nghiêng, tên tập truyện ngắn. Tôi muốn diễn tả sự khốc liệt chiến tranh vì cả tập truyện ngắn, người đọc, đọc lên thấy sự khiếp đảm của bom, đạn, chém, giết. Chiến tranh đã biến con người thành những cái máy giết người vô hồn, nhất là những cuộc nội chiến, không có người chiến thắng, không có người thua cuộc, chỉ có máu và nước mắt. Khi tôi trình bày bìa này cho ông Trưởng phòng, nguyên là phóng viên một tờ báo lớn. Mới đầu ông nghe ra, có vẻ khoái lại còn khen tôi: "Cái bìa cậu chọn mang tính nhân văn lớn lắm! lên án chiến tranh ghê lắm!". Ai ngờ… khi sách in ra, lại có ý kiến của cấp trên, quản lý NXB cho rằng, bìa sách của tập truyện ngắn nọ là phản ánh "tiêu cực, mặt trái của chiến tranh". Ông Trưởng phòng quay ra phê bình tôi gay gắt: "Nhận thức chính trị còn nông cạn, trình độ thẩm mỹ kém. Sẽ trừ vào điểm thi đua cuối năm". May cho tôi, lúc đó anh Nguyễn Văn Giai, Giám đốc Nhà Xuất Bản gọi lên, yêu cầu trình bày lại toàn bộ nội dung cuốn sách và anh hỏi vì sao lại đặt vẽ bìa như thế này? Tôi biết tính anh Giai là rất tin vào cấp dưới, như có lần anh nói vui: "Đảng, nhà nước phân công, thì làm chứ tôi có biết viết, biết vẽ đâu mà biên tập với duyệt. Có điều các anh là người có học, có trình độ có gắng biên tập đừng để xảy ra sai sót. Phải biết bảo vệ quan điểm của mình, nếu đúng tôi ủng hộ, nếu sai thì… tôi thiến!". Vì thế, tôi cố gắng diễn giải cho anh hiểu vì sao quyển sách có cái bìa trên. Anh nghe chăm chú, rồi nói với tôi: "Ông nói thế là tôi hiểu rồi, nhưng ông nhớ cho, chẳng lẽ mỗi lần vẽ bìa ông lại ôm quyển sách gặp mấy ông cấp trên để giải thích như đang giải thích với tôi như thế này sao? Các ông ấy không nghe đâu. Vẽ bìa, các ông chú ý hộ tôi, nếu viết về chiến tranh, cứ cố gắng vẽ diễn tả ta thắng địch thua là được! Còn cái bìa này, qua lời ông giảng giải tôi hiểu, tôi sẽ nói lại với các ông ấy". Chuyện này rồi cũng qua đi, vui nhất là ông Trưởng phòng của tôi, sau này lại còn nói: "Cái bìa cậu đặt tay họa sỹ vẽ tôi trông giống như cái… của đàn bà đến tháng!"

Đến chịu ông này.

Làm người biên tập, tôi nghĩ, cần có lòng dũng cảm, tự trọng. Giữa thời buổi đồng thau lẫn lộn, có những nhà văn tận tâm, thực tài, họ viết ít, nhưng có rất nhiều NXB đến đặt vấn đề xuất bản, nhưng cũng có người viết sách chỉ muốn in lấy được, bất chấp dư luận, bất chấp phản ứng tốt, xấu từ phía bạn đọc, cốt chỉ để khoe mẽ, lên gân. Quyển sách nào mà tác giả mang đến cũng là "viết như thần", "Nội dung khái quát cả thời đại" v.v… Nếu Biên tập viên không vững vàng, dao động, rất dễ gật đầu để rồi có một tác phẩm "không ra hồn, không ra dáng, thẩm mỹ méo, nội dung khô" đến với bạn đọc. Bạn tôi, có một lần hứng chịu cảnh này.

Năm ấy có một ông nhà văn từ miền bắc vào, ôm một bản thảo dày cộm. Bản thảo này, một số NXB phía bắc đã không in vì nội dung chưa phù hợp. Ông nhà văn hy vọng ở NXB chúng tôi, tác phẩm này, sẽ ra mắt bạn đọc. Biết bạn tôi cũng là người viết văn. Đầu tiên ông ấy bốc bạn tôi lên tận mây xanh: "…Mình đọc văn của ông rồi. Văn của ông, tôi tin cỡ như Nguyễn Huy Thiệp hay Phạm Thị Hoài nếu có đọc, chắc họ sẽ gác bút. Văn ông đọc lên, tôi cứ như bị ma ám, không thể dứt ra được! Kinh quá!". Ông ấy nói với bạn tôi cứ như thật, như đã đọc rồi. Chứ bạn tôi có biết đâu, vừa hôm qua, ông gọi tôi ra rồi hỏi nhỏ: "Mày nói cho tao biết thằng ấy nó viết những truyện ngắn gì? Nội dung ra làm sao? Để tao biết còn nói chuyện với nó…" Ông nói với bạn tôi về tác phẩm ông đang cầm trên tay: "Mình nói với ông, đây tác phẩm mình rút hết ruột gan ra để viết. Xin lỗi ông nhá! Nguyễn Du viết về Kiều cũng chỉ bằng mình viết về nhân vật này thôi. Ông đọc đi, ông sẽ thấy, nhân vật chính tôi viết còn đau gấp ngàn lần nàng Kiều. Sự đày đọa của những kẻ có chức, có quyền với nhân vật chính trong tác phẩm này, nếu như nàng Kiều là có thực, hiện diện về đây, đọc tác phẩm này sẽ kêu lên: "Trời ơi! Tưởng mình khổ, hóa ra lại có người còn khổ hơn mình! Trời ơi". Thấy bạn tôi im lặng, như đang lắng nghe, ông ta nói tiếp: "Các ông in đi, in độ mười nghìn bản, tôi đảm bảo chỉ cần đọc mấy bài phê bình, giỏi quảng cáo trong vòng một tháng là bán hết, phải nối bản cho mà xem". Rồi như sách đã in, mười nghìn bản đã có, ông ấy yêu cầu: "In mười nghìn bản thì nhuận bút các ông trả cho mình là bao nhiêu? Bốn triệu nhá!" (thời điểm năm 1991 - 1994). Đấy là ông ấy chưa tính vào chuyện ăn dầm, nằm dề ở nhà khách của NXB gần một tháng để cố công thuyết phục NXB in sách mà không mất một đồng xu nào? May thay, bạn tôi, dù rất quý các nhà văn, nhưng sau khi tham khảo ý kiến tập thể, cũng như một số NXB khác và nhất là qua tính cách của ông nhà văn này đã cương quyết không in tác phẩm mà ông ấy ví ngang truyện Kiều.

Chuyện biên tập sách của người biên tập viên, tôi nghĩ, cũng nhiều nỗi buồn vui như nhân tình thế thái bây giờ. Chỉ có điều, chuyện buồn thì quên đi, chuyện vui thì nhớ, cố gắng sống, viết, biên tập cho tốt, có tác phẩm hay được bạn đọc khen.

Mong gì hơn!

HỌC NGOẠI NGỮ THỜI BAO CẤP

Học ngoại ngữ thời bao cấp, nó bị chính trị ám vào, để rồi như "thời tiết" lúc thế này, lúc thế khác, không đến đầu đến đũa, học sinh lĩnh đủ. Tôi nghĩ, chuyện này, thế hệ tuổi tôi, chắc nhiều người còn nhớ, nhưng thấy ít ai nói đến. Ngồi nhớ lại, tôi ghi ra đây, để ôn những kỷ niệm…cũng gọi là một thời đáng nhớ.

Thời phổ thông chúng tôi lúc ấy, học ngoại ngữ, chủ yếu là hai môn Trung văn và Nga văn. Thời điểm Đảng và nhà nước ta hòa chung với một bộ phận Cộng Sản quốc tế "Chống chủ nghĩa xét lại" thì tiếng Trung lên ngôi, tiếng Nga là phụ, tôi học môn Trung văn do thầy Mai Thiệu ở trường cấp III Phúc Thọ (Hà Tây cũ) dạy. Phải nói thầy Thiệu dạy tiếng trung Quốc rất "siêu", khiến chúng tôi thuộc từ nhanh. Thầy còn tập cho chúng tôi hát những bài Trung Quốc lúc ấy như "Đông phương hồng", "Ra khơi nhờ tay vững", "Công xã ta là hoa hướng dương"… Chẳng là, lúc ấy bên Trung Quốc đang tiến hành cách mạng văn hóa, tối tối đài phát thanh Bắc Kinh phát nhạc hiệu bằng bài hát "Đông phương hồng"… trên nền nhạc ấy, thầy Thiệu dạy lời: " tung pháng hùng, thai xèn xâng, trung quơ chủ lưa cớ mao trẹ tung…" (Đông phương hồng, mặt trời lên, Trung Quốc chúng ta có Mao Trạch Đông) Chúng tôi học Trung văn hồn nhiên, vô tư vì nghĩ rằng nước mình với Trung Quốc là bạn, bạn đang giúp mình đánh Mỹ, Đảng và nhà nước ta coi họ và mình như " môi với răng" thì nên học. Trong lớp tôi lúc ấy có thằng Nghĩa, nó học Trung văn rất giỏi, nhớ từ nhanh, viết chữ đẹp, được cử làm cán sự môn Trung Văn. Nó nói với tôi: "Tao học giỏi, biết đâu được sang Trung Quốc, nói chuyện với họ khỏi phiên dịch. Nhất định họ quý tao lắm…". Hôm có ông cán bộ của Ty Giáo dục Hà Tây (cũ) đến dự giờ, Thầy Mai Thiệu yêu cầu thằng Nghĩa bắt nhịp cho cả lớp hát bài "Đông phương hồng" bằng hai thứ tiếng Việt Nam -Trung Quốc. Thằng Nghĩa đứng dậy, đi lên bục giảng, rồi quay mặt về phía lớp, rất đĩnh đạc vung tay bắt nhịp cho cả lớp hát bài hát trên. Tôi nhìn thằng Nghĩa nghĩ, sau này, có khi nó làm phiên dịch tiếng Trung, oai phải biết, ghê phải biết! Còn ông cán bộ Ty Giáo dục dự giờ, nghe xong bài hát, khen lớp tôi rối rít: "Các em hát hay lắm, thể hiện đúng tình cảm của chúng ta với Đảng và nhân dân Trung Quốc.". Lớp tôi vỗ tay. Thầy Mai Thiệu nhìn Nghĩa sung sướng…

Đó là học nghiêm túc, dạy nghiêm túc. Đến khi tôi chuyển trường, về một trường khác, ngoại ngữ lúc ấy tôi học, vẫn tiếng Trung, Thầy dạy lớp tôi môn này nói: "Chỉ cần thuộc bốn nghìn chữ tượng hình Trung Quốc là coi như thoát nạn mù chữ!". Nhưng chúng tôi học Thầy, đoán chắc Thầy cũng chưa thuộc hết bốn nghìn từ. Vì, nếu như tôi học Thầy Mai Thiệu nghiêm túc bao nhiêu, thì học Thầy này lơ mơ bấy nhiêu. Đến giờ Thầy có kiểm tra từ cũng rất đại khái. Chúng tôi viết sẵn các từ đã học bằng bút chì cạnh bảng đen. Kiểm tra viết từ cũ lên bảng, chúng tôi cứ nhìn hàng chữ viết bằng bút chì đó mà "tô" lên bảng, Thầy biết, cho qua. Rồi biết Thầy nghiện thuốc lá, chúng tôi góp tiền lại, mua cho Thầy mấy bao thuốc Trường Sơn, Tam Đảo…thế là Thầy cho chữa điểm vô tư. Điểm ba thành điểm tám, điểm một thành điểm bảy… thành ra, cuối năm lớp chín, điểm ngoại ngữ tiếng Trung của tôi và cả lớp rất cao nhưng chữ Thầy trả lại Thầy…Đến năm lớp mười, Thầy chuyển trường, trường tôi không có ai dạy môn này, đến giờ ngoại ngữ, được ra chơi, không có trò gì, chúng tôi đến gần cửa sổ trêu ghẹo bọn học tiếng Nga, nhại theo tiếng của chúng. Mấy thằng học tiếng Nga sau này than thở với chúng tôi: "Biết thế hồi ấy chúng tao cũng học tiếng Trung với chúng mày, để bây giờ được như chúng mày, có sướng không?".

Học ngoại ngữ thời bao cấp, ở mấy cấp phổ thông, là như vậy, hình như học cho có, chỗ được, chỗ mất. May cho đứa nào vào được trường ngoại ngữ, đúng bộ môn mình học còn có chút vốn liếng. Còn vào các trường khác thì coi như đồ bỏ, học mà không học, phải học lại từ đầu.

Đến khi vào đại học, nếu là trường không chuyên ngoại ngữ, đại bộ phận sinh viên lúc ấy đều thích học tiếng Nga, chứ không thích học tiếng Trung. Cũng có thể, học tiếng Nga có vẻ dễ viết hơn tiếng Trung, trông cũng "oai" hơn, cầm giáo trình tiếng Nga in rônêo dày cộp mặt cũng vênh lên một tý… Nhưng có một điều, sau này chúng tôi mới biết, Đảng cộng sản Trung Quốc, đứng đầu là Mao Trạch Đông tìm cách đi đêm, qua bản thông cáo Thượng Hải, dùng Việt Nam là "món hàng mặc cả" với Mỹ để nhằm đạt được quyền lợi ích kỷ của mình. Báo chí Việt Nam, thông qua những bình luận, cả những phát biểu của mấy vị lãnh đạo trong một số cuộc mít tinh lên án hành động này của nhà cầm quyền

Trung Quốc. Điều này ít nhiều cũng ảnh hưởng đến việc học tiếng Trung. Nhiều người, hồi phổ thông học tiếng Trung, lên đại học cũng bỏ, lao sang học tiếng Nga. Học tiếng Nga ở Đại học, hồi ấy không có máy ghi âm, phòng tiếng...như bây giờ. Học trên lớp, giáo viên cho từ mới, về nhà học viên cứ thế mà học thuộc lòng. Khổ nhất là mấy ông cán bộ hoặc bộ đội phục viên về đi học. Hôm nào có từ mới là các ông ấy luyện bằng cách gào. Chỗ nào mà gào được, là các ông ấy gào, bất chấp đấy là giờ tự học, hay có người ngồi bên cạnh đang tâm sự. Trong lớp tôi khi ấy, có một ông cán bộ đi học, học Nga văn là chăm nhất lớp. Ấy vậy, mà không vào được chữ nào, học như tra tấn. Học mãi mà kết quả không như ý, ông ấy lắc đầu chán nản: "Em có tin không? Anh đi ỉa, cũng cầm từ mới tiếng Nga để ôn, thế mà vẫn không thuộc! Khó quá." Rồi ông ấy ngồi thừ ra, thở dài, ánh mắt đăm chiêu như có điều gì phải nghĩ ngợi. Tôi thấy lạ, hỏi lại: "Anh nghĩ gì mà ngồi thừ ra thế?". Ông ấy hạ giọng, nói thì thầm: "Cũng lạ em nhỉ! Tiếng Nga khó thế mà ông Lê Nin viết được toàn tập... Bố ấy đúng là thiên tài...thiên tài..."!!!

Chiều nào trên sân thượng A6, A7... của khu ký túc xá trường ĐHSP Hà Nội 1 chẳng vang lên những bài hát như "đôi bờ", "Chiều Matxcơva", "Cachiusa", "Bài ca thanh niên sôi nổi", "Đôi bờ", "Cây thùy dương", "ngôi sao ban chiều"... Còn những bài hát Trung Quốc chúng tôi thuộc từ hồi phổ thông, vì chán không muốn học, bị chế lại, như bài " Ra khơi nhờ tay lái vững..." sang lời Việt thành: " ... sáng ngày ra ăn cháo, ăn cơm gì chưa? Cầm cơ lê, mỏ lết ta chui vào gầm...". Thậm chí, chúng tôi tìm cách xuyên tạc như bài "Cây thùy dương" của Nga chúng tôi cũng chế thành bài "Mao Trạch Đông bơi trên sông Trường Giang": "... Người rất ít ra tắm sông, người vẫn bơi nhanh hơn tàu. Tàu từ từ tăng hết số ra xa, người vẫn dẫn đầu...".

Rồi bọn tôi ra trường trở thành các thầy, cô giáo, nói chung, chẳng ai sử dụng ngoại ngữ đã học, mà không sử dụng ngoại ngữ tất yếu dẫn đến "quên", từ "quên" sẽ "bỏ"...

Nhưng cũng phải nói cho hết nhẽ, không phải tiếng Nga, tiếng Trung học xong rồi bỏ đó, vẫn có người sử dụng, sử dụng thành thạo, ví như những người làm công tác phiên dịch, chuyên môn có liên quan đến hai thứ tiếng này trong quân đội, kỹ thuật, hay như những sinh viên được đào tạo ở Trung Quốc, Liên Xô (cũ) trở về... Nhưng ý tôi muốn nói, để trở thành một phong trào học ngoại ngữ sâu rộng, bền chắc như tiếng Anh bây giờ, thì học ngoại ngữ thời bao cấp không có được. Giá như đừng chạy theo chính trị, đừng để chính trị ám vào, trong giáo dục học ngoại ngữ, bất kể đó là thứ tiếng nước nào, học nghiêm túc, có sử dụng, có đào tạo dài hơi, có hệ thống thì bây giờ chúng ta có một đội ngũ cán bộ sử dụng tốt tiếng Trung, Tiếng Nga không phải đào tạo lại.

Tôi kể thêm một chuyện.

Khoảng năm 1979, tôi đang ở chợ Hà Đông, bỗng có tiếng chào khẽ bên tai: "Nỉ hảo!" (chào anh - Tiếng Trung Quốc), tôi giật mình quay lại, tưởng ai, hóa ra thằng Nghĩa, cán sự tiếng Trung Quốc lớp của tôi hồi nào. Nhưng giờ thì... nó là thằng mua chó về thịt. Nhìn hình hài nó thật thiểu não, bộ quần áo bộ đội xộc xệch, ống thấp, ống cao, đi dép lê quèn quẹt, tóc tai rối bù, mặt toàn nét khắc khổ với vất vả. Tôi hỏi nó: "Sao mày lại như thế này? Tao tưởng hồi đó mày giỏi tiếng Trung Quốc, phải đi học Đại học Ngoại ngữ chứ!". Nó giải thích: "Thì cũng định như thế! Nhưng hết lớp chín tao đi bộ đội, đánh nhau ở Lào, bị thương rồi về…định học tiếp, dính chuyện vợ con, đành chịu. Còn tiếng Trung, giờ cả nước đang chống Trung Quốc, tao mà nói tiếng Trung ra, họ lại tưởng hoa kiều, táng "củ đậu" vào đầu thì bỏ mẹ!".

Lại nói đến tiếng Nga, tôi học ngoại ngữ tiếng Nga cũng liên tục, suốt mấy năm đại học cho đến chương trình sau đại học. nhưng đến thời kỳ "đổi mới", Tiếng Nga không trở thành ngôn ngữ thứ hai thông dụng nữa, mà thay vào đó là tiếng Anh. Có lẽ lúc này, ngoại ngữ mới thực sự trở lại đúng vị trí của mình khi sự giao thương với thế giới được mở rộng hết cỡ của sự ngoại biên, đủ các tầng, các lớp, từ văn hóa, chính trị, đến kinh tế… đâu đâu cũng cần dùng tiếng Anh. Cũng chính vì thế, ngoại ngữ tôi nắm được ở dạng tương đối là tiếng Nga, bị mai một dần. Lỗi này, điều chính là do tôi, có thể vì lười, vì ngại, vì dốt… nhưng về khách quan, khi Liên Xô sụp đổ, ở Việt Nam, "nhãn quan chính trị "nhìn về nước Nga, nơi một thời được gọi "Quê hương của XHCN, đất nước của Lê Nin vĩ đại" không còn "đẹp" như xưa! Thế là tiếng Nga đang là ngoại ngữ nhiều người học, tự nhiên thui chột dần, phạm vi lan tỏa cũng loãng dần, số ngươi biết tiếng Nga, cứ thế ít dần…Tôi không có điều kiện giao lưu, học hỏi nên trình độ ngoại ngữ tiếng Nga cũng vì thế, không thể giỏi bằng… tiếng Việt!!! Nhớ lần tôi cùng một số nhà văn Việt Nam sang thăm Trung Quốc, nhà văn Hà Phạm Phú hỏi tôi có biết tiếng Nga không? Tôi dại dột nói biết, nhà văn Hà Phạm Phú giới thiệu cho tôi làm quen với một nhà văn Trung Quốc biết tiếng Nga. Ông ấy nói tiếng Nga như gió, còn mình thì ú ớ như ngậm hột thị. Xấu hổ không để đâu cho hết…

Học ngoại ngữ thời bao cấp, trường hợp của tôi có lẽ cũng không phải là cá biệt.

Mà suy cho cùng, học ngoại ngữ thời bao cấp cũng do nền giáo dục "tư tưởng tiểu nông" đè nặng. Học cho có, để khoe, không thực chất, nặng hình thức, không thực dụng, giỏi bắt chước nhưng để áp dụng thì gần như không thực hiện được gì. Yêu thì học, ghét thì bỏ, mục tiêu không quan trọng. Cuối cùng chỉ đưa lại một kết quả tiêu cực, lãng phí, đến lúc tỉnh ngộ thì đã muộn!

May bây giờ, tiếng Anh, thời kinh tế thị trường là một ngoại ngữ bắt buộc, dùng nó là một trong những phương tiện quan trọng để phát triển kinh tế, xã hội, hòa nhập… Các em học sinh, sinh viên học tiếng Anh không bị chính trị "ám" như thời chúng tôi đã học, nên tiếng Anh phát triển rất rộng rãi, phổ cập trong các trường phổ thông, đại học cũng như ngoài xã hội. Rồi chính ngoại ngữ, như tiếng Anh được sử dụng một cách thông dụng, các em học sinh, sinh viên có điều kiện so sánh, đối chứng, hiểu sự thật. Các em sẽ thấy con đường sáng để đi đến tương lai một cách tốt nhất.

Đó mới là thực chất của việc học ngoại ngữ.

GỬI BÀ NÔNG THỊ BÍCH LIÊN

Tôi đọc đơn của bà gửi nhờ báo người cao tuổi đăng và chuyển, tố cáo những việc làm mờ ám của bà Đỗ Thị Huyền Tâm, Đại biểu Quốc hội. Bà Tâm hiện là vợ hai của ông Nông Đức Mạnh, người sinh ra bà, nguyên Tổng bí thư Đảng Cộng Sản Việt Nam.

Trong đơn bà không muốn nhắc đến người cha của mình. Nhưng đọc lá đơn đó, người ta đều hiểu, nếu như không có ông Nông Đức Mạnh đứng đằng sau bảo vệ, thì làm sao bà Tâm làm được việc đó. Và, bà có tin không? Bà viết lá đơn đó, hình ảnh của ông Nông Đức Mạnh hiện ra trước mắt mọi người là một hình ảnh xấu rất rõ ràng của một người Đảng Viên, nguyên là Tổng bí thư Đảng, rộng ra là hình ảnh xấu của một Đảng cộng sản đang cầm quyền.

Có đâu như đất nước Việt Nam chúng ta dưới thời ông Nông Đức Mạnh làm Tổng bí thư, đó là những năm đầy nhiễu nhương và cũng có rất nhiều nỗi buồn. Ông Nông Đức Mạnh làm Tổng bí thư của một Đảng cầm quyền mà gần như tiếng nói của ông nhạt nhòa, không hề có một tý "trọng lượng" nào để giải quyết những vấn đề hệ trọng đất nước như giữ toàn vẹn lãnh thổ, cải thiện đời sống của người nghèo, gia đình liệt sỹ, có công với cách mạng, chống tham nhũng, giải quyết nạn quan liêu xa rời dân... Ngay hình ảnh của ông, tuy tôi không cận ông như bà, nhưng là một người dân, tôi thấy hình ảnh đó rất xa lạ, khiêm cưỡng, không thân mật như các Tổng bí thư khóa trước ông Nông Đức Mạnh. Những ông Tổng bí thư như Trường Chinh, Nguyễn Văn Linh...tôi chưa từng tiếp xúc, nhưng vẫn thấy gần gũi, vẫn thấy hiển hiện như một người lãnh đạo Đảng gần dân, dân tin tưởng. Còn ông Nông Đức Mạnh hồi còn Tổng bí thư Đảng, tôi là người dân, không đặt tin tưởng, chắc chắn nhiều Đảng viên, nhiều vị lãnh đạo cấp cao, cũng giống tôi, không tin tưởng ông ấy. Thực tế, ông Nông Đức Mạnh hồi đương quyền, vẫn cười, vẫn nói, vẫn đi nước ngoài tiền hô, hậu ủng... nhưng trong con mắt nhiều người, uy tín của ông ấy đã "chết". Rõ nhất khi ông ấy về hưu, gần như hình ảnh của ông đã biến mất trong suy nghĩ nhiều người. Nếu như nhiều cán bộ cấp cao về hưu còn có thể tham gia vào các tập đoàn kinh tế, hội đồng quản trị, viết văn, làm thơ, giảng dạy các trường đại học, cố vấn... nhưng riêng ông Nông Đức Mạnh, đến thời điểm này, tôi không biết ông ấy làm gì hay chỉ quẩn quanh trong nhà hoặc đi du lịch với vài người thân, không ai để ý. Là phận người, nhất là đã từng một lãnh đạo cao nhất của Đảng mà như vậy, đau chứ! Đúng không Bà.

Rồi nữa, chuyện ông Nông Đức Mạnh lấy bà Tâm, tuy trong đơn bà không nói rõ, nhưng tôi hiểu, cả gia đình Bà phản đối. Một người cha mà bị con phản đối, nói rõ hơn, việc làm đó bị con coi thường, thì... phận người Cha thậm khốn khổ. Cha con giáp mặt nhau là quay lưng, không nói chuyện, ngôi nhà tự nhiên u ám nặng nề. Người đau nhất là ông Nông Đức Mạnh, bây giờ không sao, lúc đau ốm, dẫu bên cạnh là bác sỹ giỏi chăm sóc, thuốc quý nhiều, bạn bè có đến thăm mà con cái bỏ rơi, tinh thần sẽ khủng hoảng, lúc ấy chỉ có trời mới cứu được mạng. Ngay như bà vợ kế của ông Nông Đức Mạnh, như trong đơn bà tố cáo, bà này chỉ lợi dụng ông Nông Đức Mạnh để trốn nợ chứ không hề thương yêu thì lúc đó có lẽ ông Nông Đức Mạnh có sống cũng như chết.

Phận làm con, có nên để một người cha như thế không?

Tôi nói điều này nữa, kể cả bao nhiêu đời của Tổng bí thư Đảng ở đất nước ta, duy nhất có ông Nông Đức Mạnh, cho đến thời điểm này, bị nhân dân chê trách nhiều nhất. Ông ấy không hề để lại một dấu ấn tốt đẹp nào cho hiện tại cũng như tương lai đất nước này hay toàn những dấu ấn xấu, nhất là vụ ông đồng ý cho nhà cầm quyền Trung Quốc khai thác Boxit (Tây Nguyên), khiến cho những người yêu nước chân chính phẫn nộ. Nếu ông ấy có lương tâm, biết đâu những lúc ngồi một mình sẽ ân hận, tự nguyền rủa mình, mong các bậc lão thành, các Đảng viên, nhân dân... tha lỗi.

Con người như thế cũng đáng thương hại,

Cái đức quý nhất của người Việt Nam chúng ta là sự nhân hậu, khoan dung, tha thứ.

Từ những phân tích trên, tôi khuyên bà, đây hoàn toàn là ý kiến cá nhân, nếu đúng như bà viết lá đơn trên, thì nên rút lá đơn đó lại.

MỘT CUỘC GẶP KHÔNG THÀNH VÌ ... "TƯỚNG VỀ HƯU"

Đắn đo lắm tôi mới viết bài này. Cũng phải nói thật khách quan, tránh đi sự hiểu lầm, tránh đi những lời dị nghị. Chi ít, trong một số nhà văn, nhà thơ khu vực nam miền Trung và Tây Nguyên đã biết có cuộc gặp mặt, tưởng sẽ thành công đến nơi, tưởng sẽ có những cuộc vui nổ trời, tưởng sẽ có dịp ôn lại một thời khốn khó nhưng đầy ắp tiếng cười, đầy ắp tình người, đầy ắp nhân văn...Ấy vậy, như trong một trận bóng đá, đến phút "89" mọi chuyện thay đổi theo chiều hướng hoàn toàn ngược lại. Một nguyên nhân, xin lỗi tôi phải lấy tên một truyện ngắn nổi tiếng của nhà văn Nguyễn Huy Thiệp, chỉ vì một ông "Tướng về hưu".

Trại sáng tác khu V, bây giờ có lẽ ít người biết về trại sáng tác có tên như thế. Đến như tôi, ở Đà Nẵng đã lâu, chơi thân với rất nhiều các anh, các chị nhà văn lớn tuổi, cuộc đời họ đã đi qua hai cuộc kháng chiến, nhưng gần như tôi rất ít lần được nghe đến tên trại sáng tác khu V. Chỉ có một lần ngồi nói chuyện với nhà văn Thái Bá Lợi, nhà văn cho tôi biết, đã có một thời, những vị lãnh đạo cao nhất của khu V như ông Võ Chí Công, Chu Huy Mân...rất coi trọng lực lượng sáng tác văn học. Ngay sau khi đất nước giải phóng, các vị lãnh đạo khu V đã có sáng kiến tập hợp những nhà văn, nhà thơ có tên tuổi ở khu V vào sinh hoạt trại sáng tác này với sự quan tâm đặc biệt. Nhiều nhà văn, nhà thơ nổi tiếng như Nguyên Ngọc, Nguyễn Chí Trung, Nguyễn Khắc Phục, Thu Bồn, Nguyễn trí Huân, Ngô Thảo, Thái Bá Lợi, Nguyễn Thụy Kha, Nguyễn Bảo, Thanh Thảo, Trung Trung Đỉnh, Ngô Thế Oanh, Thanh Quế, Ngô Thị Kim Cúc, Nguyễn Công Khế... và cả một số vị, sau này giữ nhiều chức vụ quan trọng trong Đảng và nhà nước, cũng từng kinh qua một thời gian dài ở trại sáng tác khu V. Trại sáng tác cũng là nơi dừng chân của nhiều nhà văn, nhà thơ nổi tiếng như Nguyễn Tuân, Chế Lan Viên, Nguyễn Khải, Lê Lựu, Nguyễn Đình Thi, Lưu Quang Vũ... Với thời gian tồn trại của trại sáng tác, nhiều tác phẩm văn học đứng được trong lòng bạn đọc cũng ra đời từ đây như tác phẩm: Trường ca"Những người đi tới biển" của nhà thơ Thanh Thảo, trường ca " Ở làng Phước Hậu" của nhà thơ Trần

Vũ Mai, " Hai người trở lại trung đoàn", " Thung lũng thử thách", " Họ cùng thời với những ai" của nhà văn Thái Bá Lợi... Đặc biệt, nhà văn Thái Bá Lợi còn cho tôi còn biết họa sỹ nổi tiếng Bửu Chỉ, Nhạc sỹ Trịnh Công Sơn, Vũ Hữu Định... cũng nhiều lần ghé qua tham gia sinh hoạt với các anh, chị nhà văn, nhà thơ trong trại sáng tác.

Nói vậy, để thấy rằng, việc có cuộc gặp mặt kỷ niệm 37 năm thành lập trại sáng tác khu V do một số nhà văn, nhà thơ đang sinh hoạt ở Chi hội nhà văn Việt Nam tại Đà Nẵng khởi xướng là một việc rất chính đáng. Thật mừng khi ý tưởng này vừa mới phác họa, chúng tôi đề xuất với nhà thơ Văn Công Hùng, nhà thơ Văn Công Hùng, Ủy viên BCH Hội nhà văn Việt Nam, phụ trách khu vực Tây Nguyên và Trung Bộ đã đồng ý ngay lắp tự. Sau đó Nhà thơ Văn Công Hùng báo ngay cho chúng tôi một tin vui, BCH Hội Nhà văn Việt Nam cũng đã đồng ý bằng văn bản, tổ chức cuộc gặp mặt nhân dịp kỷ niệm 37 năm thành lập trại sáng tác khu V tại Đà Nẵng vào đầu tháng 9/2012 và BCH Hội nhà văn cũng có công văn đề nghị QK V cùng một số địa phương giúp đỡ cho cuộc gặp mặt thành công tốt đẹp.

Tôi và nhà văn Thái Bá Lợi, nhà thơ Lê Anh Dũng cùng một số nhà văn, nhà thơ khác trong Chi hội nhà văn Việt Nam tại Đà Nẵng vội bắt tay ngay vào việc. Thực ra, cũng không ai phân công mình, cũng không có một quyết định nào bổ nhiệm mình vào việc này, nhưng cứ nghĩ đây là một dịp hết sức thuận lợi để các nhà văn, nhà thơ có dịp gặp lại nhau, ôn lại một thời đầy ắp những kỷ niệm, sống lại những năm tháng chỉ có nhớ, có thương, có yêu đến tận cùng…dù chỉ nhận sự phân công bằng "miệng" từ nhà thơ Văn Công Hùng với một "hiệu lệnh": "Lợi, Trung, Hùng, Dũng tiến lên!". thế là ai cũng cố làm, gần như không hề đòi hỏi một chút quyền lợi nào. Đẹp hơn nữa, cuộc gặp mặt này BCH Hội nhà văn Việt Nam dự kiến kết hợp tổ chức trao thẻ Hội viên cho các nhà văn, nhà thơ mới được kết nạp nên sẽ có đầy đủ các nhà văn, nhà thơ khu vực nam Trung bộ, Tây Nguyên tham dự. Nhiều anh, chị trước đây có tham gia trại sáng tác khu V nay không còn viết văn, làm thơ, mà giữ nhiều chức vụ lãnh đạo một số tỉnh, thành ở miền trung, nam bộ, miền bắc… hiện về hưu, nhưng trong tâm trí vẫn lai láng tình cảm chân thành, khi chúng tôi đến đặt vấn đề, tuy nhiều người sức khỏe không còn tốt, tuổi cao nhưng các anh, chị rất mừng, hứa bằng mọi cách, cho dẫu đường có xa, thời tiết không thuận lợi vẫn sẽ tham dự bằng được cuộc gặp gỡ như có người nói: "Có lẽ là lần đầu tiên cũng là lần cuối cùng trong đời.".

Tôi cũng từng tham gia vào công việc tổ chức một số hội nghị, nhưng chưa bao giờ tôi thấy thuận lợi như lần tổ chức cuộc gặp gỡ này. Nhà văn Thái Bá Lợi, nhà thơ Ngân Vịnh, nhà thơ Lê Anh Dũng khi cầm công văn của BCH Hội nhà văn Việt Nam vào QK V, đề nghị các anh lãnh đạo cao nhất QK V giúp đỡ. Sự đáp ứng nhiệt thành, đầy trách nhiệm của của các anh lãnh đạo cao nhất QKV làm cho các nhà văn, nhà thơ cảm động. Các anh cho biết, việc này sẽ báo cáo ngay Tổng cục chính trị, điều thứ hai, sẽ dành toàn bộ nhà khách T20 của QK, trong đó có 15 phòng VIP cùng hội trường làm chỗ ăn nghỉ, hội họp cho các nhà văn, nhà thơ trong ba ngày gặp gỡ. Đồng thời, sẽ có buổi giao lưu văn nghệ giữa các nhà văn, nhà thơ với một số đơn vị bộ đội trong QK, nếu điều kiện cho phép. Thông cảm với khó khăn tài chính của Hội nhà văn, tất cả những việc này, QK V xin ý kiến của Tổng cục chính trị, sẽ chu cấp toàn bộ. Tiếp đến khi tôi, nhà văn Thái Bá Lợi, nhà thơ Lê Anh Dũng đến gặp và đặt vấn đề, đề nghị các anh lãnh đạo tỉnh Quảng Nam, cũng như thành phố Hội An giúp đỡ. Còn gì vui bằng, tất cả đều hứa giúp đỡ nhiệt tình, chu đáo. Như anh Nguyễn Sự, Bí thư thành ủy Hội An nói với tôi: “Các anh cứ tin đi, tấm lòng của nhân dân Hội An đối với các văn nghệ sỹ lúc nào cũng ấm áp. Các anh, các chị về đây như về nhà, sẽ là một buổi liên hoan thật thân mật và sau đó chúng tôi sẽ tổ chức đi thăm phố cổ đêm trăng để các anh, các chị có tư liệu sáng tác…”. Hai trường Đại học lớn ở Đà Nẵng đề nghị có buổi giao lưu giữa các nhà văn, nhà thơ với sinh viên trong trường. UBND thành phố Đà Nẵng cũng đã phúc đáp công văn của HNV Việt Nam với lời hứa, bảo đảm cuộc gặp mặt giữa các đồng chí lãnh đạo thành phố Đà Nẵng với các đại biểu trong cuộc gặp gỡ này thật thành công, thật cảm động vì: “Đây là sự tri ân của thế hệ sau đối với thế hệ đi trước đã đổ máu, trí tuệ, nghị lực để có một tổ quốc Việt Nam thống nhất, vững mạnh như ngày hôm nay…” như lời đồng chí Chánh văn phòng UBND thành phố Đà Nẵng nói, khi thông báo với chúng tôi, UBND đồng ý giúp đỡ cả tài chính và vật chất cho cuộc gặp gỡ này. Đó là tôi chưa kể, dù tài chính eo hẹp, còn khó khăn về cơ sở vật chất, nhưng khi tôi và nhà văn Thái Bá Lợi đến gặp nhà thơ Bùi Công Minh, Chủ tịch Hội VH - NT thành phố Đà Nẵng bàn việc phối hợp giữa hai cơ quan, nhà thơ Bùi Công Minh, cũng đồng ý sẽ giúp đỡ cuộc gặp gỡ một phần bằng tài chính để làm thế nào cho HNV Việt Nam có cảm giác không phải "thiếu trước, hụt sau" như nhà thơ nói vui với chúng tôi…

Cho đến đầu tháng 8/2012 công việc chuẩn bị cho cuộc gặp gỡ này có thể nói tiến triển trên cả mức thuận lợi. Điều chúng tôi lo nhất hiện tại là "nội dung" cuộc gặp gỡ, điểm lại, thực ra nếu có ngồi trong hội trường nghiêm túc thì chỉ có buổi khai mạc, những diễn văn chào mừng… Sau đó "gặp gỡ họp mặt" diễn ra ở đâu? Đó là những đêm giao lưu giữa các nhà văn, nhà thơ với sinh viên các trường đại học, các đơn vị bộ đội (nếu vui cũng hết đêm)… Đó là cuộc gặp gỡ trên bàn nhậu, bên chén cà phê, giữa lúc đi tham quan…của các nhà văn, nhà thơ, cùng các vị từng tham gia trại, giờ về hưu, không sáng tác, ôn lại những kỷ niệm về một thời không quên. Nhiều kỷ niệm nhắc lại, chắc chắn chỉ có tiếng chào vồn vã, cái bắt tay, ôm nhau cười hết cỡ (cũng "vèo" hết cả buổi). Thời gian ngồi trong hội trường chắc là rất ít. Tôi tin, mọi người cũng mong thế, hãy để không gian sinh hoạt thật thỏa mái, vô tư, dễ gì đã có một điều kiện gặp nhau thuận lợi như thế này.

Mọi công việc chuẩn bị cho cuộc gặp gỡ coi như xong, định ngày cụ thể bắt đầu từ ngày 5/9 và kết thúc vào tối 7/9 tại nhà khách T20 của QK V. Kế hoạch chi tiết chúng tôi đã báo cáo cho nhà thơ Văn Công Hùng, nhà thơ Văn Công Hùng rất mừng, định ngày xuống với chúng tôi triển khai kế hoạch sau khi được sự chấp thuận của BCH Hội nhà văn Việt Nam…

Nhưng, không ai học được chữ "ngờ!", vì sự can thiệp của "Tướng về hưu".

Tôi đã từng nghe nhiều giai thoại về vị" tướng về hưu" này, nhất là tính cực đoan của ông. Nhưng đến khi giáp mặt, mới biết rằng, những giai thoại tôi đã nghe, chưa thấm vào đâu khi mình chúng kiến.

Với danh nghĩa, nguyên là một cán bộ cấp cao, từng lãnh đạo HNV, được nhiều giải thưởng lớn…Nên thế, khi hay tin có cuộc gặp này, trên danh nghĩa là người từng lãnh đạo trại sáng tác khu V, ông yêu cầu HNV, cho gặp những người như tôi, như nhà văn Thái Bá Lợi, nhà thơ Lê Anh Dũng… tất nhiên, cả nhà thơ, nhà báo Văn Công Hùng phải có mặt sớm để báo cáo lại toàn bộ việc chuẩn bị cho cuộc gặp gỡ này.

Nếu đúng về nguyên tắc, tôi không gặp ông "tướng về hưu" cũng không sao. Vì có ai phân công tôi đâu!!! Tôi tự nguyện làm, thích thì làm, nói thật, làm cho vui, muốn các anh, các chị nhà văn, nhà thơ mình yêu quý có điều kiện gặp nhau, vui cho thật "nổ trời" vì không nhiều "cơ hội" như thế này. Còn bây giờ, ông "tướng về hưu" yêu cầu tôi đến để quán triệt, báo cáo… tôi thấy khó quá, vì không biết mình sẽ báo cáo chuyện gì! Và quả nhiên, khi gặp ông ở nhà khách T20, cả buổi nghe ông nói, tôi thấy quá cực hình. Buổi gặp mặt, tôi và các nhà văn, nhà thơ đã chuẩn bị không còn như chúng tôi hình dung nữa, thay vào đó là sự: "hệ trọng", "cảnh giác", "nguy hiểm", "hết sức đề phòng với những tình huống xấu". Trước khi nhà thơ Văn Công Hùng từ Tây Nguyên xuống để làm việc với ông "tướng về hưu", chúng tôi có cuộc họp "trù bị" với ông. Ông đã nhắc chúng tôi nhiều việc, nghe "ù" cả tai! Đến buổi làm việc chính thức, thì quả thật chúng tôi "chóang" về những yêu cầu "bất di, bất dịch" của ông. Điều đầu tiên, ông yêu cầu nhà thơ Văn Công Hùng cho ông duyệt danh sách các hội viên HNV có mặt trong cuộc gặp gỡ này. Đặc biệt ông chú ý vào ba nhà văn, nhà thơ, tôi tạm đặt là N, Q, H. Theo ông, những nhà văn, nhà thơ này để cho QK V mời, HNV không được mời. Đây là một việc vô cùng vô lý! Rất khó chấp nhận, vì QK V không có chức năng này, hơn nữa, Hội viên của mình, mình không mời lại để cho cơ quan khác mời, đó là việc làm không minh bạch. Nhất là nhà thơ Q, ông "tướng về hưu" có một thái độ khó chịu ra mặt. Vì trước đó, ông đã nghe nhà thơ Q đọc một bài thơ trong một cuộc gặp gỡ ở Quảng Nam. Một bài thơ lên án tệ tham nhũng, quên dân… của một số kẻ xấu cơ hội trong cơ quan công quyền. Thực ra, theo tôi, những điều nhà thơ Q phát biểu trước đây, cũng như hiện nay chưa thấm gì mà thực tế đang diễn biến. Những điều nhà thơ Q viết, nói còn "nhẹ" hơn rất nhiều so với những điều mà mà ông Tổng bí thư ĐCS từng tổng kết, từng nói về nguy cơ tồn vong của một chính Đảng cầm quyền. Nếu nhà nước không mạnh tay, chống triệt để nạn tham nhũng, hối lộ, quan liêu…mà những tệ nạn này đang hiển hiện một cách lộ liễu, công khai, không sợ dư luận, luật pháp, thì sự ổn định xã hội nhất định sẽ bị phá vỡ, lòng tin của dân vào thể chế chính trị bị xói mòn. Hơn nữa, nhà thơ Q từng là nhà thơ có những bài thơ nổi tiếng, trước năm 1975 cả hai vợ chồng cùng vào nam theo một lý tưởng bất diệt "thống nhất tổ quốc, giành độc lập cho dân tộc". Hồi đó, văn của ông "tướng về hưu", tôi nghĩ, không nổi tiếng bằng những bài thơ của nhà thơ Q, lại một thời cả hai ông cùng sống, chết ở một chiến trường. Có cuộc gặp gỡ này, ôn lại những kỷ niệm, thương nhau không hết... nỡ nào, bây giờ, chỉ vì không cùng quan điểm, chứ tôi tin cả hai đều yêu nước như nhau, ông "Tướng về hưu" lại không muốn nhà thơ Q đến dự! Chúng tôi cố thuyết phục, nhưng nhất định "tướng về hưu" vẫn bảo lưu quan điểm, HNV không mời nhà thơ Q, để cho QK V mời! Còn một chuyện không biết nên "cười' hay "mếu". Ông "tướng về hưu" hỏi tôi và nhà văn Thái Bá Lợi về nhà văn H, vì ông "tướng về hưu" nghe tin ông này làm sách, toàn những sách" có vấn đề", "sai lệch tư tưởng". Tôi phải giải thích, đó là những quyển sách có nội dung tốt, chưa bị thu hồi, hoặc cấm lưu hành, giờ vẫn bán đầy ở các cửa hàng sách. Còn hiện nay, nhà văn H không còn sinh hoạt ở Chi hội Nhà văn Việt Nam ở Đà Nẵng mà chuyển ra sinh hoạt tại Hà Nội, nên có mời chưa chắc nhà văn H đến dự. Hơn nữa, nếu nhà văn H có đến dự, tôi tin ông ấy sẽ không phát biểu vì ...tính ông ấy thế! Nhưng dù sao cũng nên mời, vì nhà văn H từng sống ở đây, từng giúp nhiều nhà văn, nhà thơ từng sinh hoạt trong trại sáng tác khu V ra sách, nhưng ông "tướng về hưu' vẫn cương quyết lắc đầu "HNV không mời, để QK V mời.". Có một điều lạ mà tôi thấy ở ông "tướng về hưu", gần như thế hệ chúng tôi, khoảng trên dưới sáu mươi tuổi, tham gia vào HNV Việt Nam, ông rất ít nhớ tên, thậm chí nhà thơ, nhà báo Nguyễn Hoàng Thu nổi tiếng như thế, ông cũng không biết mà hỏi lại chúng tôi: "Anh này là anh nào?". Đến cả nhà văn H, ông cũng hỏi: "Anh này có bút danh... Linh... Linh... gì ấy nhỉ?". Nghe ông hỏi thế, tôi thở dài ngao ngán.

Tiếp đến, ông "tướng về hưu" yêu cầu chúng tôi chỉ định những người viết tham luận!

Một cuộc gặp mặt, ôn lại kỷ niệm, có cần thiết phải viết tham luận không? Hơn nữa, giả như nếu có tham luận, thời gian đâu để đọc, khi việc giao lưu, gặp mặt, dự liên hoan... đã chiếm hết thời gian của hai đêm, ba ngày! Còn một chuyện tôi không thể tưởng tượng nổi là ông yêu cầu phải có một cuộc họp "trù bị", trước khi vào họp chính thức y như đây là một đại hội nhà văn. Mới đầu tôi tưởng mình nghe lầm, nhưng sau này, khi ra đến Hà Nội, trong một lần gặp với các anh lãnh đạo HNV, ông cũng đưa một yêu cầu đúng như thế. Cuộc gặp mặt ôn lại nhiều kỷ niệm vui, buồn của không khí hồi hộp như "ai là triệu phú?", vui hơn cả "gặp gỡ cuối năm", ồn ào hơn cả "đi tìm giọng hát Việt"... thế mà cần phải trù bị, sự " quan trọng" không phải lối, dồn chúng tôi vào thế khó đỡ. Một thời gian vô cùng hạn hẹp, lại phải tổ chức một cuộc họp trù bị, không biết nên tổ chức vào thời gian nào? Đó là chưa kể, ông yêu cầu, nếu là khách mời, phải gọi điện hỏi trước, nhất là những vị khách, theo ông "có vấn đề tư tưởng". Đã mời, cứ đưa giấy mời, còn họ có đến dự hay không đó là quyền của khách mời. Một thủ tục vô cùng đơn giản, "Tướng về hưu" cũng nhấn mạnh, thành việc "quan trọng". Đã vậy, ông còn cảnh báo chúng tôi những chuyện phát ngôn của các nhà văn, nhà thơ trong buổi gặp mặt này. Phải hết sức cảnh giác, đề phòng, có biện pháp đối phó hữu hiệu. Ông cho biết, sẽ vào lại Đà Nẵng ngày 18/8 để lập bộ "chỉ huy tiền phương" để theo dõi, chỉ đạo sát sao từng công việc.

Cứ như vậy, trong những lần tôi, nhà thơ Văn Công Hùng, nhà văn Thái Bá Lợi, nhà thơ Lê Anh Dũng gặp ông "tướng về hưu", tất cả chúng tôi ở một tâm trạng buồn. Chuyện đã tưởng thành đến nơi, nhưng nếu như thực hiện đúng như nội dung ông "tướng về hưu" chỉ đạo, cuộc gặp gỡ này sẽ có không khí căng thẳng, trượt khỏi nội dung ban đầu mà chúng tôi dự liệu, rất dễ xảy ra sự mất đoàn kết, cãi vã với những đề tài không đâu… Chúng tôi báo cáo lại việc này với BCH Hội nhà văn, các anh ngoài đó thông báo lại chúng tôi, đợi ông "tướng về hưu" ra Hà Nội sẽ bàn tiếp và có quyết định chính thức về cuộc gặp mặt này.

Ra Hà Nội, ông "ông tướng về hưu" vẫn giữ quan điểm như vậy, với những cuộc họp căng thẳng, kéo dài nhiều tiếng đồng hồ. Tôi còn nghe thông tin, nếu không chấp nhận ý kiến của ông, ông sẽ báo cáo toàn bộ sự việc này lên Ban bí thư, tuyên giáo TW… Như vậy sự việc quá nghiêm trọng rồi, chứ không đơn giản như chúng tôi nghĩ. Các anh trong BCH Hội nhà văn Việt Nam điện vào cho chúng tôi, ý kiến của chúng tôi trong việc này như thế nào?

Đây là cuộc gặp mặt nhân kỷ niệm sự ra đời của một trại sáng tác cách đây 37 năm, được các lãnh đạo QK và địa phương nhiệt tình giúp đỡ. Hẳn nhiên, các anh, các chị lãnh đạo QK cũng như địa phương mong muốn cuộc gặp gỡ vui, tạo được dấu ấn thân thiện. Nay, chỉ vì không đúng với sự chỉ đạo của ông "tướng về hưu" mà ông báo cáo lên trên, cấp trên không hiểu, chỉ nghe báo cáo một chiều nhất là vấn đề "tư tưởng", "diễm biến hòa bình"... yêu cầu mấy anh lãnh đạo QK, hay địa phương phải giải trình, kiểm điểm. Vô hình dung, chính chúng tôi đã làm "hại' các anh, các chị. Lần sau ai dám bắt tay cộng tác với chúng tôi nữa? Chúng tôi còn mặt mũi nào mà đến để làm việc với các anh, các chị. Tiếp đến, một cuộc gặp gỡ ôn lại kỷ niệm, ai cũng muốn có mặt đông đủ, lại có lệnh "cấm" người này, "cấm" người kia đến (đó là những người cần phải đến), sẽ biến không khí cuộc gặp gỡ kém vui, thậm chí là căng thẳng, rất dễ bị xuyên tạc, nhiều người không hiểu sẽ trách chúng tôi. Việc nữa, công việc tổ chức cuộc gặp gỡ này chúng tôi hoàn toàn làm với sự vô tư trong sáng, chỉ muốn đó là cuộc gặp gỡ, như nói ở trên, rộn tiếng cười, tiếng hát, tiếng đọc thơ, giao lưu, nhắc lại những kỷ niệm ngọt lịm về tình người. Nhưng, nếu như tiếp tục cuộc gặp gỡ này theo như sự chỉ đạo của ông "tướng về hưu", liệu không khí đó có còn như thế không? Hay là có chuyện "vỗ tay mời xuống" như các kỳ đại hội Nhà văn...

Suy đi, tính lại chúng tôi đề nghị BCH Hội nhà văn nên hoãn cuộc gặp gỡ này, để tổ chức vào dịp khác, thuận lợi hơn...

Sau khi nhận được ý kiến của chúng tôi, có lẽ các anh trong BCH Hội Nhà Văn bàn bạc cũng thống nhất ý kiến tạm hoãn cuộc gặp mặt này. Các anh đã gửi công văn đề chữ "hỏa tốc" đến các địa phương, đơn vị ở Miền trung xin lỗi và tạm dừng cuộc gặp mặt.

Việc dừng cuộc gặp mặt để lại trong chúng tôi nhiều nỗi luyến tiếc. Cho đến tận gần ngày dự kiến cuộc gặp mặt, tôi, nhà văn Thái Bá Lợi, nhà thơ Lê Anh Dũng… vẫn nhận được nhiều cú điện thoại hỏi về thời gian cuộc gặp mặt này, nhiều người nói với chúng tôi, nếu không có kinh phí họ sẽ tự bỏ tiền đi, cốt gặp lại bạn bè cũ để ôn kỷ niệm, mấy chục năm mới có một dịp như thế này. Thương hơn, có nhà văn, nhà thơ từ ngày 1/9 đã đến tá túc tại nhà của nhà văn Thái Bá Lợi, hy vọng dự sớm, đúng ngày khai mạc…

Tôi thông báo chuyện "hoãn" cuộc gặp mặt cho một số bạn bè thân thiết, nói nguyên nhân.

Ai cũng tiếc.

NGHĨ VỀ MỘT CÂU NÓI CỦA NHÀ THƠ THANH THẢO

Lễ kỷ niệm một trăm năm ngày sinh của nhà thơ Hàn Mặc Tử, tổ chức ở Quy Nhơn (Bình Định) vừa qua, trong một cuộc hội thảo tổ chức ở Hội Trường Quang Trung tối ngày 20/9/2012, nhà thơ Thanh Thảo có phát biểu ý kiến. Trong bài phát biểu đó, nhà thơ có nói một ý, tôi rất tâm đắc: "Đừng đùa với thơ, cũng đừng lợi dụng thơ để thực hiện một ý đồ gì đó cho cá nhân, thơ sẽ quật chết liền. Đến với thơ, phải sống chết với thơ, coi thơ là cái nghiệp mình phải theo suốt đời… may ra mới được một chút gì đó, trường hợp nhà thơ Hàn Mặc Tử là một ví dụ điển hình …".

Tôi nghĩ, điều nhà thơ Thanh Thảo nói không cao siêu, nhưng hình như… có rất nhiều người không để ý hoặc biết mà vẫn cố tình, bất chấp.

Chuyện rằng, ông nguyên thứ trưởng nọ, lấy bút danh cũng như mây bay non cao, gió vờn khóm trúc làm thơ, phổ nhạc tổ chức một đêm thơ phổ nhạc hoành tráng giữa lòng thủ đô, phát cả trên ti vi... giờ thì, đúng như lời nhà thơ Thanh Thảo nhận định: "...bị thơ quật chết!". Từ khi ông dính "phốt", từ quan, những bài thơ của ông không ai nhớ, bút danh của ông cũng chìm mất giữa sự xô bồ của muôn vàn bút danh không ai biết! Thơ không cứu được danh của ông!

Một ông cậy mình chức to, lắm tiền, làm thơ rồi... tổ chức thật hoành tráng nhân dịp nhận thẻ vào HNV Việt Nam ở một tỉnh cực nam đất nước, kết cục bây giờ thì ... đang nằm khám, mà thơ của ông, không ai nhớ. Mà có nhớ, lại trở thành trò cười cho thiên hạ.

Lại một chuyện khác, ở một khu giải trí có thể gần như lớn nhất nước ở một tỉnh Tây Nam bộ, ở đâu, chỗ nào, những người đi tham quan đều thấy thơ của ông giám đốc khu giải trí này. Có bài khắc trên vách núi nhân tạo, có bài lại chạm trổ vào tường, cột, có bài phơi lên giữa đền thờ... Chữ nạm vàng hẳn hoi. Không biết có nhiều người nghĩ như tôi không? Tôi đọc những bài thơ đó rất ngạc nhiên. Chẳng lẽ đây gọi là thơ!!! Và qua những bài thơ đó, không lẽ ông giám đốc khu giải trí này, không biết những du khách đi tham quan, họ sẽ hiểu trình độ thẩm thấu văn học của ông ta ở mức độ như thế nào? Giàu có như ông, không ai cãi, nhưng thơ ông đã sáng tác, "khoe" với thiên hạ trong khu giải trí, người ta sẽ hiểu ông là ai?!!.

Rồi vừa mới đây thôi, một hiện tượng muốn mượn thơ lấy danh, khi tài chỉ có thế, đức chỉ có thế, bị thơ giáng một "đòn" ra đòn, "đánh" ra "đánh". Tôi không muốn nhắc lại, nhưng, tôi nghĩ, nếu như tác giả của những "bài thơ thần nhập" kia, bình tĩnh, xin lỗi mọi người, xin lỗi dư luận tốt, tuyên bố không làm thơ nữa, may ra thơ tha cho. Còn cố chứng minh mình là "nhà thơ lớn" sáng tác những bài thơ như ông đã sáng tác, danh sẽ chẳng còn mà tôi sợ... ông sẽ mất bạn vì không ai dám gần ông.

Lại tiếp, có ông từng giữ chức vụ to, nay về hưu vẫn ăn lộc nhà nước giữ một chức to trong một cơ quan "hữu danh vô thực", hứng lên sáng tác, in thơ. Hồi chưa hưu, người ta đã kinh ông này về cách ăn nói, truy chụp, giờ in thơ, nhất là thơ tình...mà đọc lên, cứ như nhai phải cơm có sạn lại sống!!! Thơ như thế đến đâu ông cũng khoe, cũng đọc để mong sớm kết nạp vào Hội viên HNV Việt Nam.

Tôi tin hội đồng thơ trong HNV Việt Nam sẽ tinh tường khi xét đơn ông này xin vào Hội.

Chỉ mấy ví dụ trên thôi, thế mới biết rằng sáng tác được một bài thơ khó vô cùng, trở thành một nhà thơ khó vô cùng. Hãy biết khả năng đến đâu của mình mà dừng lại, đừng cố, đừng huyền hoặc, tự đề cao. Tôi có quen biết một người, ở góc độ viết truyện ngắn, tùy bút... cùng tâm giao. Có một dạo, tôi không thấy anh ấy viết truyện ngắn, tùy bút, ghi chép nữa... Và tôi được người ấy tặng một tập thơ mới in. Có hỏi, anh ấy nói "Làm thơ dễ biểu đạt cảm xúc." Sao lại có thể dễ thế! Tôi chưa bao giờ làm nổi một câu thơ cho "ra hồn" nhưng vẫn nghĩ, viết văn xuôi dễ hơn làm thơ chứ! Tha hồ anh diễn đạt, ngắn thì một dòng, dài thì cả trang. Còn làm thơ để diễn đạt cảm xúc! Không đơn giản! Chẳng thế, điểm lại, có bao nhiêu câu thơ hay tồn tại trong trí nhớ bạn đọc. Cũng từ lúc có tập thơ mới in, chỗ nào có nhà thơ nổi tiếng là anh ấy cố ngồi gần, lại tặng thơ, thậm chí cả tổ chức giới thiệu tập thơ đó. Nhìn trong ánh mắt của anh, tôi thấy sự hỉ hả, khoan khoái, tự sướng với mình. Chính điều này đã làm cho tôi nhìn anh với con mắt khác, không phải do thơ anh: "…dễ biểu đạt cảm xúc." Mà vì… anh đang lợi dụng của cái gọi "thơ" để mong mọi người chú ý đến mình. Điều đó, trong nhất thời, có khi anh nghĩ đã đạt được, nhưng về lâu, về dài thơ "sẽ quật chết anh" khi bạn bè nhắc về anh, không phải nhắc về thơ mà nhắc những lần anh ngồi gần những nhà thơ nổi tiếng để cọ kẹ, khoe mẽ được xếp "ngang hàng", sau đó là những tiếng cười như nghe xong một truyện " tiếu lâm".

Vừa dự lễ kỷ niệm 100 năm ngày sinh của thị sỹ Hàn Mặc Tử, tôi cứ vẫn vơ một suy nghĩ: Tại sao thời này không thể sinh ra một Hàn Mặc Tử thứ hai? Hỏi, rồi tôi tự tìm ra lời giải đáp. Tất nhiên đây chỉ là ý kiến cá nhân, có thể đúng, có thể sai, người này đồng tình, người kia phản đối. Tôi vẫn cứ thử lý giải xem sao?

Trước hết, về khách quan, hiện tại chẳng có nhà thơ Việt Namnào mắc bệnh "phong" nặng như nhà thơ Hàn Mặc Tử. Mắc một bệnh rất nặng, lúc đó là vô phương cứu chữa, người đời xa lánh. Một người có bệnh như thế gần như cô đơn đến cùng cực…không còn cách nào khác, chỉ còn một con đường duy nhất, chọn thơ làm lối giải thoát.

Điều thứ hai, có ai yêu đơn phương nhiều như thi sĩ Hàn Mặc Tử không? Yêu toàn người đẹp, tiếc thay, do hoàn cảnh bệnh tật của nhà thơ, rồi do điều kiện cách trở của đường sá, thời gian… những người phụ nữ mà thi sỹ yêu, không bao giờ đến được với thi sỹ, cho dù thi sỹ có người thương, người mến. Đa tình, có tài, yêu cháy lòng mà không được đền đáp… Thi sỹ đành dựa vào thơ để vấn an tinh thần, giãi bày những điều mình ao ước…thế mới có những bài thơ như "thần" viết.

Không gian thi sỹ Hàn Mặc Tử sống, cách đây mấy chục năm, trại phong Quy Hòa, lúc đó là sự hoang vắng đến rợn người, quanh đi quẩn lại chỉ có những bệnh nhân bị phong và những bà xơ có tâm chăm sóc. Một không gian cả sáng, cả chiều chỉ mênh mang sóng vỗ, một hàng thông reo với điệp khúc bất tận của nỗi buồn, ai oán. Buổi tối, với những ngọn nến leo lét cháy, bóng người qua lại ẩn hiện như những bóng ma. Có đêm trăng sáng, nhìn lên, con trăng chơi vơi, bơi trên bầu trời, không phương hướng, buồn đến thắt lòng… Những lúc như vậy, thi sỹ chỉ còn bám vào thơ như bám vào một cái phao khỏi "chết đuối" trong cô quạnh…

Điều trên tôi muốn nói, nhà thơ Hàn Mặc Tử làm thơ, ông không hề mong mình nổi tiếng. Tôi cũng tin, có lẽ trước lúc mất, nhà thơ cũng không bao giờ nghĩ, gần một trăm năm sau, vẫn có người nhắc đến ông, thơ của ông. Hoàn cảnh, điều kiện quá khắc nghiệt đã đưa thi sỹ đến với thơ. Thơ với ông đó là thứ "tôn giáo" gần như ông thờ phụng để chứng tỏ mình sống, mình là có thực trong đời.

Chính lẽ đó, thơ ông vẫn "sống" cho đến tận bây giờ!

Và cũng chỉ sống như thế mới mong thơ không "quật chết" mình!

TRÂU MURA, ANH HÙNG HỒ GIÁO VÀ ÔNG BẠN NHẬT BẢN

Ông bạn Nhật Bản có tên như tên một hãng xe máy nổi tiếng của đất mặt trời mọc: Suzuki, qua một người bạn thân, hỏi tôi: "Ông có biết ông Hồ Giáo không?". Tôi hỏi lại: "Hồ Giáo nào?". "Ông Hồ Giáo nuôi trâu Mura, ông không biết sao?". "Làm sao ông biết ông Hồ Giáo nuôi trâu Mura?". "Bên Nhật Bản, báo chí giới thiệu về ông Hồ Giáo nuôi thành công trâu Mura của Ấn Độ, mà việc này ở Nhật rất khó. Tôi muốn gặp ông ấy...".

Thế là tên tuổi của anh hùng Hồ Giáo, không phải một lần anh hùng, mà hai lần anh hùng vượt qua biên giới Việt Nam đến với bạn bè thế giới.

Nhưng ông bạn Nhật Bản tìm hiểu cách nuôi trâu Mura ngoài biên giới Ấn Độ để làm gì? Tôi muốn biết.

Té ra con trâu Mura nếu bán ở Nhật Bản thì giá rất đắt, vì rất khó nuôi, có thể vượt cả giá một chiếc xe ô tô sang trọng vì nhiều nhẽ:

Chất lượng của thịt trâu Mura khỏi nói, đang vượt lên trên nhiều loại thịt khác, đặc biệt dùng rất tốt cho người bị bệnh cao huyết áp, kiêng chất béo…

Riêng sữa của trâu Mura là đứng đầu trong các loại sữa động vật, mà có người còn ví bổ gần bằng sữa mẹ.

Còn trọng lượng của trâu Mura, có lẽ chỉ đứng sau voi, nuôi được một con trâu Mura, lợi hơn nuôi ba, bốn con bò, thức ăn không phải khó, y như nuôi trâu nhà…

Nhưng có một điều còn ghê gớm hơn, có lẽ ít người trong nước ta biết, là nếu tách được sữa của trâu Mura, để tạo nên bơ, thì đây là loại bơ đặc biệt, giá trị dinh dưỡng cực kỳ cao. Ở Nhật Bản giá bán một kg của loại bơ này đắt không thể tưởng tượng nổi. "Khi bơ được tách ra khỏi sữa trâu Mura để làm bánh thì… chỉ có đại gia mới được nếm." Ông bạn người Nhật Bản nói đùa, nghe có ghê không?

Nên, nuôi được trâu Mura trong điều kiện bình thường như ở Việt Nam là một việc "phi thường", ông bạn Nhật Bản muốn gặp anh hùng Hồ Giáo cũng vì một lẽ như vậy.

Tôi biết tên anh hùng Hồ Giáo từ hồi còn đi học phổ thông, trước năm 1970. Hồi đó, ngày nào đài chẳng hay vang giọng ca của cố nghệ sỹ nhân dân Quốc Hương hát bài hát "Bài ca anh Hồ Giáo", sáng tác của Nhạc sỹ Nhật Lai. Rồi một lần ở Đan Phượng (Hà tây cũ), chúng tôi, những học sinh phổ thông đi cùng một số thầy cô lên thăm anh hùng Hồ Giáo ở nông trường Ba Vì, khi ông vừa được phong anh hùng lần đầu (1967).

Chuyện đó cũng lâu rồi, hơn bốn mươi năm, nhưng trong tôi vẫn in đậm hình ảnh của ông. Nhẹ nhàng, giản dị, ít nói, nhìn anh hùng Hồ Giáo, rõ hình ảnh của một người sống chân thật, không đua chen, sống chết với nghề.

Khi ông bạn Nhật Bản đặt vấn đề muốn gặp anh hùng Hồ Giáo, tôi thấy đây là ý kiến hay, liền nhờ nhà thơ Phạm Đương giúp. Vì tôi biết nhà thơ Phạm Đương, cũng như nhà thơ Thanh Thảo gần như là người nhà của ông ở Quảng Ngãi. Nhà thơ Phạm Đương sốt sắng nhận lời và dẫn tôi, người phiên dịch cùng ông bạn người Nhật Bản đến thăm anh hùng Hồ Giáo.

Ông bạn Nhật Bản ngạc nhiên khi thấy ngôi nhà hai tầng của anh hùng Hồ Giáo, ẩn trong một kiệt nhỏ của thành phố Quảng Ngãi, chưa hoàn thiện xong cầu thang, chủ nhân ngôi nhà còn nợ tiền chưa trả được, ông bạn Nhật Bản nêu sự thắc mắc: "Bên tôi mà có một ông như ông Hồ Giáo dễ được Nhật Hoàng nuôi. Sao bên các ông lại để ông ấy sống như thế này?" Ông bạn Nhật Bản này đến lạ, ông phải nhớ đây là Việt Nam, chứ không phải là Nhật Bản mà mang ra so sánh!!! Tôi không muốn giải thích. Ông bạn Nhật Bản muốn tìm hiểu về kỹ thuật nuôi trâu Mura trong điều kiện tự nhiên, mà bên Nhật, hiện là một vấn đề chưa thể thực hiện được. Giải thích tất dài dòng, mà ông Hồ Giáo lại là người kiệm lời, tốt nhất là cứ ra trại xem ông Hồ Giáo nuôi thế nào? Ông Hồ Giáo, tuổi cao sức khỏe kém không đi được, nhà thơ

Phạm Đương cho biết, có người cháu của ông, tốt nghiệp trung cấp nông nghiệp đang làm thay ông, công việc này. Thế là chúng tôi đi, tất nhiên vẫn con đường dài tám kilômét mà hàng ngày ông Hồ Giáo đi bộ đến trại nuôi trâu Mura, khác chăng, chúng tôi đi ô tô. Trên đường đi, tôi thấy nét mặt của ông bạn Nhật Bản lộ vẻ hồi hộp, vì như ông nói với tôi và nhà thơ Phạm Đương, đây là lần đầu tiên ông được nhìn tận mắt con trâu Mura, chứ ở bên Nhật Bản, nếu có nuôi trâu Mura thì nuôi trong một môi trường đặc biệt, rất ít người có thể trực tiếp thấy. Còn ở Việt Nam, đuọc xem trực tiếp trâu Mura thế này, đối với ông bạn Nhật Bản, quả là một diễm phúc rồi ông bạn Nhật Bản háo hức chuẩn bị máy ảnh, camêra… Với tôi, tôi cũng ở gần tâm trạng của ông bạn Nhật Bản kia vì đây cũng là lần đầu tiên được trực tiếp nhìn thấy con trâu nổi tiếng của Ấn Độ, trước đây chỉ toàn xem trên ảnh. Tôi hỏi nhà thơ Phạm Đương: “Chắc trang trại của ông Hồ Giáo to lắm nhỉ?”. Nhà thơ Phạm Đương trả lời thủng thẳng: “Thì ông cứ đến tận nơi thì biết!”. “Trang trại còn nhiều trâu Mura không, ông?”. Tôi lại hỏi nhà thơ Phạm Đương. Nhà thơ Phạm Đương, hình như không muốn trả lời câu hỏi của tôi hay sao ấy, lại thở dài buông một câu mà tôi muốn hiểu sao thì hiểu: “Thì tý nữa ông cứ đến đấy mà đếm!”.

Ô tô dừng ngoài đường cái, mấy chúng tôi phải đi bộ vào, thấy một ngôi nhà lợp ngói, ngói cũng thủng lỗ chỗ, bên ngoài cái mấy đụn rơm ẩm mốc, một mùi đặc trưng của phân, nước tiểu trâu bài tiết xộc vào mũi. Mấy con dê gầy trụi lông, đít dính đầy phân lỏng, vội kêu “be…

be…", bám theo chúng chúng tôi, đòi ăn. Điều đó đối với chúng tôi không quan trọng, quan trọng là xem trang trại nuôi trâu Mura của anh hùng Hồ Giáo kia. Trang trại ấy ở đâu? Chúng tôi nhìn quanh tìm kiếm rồi hỏi nhà thơ Phạm Đương. Nhà thơ Phạm Đương chỉ ngôi nhà ngói thủng lỗ chỗ đó và nói: "Đó "Trang trại" nuôi trâu Mura của ông Hồ Giáo đấy!". Ôi, nếu gọi cho đúng, thì đây là một cái chuồng trâu, chứ trang trại gì!

Nhà thơ cứ đùa.

Bên trong của ngôi nhà, chia thành hai ngăn, mỗi ngăn, lại chia ra nhiều lô, ngăn cách bằng mấy gióng gỗ. Mỗi lô nhốt một con trâu Mura. Con trâu Mura đây rồi, to thật, tôi chưa bao giờ thấy một con trâu to như thế. Cặp sừng cong vút, ngạo nghễ. Da đen, láng, dầy… Duy có đôi mắt của con trâu Mura này lạ, nhìn chúng tôi ngơ ngác, cầu khẩn cứ thấy tội tội thế nào ấy. Cả chuồng có tám con trâu Mura: "Sao lại còn ít thế này? Hay còn ở đâu nữa.". như đoán được suy nghĩ của tôi, nhà thơ Phạm Đương giải thích: "Chỉ còn ngần ấy thôi, làm gì có nhiều trâu mà ông hỏi trang trại. Duy trì được thế này cũng là giỏi, không phải bác Hồ Giáo, người khác thì "toi" từ lâu rồi.".

Anh hùng Hồ Giáo hình như ông sinh ra để làm nghề này, nghề chăm sóc trâu, bò. Cho làm giám đốc, ông không nhận, như một lần ông nói, trình độ tôi thế, chỉ biết chăm sóc trâu, bò. Trâu, bò là "máu thịt" của ông, không thể dứt ra được. Tôi biết ngay từ hồi ông còn ở nông trường Ba Vì, cả ngày, thậm chí trong giấc ngủ, ông vẫn nghĩ về những con vật thân thương này. Ngày nhận mấy con trâu Mura do các bạn Ấn Độ tặng, cố thủ tướng Phạm Văn Đồng nghĩ ngay đến ông Hồ Giáo, và giao ngay cho ông chăm sóc, nuôi bẵm, nhân đàn để trong một tương lai gần, sữa, thịt trâu Mura sẽ dần dần thay thế sữa bò, thể trọng người Việt Nam sẽ tăng lên, trí tuệ cũng tăng lên, tầm vóc kinh tế cũng tăng lên…

Biết đâu trong những nhân tố tích cực làm nên điều đó, có trâu Mura của anh hùng Hồ Giáo góp phần.

Than ôi! Từ mơ ước rất đẹp đó đến thực hiện, bao nhiêu dự án lớn còn gấp mấy ngàn lần con trâu Mura kia, trên đất Việt Nam ta, đâu có thực hiện được, huống hồ tính chuyện nhân đàn trâu Mura bắt đầu từ sáu con trâu Mura do các bạn Ấn Độ tặng.

Anh hùng Hồ Giáo, nói thế này không sai. dâng hết cả sức khoẻ, tâm trí, nghị lực của quãng đời còn lại, quyết tâm thực hiện lời căn dặn của cố thủ tướng Phạm Văn Đồng. Nhưng lực bất tòng tâm, ông đành buông tay đau đớn chấp nhận thất bại.

Gần như nuôi trâu Mura không có trong những chương trình nghị sự lớn của nhà nước, thấp hơn là cấp tỉnh. Tôi đồ rằng, hiện nay hỏi trâu Mura là gì? Sẽ có nhiều vị lãnh đạo cấp cao ngơ ngác còn hơn “con gì... đội nón”. Thậm chí, tôi lại nghĩ, nếu không phải là quà của các bạn Ấn Độ tặng, do trực tiếp cố thủ tướng Phạm Văn Đồng mang về, thì có khi, trâu Mura chỉ còn hiện diện trong viện bảo tàng dưới hình thức “thú nhồi bông”. Cũng may, dù còn chút hơi tàn nhưng với tấm lòng thơm thảo của anh hùng Hồ Giáo quyết giữ tám con trâu Mura này. Vì ông muốn giữ lời hứa với cố thủ tướng Phạm

Văn Đồng, người mà ông coi như một người bác, người cha ruột thịt. Điều nữa, ông muốn chứng minh, nếu như có một chính sách tốt, một sự quan tâm chiến lược cấp nhà nước, một đội ngũ cán bộ lãnh đạo biết lắng nghe, dám nghĩ, dám làm, dám chịu trách nhiệm thì những con trâu Mura này vẫn có thể phát triển thành đàn, nhân rộng ra cả nước. Điều đó, với hiện tại không thể trở thành hiện thực…chỉ một ví dụ nhỏ, ông Hồ Giáo rất muốn những con nghé Mura được đẻ ra, cho sống chung với nghé trong nước, để các hộ dân nuôi. Khi lớn lên, cho dù trọng lượng của hai loại trâu này khác nhau (trọng lượng trâu Mura đạt tuổi trưởng thành nặng gấp ba, bốn lần trâu trong nước), quen cách sinh hoạt từ nhỏ, nên chúng dễ dàng giao phối với nhau. Còn không phải như thế, dẫn con trâu đực Mura trưởng thành to bằng bốn lần "bố con bò mộng" giao phối với con trâu cái giống ta, khác nào lấy một quả núi "đè" hòn gạch, không thể thành công!

Việc đơn giản, anh hùng Hồ Giáo đề xuất, nhưng không có cấp lãnh đạo nào quan tâm, ủng hộ thực hiện.

Chuyện thật ở nước ta kể, mà nghe như chuyện đùa!

Thôi, anh hùng Hồ Giáo "vác" cái danh anh hùng lần thứ hai (ít người có, mà đây là danh thực, chứ không phải mua bằng tiền) cùng mấy con trâu Mura về lại Quảng Ngãi, nơi sinh thành để cố gắng một lần nữa… nhân giống.

Nhân giống thế nào được, ở Quảng Ngãi còn bao nhiêu dự án lớn như nhà máy lọc dầu Dung Quất, dự án thuỷ điện, đào tạo tay nghề cao…đang khát tiền, dẫu nhân giống trâu Mura chỉ cần một khoảng tiền bằng "cái móng tay" so với tiền đổ vào mấy dự án kia, cũng không thể có. Quan trọng hơn, nhân giống trâu Mura, chỉ có dân hưởng lợi, còn các vị quan lớn hưởng gì trong chuyện này??? Khó giải thích lắm. Nên…

Nể anh hùng Hồ Giáo, thương anh hùng Hồ Giáo, cũng phải nói, nhờ có tiếng nói một số văn nghệ sỹ ở Quảng Ngãi, cho con gái anh hùng Hồ Giáo dạy học gần nhà, một sự cố gắng lắm rồi, quan tâm lắm rồi, còn tám con trâu Mura, cứ để anh hùng Hồ Giáo nuôi. Sau này khi anh hùng Hồ Giáo đến "cùng một địa điểm để trực tiếp thăm cố thủ tướng Phạm Văn Đồng" sẽ tính tiếp.

Ông bạn Nhật Bản nghe thủng câu chuyện, vội nói, bằng giá nào cũng phải giữ mấy con trâu Mura này, rồi ông ấy quay sang tôi, khuyên: "Hay là ông mua mấy con trâu Mura này, mang ra Đà Nẵng mà nuôi, thuê luôn ông Hồ Giáo ra đó để hướng dẫn cách chăm sóc nhân đàn. Chỉ cần sau vài năm có đàn trâu Mura đông độ vài trăm con. Kế đó ông đề nghị chính quyền xây dựng một nhà máy chế biến sữa trâu Mura. Tiền xây dựng nhà máy này không cao đâu. Sản phẩm sữa hoặc bơ của trâu Mura, một phần tiêu thụ trong nước, một phần xuất khẩu. Ở Nhật Bản chúng tôi hiện nay thị trường đang khát sản phẩm này…". Ông bạn Nhật Bản còn vẽ ra viễn tưởng huy hoàng: "Làm tốt việc này, các ông tạo công ăn việc làm cho cả vạn người, giúp cho người dân tiếp thu được công nghệ chế biến tiên tiến, một nguồn ngoại tệ lớn sẽ về với các ông…".

Nghe ông bạn Nhật Bản nói vậy, không biết nhà thơ Phạm Đương nghĩ gì, vì thấy nhà thơ cứ cười tủm tỉm, còn tôi, tôi hoảng thầm. Mình lấy tiền đâu để mua những tám con trâu Mura? Mà giả sử họ cho mua đi, nuôi ở đâu? Mỗi miếng đất tý tẹo ở gần Bà Nà thuê 50 năm đang nằm trong diện quy hoạch, không thể! Rồi cứ gọi là có đất nuôi trâu Mura kia đi, làm thế nào đưa anh hùng Hồ Giáo ra giúp, cho dù, anh hùng Hồ Giáo đã nói: "Tôi hơn tám mươi tuổi, sống chẳng được bao lâu, nhưng còn sức tôi sẽ cố gắng giữ tám con trâu Mura này…." Cả tỉnh Quảng Ngãi to như thế, lớn như thế mà không giữ được đàn trâu Mura, không đảm bảo điều kiện tối thiểu để anh hùng Hồ Giáo nhân đàn, huống hồ là cái thằng "tôi" tài hèn, sức mọn.

Lời khuyên của ông bạn Nhật Bản, với tôi dù có thừa nhận mà thấy xấu hổ, là không thể!

Ông bạn Nhật Bản biết được khó khăn của chúng tôi, ông không khuyên nữa mà chăm chú ghi chép cách thức nuôi trâu Mura trong điều kiện tự nhiên, thức ăn mà trâu Mura ở Việt Nam cần dùng, cách chăm sóc, cách bố trí chuồng trại…

Anh hùng Hồ Giáo kể, ông bạn Nhật Bản ghi âm, ghi chép, quay phim chụp ảnh…rất cẩn thận, tỷ mỉ.

Tôi cũng chẳng biết ông bạn Nhật Bản làm việc đó để làm gì!!!

Trước lúc tạm biệt, ông bạn Nhật Bản bắt tay anh hùng Hồ Giáo tỏ lời thán phục: "Trong điều kiện như thế này mà ông vẫn quyết tâm nuôi trâu Mura, giữ giống. Ông bảo trọng sức khoẻ, hãy cố gắng làm tốt việc này. Tôi kính trọng ông! biết đâu thời gian tới, chính phủ của ông quan tâm đến việc nuôi trâu Mura, có những chính sách thích hợp, để ông có điều kiện cho tám con trâu Mura này phát triển thành đàn. Nhật Bản sẽ có những sản phẩm từ sữa của trâu Mura Việt Nam, lúc đó tôi mời ông sang Nhật Bản để nhân dân Nhật Bản cảm ơn ông…".

Nhưng, ý định tốt đẹp của ông bạn Nhật Bản, đến thời điểm này không bao giờ trở thành hiện thực nữa. Nhà thơ Phạm Đương cho tôi biết, tám con trâu Mura mà anh hùng Hồ Giáo cố gắng giữ, đã được chính quyền tỉnh Quảng Ngãi quyết định đem bán.

Vì sao chính quyền tỉnh Quảng Ngãi phải bán tám con trâu Mura này, không thấy nhà thơ Phạm Đương giải thích!!!

Tôi lại tự an ủi, ở Việt Nam mình, giờ có cái gì mà họ không bán, kể cả những điều thiêng liêng nhất, miễn là điều đó đảm bảo lợi ích của một nhóm, một tập đoàn…

Tám con trâu Mura đã là cái gì đối với họ.

Nhưng với tôi, thực sự đó là nỗi buồn lớn.

Với anh hùng Hồ Giáo nỗi buồn đó, chắc sẽ còn lớn hơn.

Tôi tin, đến lúc chết, ông vẫn không nhắm được mắt.

HÃY THƯƠNG CHÚNG TÔI

Trước những câu hỏi lớn của thời đại, cả dân tộc muốn có một hướng đi đúng, là người viết văn, làm thơ, viết báo chân chính, lập trang blog - Theo tôi nghĩ - là để muốn nói rõ chính kiến của mình, góp phần tìm ra đáp số đúng của điều đó. Cho dù chính kiến của họ, thông qua những bài viết, chắc gì những người lãnh đạo đã nghe. Tôi rất tin không có ai đứng đằng sau xúi giục những nhà văn, nhà thơ, nhà báo chân chính viết những bài đó. Trước bất công xã hội, trước những tệ nạn làm cho đạo đức con người chao đảo… những nhà văn, nhà thơ chân chính còn đắng đót lo cho vận mệnh dân tộc buộc phải lên tiếng bằng những bài viết đăng ở trang blog do họ lập, mong muốn xã hội chúng ta tốt lên, con người sống đúng với phẩm giá của mình, những nhà lãnh đạo được dân tin, dân mến, chế độ, nền chính trị ổn định.

Cũng vì sự "tín chỉ" như vậy mà rất nhiều nhà văn, nhà thơ, nhà báo đã chịu bao nhiêu thiệt thòi, thậm chí cuộc sống thường nhật của những nhà văn, nhà thơ, nhà báo đó có lúc bị đảo lộn, không bình an!!!

Nên thế, lập trang blog, không biết có ai nghĩ giống tôi không? Lập trang blog không phải khoe khoang khả năng viết lách, lại càng không phải để "chống đối" hay "kích động"… suy nghĩ, kể cả sức và lực, tôi không thể làm được điều đó. Lập trang blog chỉ vì một điều đơn giản là để được nói tiếng nói của mình. Dẫu tiếng nói đó, có khi đúng được người đọc đồng tình, cũng có khi người đọc không đồng tình. Đúng, mình sẽ phát huy, còn không đồng tình, có lời góp ý, mình sẽ tiếp thu, sửa chữa.

Càng chân thành càng tốt.

Còn một điều nữa, lập trang blog, là cách mình công bố tác phẩm nhanh nhất, sướng nhất là không ai biên tập, tự chịu trách nhiệm với tác phẩm của mình, bạn đọc sẽ hiểu đúng mình hơn.

Lập trang blog, nói thẳng ra là gặp muôn điều khốn khó, ngoài tiền nộp đều phí mạng, còn phải chăm viết, lười không viết, không có bài mới, số lượng lượt người truy cập sẽ giảm liền. Vì vậy, một ngày không rờ tới bàn phím, không ngó vào màn hình là thấy khó chịu. Cũng vì thế, gần như trong đầu luôn luôn phải nghĩ những đề tài để viết, có lúc quên cả chuyện ăn uống, quên cả chuyện gia đình, con kêu, vợ nhăn cũng mặc kệ, nhuận bút không có một chinh, thậm chí còn "lẹm" vào đồng lương hưu còm cõi, hao tổn không biết bao nhiêu sức lực. Nhưng… chỉ cần nhận được một dòng phản hồi của bạn đọc (Cho dù dòng phản hồi đó có thể khen hoặc chê) góp ý với bài mình vừa viết thế là bao nhiêu mệt nhọc tan biến, lại muôn ngồi vào bàn phím, gõ bài khác. Những bài viết trên blog, đó là những suy nghĩ thật của mình vì không ai đặt mình, cũng không ai khoán cho mình phải viết. Nếu có người hiểu cho mình, không sao, còn không phải như thế, chịu lời thị phi, thậm chí mắng mỏ, chửi tục… cũng không nên tự ái.

Dễ gì được bạn đọc, đọc một cách chăm chú, rồi còn cho nhận xét.

Với người viết, thế là hạnh phúc.

Nhưng nói đi cũng nói lại. Mỗi bài viết được công bố trên báo giấy hoặc các trang mạng là một sự lao tâm khổ tứ đúng cả nghĩa đen lẫn nghĩa bóng, vất vả đến cùng cực, chỉ mong bạn đọc tôn trọng. Nghĩa là đọc và góp ý chân thành, động viên, coi nhau như anh em trong nhà, đừng chửi bới, quy chụp, suy diễn. Hoặc giả có đăng lại bài của mình ở đâu đó, cũng chỉ mong ghi hộ tên tác giả, hay nguồn cung cấp bài cho rõ ràng. Mình đâu có đòi hỏi gì nhiều, làm như thế mới thể hiện là người có văn hóa, được mọi người nể trọng. Vừa rồi nhà thơ Văn Công Hùng cho biết, có một tay gọi là "nhà báo", y "đánh thóp" bài của nhà thơ, xào xáo lại chút ít rồi đem in ở báo giấy mà không hỏi nhà thơ lấy một tiếng. Nhà thơ dọa đưa việc này lên công luận, nghe đâu, tay "nhà báo" này đánh tiếng xin lỗi rồi hứa sửa lỗi bằng cách … sẽ cố gắng lên Gia Lai gặp nhà thơ, hứa sẽ đãi nhà thơ bằng một chầu cà phê.

Nghe vừa ai oán, vừa buồn cười!

Tôi vừa đọc một tản văn của nhà văn Nguyễn Quang Lập, nhà văn kể lại một câu chuyện vừa hài vừa bi về một ông bạn, đã ở một chức rất to, nhưng bất chấp cả đạo đức, bất chấp rằng mình không có tài, lại đi đạo thơ, một bài thơ của nhà thơ Hữu Thỉnh. Bị nhà văn Nguyễn Quang Lập phê bình, tay bạn "chức to" đó vẫn không thấy ngượng, vẫn cười nói hỉ hả.

Không khéo, tôi đồ rằng, sau này nếu có ai đó viết về lịch sử văn học Việt nam thời hiện tại này, phải có một mục riêng nói về lịch sử "đạo văn", "đạo thơ" một biểu hiện sống động của việc luật pháp bị buông lỏng, một mảng tối sậm, trong nhiều mảng tối sậm của xã hội…

Đến giờ hình như chuyện ăn cắp thơ, ăn cắp văn chỗ nào cũng có, đến đâu cũng gặp…

Nhà thơ, nhà văn, nhà báo chân chính không biết kêu ai.

Còn đây là chuyện của tôi. Truyện ngắn "Một câu chuyện buồn", tôi viết đã lâu (các bạn sẽ xem lại phần sau). Truyện ngắn này đăng ở tập truyện ngắn "Cô bé và cành mai" - NXB Văn Học -1997. Ngoài ra truyện ngắn đó còn được in trong một số tuyển tập truyện ngắn, nhiều trang mạng cũng in truyện ngắn này, đề tên thật của tôi. Rõ ràng là thế, thế mà vừa rồi một tuần san của một tờ báo giấy in truyện ngắn này, sửa bèn tiêu đề thành

"Chuyện chú bé bán báo" mà không hỏi ý kiến tác giả, không đề tên tác giả, đã thế lại còn "chua" thêm một câu như thật "Thanh Tâm sưu tầm". Thật chẳng ra làm sao.

Thời buổi "đói kém" văn hóa nên cũng chẳng cần đến nhân cách.

Tôi phải gọi điện đến hai, ba lần mới gặp được vị đại diện tổng biên tập tờ báo này để hỏi cho ra nhẽ. Lại xin lỗi, lại thanh minh, thanh nga. Tôi yêu cầu phải có thư xin lỗi đàng hoàng, họ đáp ứng nên trong bài viết này tôi không nhắc đến tên của tờ báo đó nữa. Cũng mong BBT tờ báo đó đừng lặp lại sai lầm này để bị mất uy tín với bạn đọc. Nhưng trong báo mạng sachvang.com có đăng truyện ngắn này của tôi cũng lấy tên "Chuyện chú bé bán báo" mà không đề tên tác giả, làm cho tôi ngạc nhiên thực sự.

Chẳng lẽ một trang báo mạng có uy tín, đông bạn đọc mà lại làm một việc thiếu nghiêm túc đến thế!!!

Là một trong những người lấy viết văn là nơi trụ ngụ của tinh thần, là nơi để bạn bè đến thăm. Chức quyền không có, tiền bạc vừa đủ sống, một gia đình nhỏ, yên ấm để có chỗ dựa lúc về già, chỉ mong nếu ai đó đọc trang blog của tôi, hiểu cho tôi điều đó và nếu như có đăng bài của tôi ở đâu, chỉ xin đề rõ tên tác giả.

Bạn đọc hãy thương những người viết văn, làm thơ, làm báo có trang blog chân chính.

CHỊ DOAN ĐÃ HIỂU ĐÚNG VỊ TRÍ CỦA MÌNH

Chị, với cương vị phó chủ tịch nước, có những lúc thấy chị phát biểu hay đi thăm thú chỗ này, chỗ kia, tôi lại giật mình. Hình như chị chưa hiểu đúng vị trí của mình, hay chính xác hơn, chức "Phó chủ tịch nước" là việc làm quá sức.

Ai đời, đến tận bây giờ, đến đứa trẻ con, nó chỉ một lần ra nước ngoài, nhất là những nước tư bản tiên tiến, đều hiểu rằng, có lẽ phải đến một trăm năm nữa, nước ta may ra mới tiến gần kịp các nước đó về tất cả các lĩnh vực từ kinh tế đến xã hội. Chẳng thế, không biết gia đình chị có thế không? Chứ bất cứ gia đình nào ở trên lãnh thổ Việt Nam, có điều kiện kinh tế một chút, đều mong muốn gửi con cái của họ sang các nước tư bản lớn để học tập, lập nghiệp. Còn nói đến thành tựu khoa học kỹ thuật của các nước tư bản lớn, với chị, nguyên hiệu trưởng một trường đại học, chắc rõ hơn tôi, họ hơn chúng ta rất nhiều… Thôi, tôi không liệt kê nữa, ấy vậy có lần chị phát biểu "Dân chủ nước ta hơn gấp triệu lần dân chủ tư bản".

Chị phát biểu như thế thì quá nguy!

Nước ta lấy gì mà so sánh với các tư bản lớn. Sở dĩ các nước tư bản lớn có nền kinh tế phát triển vượt bậc vì các nước đó có nền dân chủ đúng nghĩa làm nền tảng. Họ có luật pháp nghiêm minh, từ tổng thống, thủ tướng, bộ trưởng, dính vào tham nhũng đều phải ra trước tòa, trả lời những câu hỏi mà công luận đòi hỏi. Không hề có chuyện "xử lý nội bộ", "xét thành tích để chiếu cố" hay như "chờ ý kiến của trên" hoặc "chưa có sự chỉ đạo của thường vụ"... Người dân các nước tư bản, họ được quyền biểu tình, ra báo, xuất bản tư nhân, quyền tự do bỏ phiếu bầu những vị lãnh đạo mà mình biết mặt, biết tên, chứ không phải như ở ta, mà chị là đại biểu quốc hội rõ nhất, người dân đi bỏ phiếu bầu đại biểu quốc hội, có khi không biết người đó là ai?

Mới sơ qua như thế, thì thấy rằng, với cương vị phó chủ tịch nước, thường hiểu là người có trình độ, có hiểu biết, vậy chị phát biểu một câu cũ mèm, hay nói cách đây hơn ba chục năm, một nhận thức hết sức ấu trĩ, lạc hậu khi nước ta lúc đó bị bưng bít thông tin. Một câu nói rất sai lầm cả lý luận và thực tiễn, người dân không phục chị, trong đó có tôi và tôi càng thấy đảng đã đặt chị không đúng vị trí cần có của một người lãnh đạo.

Đến vừa rồi, nhân đại lễ đền Hùng, một ngày quốc lễ, người dân cả nước hướng về đền Hùng mà vái vọng, người đi dự lễ, nhất là quan khách, họ ăn mặc lịch sự, có người còn khăn đóng, áo dài… thể hiện sự thành kính với tổ tiên thì chị đến đền Hùng mặc áo cộc tay, quần âu… coi như đây là cuộc thăm viếng bình thường.

Thế là chị không hiểu vị trí của chị rồi.

Về chức bên chính quyền, trong cả nước, chị chỉ đứng sau một người, còn đứng trên muôn triệu con người. Người dân nhìn chị không chỉ đơn thuần là một vị lãnh đạo, mà đó là hình ảnh của một nước, từng tự hào có truyền thống văn minh, lịch sự, gia giáo. Thế mà, đường đường là một phó chủ tịch nước, chị ăn mặc như vậy, như một sự coi thường tiên tổ để thắp hương, vái lạy trước bàn thờ ông bà. Người dân sẽ nghĩ thế nào, khi chị rao giảng về "đạo đức lối sống của con người mới xã hội chủ nghĩa".

…Mới chỉ một vài việc như vậy, tôi nghĩ rằng, chị không biết mình đang đứng ở vị trí nào, nhất là trong lòng người dân, để hành đạo, giúp đời!!!

Nhưng vừa rồi, ngày 14/5 phát biểu tại phiên họp thường vụ Quốc hội, chị đã nói được những điều mà nhân dân thấy, chỉ có những người lãnh đạo có khi "thấy" nhưng cố tình nhắm mắt như "không thấy": "Tôi thấy nguy cơ lắm rồi các đồng chị ạ!" để nói về thực trạng kinh tế hiện nay của nước ta. Chị cũng phân tích nhiều điều "trúng phóc" của một nền kinh tế, mà như nhiều nhà kinh tế nhận xét "đang gặp khủng hoảng , chưa tìm thấy lối ra". Chị còn chỉ rõ những nguyên nhân gây nên bế tắc của một nền kinh tế mất sự định hướng, rối loạn về sự chỉ đạo…

Tôi đọc bài phát biểu của chị, mới nhận ra rằng, chỉ có thể một người làm kinh tế, hiểu kinh tế mới phát biểu được như vậy (xem phần sau) và lý lịch của chị (xem phần sau), cũng rõ ràng, chuyên nghiên cứu về kinh tế, mới có thể nói những điều chuyên ngành mình nắm.

Cũng qua sự việc này, tôi đã nhìn chị với sự thông cảm lớn. Giá như … cứ để chị làm công việc giảng dạy kinh tế của một trường đại học, hoặc như yên vị ở một chức hiệu trưởng trường đại học thương mại, biết đâu nước ta lại có một cán bộ giảng dạy đại học giỏi, đào tạo ra nhiều chuyên gia kinh tế giúp ích cho nước nhà, hoặc giả như sẽ là một hiệu trưởng, giáo sư có uy tín biết nâng cao vị thế một trường đại học kinh tế có vị trí trong khu vực, tương lai không xa là một trường đại học được xếp hạng trong các trường đại học nổi tiếng thế giới. Nhưng đảng lại bố trí cho chị một chức vụ tưởng là "quan trọng" lớn hơn chức vụ chị từng nắm, nhưng mọi người nhìn vào chức vụ đó, lại thấy, nó mang tính "hiếu hỷ" là chính, một việc mình không chuyên sâu, không phù hợp mà người ta bắt nói phải như thế, đi đứng phải như thế… làm sao không có lúc chị sai lầm.

Cũng qua việc này, tôi cũng thấy rằng, sai lầm lớn nhất của một số vị lãnh đạo nước mình hiện nay là không biết vị trí mình đang đứng ở đâu trong lòng người dân.

Có vị chỉ là một nhà lý luận đơn thuần, thủ đoạn không biết, ấu trĩ về nhìn nhận thời cuộc, tài không có, được bố trí vào vị trí lãnh đạo, không biết mình đang đứng ở đâu mà dám tuyên bố thế này, thế kia rồi đến khi thực hiện không ra đầu, ra đũa, lúng ta, lúng túng, rối như canh hẹ, chỉ tổ làm cho lòng người chán ngán, sân khấu chính trị ở Việt Nam, cũng vì thế mà rã như chợ chiều hết phiên. Giá như… cứ để ông ấy viết những bài báo lý luận có khi hay, vì đó là chuyên môn sâu của ông. Những bài báo đó giúp cho người đọc có chỗ để so sánh sự khác biệt giữa lý luận và thực tiễn để biết ai thắng, ai thua.

Hay như có vị, đảng cử ra lãnh đạo kinh tế, mà không chuyên sâu kinh tế như chị, lại có máu tham, thừa thủ đoạn đục khoét… thì làm sao kinh tế đất nước không đi vào hồi bi bét…

Một bài báo nhỏ, thực ra, tôi chỉ ao ước, nước ta có một hiến pháp tân tiến phù hợp với xu thế thời đại, một cuộc bầu cử thật dân chủ, tự do, để cho dân được thỏa mái lựa chọn, bầu ra các vị lãnh đạo như các nước tư bản lớn, tiên tiến. Tất lúc đó sẽ có những vị lãnh đạo tài giỏi, được đặt đúng vị trí của mình, phát huy hết khả năng, không có những sai lầm, ấu trĩ như chị đã mắc phải.

Và cũng chỉ như vậy, tôi tin người dân sẽ không để chị làm một chức vụ lớn hơn, mà chị tự thấy không phù hợp, có khi lại hủy hoại thanh danh của mình. Lúc đó, chị vẫn yên vị một tiến sỹ kinh tế giảng bài giỏi, được mọi người kính nể, một hiệu trưởng tốt của một trường đại học danh tiếng mà sinh viên tự hào.

Hãy trở về đúng vị trí phù hợp với khả năng của mình, chị Doan ạ!

GỬI EM, MỘT ĐẠI BIỂU QUỐC HỘI

Sắp bỏ phiếu tín nhiệm các thành viên chính phủ, với em, đó cũng một lá phiếu. Tôi mong em, như hôm thầy trò gặp nhau trong ngày kỷ niệm thành lập trường, em nhìn thẳng nói với tôi: "Thầy hãy tin em, ít nhất lúc này quốc hội cũng sẽ có những việc làm để dân tin…".

Nói thật với em, Quốc hội Việt Nam hiện nay, có nhiều vị tôi không hiểu làm sao, như thế nào các vị ấy lại ngồi trong một cơ quan gọi là "quyền lực cao nhất" của nhà nước Việt Nam có thể phát ngôn để người dân có quyền nghi ngờ, đây có phải là đại diện cho nhân dân hay không? Như có vị phát biểu, nếu có luận biểu tình cần phải hỏi ý kiến bên bảo hiểm nhân thọ, bên y tế… Hay như có vị, đại biểu quốc hội của một tỉnh nói rất hồ đồ rằng, nếu đổi tên nước, chỉ có tầng lớp tiểu thương ủng hộ!!!

Các vị đó gần như không biết hoặc cố tình không biết nguyện vọng của nhân dân lúc này đòi hỏi là những điều gì? Nói rõ hơn họ đã quay lưng với nhân dân.

Sự nhận thức ấu trĩ như thế làm sao có thể để người dân đặt niềm tin vào những vị đại biểu quốc hội đó giúp đất nước tiến kịp với các nước dân chủ, các nền văn minh tiến bộ thế giới.

Các cơ quan báo chí, phương tiện truyền thông của Việt Nam vẫn tuyên truyền rằng: "Quốc hội Việt Nam là đại diện cho nguyện vọng và ý chí của toàn dân Việt Nam".

Tôi cũng cố gắng tin như thế!

Nhưng thực tế đặt ra những câu hỏi rất khó trả lời.

Đại diện cho nhân dân làm sao trong quốc hội, các đại biểu đa số là đảng viên. Mà đã là đảng viên không thể làm trái với ý kiến chỉ đạo của đảng. Đảng chỉ có hơn ba triệu đảng viên, còn cả dân tộc hơn tám chục triệu người?

Đại diện cho nhân dân trong quốc hội, tại sao có rất nhiều ý kiến đóng góp sửa đổi hiến pháp của đủ tầng lớp, đủ thành phần, nhiều ý kiến đóng góp có lý, có tình mong nhà nước Việt Nam thành một nhà nước dân chủ, tiến bộ được cả thế giới công nhận. Nhưng những ý kiến đó không đem ra công khai, không được phổ biến trong nhân dân, thậm chí có đại biểu quốc hội cũng chưa đọc những ý kiến đóng góp này?

Đại diện cho nhân dân trong quốc hội, tại sao những ý kiến phê phán của đại biểu quốc hội về hiện tượng tham ô, chạy chức, lãng phí, công an đàn áp dân... của một số cán bộ công quyền không hề được tôn trọng, không giải quyết triệt để?

Đại diện cho nhân dân trong quốc hội tại sao khi nhân dân tự phát biểu tình yêu nước phản đối những hành động gây hấn, xâm lược của nhà cầm quyền Trung Quốc với

Việt Nam thì bị đàn áp, bỏ tù thậm chí còn bị vu khống do các "thế lực thù địch phản động kích động chống phá" mà quốc hội không có ý kiến?

Còn em.

Với đội ngũ lãnh đạo hiện nay của nhà nước Việt Nam, qua những việc làm, phát ngôn… uy tín của họ đã thực tế được nhân dân đánh giá rõ nhất. Rất tiếc chưa có cuộc trưng cầu dân ý một cách công khai, minh bạch, dân chủ, tự do, có sự giám sát chặt chẽ của những đại biểu do nhân dân bầu ra, nên không có sự đánh giá một cách trung thực. Bây giờ chỉ còn quốc hội, đánh giá uy tín các vị trí lãnh đạo nhà nước qua cuộc bỏ phiếu tín nhiệm sắp tới. Em hãy đứng về phía nhân dân, theo ý nguyện nhân dân. Em nhìn các vị trí lãnh đạo nhà nước bằng con mắt của người dân, chứ không phải chịu sức ép của một "nhóm lợi ích" để bỏ một lá phiếu đánh giá sự tín nhiệm các vị trí lãnh đạo chủ chốt nhà nước trái với lương tâm của mình, nhất là trái với ý nguyện nhân dân. Có nhiều vị lãnh đạo đang hy vọng cuộc bỏ phiếu "tín nhiệm" này để có thể tự hào tuyên bố, tôi vẫn được "nhân dân ủng hộ".

Tôi biết em đang ở thế khó, đang có sự chọn lựa hết sức gay gắt. Làm thế nào để thể hiện bản lĩnh của mình?

Còn nhớ, khi tôi dạy em, em là một sinh viên để lại cho tôi nhiều ấn tượng: Ít nói, nhưng nói câu nào đều có sự suy nghĩ kỹ, thuyết phục người nghe. Đã có lần, trước một vấn đề lịch sử còn tranh cãi, em mạnh dạn trình bày ý kiến, ý kiến của em gần như ngược hẳn lại với ý kiến của tôi, giáo viên lịch sử dạy phần đó. Lúc ấy ý kiến đó là sự "phản biện" duy nhất trong lớp, nhiều bạn nhìn em với con mắt nghi ngại. Sau này, em có hỏi tôi: "Em nói như vậy thầy có đánh giá xấu về em không?". Lúc đó tôi chưa trả lời, nhưng về nhà nghĩ lại, tôi thừa nhận em nói đúng, càng về sau thực tiễn khẳng định những vấn đề em nói hôm đó, rõ ràng, minh bạch, không đúng với những điều tôi giảng dạy cho sinh viên mà lại đúng với ý kiến của em, tôi càng quý em hơn.

Khi em trở thành một cán bộ lãnh đạo, một đại biểu quốc hội, thầy trò gặp lại nhau, tôi nói với em, ở đâu, dù ở vị trí nào, em hãy giữ và bảo vệ chính kiến của mình đến cùng, nếu như vấn đề đó em thấy đúng, phù hợp với lý luận cũng như thực tiễn, mà nhất là phù hợp với lòng dân, được dân ủng hộ như từng có lần em bảo vệ ý kiến của em trước tôi.

Cho dù lá phiếu của em có thể là thiểu số, không mảy may động chạm, làm suy suyển một chút nào đến vị trí lãnh đạo đã rất mất uy tín của ai đó, nhưng lá phiếu của em ít nhiều cũng đem lại niềm hy vọng cho người dân rằng : Xã hội, đất nước sẽ nhất định tiến lên con đường dân chủ, văn minh như các nước tiến bộ trên thế giới vì trong quốc hội Việt Nam vẫn có những đại biểu chân chính, thực sự đại diện quyền lợi cho người dân, đứng về phía nhân dân.

Một cánh én không làm nên mùa xuân, nhưng đó là tia hy vọng.

Trong đội ngũ những người yêu nước chân thành, khao khát một chế độ dân chủ thực sự, đặt quyền lợi dân tộc lên trên hết, đang ngày một đông, tôi rất mong, có tên em.

CÓ NÊN THẾ KHÔNG?

Tôi nhận được giấy mời của BCH Hội nhà văn Việt Nam tới dự Đại hội Bắc miền trung, Nam miền trung và Tây Nguyên. Đại hội này tổ chức tại Đà Nẵng trong hai ngày 6 và 7 tháng 5 /2015. Mang tiếng là hai ngày, nhưng theo nội dung giấy mời, thì đại hội chỉ tổ chức có 1 ngày, vì đón khách bắt đầu từ 15 giờ ngày 6/5/2015.

Một đại hội các nhà văn ở một khu vực tập trung rất nhiều nhà văn, nhà thơ... là Hội viên Hội nhà văn Việt Nam, có bao nhiêu việc phải bàn, trao đổi mà tổ chức có 1 ngày?

Chuyện lạ có thật!

Khu vực miền Trung và Tây Nguyên, hiện tại là khu vực "nóng bỏng" nhất so với các khu vực khác trong cả nước, đủ mọi lĩnh vực từ chính trị đến kinh tế, xã hội. Liên tục mấy năm qua những sự kiện lớn gây chấn động đều liên quan đến khu vực miền trung - Tây Nguyên như Vũng Áng, Bô xít, xây dựng nhà máy điện nguyên tử, ô nhiễm môi trường, biểu tình của người dân mất đất, thói nhũng nhiễu vô cảm trước sự đói nghèo của người dân của một số cán bộ lãnh đạo... trách niệm của nhà văn trong vấn đề này như thế nào? Lên án hay thờ ơ hoặc không có trách nhiệm. Đó là chưa kể, trong những năm vừa qua hoạt động của nhiều chi hội nhà văn Việt Nam được thành lập theo quyết định của BCH Hội nhà văn Việt Nam, ở các tỉnh miền trung hoạt động cầm chừng, rời rạc, không liên kết, "bỏ thì thương, vương thì tội", nguyên nhân do đâu? Cũng trong những năm vừa qua, bên cạnh việc kết nạp nhiều hội viên mới thì ở khu vực miền Trung và Tây Nguyên nhiều nhà văn, nhà thơ có tên tuổi lần lượt ra đi như nhà thơ Lưu Trùng Dương, Lê Văn Ngăn, Phan Cao Toại… đã đến lúc cần phải tri ân những nhà thơ, nhà văn có tên tuổi bằng hành động cụ thể chứ không phải chỉ là một mục cáo phó và một, hai bài báo tưởng niệm trên báo "Văn Nghệ". Đó là tôi còn muốn nói, ở khu vực miền Trung và Tây Nguyên có một số nhà văn, nhà thơ tham gia ban vận động "văn đoàn độc lập", hiện rất nhiều ý kiến hiểu không đúng về ban vận động thành lập "văn đoàn độc lập", nhiều nhà văn, nhà thơ ở miền trung tham gia ban vận động thành lập "Văn đoàn độc lập" muốn có một diễn đàn để họ trình bày, nhất là với các anh, chị em Hội viên HNV Việt Nam đẻ mọi người hiểu về động cơ của việc làm này? Việc tổ chức Đại hội này là một cơ hội thuận lợi cho họ làm việc đó. Nhưng liệu BCH Hội Nhà văn Việt Nam có cho phép làm việc này không? Miền trung và Tây Nguyên, cho dù bây giờ điều kiện đi lại thuận lợi, dẫu vậy việc gặp gỡ, trao đổi về học thuật của các nhà văn, nhà thơ ở khu vực này hầu như rất khó, do nhiều lý do. Ước ao của các anh chị em Hội viên HNV Việt Nam mong mỏi có một dịp nào đó, thật thuận lợi, được nhiều thời gian ngồi với nhau bàn việc sáng tác, phê bình. Vậy đại hôi chỉ tổ chức có 1 ngày, chỉ chào nhau đã hết ngày, nói chi đến chuyện trao đổi học thuật!!!

Trong những năm vừa qua, nhiều anh chị em hội viên HNV Việt nam, trong đó có tôi, có cảm tưởng rằng BCH Hội Nhà văn Việt Nam, thích "hướng ngoại " nhiều hơn ví như đi nước ngoài nhiều, quảng bá văn học Việt Nam ra nước ngoài bằng hình thức gặp gỡ, trao đổi với các nước trong khu vực và thế giới với những hội nghị hoành tráng, Thơ " nguyên Tiêu" nặng về hình thức. Trong khi đó, "hướng nội" như gặp gỡ, trao đổi, hoặc tổ chức giới thiệu, phê bình tác phẩm… của anh chị em là Hội viên HNV là một yêu cầu bức thiết, thì hình như BCH không để ý. Rõ nhất các hoạt động của các Chi hội nhà văn Việt Nam ở địa phương, như ở khu vực miền trung, Tây Nguyên này "được chăng, hay chớ" BCH Hội nhà văn Việt Nam không quan tâm!!!

Một nhà thơ có trách nhiệm nói với tôi, đại hội nhà văn khu vực năm nay, nội dung quan trọng nhất là bầu đại biểu đi dự đại hội cấp trên tổ chức ở Hà Nội trong tháng 7/2015.

Nếu đúng như thế có cần tổ chức đại hội nhà văn khu vực hay không?

Nhà văn, nhà thơ đích thực không cần ai đại biểu, đại diện hay phát biểu hộ mình. Nhà văn, nhà thơ đích thực, mỗi người đều có tiếng nói riêng của họ thông qua tác phẩm và những bài phát biểu nói rõ chính kiến của mình về thời cuộc, xã hội, quan điểm để sáng tác, phê bình. Vậy nên, bầu đại biểu đi dự cấp trên, vô hình dung, thừa nhận có một nền văn học "phân cấp" "kẻ sang, người hèn". Mà điều này, không bao giờ những nhà văn, nhà thơ chân chính chấp nhận. Hơn nữa, nếu như đây là đại hội để bầu đại biểu đi dự đại hội cấp trên, đâu có cần phải tổ chức đi lại, ăn ở tốn kém như thế. Dưới sự lãnh đạo toàn diện của đảng, có bao nhiêu đại hội, thậm chí cả bầu cử đại biểu Quốc Hội cũng chỉ là hình thức, vì đảng đã chỉ đạo, định hướng… Hội nhà văn Việt Nam hoạt động cũng trong sự định hướng đó. Vậy thì BCH Hội nhà văn Việt Nam cứ việc triệu tập những nhà văn, nhà thơ mà BCH Hội nhà văn Việt Nam thấy chấp nhận được với tôn chỉ, mục đích của mình. BCH nói rõ điều đó, tôi tin sẽ có rất nhiều nhà văn, nhà thơ là Hội viên Hội nhà văn Việt Nam sẽ không thắc mắc, sẵn sàng nhường tiêu chuẩn của mình cho những đại biểu mà BCH Hội nhà văn Việt Nam đã chọn.

Thâm tâm của tuyệt đại đa số nhà văn, nhà thơ là Hội viên Hội nhà văn Việt Nam là muốn mỗi kỳ đại hội là đại hội toàn thể. Việc này có lợi rất nhiều điều:

Trao đổi học thuật chắc chắn sẽ có nội dung phong phú hơn. Với nhiều ý kiến đa chiều, lãnh đạo HNV Việt Nam sẽ hiểu tình hình sáng tác của anh chị em Hội viên hơn. Có người nói, cứ đại hội nhà văn toàn thể, lại giống như cái "chợ" ai cũng muốn lên nói, nói đủ đề tài, rồi chưa kể chuyện chửi xỏ, nói xấu nhau, chê nhau… đã từng chứng kiến nhưng tôi cho đó là chuyện bình thường. Một hội nghề nghiệp, phải cho người ta có quyền "nói". Anh nói sai, sẽ có người góp ý, anh nói đúng, sẽ được hoan nghênh… Chuyện "vô tổ chức" trong cách phát biểu, đừng nên trách người phát biểu mà quan trọng, người điều hành đại hội giỏi. Ở các nước phương tây, họp quốc hội, có lúc chỉ vì một vấn đề bất đồng mà người ta còn đấm đá nhau, cuối cùng cũng chẳng có việc gì. Pháp luật vẫn thực thi rất kỷ cương, xã hội ổn định, nền hành pháp đi vào nề nếp. Nên thế, chỉ sợ sự "linh tinh" trong một đại hội, nhất là đại hội nhà văn, mà làm một việc chẳng đừng, là tiến hành đại hội khu vực, nghe thì "oai" mà nội dung chính chỉ là tìm cách "thanh lọc" bớt những người hay "nói", phát biểu "trái chiều"... Nếu đúng như vậy, BCH Hội nhà văn Việt Nam tự đánh mất uy tín của mình, thể hiện một sự bị động, đối phó, yếu về bản lĩnh. Điều nguy hại thấy rõ nhất, chỉ chọn những nhà văn, nhà thơ "hứa đi chung một đường, cùng nhìn một hướng, viết chung một dòng" nền văn Học Việt Nam sẽ đi về đâu? Hơn sáu mươi năm, kể từ năm 1954, nền văn học hiện thực XHCN ở miền bắc và sau năm 1975, cũng nền văn học ấy ở cả nước được đảng, nhà nước tài trợ, cho phép in trên báo giấy, ở các NXB, nền văn học ấy đã đạt được thành tựu gì để bạn bè quốc tế công nhận. Không lẽ một đất nước, một dân tộc có những biến cố lịch sử lớn, mang tầm thời đại mà chỉ có một cuốn tiểu thuyết "Nỗi Buồn Chiến Tranh" được bạn bè quốc tế nhắc. Nhắc lại việc này, buồn chứ! Trách nhiệm chính nguyên do này là thuộc về BCH Hội nhà văn Việt Nam. BCH Hội nhà văn Việt Nam trong quá khứ, bao năm không dám khuyến khích, không động viên in những tác phẩm văn học có tiếng nói nhân bản, khác với tiếng nói đã được chỉ đạo. Chán đến độ, nhiều tác phẩm văn học, do tác giả là Hội viên HNV Việt Nam viết, buộc phải in ở nước ngoài để rồi... tự nhiên thành "sách cấm" không cho phép phát hành trong nước, trong khi bạn đọc đang khao khát đọc những tác phẩm này.

Lỗi này, nguyên nhân đã nhìn thấy rõ, mọi người muốn phát biểu, muốn hiến kế sách. Những lời phát biểu, hiến kế sách đó đều thành tâm muốn BCH hội Nhà văn Việt Nam phải thay đổi cách điều hành, muốn có những nhà văn có uy tín, có bản lĩnh, thực tài, thực giỏi lãnh đạo BCH, đưa nền văn học Việt Nam phát triển theo kịp, đúng với dòng chảy thời đại, của quy luật lịch sử. Muốn Hội nhà văn là một tổ chức nghề nghiệp được đảng, nhà nước tôn trọng trên thực tế chứ không phải chỉ là những dòng chữ ca ngợi trong những bài diễn văn chào mừng. HNV phải là một tổ chức với ý nghĩa là một "thành viên" chính phủ, có những tiếng nói quyết định, tuy chưa thay đổi lịch sử, nhưng sẽ góp phần đưa đất nước Việt Nam chảy đúng dòng lịch sử.

Trên đây chỉ là ý kiến của một cá nhân, hội viên Hội nhà văn Việt Nam, đang sinh sống, viết ở khu vực miền trung - Tây Nguyên. Những ý kiến này có thể chưa đầy đủ, chưa chính xác, cần trao đổi, bàn luận thêm. Dẫu vậy, tôi vẫn nghĩ, vẫn có rất nhiều Hội viên Hội nhà văn Việt Nam đang sinh sống, viết ở khu vực này cũng muốn phát biểu như tôi. Chắc chắn những ý kiến đó sẽ đầy đủ, hay hơn. BCH Hội nhà văn Việt Nam nên dành thời gian nghe những ý kiến này (1 ngày sẽ không đủ), biết đâu sẽ tìm ra được một hướng đi mới cho nền văn học Việt Nam, để nền văn học Việt Nam có những thành tựu lớn, đáng tự hào, sánh ngang bằng với các nền văn học lớn thế giới, mà bao thế hệ người Việt Nam đang mong đợi.

MONG ĐẠI HỘI THÀNH CÔNG

Chỉ còn vài ngày nữa đại hội đảng lần thứ 12 khai mạc, là dân, lại là dân đen nghĩa là thân phận con giun, con dế, không bấu víu vào ai, không quyền lực, chỉ dựa vào sức mình để làm việc, kiếm cái ăn, cái mặc, tôi mong đại hội đảng:

Mong các ông đoàn kết, đừng chia bè, kéo cánh. Một đảng không đoàn kết, tôi nói khí không phải, tự các ông giết nhau, chứ không có "thế lực phản động" nào phá cả! mà muốn đoàn kết, theo tôi, rất dễ, đảng hãy đặt quyền lợi dân tộc lên trên hết, mọi quyết sách làm theo ý nguyện dân tộc. Ý nguyện dân tộc, không phải khó tìm, nếu công khai, minh bạch, thực sự vô tư, công bằng, bằng một cuộc trưng cầu dân ý, các ông sẽ thấy câu trả lời. Đại hội đảng làm theo ý nguyện người dân, lập tức sẽ có sự kết dính mọi người trong và ngoài đất nước Việt Nam vào một khối, những kẻ đi ngược lại quyền lợi dân tộc, không phải chỉ đại hội đảng, mà chính người dân sẽ loại bỏ không thương tiếc

Tôi cũng mong đại hội đảng lần 12, những đại biểu của đại hội, tự nhận là người đại diện cho nhân dân hãy làm theo ý nguyện của người dân. Những đại biểu tự nhận là đại diện cho người dân, đại diện cho đảng viên chân chính phải có tiếng nói dũng cảm vạch mặt những kẻ cơ hội, tham quyền cố vị. Vạch bằng được chân tướng những kẻ bề ngoài rêu rao "giữ vững ổn định, giữ vai trò lãnh đạo của đảng" nhưng thực chất là muốn đưa tay chân mình nắm vị trí lãnh đạo dễ bề thao túng trong hàng ngũ lãnh đạo, loại trừ những người có thể đáp ứng được yêu cầu của lịch sử, thời đại mà người dân đang cần. Lúc này hơn lúc nào hết, người dân như tôi mong các đại biểu dự đại hội đảng có bản lĩnh, có chính kiến không lệ thuộc vào bất cứ phe nhóm nào để tìm ra một minh chủ có tầm, có tâm. Minh chủ ở đây, không phải do một hai, cá nhân "nặn" ra, mà phải do các đại biểu dự đại hội bầu. Không lẽ các ông tự nhận là đại diện cho nhân dân, đại diện cho những đảng viên chân chính, với lá phiếu của mình, lại buộc phải bầu cho những người, mà chính các ông không muốn, người dân không muốn, đảng viên chân chính không muốn. Đất nước có đi vào thời đại văn minh, hiện đại được hay không? Hay trở thành một phiên thuộc của nhà cầm quyền Trung Quốc? Đất nước có một minh chủ thông minh, bản lĩnh, biết đưa dân tộc đến con đường sáng, hoặc ngược lại đẩy dân tộc đến thảm cảnh kinh tế kiệt quệ, người dân khủng hoảng niềm tin, xã hội đầy loạn lạc… thực sự đang phụ thuộc thái độ, ý thức trách nhiệm với lá phiếu của mình khi là đại biểu đi dự đại hội đảng.

Rất mong các ông tỉnh táo.

Tôi, một người dân, thực lòng muốn đại hội lần này thành công, thành công thực chất, chứ không phải thành công như mọi lần, để rồi mỗi lần gọi là "thành công" đại hội đảng, đất nước lại lâm vào khủng hoảng, khủng hoảng sau to hơn khủng hoảng trước.

Trước hết là ý thức hệ, những ý thức hệ lạc hậu, phản động mà nhân loại loại bỏ, không lẽ các đại biểu dự đại hội đảng không nhận ra. Ý thức, chủ thuyết Mác - Lê, mà lãnh đạo đảng đang cố giữ, đến thời điểm hiện tại, thực tế chứng minh nó đã đi ngược lại trào lưu lịch sử, đi ngược lại bước tiến của nhân loại, đi ngược lại ý nguyện của người dân. Nếu như đảng cố giữ chủ thuyết này, dân tộc chúng ta sẽ không thoát khỏi nghèo nàn, lạc hậu, điều nguy hiểm hơn, tôi cho rằng, đây một trong những nguyên nhân quan trọng làm suy yếu sức mạnh của đảng.

Mà sức mạnh của đảng, đó là lòng tin của dân, có uy tín lãnh đạo… hiện những điều này, cho phép tôi nói thật, các ông không có. Nếu có, đó là đảng dựa vào sức mạnh của công an, quân đội. Sức mạnh của chính quyền, của một đảng cầm quyền không dựa vào dân mà dựa vào công cụ bạo lực, theo tôi, không vững chắc, thậm chí rất nguy hại. Nhiều bài học của những chính quyền độc tài trên thế giới đã chỉ ra. Việt bắt bớ giam cầm những người khác chính kiến, có ý kiến phản biện… chỉ càng đẩy mâu thuẫn xã hội lên cao, không được sự đồng thuận của dư luận quốc tế, đảng phải huy động lực lượng đối phó mà lẽ ra có những phương pháp giải quyết rất nhẹ nhàng chỉ làm tăng uy tín của đảng chứ không phải uy tín của đảng đang suy yếu như hiện nay. Tôi mong trong đại hội đảng, các đại biểu có bản lĩnh dũng cảm phát biểu chinh kiến của mình để đảng đi vào con đường hợp lòng dân, hợp thời đại, đất nước bước vào con đường sáng.

Tôi cũng mong đại hội đảng lần này là một đại hội của tinh thần hòa hợp, xóa bỏ cách ngăn, xóa bỏ sự chia rẽ. Những người lãnh đạo đảng cần rộng lòng thực sự với những người Việt xa nước, không bới móc quá khứ hận thù, làm sao người Việt ở nước ngoài trở về dễ hòa nhập, dễ làm ăn, cùng chung tay xây dựng một nước Việt Nam mới. Tiếng nói ủng hộ đảng của họ, nếu như đảng làm tốt việc này, còn có tác dụng tích cực gấp ngàn lần lời hiệu triệu của đảng.

Là một người dân, trong một đất nước chịu sự lãnh đạo độc đảng, không gì hơn, tôi muốn đảng đi theo ý nguyện dân tộc, được từng người dân trong nước tôn trọng ủng hộ. Chính lẽ thế, tôi bộc bạch những suy nghĩ thật của mình để đại hội đảng, nhất là những đại biểu tham dự đại hội hiểu và có những quyết sách đúng đưa đại hội đến thành công thực chất, đất nước Việt Nam sẽ sang trang mới, bắt đầu từ đại hội này!

SUY NGHĨ CỦA MỘT NGƯỜI DÂN VỀ THÀNH CÔNG ĐẠI HỘI ĐẢNG

Đại hội đảng lần thứ 12, sau ngày 28/1 trên báo chí, đài, ti vi...do nhà nước quản lý, ban tuyên giáo chỉ đạo sau những bài xã luận, bình luận...rồi lại một điệp khúc "Thành công tốt đẹp". Với tôi, một người dân, có suy nghĩ: Nếu nói đại hội "thành công" mà người dân theo dõi đại hội, chỉ thấy đại hội gần như dành hai phần ba thời gian để bầu ra một Ban chấp hành trung ương, một Bộ chính trị mới???

Không lẽ "thành công" chỉ có một việc đó sao!

Người dân như tôi, muốn nói, sau đại hội, người dân tin rằng đảng sẽ có những quyết sách đúng đắn, dẫn dắt đất nước Việt Nam này về tương lai tươi sáng, một đất nước Việt Nam văn minh, dân chủ, quyền con người được tôn trọng thực sự. Vị thế của đất nước Việt Nam, con người Việt Nam được các nước, các nền văn hóa trên thế giới nể trọng.

Ai cũng mong, sau đại hội đảng lần thứ 12, đất nước Việt Nam sẽ chuyển mình, trước hết trong nội bộ đảng, các ông lãnh đạo hãy thể hiện sự đoàn kết, không vì lợi ích phe nhóm, có bản lĩnh chính trị vững vàng, một lòng một dạ vì nhân dân, vì dân tộc. Thật buồn ở nước ta, những vị trí lãnh đạo của đảng, nhà nước không do nhân dân bầu ra mà do trong đảng, cụ thể ở đây là quyết định của Bộ chính trị và Trung ương đảng. Dù điều đó không đúng với mong muốn của người dân nhưng chúng tôi buộc phải chấp nhận. Trong cơ chế theo quy định của Hiếp pháp do các ông thảo ra, có cho thành lập đảng đối lập đâu, nên bây giờ chúng tôi biết trông mong vào ai??? Chỉ duy nhất có đảng cộng sản, đảng cộng sản của các ông nắm quyền đất nước này suốt mấy chục năm, nhà nước, quốc hội, các hội đoàn trong mặt trận… cũng của các ông. Các ông xây dựng được một lực lượng quân đội, công an lớn mạnh, không một thế lực nào trong nước, kể cả những thế lực ở nước ngoài mà các ông gọi là "phản động" có thể địch lại được. Các ông giữ được đoàn kết, vì dân tộc, vì quyền lợi đất nước thì sức mạnh của đảng cộng sản tăng lên, quyền lãnh đạo được giữ vững, không ai có thể phá hoại, giành quyền lãnh đạo đó. Ngược lại nếu nội bộ lãnh đạo trong trung ương đảng cộng sản không đoàn kết, vì lợi ích phe nhóm cấu kết với nhau, dựa vào những thế lực lớn nước ngoài phản động như nhà cầm quyền Trung Quốc hiện nay để triệt hạ lẫn nhau…chính các ông tự hủy hoại thanh danh, tự mình làm yếu sức mạnh của chính mình, dẫn đến mất sự chính danh lãnh đạo, kinh tế suy đồi, xã hội hỗn loạn. Lúc đó, không còn con đường nào khác nhân dân sẽ tự phát nổi dậy, máu lại đổ… Là người dân trải qua những cuộc chiến tranh, chúng tôi không bao giờ muốn điều đó ở trên đất nước mình, và tôi tin, nếu các ông còn tâm trí bình tĩnh, sáng suốt đi theo con đường dân tộc, cũng không muốn đất nước ta đi vào con đường đó.

Sau đại hội, nghĩa là mọi việc an bài, bình tâm, hết chuyện phải nhìn trước, ngó sau, cũng không phải tính toàn từng đường đi, nước bước để giành quyền lãnh đạo, tôi mong lãnh đạo trong trung ương đảng cộng sản, các ông ngồi lại, hãy nhìn những việc làm được và chưa được để có những việc hợp lòng dân. Rõ nhất, một người dân như tôi, không bao giờ tin rằng, nhà cầm quyền Trung Quốc lại có thể là một "láng giềng tốt" với người dân, với đất nước Việt Nam. Hàng ngày, hàng giờ họ vẫn nuôi tham vọng thôn tính bằng được Việt Nam. Người dân nhìn thấy, các ông lãnh đảng cộng sản Việt Nam chắc thấy rõ hơn người dân: Bất chấp luật pháp quốc tế, bất chấp sự phản ứng quyết liệt của người dân Việt Nam, trên đất liền nhà cầm quyền Trung Quốc cho quân lấn đất. Ngoài biển họ vẫn đưa người, khí tài đến xây dựng các sân bay, xây dựng căn cứ quân sự trên các đảo thuộc chủ quyền của nhà nước Việt Nam. Họ còn cho người giả danh kỹ sư, công nhân, người du lịch… trà trộn vào cộng đồng người Việt, để làm nội ứng khi đất nước ta có biến…Kinh tế nước ta, họ không từ một thủ đoạn nào để làm suy yếu từ in tiền giả, phá giá, hàng giả, trộn chất độc vào thực phẩm đầu độc người ăn… Một nhà cầm quyền ác độc như thế, không lẽ gọi đó là bạn "tốt"!!!Với ban lãnh đạo đảng khóa mới phải có đối sách đúng, nhất là dựa vào ý nguyện của người dân, vào dư luận quốc tế tiến bộ. Coi vận mệnh sống còn của dân tộc lớn hơn vận mệnh đảng để đề ra một đường lối đúng đoàn kết trong dân, đoàn kết trong đảng, thu phục sự ủng hộ quốc tế, giữ vững toàn vẹn lãnh thổ Việt Nam, chặn đứng được âm mưu bành trướng xâm lược của nhà cầm quyền Trung Quốc.

Sau đại hội đảng, ban lãnh đạo đảng, cụ thể ở đây là trung ương đảng và BCT phải có một đường lối mới, không mắc vào sai lầm của đường lối cũ. Nếu như ban chấp hành trung ương cũng như Bộ chính trị của khóa này "khai tâm" thực sự cao thượng, khoan dung, độ lượng, biết lắng nghe cùng ngồi lại với những nhà tri thức chân chính, những tướng lĩnh về hưu còn nặng lòng với vận mệnh dân tộc để tìm con đường sáng cho dân tộc. Dũng cảm từ bỏ những học thuyết Mác - Lê Nin lỗi thời mà không còn mấy nước trên thế giới trọng dụng, thả tự do cho tất cả những tù nhân, chỉ vì bất đồng chính kiến, mà phải vào tù. Đây thực sự là những người yêu nước chân chính, trong những người đó, có rất nhiều nhà tri thức thông minh, có bản lĩnh mà những nhà lãnh đạo đảng cộng sản có thể bắt tay cùng vạch ra đường lối để đưa đất nước Việt Nam thoát khỏi khủng hoảng, thoát khỏi sự trì trệ trong quản lý cũng như chính sách.

Được như thế nhân dân, nhất là tầng lớp yêu nước, trí thức chân chính rất vui mừng.

Sau đại hội đảng, với ban chấp hành trung ương và bộ chính trị mới, có nhiều nhà lãnh đạo trong trung ương cũng như bộ chính trị của khóa trước còn trụ lại. Tôi cho rằng, điều này cũng là điều may, và biết đâu, chính những ông, bà này sẽ có ý thức thay đổi phương thức lãnh đạo, hợp với yêu cầu thời đại, hợp với đòi hỏi chính đáng của người dân. Là bởi, khóa trước ban lãnh đạo trung ương cũng như bộ chính trị không có biện pháp "chữa trị dứt điểm" để nạn tham nhũng phát triển vô hạn độ, nạn phe cánh, nhóm lợi ích bộc lộ rõ rệt gây nên sự mất đoàn kết trong nội bộ đảng, điều này diễn ra ngày càng nặng đẩy sự điều hành kinh tế, quản lý đất nước vào chỗ khó khăn, không thống nhất, mạnh ai, nấy làm. Tôi nghĩ rằng, các ông, các bà trong ban chấp hành trung ương cũng như Bộ chính trị khóa mới, từng ở khóa cũ, phải nhận ra vấn đề này, không lặp lại vết xe đổ đó. Chỉ có như thế mới tạo ra uy tín của mình, mới chứng tỏ sự lựa chọn của các đại biểu đi dự đại hội đảng lần thứ 12 cho các ông, các bà vào trung ương cũng như bộ chính trị là đúng đắn.

Cũng mong sau đại hội đảng lần này đảng và nhà nước Việt Nam có những chính sách cụ thể thông thoáng, không nghi kị, đại lượng, chân tình…tập hợp được sự ủng hộ của người Việt Nam đủ mọi thành phần, đủ mọi tầng lớp trong và ngoài nước cùng chung tay xây dựng một nước Việt Nam mới trong đoàn kết, yêu thương. Hãy rộng lòng với bà con người Việt ở hải ngoại không gợi lại hận thù, phân biệt.

Nếu nói thành công đại hội đảng, tôi tin, không phải do hơn năm nghìn bộ đội, công an cùng khí tài quân sự hiện đại bảo vệ nên được an toàn tuyệt đối. Cũng không phải thành công do hơn một nghìn đại biểu bỏ phiếu thống nhất chọn ra những người vào BCH Trung ương, BCT theo đúng dự kiến. Đại hội thành công lại càng không phải rất ít có ý kiến phản biện, mà thống nhất cao… Sự thành công đó, nếu nhắc đến chỉ là sự nhất thời, bó hẹp trong một đại hội do có sự sắp đặt trước, không thực chất.

Sau đại hội đảng, nếu lòng tin của dân vào đảng được tăng lên do đảng gần dân, nghe dân và làm theo những điều dân muốn, là bầu ra được những người lãnh đạo có uy tín đủ tâm, đủ tầm được toàn dân ủng hộ lãnh đạo đất nước, là đề ra được chiến lược bảo vệ toàn vẹn lãnh thổ, đưa đất nước tiến đến nền văn minh, dân chủ được thế giới công nhận.

Đó mới là thành công đúng nghĩa của hai từ này.

XEM "KÝ ỨC HỘI AN"

Tối 28/3/2018 tôi được một người bạn cho vé mời đi xem "Ký ức Hội An". Tôi được nghe giới thiệu, đây là sân khấu ngoài trời lớn nhất, diễn viên đông nhất, ánh sáng hiện đại nhất... Nghĩa là cái gì cũng "nhất"!!! Giới thiệu với người xem từ buổi hoang sơ khi Hội An mới hình thành, tiếp đến các giai đoạn phát triển để nên Hội An đẹp, văn minh, hiện đại, giàu nét truyền thống văn hóa Việt Nam như hiện nay, thu hút khách du lịch

Tôi đi xem.

Nói thật, thất vọng hoàn toàn.

Chưa nói đến xây dựng một sân khấu lớn trên một cồn cát lớn giữa sông, che mất một không gian bát ngát của nước, bát ngát của tre… mất hẳn một góc mênh mông màu xanh đất, trời mà thiên nhiên ban tặng cho sông Hoài, cho người dân Hội An... Đứng ở cầu Cẩm Nam nhìn ra biển, hướng Cửa Đại, giờ chỉ còn sự tiếc nuối vô cùng. Đó là chưa kể, xây dựng sân khấu hoàn toàn bằng bê tông trên cồn cát mà cồn cát này đã có từ rất lâu. Xây sân khấu như vậy liệu có ảnh hưởng đến sự điều tiết dòng chảy tự nhiên của sông Hoài??? Rồi hai bên bờ sông Hoài có ảnh hưởng??? Việc làm này có sự đồng tình của người dân Hội An???

Thôi, chuyện này, là chuyện "lớn", người dân như tôi, có "hỏi" cũng khó tìm ra người trả lời.

Quay lại "ký ức Hội An", có đúng như những lời giới thiệu?

Ai cũng biết, Hội An là đất của người Việt. Người có công lớn là Chúa Nguyễn Hoàng, người mở cõi, đưa những người Việt Đàng ngoài vào sống. Người dân ở Quảng Nam và cả nhiều vùng Đàng trong, tôn kính ông, không đặt họ "Hoàng" sợ phạm úy mà chuyển sang họ "Huỳnh". Thêm nữa, người dân coi ông như người anh Cả trong nhà, nên trong nhà có sinh người con trai đầu vẫn gọi là "anh Hai". Nguyễn Hoàng vĩ đại, thân thiết như thế mà trong " Ký ức Hội An" không hề nhắc đến tên ông, không một hình ảnh nhắc đến những người dân cương cường, đoàn kết, thương nhau, cùng tựa lưng vượt qua bão tố, khó khăn... trong buổi bình minh dựng đất xây nên một Hội An thương cảng . Trong "ký ức Hội An" buổi ban đầu của thương cảng Hội An được miêu tả bằng một đôi vợ chồng và một đứa trẻ y như người dân tộc, sống trong một túp lều tranh. Chồng ra sông đánh cá, ngồi hút thuốc lào, vợ mang bụng chửa lội nước bì bõm, con chẳng có trò gì, ngoài trò "nghịch nước" rồi vợ đẻ, tiếng trẻ con khóc oe oe... Một đoàn cô gái mặc áo dài xanh đến mừng, trong lời bài hát chẳng ăn nhập gì với cảnh!!!

Không lẽ buổi bình minh của Hội An đơn giản, khổ sở thế sao?

Tiếp đến là cảnh người dân xây dựng Hội An, sao lại chỉ thấy người vác tre, người cưa gỗ...!!! Thời này, qua tư liệu của các học giả nước ngoài, người Hội An làm nhiều việc lắm như ra khơi đánh cá, ra đảo xa (Hoàng Sa) đặt bia khẳng định chủ quyền, lên nguồn tìm nguyên liệu dệt vải, mở rộng thương cảng...chứ đâu chỉ có mấy cảnh trên. Tất nhiêu sân khấu không thể ôm đồm tất cả, cái gì cũng đưa lên sân khấu nhưng ít nhất, cũng phải cho người xem biết được chuyện đó, chứ không phải chỉ "vác tre" xoay vòng và cưa gỗ. Chán chê, nhảy hết xuống sông đãi "sỏi" hay "vàng", khua nước loạn sạ... Đó là chưa kể những người được đóng vai cư dân Hội An toàn cởi trần, mặc quần thụng, đầu quấn khăn … giống y như người dân ở vùng Nội Mông (Trung Quốc). Trong "Ký ức Hội An" còn cho khán giả xem đám cưới của công chúa Ngọc Hoa. Đám cưới của một cô gái Việt Nam sống ở Hội An với một ông cưỡi voi ở bộ tộc nào đó!!! "Công chúa Ngọc Hoa" ăn vận đúng y như cô dâu trong đám cưới mà người xem hay thấy ở phim cổ trang Trung Quốc. Mấy người đi sau, hộ tống cho "công chúa Ngọc Hoa" cũng y như vậy, một trăm phần trăm là người Tàu. Không biết chi tiết này dựa vào sự kiện lịch sử nào?

Ở Hội An, sử sách còn ghi, có một đám cưới, công chúa Chúa Nguyễn lấy một thương gia Nhật bản, rồi theo chồng về Nhật Bản. Tôi rất tin đám cưới ấy, không thể diễn ra như đám cưới trong "ký ức Hội An", mà đậm chất Việt Nam chỉ ít có những làn điệu bài chòi, một làn điệu từ trẻ nhỏ đến ông già, bà già đều thuộc. Người dự là những người nông dân chân chất, mộc mạc, ăm mặc bằng những tấm áo, chiếc quần màu nâu, đi chân đất, ăn trầu cùng tiếng cười sảng khoái, rộng lượng…Đám cưới đó dứt khoát không phải đám cưới của người Trung Quốc!

Buồn nhất là màn trình diễn áo dài, tôi tự hỏi, phải chăng đây là áo dài Việt Nam, khi những cô gái mặc áo dài màu trắng, hoặc màu xanh đội nón không đúng cách đội nón của người con gái Việt. Chiếc nón che mưa, che nắng, làm quạt lúc không gió, che nụ cười e ấp…tôn cái đẹp rực rỡ trên nét mặt người con gái, rất văn minh chứ không phải là chiếc "gông" đè nặng lên đầu của người đội nón trong "ký ức Hội An". Đội nón mà không ai nhìn thấy mặt, bước những bước nặng nề, đơn điệu, máy móc. Và cũng lần đầu tiên tôi thấy, trên sân khấu người con gái Việt Nam, mất hẳn mái tóc nuột nà, đen mượt. Thay vào đó là một chiếc dây đỏ dài độ một mét, buộc vắt vẻo sau lưng người con gái trông giống như đuôi sam của mấy ông quan triều Thanh (Trung Quốc) mà tôi thấy trong phim Trung Quốc hay phát trên ti vi.

Sao lại có sự "cách điệu" xuyên tạc những người phụ nữ Việt Nam mặc áo dài, đội nón lạ lùng đến như vậy!

Ở Hội An, không có chuyện người phụ nữ đợi người yêu hóa đá. Đưa chi tiết này vào, thậm chí gần như một chủ đề chính của "ký ức Hội An" là không đúng. Miêu tả sự chung thủy của người phụ nữ Hội An, đâu chỉ có chuyện đợi chồng, đợi người yêu. Người phụ nữ Hội An chung thủy với chồng là đảm đang việc nhà, chăm lo cho con, giữ yên tổ ấm, dấu nước mắt vào trong, làm trụ cột gia đình để chồng có đi xa biền biệt không lo lắng. Khi chồng về, gặp người thương chỉ có nụ cười và nước mắt hạnh phúc. Còn trong "ký ức Hội An" là một cô gái cầm đèn lồng hết đứng ở cửa, rồi lại lội sông. Nét mặt khổ sở, mong ngóng… đợi chồng trong tuyệt vọng rồi cong mình gần như… "hóa đá". Lúc đó, chồng (hay người yêu) mới "bay" từ trên thuyền về.

"Chồng" ăn vận cũng lại giống y như một ông Trung Quốc! Gặp "vợ" như một kẻ cứu nhân, độ thế!

Còn một chi tiết nữa, tôi cũng thấy rất lạ trong "ký ức Hội An".

Phải nói, sử sách còn ghi, giao thương ở Hội An trong những thế kỷ trước, chủ yếu là người Hội An. Người Hội An làm chủ hoàn toàn trong giao thương từ việc mua bán, cung cấp nguyên vật liêu, mở cửa hàng, đánh thuế, cưu mang những người cơ nhỡ, gặp khó khăn không phân biệt quốc tịch…

Kinh tế Hội An phát triển trở thành một thương cảng lớn là nhờ trí tuệ người Hội An nói riêng và người Việt Nam nói chung. Đây là điều rõ ràng, không bàn cãi. Ấy vậy, trong "ký ức Hội An" hình ảnh chủ đạo, cụ thể, rõ ràng là mấy ông thương gia người Trung Quốc đến Hội An tư thế hiên ngang, hồ hởi cứ như thể về nhà mình khoe hàng bằng những thùng hàng hai người khiêng, khoe dáng, chủ động bắt tay người này, mời người kia… làm như ai cũng muốn giao thương với các ông ấy. Tiếp đến mới thấy mấy ông thương nhân Pháp, Bồ Đào Nha, Tây Ban Nha…mấy ông này cũng chủ yếu đến múa hát vây quanh mấy thương nhân Trung Quốc. Còn thương nhân Việt Nam là hình ảnh mờ nhạt chỉ mấy người gánh hàng rong, chèo thuyền chở hoa quả, thả hoa đăng…qua lại, lượn lờ.

Còn nhiều chi tiết "lạ" trong "ký ức Hội An" tôi không thể miêu tả hết ra đây, nhưng tôi có thể khẳng định, đây là ý kiến cá nhân, "Ký ức Hội An" hình ảnh Trung Quốc, tinh thần Trung Quốc, biểu đạt tư tưởng Trung Quốc rất rõ ràng…

Chỉ khi hình ảnh cuối cùng của "ký ức Hội An "được tạm gọi là Hội An, trên sâu khấu họ kéo một mô hình Chùa Cầu to gần bằng thật ra góc sân khấu cho mọi người chiêm ngưỡng!!!

Lúc đó tôi mới nghĩ rằng, trên sân khấu họ đang nói về Hội An.

Công nhận sân khấu "Ký ức Hội An" hiện đại, hoành tráng, ánh sáng đẹp, phối cảnh giỏi, liên tục…Nhưng xem vẫn cảm thấy, hình như…nội dung của buổi trình diễn không phải đề cao cảnh, vật, người Hội An để Hội An nói riêng và người Việt Nam nói chung tự hào mà như… biết ơn người Trung Quốc đến và ở lại đây!!!

Sao có hiện tượng "lạ" này?

Tôi đã có lời giải thích khi trên bảng đèn giới thiệu họ tên người viết kịch bản, đạo diễn, âm nhạc toàn những họ tên tôi chưa nghe thấy bao giờ, rất giống họ tên người Trung Quốc. Duy nhất có họ tên người Việt Nam làm cố vấn cho "Ký ức Hội An" mà tôi biết, là ông Dương Trung Quốc!!!

(Nói thêm: Tôi không thể chụp được ảnh hoặc quay vedio vì những người bảo vệ cho biết, nếu ai quay vedio hoặc chụp ảnh, phượng tiện sẽ tịch thu và mời ra khỏi nơi biểu diễn…)

CHUYỆN BÂY GIỜ MỚI KỂ

Hơn hai mươi năm làm công tác biên tập sách ở NXB Đà Nẵng, có những kỷ niệm không bao giờ tôi có thể quên. Bây giờ ngồi ôn lại những kỷ niệm đó, nhiều lúc thấy buồn cười. Không hiểu sao nước mình lại hay thích thú cái trò "tự hành hạ" nhau đến thế! Càng khủng khiếp hơn, mới thấy sự "cơ hội", "hãnh tiến" của một số kẻ gọi là "trí thức", nó lớn đến mức độ nào! Nhưng... cũng qua sự việc này, tôi cũng thấy sự ấm áp của tình người, tình yêu đồng loại của một số anh chị Nhà văn, Nhà Thơ chân chính, đã giúp tôi gượng dậy qua những cơn sóng gió cuộc đời.

Vào giữa năm 1990, Giám đốc Nhà xuất bản Đà Nẵng (NXB) là anh Nguyễn Văn Giai có một quyết định táo bạo. Cho phép thành lập một chi nhánh của NXB Đà Nẵng tại Hà Nội. Chi nhánh được sử dụng con dấu riêng, tài khoản cũng như việc tổ chức bản thảo, biên tập, in ấn, phát hành... Anh Nguyễn Văn Giai, gọi riêng tôi ra nói: "Anh rất tin em, anh phân công em làm công tác tổ chức bản thảo, biên tập cho Chi Nhánh. Vì anh biết, ở Hà Nội, em quen biết nhiều nhà văn, nhà thơ, nên dễ có bản thảo hay. Em cố gắng tổ chức được những bản thảo tốt, có chất lượng, được bạn đọc đón nhận, nâng cao uy tín của

NXB Đà Nẵng. Tuyệt đối tránh những bản thảo có chất lượng thấp, câu khách, rẻ tiền".

Tôi coi lời dặn dò của của anh Nguyễn Văn Giai là trách nhiệm mình phải làm tròn.

Ra Hà Nội, chi nhánh NXB Đà Nẵng hoạt động hoàn toàn độc lập, trong vòng gần một năm, đã ra được một loạt đầu sách có tiếng vang từ văn học đến sách nghiên cứu. Có tiếng vang nhất là hai tập "Trường Sinh Học" của cố Giáo sư Nguyễn Hoàng Phương, và đặc biệt cuốn "Miền Hoang Tưởng" của Nhà Văn Nguyễn Xuân Khánh (Đào Nguyễn). Cả hai cuốn này, tôi tổ chức bản thảo và biên tập.

Với cuốn "Trường Sinh Học" của cố Giáo sư Nguyễn Hoàng Phương, Giáo sư diễn giải một cách hợp lý, có tính thuyết phục nhiều vấn đề mà giới khoa học lúc đó còn đang tranh cãi, ví dụ thế nào là "tâm linh", rồi "gọi hồn", "giác quan thứ sáu"... Hai tập của cuốn sách vừa xuất bản, đã bán hết rất nhanh. Ở Hà Nội, chúng tôi còn tổ chức được một buổi nói chuyện của Giáo Sư Nguyễn Hoàng Phương với độc giả tại thư viện Hà Nội, có rất đông người đến tham dự.

Riêng tiểu thuyết "Miền Hoang Tưởng" của nhà văn Nguyễn Xuân Khánh, đối với tôi, thật nhiều kỷ niệm.

Tôi quen chị Phương Quỳnh, qua anh Đào Hùng, lúc đó chị là Biên tập viên của NXB Ngoại Văn. Tôi nhờ chị giúp tìm những bản thảo tốt, có nội dung hay, đảm bảo tính thẩm mỹ để Chi nhánh NXB Đà Nẵng xuất bản. Chị Phương Quỳnh rất vui, nhiệt tình giúp đỡ. Hôm ấy, chị gọi tôi đến nhà chị. Chị đưa cho tôi tập bản thảo đánh máy dày, với tiêu đề "HOANG TƯỞNG TRẮNG" của nhà văn Xuân Khánh. Chị nói với tôi:

- Trung cầm tập bản thảo này về, đọc xem có thể xuất bản được không?

Tôi cầm tập bản thảo về, đọc nghiền ngẫm trong một ngày. Càng đọc bản thảo, nói thật, tôi càng say. Nội dung cuốn tiểu thuyết gần như cuốn hút mình. Nó làm cho tôi sáng ra biết bao nhiêu điều. Những hiện tượng đang xảy ra trước mắt mình, mình không chú ý, nhưng chính đó làm mầm mống của sự đổ vỡ. Những nguyên lý trơ lỳ, lạc hậu với quy luật cần thay đổi, mà thay đổi lớn nhất là ý thức hệ trong mỗi con người, không khô cứng, sáo mòn. Một xã hội muốn hoàn thiện cần tìm ra những điều chưa được để điều chỉnh hợp quy luật mới có thể tồn tại và phát triển đi lên. Đã rất lâu, tôi mới đọc được một cuốn tiểu thuyết "Lớn" như vậy. "Hay" như vậy. Hôm sau gặp chị Phương Quỳnh, tôi nói:

- Phải in quyển này chị ạ! Văn học Việt Nam rất cần những cuốn tiểu thuyết như thế này.

Lúc đó chị Phương Quỳnh mới cho tôi hay:

- Anh Xuân Khánh là nhà văn có tài, rất giỏi. Nhưng, nói thật với em, quyển sách này không NXB nào ở Hà Nội dám in vì anh Xuân Khánh trước đây có dính vào chuyện "Nhân Văn Giai phẩm", họ sợ. Hơn nữa, nội dung cuốn sách này, họ không nghĩ như em đâu, mà cho là "phản động".

Về chuyện "Nhân văn giai phẩm", tôi nghĩ, bây giờ ai còn nghĩ đến chuyện đó nữa, ông Văn Cao, ông Hoàng Cầm, ông Lê Đạt, ông Hữu Đang... toàn là "chủ soái" của phong trào này còn in lại tác phẩm ầm ầm, thì chuyện nhà văn Xuân Khánh mới có "dính" cũng chẳng ngại. Còn nói nội dung cuốn sách này "Phản động" tôi sẽ tranh cãi tới cùng. Vì tôi đọc cuốn sách, chỉ thấy nhận thức mình tốt lên, yêu nhân dân mình thêm, thương đất nước mình nhiều hơn thì bảo cuốn sách "phản động "ở chỗ nào? Tôi nói với chị Phương Quỳnh:

- Những điều chị nói với em, không ảnh hưởng đến việc xuất bản cuốn sách, vẫn phải in. Không xuất bản cuốn sách này, em nghĩ, là thiệt thòi rất lớn cho bạn đọc.

Chị Phương Quỳnh lúc này mới cho tôi biết thêm một chi tiết nữa, xung quanh cuốn "Hoang Tưởng Trắng":

- Hình như Cục xuất bản và bên An ninh cũng biết nội dung cuốn tiểu thuyết, họ cũng không muốn cuốn sách này xuất bản... Nếu cứ để tên "Hoang Tưởng Trắng "và tác giả là "Xuân Khánh ", chắc chắn các em không xin được giấy phép đâu.

Lại còn thế nữa, tôi nghĩ, không cần để tên "Hoang Tưởng Trắng", cũng không cần để tên "Xuân Khánh "đề một tên khác, để có giấy phép. (Cũng phải nói thêm, chẳng đâu xin giấy phép xuất bản sách dễ như ở Việt Nam. Nếu cuốn sách của một tác giả nào đó gọi là "có vấn đề", muốn xuất bản, thì đề tên khác, viết tóm tắt nội dung cho đúng tính "Tư tưởng", thế là Cục xuất bản duyệt vì ở Cục Xuất bản có bao giờ các vị ấy đọc bản thảo đâu). Sau khi hai chị em thống nhất cách làm như vậy, chị Phương Quỳnh nói tôi nên đến gặp nhà văn Xuân Khánh để trao đổi.

Nhà văn Xuân Khánh là một người dễ mến, dễ gần và đặc biệt kiến thức văn học của Nhà văn thật uyên thâm.

Đứng cạnh Nhà Văn, tôi chỉ là một cậu học trò nhỏ bên thầy giáo lớn. Sau khi nghe ý kiến của tôi, Nhà văn Xuân Khánh hoàn toàn thống nhất. Từ "Hoang Tưởng Trắng", Nhà văn chuyển thành: "Miền Hoang Tưởng", tác giả "Xuân Khánh", chuyển thành "Đào Nguyễn". Nhà văn nói với tôi:

- Chỉ cần sách ra thôi em ạ! Anh đâu có cần tiếng. Anh muốn văn học Việt Nam phải có những tác phẩm văn học đích thực, đúng tầm của một dân tộc. Mà dân tộc Việt Nam lớn lắm. Vĩ đại lắm!

Việc làm của tôi, rất mừng được anh Trưởng chi nhánh, và đặc biệt là anh Nguyễn Văn Giai, giám đốc NXB Đà Nẵng ủng hộ: "Nếu em đem sinh mạng chính trị ra đảm bảo nội dung cuốn sách này thì anh yên tâm." Anh Nguyễn Văn Giai đã ký vào "Kế hoạch bổ xung" gửi Cục xuất bản đề nghị cấp giấy phép cho quyển "Miền Hoang Tưởng" của tác giả "Đào Nguyễn". Sau khi có giấy phép xuất bản cuốn tiểu thuyết này, có thể nói, người mừng nhất là anh Xuân Khánh, tiếp theo là bạn bè quen biết của anh ấy. Họa sỹ Trần Lưu Hậu, một họa sỹ nổi tiếng đất Hà Thành, đã xin nhận vẽ bìa cho cuốn tiểu thuyết. Hôm đó, tôi đang đi trên đường Nguyễn Du, tình cờ gặp anh Xuân Khánh đi lấy bản vẽ bìa cuốn "Miền Hoang Tưởng" về. Anh gặp tôi, reo to:

- Trung ơi! Bìa "Miền Hoang Tưởng "đây này, em xem có đẹp không?

Quả thật, bảo tôi nhận xét về mỹ thuật rất khó, vì mình không am hiểu mấy, nhưng nhìn bức vẽ của họa sỹ Trần Lưu Hậu thấy nó lạ. Bức vẽ nét mặt của một người đàn ông trong từa tựa như mặt của chúa Jêsu, đôi mắt buồn khắc khoải, khuôn mặt gầy từng trải. Phía sau là nền phông màu hơi đen...Nhìn bức vẽ hơi nặng nề, như chính nội dung cuốn sách, phải đọc lâu, thật sâu mới hiểu hết cốt chuyện. Tôi nói với anh Xuân Khánh có ý như vậy. Anh gật đầu:

- Phải nói anh Trần Lưu Hậu, rất hiểu anh, rất hiểu nội dung cuốn sách mới vẽ được bìa sách như thế này.

Sau này tôi hơi tiếc là không giữ được bản gốc của bìa sách "Miền Hoang Tưởng".

Giấy phép, bìa sách có rồi còn chuyện biên tập sách và theo dõi bản in, rất may tôi có chị Phương Quỳnh làm giúp. Chị Phương Quỳnh vừa là một biên tập viên giỏi, một nhà sưu tầm tranh có hạng. Chị đánh máy lại bản thảo rất nhanh, chữa tất cả lỗi chính tả, theo dõi in đến tận bản thứ 3. Gần như quyển tiểu thuyết khi đến tay bạn đọc không phải đính chính đến một lỗi nhỏ.

Khi cuốn sách bắt đầu xuất hiện trên các kệ sách của các cửa hàng sách, mới đầu, cũng chưa có tiếng vang. Nhất là ở Hà Nội, có lẽ với cái tên tác giả "Đào Nguyễn" viết tiểu thuyết, độc giả thấy mới quá, chưa ai biết. Nhưng tôi rất mừng, cố Giáo sư Hoàng Thiếu Sơn (Xin lỗi nếu tôi nhớ nhầm họ của Giáo Sư), đọc cuốn sách này, ông thấy quá hay và đã tổ chức giới thiệu cuốn tiểu thuyết "Miền Hoang Tưởng" tại thư viện Hà Nội. Giáo sư cho rằng, từ khi giải phóng miền nam đến giờ, Giáo sư mới đọc được một cuốn tiểu thuyết "đáng đọc" có nhiều vấn đề "đáng nói". Ngay tối đó, gần một trăm cuốn tiểu thuyết "Miền Hoang Tưởng" chúng tôi đã bán hết.

Lúc “âm lượng” của cuốn tiển thuyết “lan tỏa” đến Đà Nẵng, bắt đầu có chuyện. Đầu tiên là bài viết của tác giả Mai Lĩnh trên báo “Công an Quảng Nam - Đà Nẵng “với cái tít “ghê rợn”: “Miền Hoang Tưởng một cuốn sách đen bôi xấu chế độ, chống Chủ Nghĩa Xã Hội”. Sau này, tôi biết Mai Lĩnh là bút danh của một nhà thơ có một bài thơ tình yêu khá hay, tôi chơi tuy không thân, nhưng có mấy lần đàm đạo thơ ca. Mai Lĩnh đang là trưởng chi nhánh của một tờ báo lớn tại Đà Nẵng. Không hiểu vì nguyên nhân nào, mà Mai Lĩnh lại viết một bài như vậy? Trong bài báo đó, Mai Lĩnh dùng đủ thứ từ để “kể tội” cuốn sách. Nào là “có tư tưởng bi quan”, “Không tin vào sự lãnh đạo của Đảng”, “Kích động chống đối, bôi nhọ chế độ...” v.v... và v.v... Trong bài báo, Mai Lĩnh đề nghị kỷ luật Ban giám đốc Nxb Đà Nẵng. Tôi đọc bài báo này mà suy nghĩ mãi. Tự nhận là một “nhà thơ”, chẳng lẽ anh ta không có “tình người “trong đó hay sao? Thôi, chưa nói đến nội dung cuốn sách, có thể mỗi người hiểu một kiểu. Nhưng, giá như trước khi đăng bài báo, Mai Lĩnh hỏi ý kiến tác giả, biên tập, hay giám đốc Nxb, có phải là người trọng “lễ nghĩa”, có nhân cách!!! Chính anh ta cũng đã từng in thơ ở Nxb Đà Nẵng. Anh ta không làm như thế, đăng một bài báo hiểu sai căn bản về nội dung cuốn sách trên báo Công An, với đủ lời lẽ truy chụp. Đang rất mến Mai Lĩnh, tôi đã nhìn Mai Lĩnh với con mắt khác. Từ đó không bao giờ tôi nói chuyện với Mai Lĩnh nữa.

Tiếp sau bài báo của Mai Lĩnh, trên tờ Công An Quảng Nam - Đà Nẵng đăng một loạt bài công kích thậm tệ quyển tiểu thuyết "Miền Hoang Tưởng". Đủ kiểu viết, đủ loại người viết. Tôi biết lúc đó trong NXB của tôi có một vị không thích anh Nguyễn Văn Giai, tiện thể có việc này, dù chưa đọc cuốn tiểu thuyết nhưng vị ấy cũng "tương" ngay một bài lên báo "CA Quảng Nam - Đà Nẵng", với một bút danh khác, mượn cớ là "phê bình" cuốn sách, nhưng thực chất là nói xấu anh Nguyễn Văn Giai" một mũi tên trúng hai đích". Tôi thấy sợ nhất, trong chuyện này là trò đánh "hội đồng". Đọc nhiều bài lên án cuốn sách của mấy người viết, tôi cam đoan, họ chưa đọc tiểu thuyết "Miền Hoang Tưởng", nhưng cứ viết, cứ "Lên án". Điều tôi buồn nhất, là lúc đó tôi có viết một bài báo lấy tư cách một "bạn đọc" bảo vệ cuốn tiểu thuyết MHT. Tôi phân tích nội dung đến nghệ thuật và cả tính tư tưởng tích cực của cuốn tiểu thuyết. Nhưng tờ báo này lại không đăng, chỉ đăng những bài phê phán! Một chuyện rất lạ của báo chí Việt Nam mà hình như... đến tận bây giờ ở nước ta vẫn còn hiện tượng này!

Nhưng tất cả các bài viết đó, không bằng một bài viết của một nhà văn có tên tuổi, ông là tác giả mấy cuốn tiểu thuyết nổi tiếng từ thời chống Pháp đến chống Mỹ, tôi đọc cũng thích. Bài phê bình cuốn tiểu thuyết MHT của nhà văn viết những lời lẽ rất nặng nề, thậm chí, ông còn cho rằng, nếu nói đây là cuốn sách một của một nhà văn phản động với ý thức chống Cộng điên cuồng, ông không ngạc nhiên... và ... nếu như bảo đây là cuốn tiểu thuyết được xuất bản trước chín bảy lăm ở Miền nam bị ảnh hưởng của văn hóa lai căng... Ông ấy cũng tin là thật. Cuối cùng ông kết luận, đại ý, ông chỉ làm nhiệm vụ của một người đọc sách chỉ ra những điều "xấu" của cuốn sách đang "đầu độc" tuổi trẻ, còn NXB Đà Nẵng và tác giả cuốn tiểu thuyết thì để Pháp luật xử lý. Báo CA Quảng Nam - Đà Nẵng (cũ) coi bài viết của nhà văn là bài "tổng kết" cuộc tranh luận về cuốn tiểu thuyết MHT (Thực chất các bài viết trên báo CA Quảng Nam - Đà Nẵng lúc đó chỉ có nói một chiều là phê phán chứ không hề có một tý nào gọi là "tranh luận". Điều ngạc nhiên nữa, tại sao bài viết của một tác giả lại coi là "Tổng kết" cuộc "tranh luận"? Không thể giải thích nổi!). Sau đó, bài viết của nhà văn này còn được đăng lại trên báo "Nhân Dân Chủ Nhật". Nhưng ở đây, tôi cũng phải nói một điều, có khi bạn đọc lúc ấy không để ý. Anh Hoàng Trà, lúc đó là Tổng biên tập báo Quảng Nam - Đà Nẵng, khi thấy không khí "sôi sục" xung quanh cuốn tiểu thuyết MHT, biết tôi là người biên tập cuốn sách, anh đến trực tiếp gặp tôi, hỏi cặn kẽ nôi dung cuốn sách, anh nói rất thành thật: "Nói thật với Trung, mình đọc cuốn này chẳng hiểu tác giả nói gì? Toàn những chuyện sáng tác nhạc, rồi đi kinh tế mới rồi ra ngoài ga ngủ thấy công an, rồi cả yêu đương, đêm mơ về lại thấy chúa... rất phức tạp. Vậy tính tư tưởng của cuốn tiểu thuyết là gì?". Với kiến thức văn hóa còn hạn hẹp, nhưng tôi cũng cố nói hết những suy nghĩ vì sao mình tổ chức bản thảo, biên tập cuốn tiểu thuyết MHT. Anh nghe tôi trình bày xong, đứng dậy bắt tay tôi rất thân ái: "Nghe Trung nói mình thấy sáng ra nhiều điều, văn học là thế, không thể áp đặt cũng không thể hiểu theo cách suy diễn rồi kết tội người ta. Báo Quảng Nam- Đà Nẵng sẽ không đăng những bài báo phê phán hoặc ca ngợi cuốn tiểu thuyết này. Vì đây không phải là lĩnh vực mình chuyên sâu". Anh Hoàng Trà đã làm đúng điều đó, báo Quảng Nam - Đà Nẵng đã đứng ngoài cuộc chuyện này. Giá như ông Tổng biên tập báo nào cũng có cách suy nghĩ và việc làm như anh Hoàng Trà như trong việc này thì có phải tốt biết bao nhiêu.

Khi đã có những "đợt sóng phê phán" dồn dập bổ vào NXB Đà Nẵng, người trực tiếp lĩnh hậu quả là anh Nguyễn Văn Giai, Giám đốc. Nét mặt anh già đi trông thấy, anh buồn về nhân tình, thế thái. Nhiều người trước đây mình tưởng là "tốt", giờ được thế "đục nước, béo cò", quay ra phê bình anh thậm tệ, bới móc đủ điều...

Với tôi, Đảng Ủy NXB Đà Nẵng, thực hiện đúng chỉ thị của Đảng Ủy cấp trên yêu cầu tôi từ Hà Nội trở về Đà Nẵng làm "kiểm điểm"...

Trước khi được "triệu hồi" về Đà Nẵng thì thông tin do bạn bè của tôi liên tục báo ra Hà Nội về chuyện quyển tiểu thuyết Miền Hoang Tưởng (MHT) đang gây một cơn "bão tố" phê bình lên án "ghê gớm" trên báo CA Quảng Nam – Đà Nẵng. Cũng lạ! Ở Hà Nội, cũng có xôn xao trong dư luận về cuốn tiểu thuyết này, nhưng lại ở hướng tích cực, làm tôi rất vui. Nhiều độc giả nói, khi gặp chúng tôi: "Lâu lắm rồi mới có cuốn tiểu thuyết xem được". Còn tuyệt nhiên báo chí TW không đả động gì. Mãi về sau, có lẽ duy nhất chỉ có báo "Nhân dân Chủ Nhật" đăng lại bài báo đã đăng trên báo CA Quảng Nam - Đà Nẵng của nhà văn nổi tiếng kia.

Cũng vì suy nghĩ trên nên khi được yêu cầu của Đảng Ủy NXB về Đà Nẵng để kiểm điểm "tổ chức và biên tập tiểu thuyết MHT", tôi không ngạc nhiên, cũng không hoảng sợ. Vì tôi biết việc mình làm là "quang minh chính đại", rõ ràng như "giữa ban ngày", với một động cơ hết sức trong sáng. Gia đình tôi có truyền thống cách mạng, đến chính tôi, dù bị cận thị nặng, vẫn xung phong vào bộ đội, đi B thì không thể nói việc làm của tôi là "chống đối chế độ, chống CNXH" như một số bài viết trên báo CA Quảng Nam - Đà Nẵng lên án. Hôm tôi chuẩn bị về Đà Nẵng tôi được nhiều anh chị là Nhà văn, nhà thơ đến an ủi động viên. Nhà văn Trần Huy Quang, nhà ở cùng chỗ với địa điểm NXB Đà Nẵng thuê làm trụ sở chi nhánh (56 - Bà Triệu - Hà Nội), hai anh em thường ngồi tâm sự với nhau mỗi buổi chiều, bên quán chè chén. Anh Quang biết chuyện của tôi, anh vỗ vai thân mật:

- Cứ bình tĩnh! Nghề viết sách, biên tập của anh em mình thì chống ai!!! Viết để trang trải nỗi lòng, viết để mong một xã hội tốt đẹp, con người sống với nhau tử tế hơn. Đấy là thiên chức của nhà văn, người biên tập. Còn nếu họ không đồng ý như thế, tức là họ chưa hiểu mình. Dù bất cứ hoàn cảnh nào, em đừng bi quan, đừng chán nản, sống đúng với mình - Anh còn gợi ý cho tôi - Anh thấy em có thể viết văn được đấy! Lúc nào em thấy cô đơn nhất, buồn nhất, thì viết đi. Em viết sẽ giải tỏa được nhiều điều. Nếu viết được một truyện ngắn nào, cứ đưa anh xem, anh sẽ góp ý cho.

Lúc ấy tôi chưa bao giờ nghĩ mình sẽ trở thành người viết văn, dù trước đó cũng "tập tọe" viết một, hai truyện ngắn được đăng ở tạp chí "Non Nước" của Hội VH - NT tỉnh Quảng Nam - Đà Nẵng (cũ). Cũng không ngờ ...lời gợi ý của anh, sau này giúp tôi nhiều điều. Tôi sẽ kể tiếp cho các bạn nghe ở hồi sau. Chị Phương Quỳnh đến dặn dò tôi: "Mọi việc trong ấy, có gì phải báo cho chị biết ngay, để chị lo cho em. Nếu căng quá, em bí mật ra đây, chị nuôi..." Còn anh Xuân Khánh thì ái ngại: "Cũng vì anh mà em khổ!". Tôi nghĩ, sự việc chắc cũng không đến nỗi trầm trọng như thế! Cứ về xem binh tình thế nào, rồi định liệu sau.

Về đến Đà Nẵng, điều tôi mừng, là tất cả các bạn biên tập trong Ban biên tập NXB Đà Nẵng đều ủng hộ việc làm của tôi, cho rằng: "Việc này tự nhiên các ông ấy bơm to lên, chứ có gì đâu!". Đến hiền lành như nhà thơ Thanh Quế, trong một cuộc họp kiểm điểm tôi, NXB Đà Nẵng mời nhà thơ đến dự, cũng phát biểu: "Quyển tiểu thuyết này, theo tôi, không khéo năm mươi năm nữa nó lại được giải thưởng Nô - Ben, lúc đó đồng chí Trung lại có công phát hiện ra cuốn tiểu thuyết hay làm rạng danh văn học Việt Nam".

Ngược với không khí của ban biên tập NXB Đà Nẵng, trong Đảng Ủy NXB Đà Nẵng là không khí rất nặng nề. Ông Đ, Phó giám đốc, bí thư Đảng Ủy yêu cầu tôi viết kiểm điểm thật "thành khẩn nghiêm túc". Kiểm điểm tôi từ tổ Đảng, đến Chi bộ, rồi tôi phải kiểm điểm trước tất cả Đảng viên trong Đảng bộ, có đại diện của Đảng Ủy Dân Chính Đảng xuống dự. Trong bản kiểm điểm tôi viết, tôi không thừa nhận bất cứ những điều họ đã viết trên báo CA Quảng Nam - Đà Nẵng, tôi luôn bảo vệ quan điểm: "Đây là quyển sách có nội dung tốt, không chống chế độ, không chống CNXH" tôi phân tích nội dung tư tưởng, cả từng nhân vật trong cuốn sách... nhưng nhiều người ngồi dự không nghe, trong đó có một chị nguyên là giám đốc nhà khách của NXB Đà Nẵng lúc đó, chị ấy nói: "Đã là báo CA viết mà còn sai à! Đồng chí Trung chưa thành khẩn.". Liên tiếp mấy cuộc họp nữa, cũng chỉ yêu cầu tôi nhận thấy "thiếu sót mất cảnh giác trước các âm mưu của thế lực thù địch, lập trường tư tưởng chưa vững vàng, chưa thấy được bản chất hai mặt nguy hiểm của cuốn tiểu thuyết MHT". Hơn một tháng trời, tôi cứ phải viết đi, viết lại bản kiểm điểm, đạp xe từ Hội An ra Đà Nẵng và ngược lại. Mấy cuộc họp liền mà sự việc chẳng đi đến đâu. Thấy vậy, Đảng Ủy Dân Chính Đảng yêu cầu tôi phải kiểm điểm trực tiếp với Ban kiểm tra Đảng. Tôi nhớ một ông có chức tước trong Ban kiểm tra, nghe đâu là người từ Chiến khu về, nói với tôi: "Không điều gì qua mắt được chúng tôi, dù nấp dưới bất cứ hình thức nào." Ông kể cho tôi nghe một câu chuyện. Có một ông thủ thư trong một thư viện, hàng ngày ông ta cứ hay ngồi sau một cái bàn, sau lưng ông ta là một bức tường vàng, trước bức tường vàng có ba kệ sách được sơn bằng màu nâu đỏ. Tại sao ông ta cứ ngồi đây, không ngồi chỗ khác?!!Ông ta rất thắc mắc. Sau khi tìm hiểu lý lịch của ông thủ thư, ông này phát hiện, ông thủ thư nguyên là cán bộ của chế độ cũ: "Hèn chi hắn ta vẫn tôn thờ lá cờ của bọn ngụy, nhưng dấu mặt. Bức tường vàng, là nền cờ vàng. Còn ba sọc đỏ, chính là màu của ba kệ sách kia. Qua mắt tôi thế nào được. Tôi nói điều này với anh Giám đốc thư viện, anh ấy khen tôi, sau đó sửa chữa bằng cách sơn tường, sơn kệ sách màu khác". Nghe ông ta nói thế, tôi không nín được cười. Cứ thế này, đêm đến đừng ai nhìn lên bầu trời nữa, vì bầu trời có nhiều sao, mà có "nhiều sao" là cờ của bọn đế quốc Mỹ!!! Ông này được cái nói dai, nói nhiều. Tôi nghe mệt quá, giả lấy sổ ra ghi chép cho thật nghiêm túc. Tôi chợt nhớ đến lời nói của một người bạn thân: "Mấy bố này ưa nịnh lắm. Các bố ấy nói gì đừng cãi lại, cứ gật gù làm như lắng nghe, mày khen đại đi. Thế là mình thắng!". Một tứ truyện ngắn bất chợt ập đến, tôi ngồi "ghi chép" kỳ thực, tôi viết truyện ngắn "Đọp - Nhà thơ". Ông nói đến đâu, tôi "ghi chép "đến đó. Hết một buổi sáng, truyện ngắn "Đọp - nhà thơ" cũng "hòm hòm", để tối tôi về sửa lại. Tôi đã tìm ra được một cách đối phó không "nhàm chán". Đúng là viết truyện ngắn - như lời nhà văn Trần Huy Quang- đã giúp tôi giải tỏa nhiều điều.

Đúng lúc ấy tôi gặp thêm một việc nữa nữa. Việc này không đùa được.

Tôi có giấy "Khởi tố " của Công an triệu tập tôi để điều tra việc " tổ chức, biên tập, phát hành cuốn tiểu thuyết MHT". Thế là sự việc nghiêm trọng rồi, không đơn giản như tôi tưởng. Vợ tôi vừa mới sinh cháu, rất lo cứ hỏi: "Liệu họ có bắt anh đi tù không?". Tôi phải dấu sự việc này với mẹ của tôi, sợ bà bị sốc. Một số anh chị em thân thiết trong NXB nhìn tôi với ánh mắt lo lắng. Quả thật, lúc này tôi mới hơi lo sợ. Chẳng lẽ sự việc lại "nghiêm trọng" đến thế! Tôi vội viết một bài báo, nói hết tất cả sự việc, diễn biến việc xuất bản cuốn tiểu thuyết MHT và động cơ mình làm việc này gửi các báo. Tôi biết nếu gửi báo ở địa phương, chắc chắn họ không đăng. Tôi đánh bạo gửi cho báo Lao Động, lúc đó là Ông Tống Văn Công(1) làm Tổng biên tập và nhà thơ Hoàng Hưng phụ trách trang văn nghệ. Chỉ non một tuần sau, bào báo của tôi được in trang trọng ở trang Văn nghệ của báo Lao Động (tất nhiên có lược đi những câu rườm rà, tôi viết chưa hay), còn nội dung chính tôi bảo vệ cho việc làm của mình, nhà thơ Hoàng Hưng vẫn để nguyên (Tôi rất phục và đến bây giờ vẫn biết ơn việc làm này của nhà thơ Hoàng Hưng, cả ông Tống Văn Công, vì nhà thơ Hoàng Hưng và ông Tống Văn Công lúc đó hoàn toàn không biết tôi là ai.). Bài báo đó đã gây ra một tiếng vang, liên tục trong thời gian đó, trên báo Lao Động có rất nhiều bài báo của những nhà thơ, nhà báo, nhà văn nổi tiếng viết (Rất tiếc đến bây giờ tôi không nhớ nhiều, chỉ nhớ rõ nhất là bài của nhà thơ Trinh Đường viết rất hay) phân tích những yếu tố tích cực của cuốn tiểu thuyết MHT mang lại, không nên chụp mũ, suy diễn, kết luận một chiều... Rồi báo Văn Nghệ tổ chức tọa đàm cuốn tiểu thuyết này trong không khí dân chủ, có tính học thuật cao, chỉ ra những mặt được và chưa được của cuốn tiểu thuyết. Tất nhiên trong cuộc tọa đàm đó bao gồm nhiêù nhà nghiên cứu văn học, nhà thơ, nhà văn nổi tiếng, không có một ý kiến nào cho rằng “MHT là chống chế độ, chống CNXH” như báo CA Quảng Nam - Đà Nẵng đã đưa ra. Tôi viết thư cho chị Phương Quỳnh báo việc này, nhờ Nhà văn Trần Huy Quang đưa hộ. Lúc này tôi cũng sợ công an theo dõi chị Phương Quỳnh (Rất may, như thư chị Phương Quỳnh gửi vào cho tôi kèm theo một gói trà, thông báo, mọi việc ngoài này vẫn yên ổn, không có vấn đề gì. Chị dặn đi, dặn lại trong thư. Nếu "nguy khốn" quá, bí mật ra Hà Nội, để chị lo.). Nhà văn Trần Huy Quang nhận được thư tôi, anh nhiệt tình chuyển ngay đến cho chị Phương Quỳnh. Rõ ràng sự quan tâm, động viên chăm sóc của các anh, các chị ngoài bắc, thật sự là chỗ dựa tinh thần rất lớn cho tôi.

Cũng có lẽ vì thế, khi anh công an Hà (Nếu tôi nhớ tên không lầm, từ Hà Nội vào) làm công tác thẩm vấn, điều tra tôi về việc tổ chức, biên tập cuốn MHT, không khí không căng như tôi nghĩ.

Anh công an Hà, trông có vẻ trẻ tuổi hơn tôi, vui tính, có trí thức, đó là nhận xét ban đầu của tôi khi gặp anh ấy. Anh Hà nói:

- Anh đừng coi việc này là sự hỏi cung, vì anh không có tội gì cả, mà coi đây là một cuộc trò chuyện thân mật cho rõ mọi vấn đề. Tôi cũng muốn hiểu thêm công tác biên tập sách, cũng qua anh, hiểu thêm nội dung một số cuốn sách mà tôi chưa đọc.

Tôi hỏi anh:

- Thế cuốn tiểu thuyết MHT anh đã đọc chưa?

Anh Hà hơi lúng túng:

- Tôi có ...đọc... nhưng cũng có một số vấn đề muốn hỏi anh.

Tôi gật đầu:

- Anh cứ hỏi, nếu biết điều gì rõ ràng, tôi sẽ trả lời anh.

Điều đầu tiên anh Hà hỏi tôi về quy trình tổ chức bản thảo, xin giấy phép, biên tập cuốn tiểu thuyết này. Tôi trình bày cặn kẽ, quyển tiểu thuyết xuất bản rất đúng thủ tục. Từ việc có bản thảo, xin ý kiến, có chữ ký của anh

Trưởng chi nhánh. Tiếp theo đề đạt ý kiến với Ban giám đốc, Ban giám đốc đồng ý mới viết kế hoach bổ xung để Giám đốc duyệt. Sau khi kế hoạch bổ xung được Cục Xuất bản đồng ý ký, đóng dấu cấp giấy phép tôi mới biên tập, thuê họa sỹ vẽ bìa. Vẽ bìa cũng phải có chữ ký Giám đốc, còn quyết định xuất bản, ông Đ, thừa lệnh Giám đốc ký, đóng dấu. Tôi nói hơi dài dòng một tý, để các bạn thấy rằng, quy trình xuất bản cuốn tiểu thuyết này là hoàn toàn hợp lệ, đúng pháp luật.

Khi tôi trình bày xong điều này, anh Hà nhìn tôi với ánh mắt thiện cảm:

- Quy trình xuất bản, nếu đúng như anh nói, chúng tôi sẽ kiểm tra lại, thì có thể kết luận, anh chẳng có một khuyết điểm nào trong việc này. Nếu có kiểm điểm, kỷ luật, thì phải gọi anh Trưởng chi nhánh, Ban giám đốc NXB Đà Nẵng, thậm chí cả người đã ký quyết định cấp giấy phép trên Cục xuất bản vì mọi thủ tục xuất bản anh làm rất nghiêm túc.

Ừ nhỉ! Đến lúc này tôi mới giật mình vì tính ngây thơ thật thà của mình mà không hề để ý đến nguyên tắc xuất bản sách. Đâu có phải một mình tôi "quyết định" ra cuốn tiểu thuyết MHT! Thế mà, suốt cả hơn một tháng, chỉ có mỗi một mình tôi bị kiểm điểm, quả thực là quá vô lý. Hôm sau anh công an Hà triệu tập thêm anh Nguyễn Văn Giai, Giám đốc NXB, anh Trưởng chi nhánh và cả ông Đ. Vì ông Đ, Phó giám đốc, Bí thư Đảng Ủy, người ký quyết định xuất bản cuốn tiểu thuyết MHT, để hỏi thêm một số vấn đề cho rõ. Buồn cười nhất, trước đây, chính ông Đ đã yêu cầu tôi viết bản kiểm điểm" thành khẩn, nghiêm túc nhận rõ khuyết điểm để sửa chữa", bây giờ ông lại bị Công an hỏi chuyện vì sao ký quyết định xuất bản? Chuyện như "tiếu lâm". Vì thế liên tục mấy ngày hôm sau, cuộc "thẩm vấn" giữa anh công an Hà và tôi, thực sự là một cuộc trao đổi học thuật. Thậm chí, mỗi buổi chiều khi tiễn tôi về nhà, anh Hà còn nói:

- Anh nên trao đổi trước với anh Trưởng chi nhánh cho có ý kiến thống nhất. Chứ khi tôi hỏi, mỗi người trả lời một phách, khổ các anh và khổ cho chúng tôi.

Tôi nghĩ, anh công an Hà, là một người tốt, ít nhất trong cuộc trò chuyện với tôi, anh xử sự rất đúng mực, có văn hóa, biết tôn trọng người mình tiếp chuyện. Vì thế mấy ngày sau chỉ là những cuộc nói chuyện nhẹ nhàng giữa hai người về thời cuộc. Anh công an Hà hỏi tôi vì sao lại đổi tên sách, tên tác giả? Tôi cũng nói y như ý định ban đầu mà tôi tiếp xúc với chị Phương Quỳnh, khi chị Phương Quỳnh đưa bản thảo. Tôi có nói:

- Tôi không làm như thế làm sao bạn đọc có thể đọc được một cuốn tiểu thuyết hay đến như thế?

- Hay như thế nào? - Công an Hà đề nghị tôi phân tích.

Tôi lại ngồi phân tích nội dung cuốn sách, anh công an Hà chăm chú lắng nghe, ghi chép. Cuối cùng anh công an Hà phải thừa nhận:

- Đúng là hiểu một cuốn sách viết gì? Nói gì? không hề đơn giản.

Tôi nói với anh công an Hà:

- Nghề văn, nghề báo, tôi làm biên tập, tôi biết chứ. Sống giả dối, sống không trung thực, cơ hội thì dù có viết hằng trăm cuốn sách, viết hàng ngàn bài thơ ca ngợi

Đảng, ca ngợi đất nước... người đọc sẽ không nhớ, dù người đó có được tâng bốc lên bằng giời. Còn sống ngay thẳng, thật thà với chính mình, với người dân, có trách nhiệm với xã hội, phê phán thực sự cái xấu, không sợ bạo quyền... những bài báo, quyển sách của những tác giả đó sẽ được người đọc đón nhận.

Anh công an Hà nói với tôi:

- Anh nói với tôi điều đó, tôi không phản bác. Ta quay lại quyển MHT, anh có thừa nhận, việc đổi tên tác giả, tên tác phẩm để xuất bản sách... là "sai" không?

Tôi gật đầu, nhưng cũng phải nói:

- Cũng vì sự truy chụp, suy diễn không phải lối, cũng như có chuyện "thế lực này", "thế lực kia" lợi dụng. Khổ cho chúng tôi lắm mà chúng tôi chỉ có một ước muốn duy nhất, được tự do sáng tác, để có những quyển sách hay đến tay bạn đọc. Còn nói "thế lực thù địch, phản động", các anh chỉ cụ thể ra chúng tôi xem, chúng tôi thấy đúng, sẽ đấu tranh đến cùng, để bảo vệ đất nước này chứ!

Anh công an Hà cười:

- Nhưng xin các ông... cứ cảnh giác, đề phòng chẳng bao giờ thừa cả. Cũng như, nhà ở phải có ổ khóa tốt, cửa ra vào chắc chắn mới không sợ mất trộm, chứ để thông thống, không đề phòng, chẳng mất trước cũng mất sau.

Anh công an Hà nói thế, tôi chịu, nhưng vẫn suy nghĩ: "Anh Hà ơi! Hai sự việc, hai bản chất khác nhau. Đồ trong nhà khóa cửa kín, không mất. Nhưng sách vở, tinh thần, có khóa mấy, bao vây thật chặt nó vẫn "bung" ra ngoài, nhất là chuyện ấy lại là "món ăn tinh thần" rất cần cho mọi người.".

Sau này tôi không gặp anh công an Hà nữa. Không biết những người như anh ấy, còn làm trong ngành Công an không?

Thế là cuộc "khởi tố" với tôi kết thúc, cũng chẳng thấy Công an đưa ra kết luận gì! Nhưng khốn nỗi, tưởng mọi chuyện đã xong, nhưng bên Đảng Ủy Dân Chính Đảng chưa chịu. Dù tôi không nhận khuyết điểm, họ vẫn yêu cầu Đảng Ủy NXB Đà Nẵng có hình thức kỷ luật tôi. Lúc ấy anh Hoàng Văn Cung, bí thư chi bộ, hiện là Phó Giám đốc, tổng biên tập NXB Đà Nẵng, là người hiền lành tử tế, nói riêng với tôi: "Thôi, ông đừng cố chấp, chẳng lợi một chút nào cả. Ngày mai họ gọi tôi với ông lên, với ý định, nếu ông không nhận khuyết điểm, thì sẽ có hình thức kỷ luật nặng. Còn ông thừa nhận mình có sai sót, sẽ để ông ở lại tiếp tục làm công tác biên tập, mức kỷ luật sẽ cảnh cáo trong chi bộ. Ông phải ở lại làm biên tập với chúng tôi, chúng tôi mới vui." Tôi thấy, vì việc này cũng làm khổ nhiều người, khổ cơ quan rồi đi đi, lại lại quá vất vả, vợ mới sinh, hơn nữa cũng không muốn cho mẹ của tôi buồn. Tôi lại nghĩ đến hình ảnh của nhà thiên văn học Ga li nê, trước sự truy bức của nhà thờ, ông đành phải nói "Mặt trời quay xung quanh trái đất", để rồi sau này ông lại nói: "Dù sao trái đất vẫn quay". Vì đó là chân lý! Sự so sánh nào cũng khập khiễng, chuyện của tôi chưa thể giống như thế nhưng phương pháp... có thể bắt chước. Tôi gật đầu, đồng ý với ý kiến của anh Cung.

Hôm sau, tôi với anh Cung lên gặp các vị trong Đảng Ủy Dân Chính Đảng. Các vị ấy nhìn tôi nét mặt lạnh lùng, chờ đợi. Sau cái bắt tay, tôi được phép nói trước.

Tôi nói ngay:

- Tôi thừa nhận có sai sót trong công tác biên tập, làm hơi vội vàng, biên tập chưa kỹ. Những ý kiến đóng góp của các đồng chí tôi tiếp thu, sẽ sửa chữa để làm công tác biên tập tốt hơn, tránh những sai sót như vừa rồi.

Việc thừa nhận "khuyết điểm" của tôi là cho họ hơi bất ngờ. Nét mặt của mấy người ngồi xung quanh tôi dãn ra, thỏa mái hẳn. Cuộc họp kết thúc rất nhanh chóng, anh Cung không phải đá nhẹ chân tôi như mọi lần khi tôi phản bác lại những ý kiến không đúng về quyển tiểu thuyết MHT. Tôi bị kỷ luật, mức kỷ luật này không biết có ghi trong điều lệ Đảng không? "Mức cảnh cáo có thời hạn một năm trong chi bộ. Nếu sửa chữa khuyết điểm tốt, sẽ xóa mức kỷ luật này."

Bây giờ ngồi viết lại chuyện này, nhiều lúc tôi nghĩ, việc phê bình quyển MHT, theo kiểu truy chụp có thể do nhận thức lúc đó còn hạn chế, hoặc cũng có thể ... do quá đề phòng "thế lực thù địch phản động" lúc ấy "nhân cơ hội thuận lợi này phá hoại từ bên trong" mà cảnh giác! Thực tế, từ năm 1991 khi xuất bản cuốn tiểu thuyết MHT đến giờ, nước Việt Nam vẫn tồn tại, nhà nước Việt Nam vẫn vững mạnh, kinh tế phát triển đi lên đã "thế lực phản động nào", "bên ngoài", "bên trong" nhắc đến quyển sách đó đâu, thậm chí bảo được "trao giải quốc tế" cũng không có. Tôi đồ rằng quyển MHT, hôm nay tôi nhắc lại, có người nhớ chứ mấy ông ở tòa soạn báo CA Quảng Nam - Đà Nẵng (cũ) có khi cũng quên rồi! Thế mà cái hiện tượng ấu trĩ này vẫn tiếp tục "xuất hiện" như ở Phú Yên, mấy ông làm văn hóa "chẻ tóc làm tư" lục tìm mấy bài thơ để phê phán tính "hai mặt". Còn ở Bình Định có lệnh thu hồi trong phạm vi tỉnh một quyển sách viết về nhạc sỹ Trịnh Công Sơn vì cho rằng "... nhận định lệch lạc cuộc chiến tranh Việt Nam". Tít tận Cà Mau lại có đận lên án "Cánh đồng bất tận" của nhà văn Nguyễn Ngọc Tư vì "Bôi đen hiện thực". Tiếp đến ở Quảng Bình mấy bài báo "đánh" một bài thơ tặng chị Lâm Thị Mỹ Dạ của một Nhà thơ nguyên Phó tổng biên tập một tờ báo vì tội bài thơ này có ý "Nói xấu địa phương, ca ngợi không đúng chỗ"... Các vị làm những việc ấy, chắc cũng biết rằng, thời đại bây giờ không phải anh nói điều gì người ta cũng nghe, mà chắc gì việc làm đó được mấy ông TW khen!!! Dư luận và thực tế sẽ kiểm chứng ai "đúng", ai "sai"? Nhưng cũng phải thừa nhận "Văn hóa cát cứ" còn sống dai dẳng lắm.

Sau sự kiện này, nói thật tôi cũng chán công tác biên tập, hết cả nhiệt huyết. Tôi xin chuyển sang công tác biên tập sách KHXH, chẳng nhận mà cũng không được phân công thêm một chức vụ gì. Tôi làm biên tập viên đến lúc nghỉ hưu. Tôi dành nhiều thời gian cho sáng tác. Điều tôi mừng nhất, chính trong thời gian này, tôi có hai truyện ngắn: "Đọp - Nhà Thơ" và "Lầm Lẫn" được đăng ở báo "Văn Nghệ" của Hội Nhà Văn Việt Nam. Tôi gửi truyện ngắn Đọp - "nhà thơ" đến tòa soạn báo "Văn Nghệ" bằng bản đánh máy có nhiều lỗi, khó đọc. Anh Trần Huy Quang, đọc truyện ngắn thấy được, đã sửa những lỗi đó cho tôi và đăng vào báo. Truyện ngắn được đông đảo bạn đọc hào hứng đón nhận. Phạm Ngọc Tiến, một người bạn thân, khuyến khích tôi chuyển thể truyện ngắn này thành kịch bản phim truyền hình để VTV 3 dựng... Tôi nói chi tiết này để có thể kết luận rằng, thời bây giờ không giống như thời "Nhân văn giai phẩm". Hồi đó, cứ nghe đến Nhà văn, nhà thơ "có vấn đề" là mọi người ngại tiếp xúc, không dám đến thăm hoặc có gặp cũng lén lén, lút lút. Còn bây giờ, nếu nhà văn, nhà thơ nào mà "bị nạn" vì tác phẩm được mấy ông làm công tác quản lý văn nghệ từ TW đến địa phương cho là "có vấn đề" thì ngược lại, những bạn bè chân chính vẫn cưu mang, che chở, thậm chí tìm mọi cách phổ biến tác phẩm đó đến tay bạn đọc.

Nhà văn Nguyễn Xuân Khánh, người mà Mai Lĩnh cho là đã viết tác phẩm "Bôi đen chế độ, chống Chủ nghĩa Xã Hội", năm 2001, Nhà Văn được phục hồi lại Hội viên Hội Nhà Văn Việt Nam. Mấy năm sau, Nhà văn còn viết tiếp mấy cuốn tiểu thuyết "lừng lẫy "hơn nhiều như "Hồ Quý Ly", "Mẫu Thượng Ngàn". Đặc biệt cả hai cuốn này liên tục tái bản. Riêng cuốn "Hồ Quý Ly" được giải thưởng của Hội Nhà Văn Việt Nam. Cuốn MHT, tôi biết, có một NXB ngoài Hà Nội định tái bản lại.

Chỉ tội cho anh Nguyễn Văn Giai, giám đốc NXB Đà Nẵng, vì sự vụ này, anh phải về hưu sớm. Nhưng anh không buồn, như nói với tôi:

- Anh không viết được văn, nhưng anh giúp ra được một quyển sách tốt đến tay bạn đọc. Bạn đọc hiểu xã hội mình đang sống hơn, phấn đấu cho xã hội này đẹp lên. Thế là anh mừng, em ạ!

PHÚT NÓI THẬT

Bấy lâu nay trên báo chí, tạp chí, đài phát thanh, truyền hình... của chúng ta, khi giải thích sự sụp đổ một chóng vánh của các nước Xã Hội Chủ Nghĩa Đông Âu, thường hay đưa ra những nguyên nhân, đó là do "âm mưu của các thế lực thù địch chống đối phe Xã Hội Chủ Nghĩa" tiến hành, hoặc giả, do những kẻ cơ hội, hữu khuynh, nắm được những vị chí chủ chốt lãnh đạo trong chính quyền đã tiến hành phá hoại đi đến "đầu hàng" Chủ Nghĩa Tư bản. Nếu phân tích kỹ một tý thì cho rằng sự sụp đổ đó là do sai lầm về đường lối, duy ý chí, quan liêu bao cấp. Rồi còn thêm nữa, thất bại của phe Xã Hội Chủ Nghĩa chỉ là tạm thời, sự tiêu vong của Chủ Nghĩa Tư Bản là tất yếu...và...v.v...

Tôi nghe thế để biết thêm một luồng thông tin mà thôi, chứ còn suy nghĩ cho đến giờ phút này... Phải nói thật, cũng mong các vị lãnh đạo hiểu rõ suy nghĩ của một người dân, tôi không tin như thế!

Hiện tại, chúng ta đã có nhiều thông tin, nhận thức về thời cuộc cũng khác xưa và đặc biệt, trước sự thật đang hiện rõ trước mắt mọi người, chúng ta có thể hiểu sự sụp đổ của các nước Xã Hội Chủ Nghĩa Đông Âu, có bắt nguồn trực tiếp từ sự vận động nội tại của nó.

Làm sao có thể gọi là một nhà nước "dân chủ gấp một triệu lần dân chủ tư bản" mà quyền lãnh đạo chỉ trong tay một nhóm người, nắm quyền hết năm này qua năm khác, không cần hỏi ý kiến của dân, mà có hỏi chỉ cho là có thông qua những cuộc "bầu cử" mà không cần bầu đã biết ai trúng cử? ai nắm giữ chức vụ gì? Ai làm Tổng bí thư Đảng là cứ thế làm hết nhiệm kỳ này đến nhiệm kỳ khác. Chỉ đến lúc chết mới thôi, như ông Brêgiơnép của Đảng cộng sản Liên Xô (cũ) là một ví dụ. Rồi cứ phải là Đảng Viên mới có thể tham gia các chức vụ trong chính quyền. Tôi không nói tất cả, nhưng đó là một điều kiện thuận lợi cho những kẻ gian trá, cơ hội... vào nắm giữ các chức vụ nhà nước để đục khoét và thậm chí để phá hoại. Nên thế, sau này, có nhiều bài báo lên án những kẻ "lãnh đạo Đảng có tư tưởng đầu hàng, ôm chân các nước tư bản lớn, phá hoại nhà nước XHCN", mà không nghĩ rằng, những kẻ đó, có phải do dân bầu lên đâu mà chính do các Đảng viên của Đảng cộng sản ở các nước Đông Âu bầu lên. Chính họ tự lấy dao chặt vào chân họ đấy chứ!

Còn chuyện quản lý kinh tế, Tôi cứ lấy Miền bắc nước ta, thời trước năm 1975 mà suy. Cái thời đó chưa xa bao nhiêu, nhất là thế hệ từ tuổi năm mươi trở lên. Nhớ lại thời kỳ ấy, mỗi chúng ta đều rùng mình. Cái gì cũng từ nhà nước ra, từ bánh xà phòng, nửa lạng mỳ chính, một cái may ô... cho đến cả suy nghĩ trong tâm tưởng của người trí thức... nhất nhất đều do nhà nước "bảo hộ". Còn các nước Đông Âu, Xã Hội Chủ Nghĩa, một số bạn tôi đi học về, cũng kể rằng, cũng y như Việt Nam, có chăng hơn một chút đỉnh về khoản nhà ở, phương tiện đi lại, vật chất kinh tế... Chi ít, các nước đó, gần Liên Xô (cũ) được viện trợ gần như cho không, hơn nữa lại không có chiến tranh như ở Việt Nam. Còn thông tin chỉ là một chiều, ban Tuyên huấn nói sao, biết vậy. Hạn chế thông tin nhiều chiều đến mức tối thiểu. Ta chỉ biết ta, tự ta ca ngợi ta, cứ làm như Phe Xã Hội Chủ nghĩa thắng lợi trên toàn thế giới đến nơi rồi!!! Tôi còn nhớ một câu chuyện, bây giờ kể giống mình đang kể chuyện "tiếu lâm". Hồi tôi còn học khoa Sử - Trường ĐHSP Hà Nội I, Thầy dạy môn Lịch sử Thế giới hiện đại, có cho chúng tôi biết, sắp tới có thể Liên Hiệp Quốc đề nghị thông qua cách tính lịch dương lịch mới mà ngày đầu tiên sẽ bắt đầu bằng ngày 7 tháng 11 năm 1917, ngày nổ ra cuộc cách mạng tháng mười ở Nga do Lê Nin lãnh đạo. Chuyện vô lý như thế, nhưng chúng tôi, lúc đó là sinh viên lại tin sái cổ! Các bạn tôi đi học ở các nước Đông Âu về, nói với chúng tôi, bên đó cũng chẳng hơn gì. Cái gì của Liên Xô cũng là nhất, nhất nhất phải nghe theo Liên Xô (cũ), gần như biến cả một dân tộc thành chư hầu của điện Cẩm Linh. Nói ngược lại hoặc thể hiện tính độc lập dân tộc là có chuyện ngay. Ban lãnh đạo Đảng công sản Liên Xô (cũ) làm mọi cách gây sức ép bắt thay đổi nội các, thậm chí sẵn sàng cho quân đội can thiệp trực tiếp như trường hợp của Hung Ga Ri, Tiệp Khắc (cũ) để đàn áp những phong trào đòi dân chủ, đòi độc lập dân tộc, bắt giam ngay những người lãnh đạo của các nước này nếu có tư tưởng không nghe theo Liên Xô, dưới chiêu bài " Chống các thế lực phản động đòi xóa bỏ nhà nước Xã Hội Chủ Nghĩa". Tôi nghĩ rằng, có thể sự sụp đổ của các nước Xã Hội Chủ Nghĩa Đông Âu đã có nguyên nhân sâu xa từ những năm này, khi nhà nước Liên Xô cho quân đội vào can thiệp. Còn nữa, khi các Đảng cộng sản các nước Đông Âu độc quyền lãnh đạo, "uy quyền" của Đảng viên, của các người nắm chủ chốt vai trò lãnh đạo Đảng lớn đến cỡ nào! Gần như là bất khả xâm phạm. Họ có biệt thự, xe riêng... tách rời hẳn cuộc sống của người dân. Nhân dân không được phê phán họ. Đấy là tôi chưa kể bộ máy Đảng của các Đảng cộng sản Đông Âu cồng kềnh lấn át bộ máy nhà nước. Nhà nước có Bộ nào bên Đảng có Ban nấy, thậm chí Ban Đảng có khi còn to hơn Bộ. Ban tài chính Đảng chi tiêu tiền vô tội vạ, xây những khách sạn lớn, nhà khách sang trọng cho các ông Bộ chính trị đến ở. Chuyện chi tiêu của Ban tài chính Đảng không bao giờ công khai cho nhân dân biết. Có Quốc Hội cũng chỉ là hình thức, Đảng chi phối tất cả mọi chủ trương, chính sách của Quốc Hội nhằm bảo đảm sự bất khả xâm phạm của Đảng. Bộ chính trị của các Đảng cộng sản các nước Đông Âu có quyền tối thượng! Nghị quyết mà Bộ chính trị đã thông qua, cả nước phải chấp hành, bất chấp có khi nghị quyết đó gặp sự phản đối của giới trí thức hay những người yêu nước. Phản đối là "có chuyện" ngay!!!

Một hình ảnh không khác chế độ "chuyên chế" xưa kia bao nhiêu.

Những năm các Đảng cộng sản Đông Âu nắm quyền, cũng còn "hồng phúc" cho đất nước ta lúc đó, cả dân tộc Việt Nam phải lao vào cuộc kháng chiến giành độc lập, mục đích tối thượng là đất nước thống nhất, nên những mặt "nghịch" như cách lãnh đạo của các Đảng cộng sản Đông Âu, chưa "lộ" ra một cách công khai. Lúc đó, ở đất nước ta cách sống, sinh hoạt của người Đảng viên, từ người lãnh đạo cao nhất đến những người dân thường không có khoảng cách, hoặc nếu có, khoảng cách đó không xa là bao nhiêu. Tôi còn nhớ mãi hình ảnh bộ trưởng Bộ y tế Phạm Ngọc Thạch, hồi máy bay Mỹ ném bom ác liệt ở khu bốn, ông sắn quần móng lợn, vô cùng giản dị đến thăm và ngủ ở trại phong Quỳnh Hợp (Nghệ An), làm cho bác sỹ và bệnh nhân ở đây cảm phục. Hình ảnh như thế, có lẽ rất hiếm ở bên các nước Cộng sản Đông Âu. Lãnh đạo sát dân, vì dân, vì dân tộc, đó cũng là một trong những nguyên nhân quan trọng đưa cuộc kháng chiến chống Mỹ của dân tộc ta đến thắng lợi!

Sự tồn vong của một chế độ, tôi nghĩ, chẳng phải chuyện phô chương sức mạnh của quân đội, hay công an. Cũng chẳng phải có nhiều tướng, tá hay không? Mà chính là chế độ đó có dân chủ, có hợp lòng dân, hợp với xu thế thời đại hay không? Phải nói thẳng, chế độ Cộng sản của các nước Đông Âu sụp đổ, là do chế độ đó không đáp ứng được những yêu cầu bức thiết mà thời đại đòi hỏi. Thậm chí đi ngược lại quy luật lịch sử. Bưng bít thông tin, hạn chế các quyền tự do cá nhân của con người, kinh tế kém phát triển, phụ thuộc nhiều vào nước ngoài, cụ thể ở đây là Liên Xô cũ), rồi sử dụng bộ máy công an, quân đội đàn áp những người đòi dân chủ, tất yếu dẫn đến những kết cục như chúng ta đã thấy.

Thực ra những nguyên nhân của sự sụp đổ các nhà nước Cộng sản Đông Âu còn có nhiều, với suy nghĩ của một người dân bình thường của nước Việt Nam, chiêm nghiệm từ thực tế, từ sự quan sát cũng như đối chiếu so sánh với nhiều luồng thông tin trong nước và ngoài nước, tôi tạm thời có những nhận xét trên. Có thể không đầy đủ, nhưng, tôi tin chắc chắn, nếu chế độ được nhân dân ủng hộ, được toàn thể Đảng Viên của các Đảng cộng sản các nước Đông Âu ủng hộ, không thể sụp đổ một cách nhanh chóng như thế! Việc một, hai cá nhân trong thành phần lãnh đạo Đảng, như Đảng Cộng sản Liên Xô (cũ) tuyên bố giải tán Đảng, chẳng qua đó là "giọt nước làm tràn ly". Viết đến đây tôi nhớ một câu chuyện của thầy giáo dạy lịch sử hồi phổ thông, có kể rằng: Viên cảnh sát của chế độ Nga Hoàng, bắt được Lê Nin, lúc đó Người còn đi học trung học, có tham gia vào một cuộc biểu tình chống chế độ Sa Hoàng. Viên cảnh sát hỏi Lê Nin:

- Ngươi làm việc đó mà không biết rằng đang húc đầu vào một bức tường sao?

Lập tức Lê Nin trả lời:

- Đúng là trước mặt chúng tôi một bức tường, nhưng là bức tường mục, chỉ cần húc nhẹ một cái là đổ.

Chuyện này không biết có thật không? Nhưng có lẽ đúng, nếu đặt vào hoàn cảnh của các nước Cộng sản Đông Âu vào những năm 89 đầu những năm 90 của thế kỷ XX. Đó là những bức tường, nhưng là bức tường "mục" rồi, người ta chỉ "húc" nhẹ một cái là đổ!

Tôi viết những dòng này để nói lên suy nghĩ thật của tôi, và cũng là một nguyện ước, các vị lãnh đạo Đảng cộng sản Việt Nam lãnh đạo đất nước sẽ không lặp lại những bài học thất bại của các Đảng cộng sản Đông Âu, có những quyết sách đúng đắn đưa dân tộc ta, đất nước ta đi vào quy luật phát triển của xã hội, của lịch sử, đúng với yêu cầu của thời đại. DÂN CHỦ THỰC SỰ. VĂN MINH THỰC SỰ. TRÍ THỨC THỰC SỰ.

ĐỌC TIN MẤY TỜ BÁO NGÀY 30 THÁNG 3 NĂM 2010

Thằng bạn thân nói với tôi: "Ông cứ lên báo mạng, đọc tha hồ, chứ mua báo giấy toàn những tin "lề bên phải", đọc cho nó mệt". Bạn tôi nói thế, chứ nói hơn thế, tôi cũng không thể bỏ được thói quen. Cứ sáng sáng phải mua một hai tờ báo, rồi ngồi bên tách cà phê vừa nhâm nhi, vừa đọc báo. Những tin trên báo giấy, chẳng gì, với nhiều nước trên thế giới này, tôi không biết, nhưng với nước ta, những tin ấy đã được kiểm duyệt, chính thống, nhà nước cho phép... Nếu có đăng lại, rõ ràng không phải do "thế lực thù địch, phản động" bịa đặt, hoặc giả... "người viết có ý nghĩ tiêu cực" tưởng tượng ra...

Ngày 30 tháng 3 năm 2010, hứng trí lên tôi mua liền bốn tờ báo: "Thanh Niên", "Tuổi Trẻ", "Văn Hóa - Thể Thao", "Pháp Luật và Cuộc Sống" số 6 tháng 3 năm 2010... Thời gian rỗi có nhiều, tôi đọc hết những tin trên những tờ báo này. Tất nhiên đọc báo, điểm tin, có những tin sơ sài, tôi bỏ qua, và cũng như những tin hay, sốc, gợi trí tò mò người đọc, buộc tôi phải chú ý...

Tôi đọc tờ Thanh Niên, ngay trang đầu, với "Tít" rất to, in đậm "Ngang ngược và vô lý" bài báo lên án tàu chiến Trung Quốc bắt giữ tàu đánh cá Việt Nam của bà con ngư dân ta đang đánh bắt hải sản trên vùng biển Hoàng Sa, thuộc chủ quyền Việt Nam. Có thể bây giờ bà con ngư dân của chúng ta vẫn chưa được bên Trung Quốc thả về với thuyền, ngư cụ...Nhưng đọc tin như vậy, tôi thấy vui vì chi ít, nhưng tin như vậy đã chỉ thẳng đích danh kẻ ăn cướp chứ không phải là "tàu lạ" như những lần đưa tin trên các báo trước đây. Lãnh hải của ta, quần đảo của ta, đồng bào của ta...chúng ta cương quyết bảo vệ, cương quyết giữ. Chỉ một tin nhỏ trên tờ báo, nhưng có sức mạnh gắn kết lòng tự hào dân tộc rất lớn.

Nhưng những tin vui như thế, điểm qua bốn tờ báo ngày 30 tháng 3 năm 2010, ít lắm mà tin làm rầu lòng người thì ... lại nhiều.

Tôi chẳng hiểu vì sao mấy hôm rày nhiều tờ báo đưa tin anh chàng chuyên diễn hài, gầy nhom, đã từng có tiền án bị đi tù vì nghiện ma túy Hiệp "gà" bỏ vợ cũ lấy vợ mới cứ đưa đi, đưa lại!!! Đưa tin ấy để làm gì? Nếu ở nước tư bản thì lại bảo: "Tin của mấy tờ báo lá cải, đưa tin lên để kích thích trí tò mò độc giả bán được báo.". Thế mà tờ "Pháp Luật và Cuộc Sống" chuyên đề số 6 tháng 3 năm 2010 "giật" ngay một cái "tít" ở trang đầu "Bỏ người vợ nuôi mình trong tù, Hiệp "gà" cưới vợ mới". Tin này có đáng để một tờ báo lớn đăng không? Đọc kỹ lại hóa ra lời than vãn của cô vợ cũ của tay hài này nói về chuyện mình biết chồng có bồ rồi hai người tự nguyện chia tay... Không biết chuyện Hiệp "gà" bỏ vợ rồi lấy vợ... báo chí đưa tin có quan trọng hơn tin cháy rừng, hạn hán, các biện pháp chống lạm phát... không? Chả trách, thấy tôi mua báo, bác xích lô ngồi cạnh nói: "Chắc anh thừa tiền!".

Đến tờ "Tuổi Trẻ "phát hành cùng ngày, đưa nhiều tin, đọc giật mình: "Cả trăm ngàn dân khát nước" nói về hạn hán ở Tiền Giang, Bến Tre, rồi vụ "rút ruột "tượng đài chiến thắng Điện Biên Phủ. Hai vợ chồng chiếm đoạt hàng trăm tỷ đồng ở Thái Nguyên... cùng một số tin khác. Nhưng có một tin tôi đọc mà thấy ngơ ngác, không hiểu tại sao có chuyện vô lý như thế? Ở trang 5 tờ báo này đăng một tin "4 công an bị chém, 1 tử nạn". Tin cho biết, sáu người công an mặc thường phục vào một quán ăn ở xã Quảng khê, huyện Đăk G Long, tỉnh Đắc Nông, chỉ vì lời qua tiếng lại với hai người khách nẹt ống pô quá to trong đêm khuya, hai người này chạy về gọi bạn mang dao đến đánh nhau với nhóm công an này. Kết quả bên công an bị thương bốn người, trong đó có một người thương nặng, dẫn đến tử vong... Chẳng lẽ công an lại yếu thế đến như vậy, mặc cho bọn cướp lộng hành! Công an còn như thế, giả như người dân bình thường gặp cảnh như vậy thì sao?

Lại một tin nữa cũng trên báo Thanh Niên cùng ngày, đưa ở trang 4 "Làm rõ vụ 2 người bị chết tai cơ quan công an". Đọc tin này thấy đau lòng, sao số phận người dân thường ở nước ta "mạt rệp" thế! Thân cô, thế cô... chỉ mới bị công an "nghi ngờ" bắt vào đồn, sau đó... là gia đình báo đến nhận xác! Một cái chết "chưa rõ nguyên nhân"!!! Tất nhiên ai làm sai, người đó phải chịu trách nhiệm. Cũng trong bài báo này cho biết, 7 cán bộ của công an quân Hai Bà Trưng (Hà Nội) bị đình chỉ công tác để làm rõ nguyên nân gây ra cái chết của Nguyễn Quốc Bảo (trú tại tổ 5 - Phường Mai Động - Quận Hoàng Mai). Chuyện kỷ luật cán bộ sau khi sự việc đau lòng đã xảy ra, là chuyện chẳng đừng, nhưng giá như không có việc này vẫn hơn! Ao ước là thế, ấy vậy chuyện tương tự vẫn diễn ra hoài.

Vì sao lại thế?

Đọc báo giấy ở nước ta, dẫu đó chỉ là tin "lề bên phải", khổ một nỗi, nếu đó là tin vui, thì có khi... lại có chút nghi ngờ "Không biết sau này hiệu quả có đúng thế không? Có thật không?". Còn những tin không vui thì lại buồn: "không biết xã hội mình đang sống tương lai sẽ như thế nào? ".

TÂM SỰ MỘT DOANH NGHIỆP

Bạn tôi, một doanh nghiệp trông có vẻ làm ăn khá, vượng, vui và hồng hào nét mặt. Ấy vậy suốt từ đầu năm đến giờ, nét mặt trông nản hẳn, buồn, sầu, mới gặp đã lắc đầu. Tôi hỏi:

- Sao dạo này trông ông sụt nhuệ khí thế? Không ầm ào, không hí hửng cũng không lấy ngón tay gõ nhịp vào bàn... khi bàn chuyện làm ăn?

Bạn tôi giãi bày:

- Thì ông tính, doang nghiệp như tôi, giờ thì chết đứng còn hơn "Từ Hải", vay vốn ngân hàng không cho, hoặc có vay thì lãi suất hơn 20 o/o, thằng tây nào chịu được. Nhiều công trình thi công được gần 70 o/o đành bỏ đấy. Không có lương trả cho công nhân, thiếu việc làm, tiền vay ngân hàng, lãi mẹ đẻ lãi con, chưa tính chuyện tự tử, ngồi đây nói chuyện với ông là quá giỏi...

Bạn tôi nói thế nào ấy chứ! Ông ấy quen nhiều, cửa đi lắm ngách, qua được tất. Làm gì mà bi đát thế!!! Tôi lựa lời:

- Ông là người tôi rất phục về tài quen biết. Ông N... là chỗ thân tình, chức to như thế, chẳng lẽ lại không giúp ông?

Như gãi đúng chỗ ngứa, bạn tôi bộc bạch một hơi, gần như nói cho hả:

- Đau ông ạ! Không có cái thời nào như thời này! bạn bè, chỗ thân thiết, mình đến gõ cửa bố ấy, nói khó khăn, mong giúp. Ông biết thế nào không? Ông N... lắc đầu nguầy nguậy, nói thảm thiết: "Thông cảm đi, qua kỳ Đại Hội này đã! Nhiều người đang có âm mưu lật mình. Giờ chỉ hở một cọng lông ra, họ cũng bẻ ngay một giò chứ đừng nói là chạy chỗ này, chỗ kia giúp ông... Kinh lắm!". Thế là đang đói vốn, đang chờ hợp đồng... Tưởng bạn bè thân thiết ném "phao" cho mình khỏi "chết đuối", ai ngờ... cổ phải dài ra thêm một đoạn nữa vì phải chờ Đại Hội Đảng cho xong, dù mình chẳng can dự gì cả. Vô lý không thể tưởng! Đến lúc ông N... đã có tên trong "Ủy...", ông ấy mừng một, mình mừng mười. Chẳng gì chức vụ ông ấy đang nắm, lại trúng vào "Ủy..." thì "đinh đóng cột" cũng chẳng chắc hơn thế! Lại thẽ thọt đến nhà, gõ cửa. Chưa ngồi nóng đít, cũng mới chỉ nghe mình nói nửa câu về lý do đến đây, ông N... vội xua tay lia lịa, nói vập vã, liên tục: "Thôi ông ơi! Cũng phải chờ, tôi không dám động tĩnh. Nín thở nghe ngóng đã. Hết tháng 7 đi!". Cái gì! Sao phải đợi hết tháng 7? Tôi ngơ ngác, ông N... giải thích: "Phải cho xong bầu cử Quốc Hội, ông không thấy à! Nhiều ông, nhiều bà Trung ương cử về còn trượt...". "Nhưng mà ...ông trúng rồi còn gì! Tỷ lệ phiếu bầu cao như thế!". Ông N... trợn mắt: "Tin thế nào ở thời thế này! Tôi trúng vào Đại biểu Quốc Hội với tỷ lệ phiếu bầu cao, nhưng xin ông, cái ghế tôi đang ngồi, nhiều người còn ham lắm! Còn muốn lật tôi! Trước Đại Hội, hở cọng lông, bị bẻ một giò. Giờ không hở gì cả, cũng có người tìm cách bẻ của tôi cả hai giò, mình phải phòng tứ phương. Thôi, thư thả đi, hết tháng 7, xong bầu chức vụ, tôi đã yên ổn sẽ giúp ông. Mà lúc đó, thằng nào định hại tôi, cũng coi chừng..."

Bạn tôi kể xong, lắc đầu ngao ngán:

- Lạ ông ạ! cứ phải xong Đại Hội Đảng, xong bầu cử Quốc Hội mới dám làm, mới dám quyết dù việc làm đó hoàn toàn chính đáng. thì ở Việt Nam mình mới có một. Sao thế hả ông?

PHẢI TIN VÀO LẼ PHẢI EM Ạ!

Anh nhận được thư em, em đang trong tâm trạng rất buồn. Em viết" "Chẳng lẽ đây là sự thật sao anh? Sao họ lại có thể làm việc bất nhân như vậy? Chà đạp lên lương tâm, lên lẽ phải như vậy? Cứ như thế này, sắp tới em sẽ sống ra sao? Tin vào ai nữa, hả anh? "

Đừng bi quan thế em! Đất nước mình lịch sử cũng có nhiều thăng trầm, đã có lúc cả dân tộc, cả đất nước chìm trong đêm đen của tủi nhục nô lệ. Tưởng như dân tộc chúng ta không có lối thoát, mãi mãi làm kiếp tôi đòi của ngoại bang. Nhưng chính trong những ngày vật vã, đau đớn ấy của dân tộc có những người thanh niên trí thức, họ nhận ra con đường phải đi tới của những người Việt yêu nước. Điều đầu tiên, đối với họ, phải có lòng dũng cảm, dám đương đầu với cường quyền, dám chấp nhận hy sinh. Tất nhiên, mới đầu họ chỉ là con số nhỏ nhoi, có khi như "đơn thương, độc mã" trên con đường đến với dân chủ, cộng hòa mà cả dân tộc đang khao khát. Ban đầu họ vất vả lắm em ơi, thậm chí phải trả giá bằng gông cùm, đọa đầy và muôn vàn sự bất công phi lý khác. Cũng ban đầu, những kẻ cầm quyền sợ họ như loài dơi sợ ánh sáng, ra sức bưng bít thông tin, ra sức che dấu sự thật, cố tình đánh lừa quần chúng. Còn quần chúng, em học sử, biết rồi. Đất nước mình qua bao nhiêu cơn binh lửa, loạn lạc, người dân nước mình, chủ yếu làm nông nghiệp ít học, nghèo khổ bị đủ vòng cương tỏa của những giáo lý phi nhân, của những cách quản lý hành chính hà khắc để theo dõi, nghi kỵ lẫn nhau...và như vậy, em thấy không? Quần chúng nhân dân, ban đầu đâu có dám ủng hộ những người thanh niên trí thức này, thậm chí còn hiểu sai động cơ của những người thanh niên đang dấn thân. Điều đó, không làm cho những người thanh niên này chùn bước, bởi họ hiểu, sau lưng họ, đâu chỉ có đám ruồi bâu mà còn có những cánh chim đại bàng tiếp sức. Người này bị cầm tù, lập tức có người khác đứng vào vị trí đó, tiếp tục sự nghiệp. Mà sự nghiệp cách mạng này, với đất nước ta, khi xã hội còn một tư tưởng phong kiến biến dạng nặng hơn đá tảng ngự trị, là muôn vàn khó khăn, họ vẫn đi tới, chấp nhận. Không có cuộc cách mạng nào là dễ dàng cả, không có cuộc cách mạng nào không phải trả giá. Đúng thế không em? Nhiều người trí thức yêu nước, trước lúc bị xử bắn vẫn hô to: "Việt Nam độc lập", "Việt Nam vạn tuế!", vì họ tin vào lẽ phải, vào công lý, vào sự thật. Dân tộc, tổ quốc vẫn trường tồn khi đất nước Việt vẫn có những con người như họ. Điều này em hãy yên tâm, đừng bi quan. Kẻ thù của sự thật, của dân chủ đó là giả dối, gian manh, đểu giả... Khi ra trước tòa án của một chế độ phi pháp, bọn quan tòa đã dựng đứng nhiều tội trạng không có với những người trí thức yêu nước này. Thậm chí chúng không cho họ nói hay tìm mọi cách bịt mọi lời bào chữa của luật sư. Nhưng trước thái độ hiên ngang, bất khuất, không sợ bạo quyền và đặc biệt những lời tự bào chữa biện hộ cho mình, của những trí thức yêu nước đã làm thức tỉnh bao con người, chỉ trước đó thôi, họ còn do dự phân vân. Đây chính là đốm lửa đốt cháy cả một cánh đồng.

Em có biết không? Đất nước ta, năm 1945, giành được độc lập, tự do, chính nhờ những con người như thế. Hiến pháp 1946 của nước Việt Nam Dân Chủ Cộng Hòa, một thành quả hy sinh núi xương, sông máu của cả dân tộc, của cuộc đấu tranh trường kỳ dai dẳng của bao lớp người trí thức yêu nước...

Em hãy tin, truyền thống này không bao giờ mất đi, nó vẫn được kế tục, phát huy hết đời này sang đời khác, lớp người này, sang lớp người khác, Khi xã hội vẫn còn tồn tài bất công, độc đoán, phi lý... sẽ có những con người làm được việc này, để cho anh, em cùng rất đông người Việt yêu nước ngưỡng mộ.

MỤC LỤC

www.ingramcontent.com/pod-product-compliance
Lightning Source LLC
LaVergne TN
LVHW090254210926
848480LV00001B/22
* 9 7 9 8 2 9 5 8 7 0 5 8 3 *